'व्यावसायिक यशाचा मार्ग खरोखर कसा असतो, याचे अत्यंत उत्साहवर्धक व प्रामाणिक स्मृतिकथन. हा एक अनंत अडचणींचा, त्यागाचा, अनेक व्यावसायिक चुकांनी भरलेला, जोखीमपूर्ण, अस्ताव्यस्त आणि गोंधळलेला प्रवास होता; तथापि *शू डॉगच्या* पानांमधून इतर कुणीही सीईओ प्रांजळपणे सांगणार नाही, इतक्या मोकळेपणाने नाइटने आपले अंतःकरण उघडे केले आहे. त्याने आपल्या अपयशावर आणि स्वतःवर अत्यंत कठोरपणे टीका केली आहे. आपली कंपनी अपघाताने कशी यशस्वी झाली, यावर नाइटने कमालीच्या प्रामाणिकपणे लिहिले आहे. ही एक अद्भुत कहाणी आणि वास्तविक कथा आहे.'

– बिल गेट्स

'मागील वर्षी मी वाचलेले सर्वोत्कृष्ट पुस्तक म्हणजे नाइकेच्या फिल नाइटचे *शू डॉग*. फिल हा एक अतिशय सुज्ञ, बुद्धिमान आणि जिगरबाज स्पर्धक आहे आणि त्याच्याकडे कथाकथनाची देणगीही आहे.'

– वॉरन बफे

'मी लहान असल्यापासून फिल नाइटला ओळखतो; पण मी हे अतिशय सुंदर, थक्क करणारे, जवळीक साधणारं पुस्तक वाचेपर्यंत मला त्याची खरी ओळख पटली नव्हती. नाइके बुटांबाबतही हेच म्हणता येईल. मी अगदी अभिमानाने हे बूट घालायचो; पण या प्रत्येक स्वूशमागील सर्जनशीलतेची, धडपडीची आणि विजयश्रीची अविस्मरणीय कहाणी मला ठाऊक नव्हती. खेळाची आवड असणाऱ्या प्रत्येकाला ही मनोरंजक, मोकळेपणाने लिहिलेली, रहस्यमय कथा आवडेलच; पण ज्यांना स्मृतिग्रंथ आवडतात, त्यांच्यासाठी ही एक अपूर्व भेट आहे.'

– आंद्रे आगासी

'कल्पकता आणि नवनिर्मिती यांविषयी बरेच काही शिकवणारी एक हृदयस्पर्शी, अत्यंत मनोरंजक अशी ही साहसकथा! फिल नाइट आपल्याला स्वूशच्या जन्मकथेपर्यंत घेऊन जातो. सुरुवातीला नाराज असणाऱ्या बँकांपुढे हात पसरून त्याने कर्ज कसे मिळवले, काही अतिशय हुशार आणि विक्षिप्त, अयोग्य माणसांची टोळी कशी जमा केली, त्यांनी एकत्रित काम करून एक अद्वितीय आणि क्रांतिकारक कंपनी कशी उभारली – ही सगळी गाथा तो सांगत जातो. परंपरेला छेद देणारे स्वप्न पाहणाऱ्या प्रत्येकासाठी ही एक स्फूर्तिगाथा आहे.'

– मायकेल स्पेन्स. नोबेल परस्कार विजेते अर्थतज्ज्ञ

'नाइके कंपनीची उभारणी करण्यासाठी एकत्र अद्भुत किमयेची, त्यांच्या मनोधैर्याची, नशिबा

D9900572

अमेरिकन कहाणी म्हणजे *शू डॉग.* हे सगळे कसे घडले हेच खरोखर एक आश्चर्य आहे. कारण, मला हे पुस्तक वाचताना जाणवलं की, आपला देश मुक्त व्यापाराचा पुरस्कर्ता असला तरी आपण या पद्धतीची वाट लावण्यातही पटाईत आहोत. ही फिल नाइटची स्वतःच्या शब्दातली बिनधास्त कहाणी आहे. त्याने इथे सांगितलेले, नवनिर्मितीसमोर येणारे अडथळे आणि त्यावर मात करून सर्वांना दिलेले उद्योजकतेचे धडे, ही एक अमूल्य देणगी आहे. या पुस्तकाची महत्त्वाची वाटलेली म्हणून मी नेमकी किती पाने दुमडली हे सांगायला गेलो तर ती भलीमोठी यादी होईल.'

– अब्राहम वर्गीस, *कटिंग फॉर स्टोन*चे लेखक

'नाइकेचे संस्थापक फिल नाइट यांचे *शू डॉग* हे पुस्तक म्हणजे उद्योजकतेची, मनोधैर्याची, झपाटलेपणाची आणि यशासाठी लागणाऱ्या चिकाटीची एक कमाल कहाणी आहे.'

– इव्हांका ट्रम्प

'नाइकेच्या संस्थापकांचे हे स्मृतिकथन प्रत्येकाने अवश्य वाचावे, असेच आहे. सुरूवातीच्या काळात एक स्टर्ट-अप असतानाची कंपनीची आतल्या गोटातील कथा आणि आजमितीला नावारूपाला आलेल्या नाइके या नामवंत ब्रँडचा प्रवास नाइटने प्रस्तुत पुस्तकात सांगितला आहे.'

– ***स्पोर्ट्स इलस्ट्रेटेड***

SHOE DOG

या पुस्तकाचा मराठी अनुवाद

फिल नाइट

NIKE ब्रँडच्या निर्मात्याचा प्रेरणादायी प्रवास

अनुवाद : अजित ठाकूर

MANJUL

मंजुल पब्लिशिंग हाउस

MANJUL
मंजुल पब्लिशिंग हाउस
पुणे संपादकीय कार्यालय
फ्लॅट नं. 1, पहिला मजला, समर्थ अपार्टमेंट्स,
1031 टिळक रोड, पुणे – 411 002
व्यावसायिक आणि संपादकीय कार्यालय
दुसरा मजला, उषा प्रीत कॉम्प्लेक्स, 42 मालवीय नगर, भोपाळ – 462 003
विक्री आणि विपणन कार्यालय
7/32, अंसारी रोड, दर्यागंज, नवी दिल्ली – 110 002
www.manjulindia.com
वितरण केंद्रे
अहमदाबाद, बंगळुरू, भोपाळ, कोलकाता, चेन्नई,
हैदराबाद, मुंबई, नवी दिल्ली, पुणे

फिल नाइट लिखित *शू डॉग*
या मूळ इंग्लिश पुस्तकाचा मराठी अनुवाद

Shoe Dog by Phil Knight – Marathi Edition

प्रस्तुत मराठी आवृत्ती 2020 साली प्रथम प्रकाशित

ISBN : 978-93-89647-25-9

मराठी अनुवाद : अजित ठाकूर

मुद्रण व बाइंडिंग : मणिपाल टेक्नॉलॉजीज लिमिटेड, मणिपाल

या पुस्तकात मांडण्यात आलेली मते आणि दृष्टिकोन लेखकाचे स्वतःचे आहेत.
त्यातील तथ्ये त्यांच्या सांगण्यानुसार त्यांनी पर्याप्त स्वरूपात तपासून पाहिली आहेत.
त्यासाठी प्रकाशक कोणत्याही प्रकारे जबाबदार असणार नाही.

माझ्या नातवंडांना समर्पित
त्यांनाही कळायला हवे.

नवख्यांच्या मनात अनेक शंका डोकावतात; पण जाणकारांच्या मनात फारशा शंकांना जागा नसते.

— श्युनर्यू सुझुकी, *झेन माइंड, बिगिनर्स माइंड*

प्रारंभ

सूर्य वर यायच्या आधी, पक्ष्यांची किलबिल सुरू व्हायच्या आधी, इतरांच्याही आधी मी उठून बसलो होतो. एक कप कॉफी घेऊन टोस्टचा एक तुकडा मी घशाखाली ढकलला. माझी हाफ पँट आणि शर्ट चढवला आणि माझ्या पळण्याच्या हिरव्या बुटांची नाडी बांधली. मग मी हळूच मागच्या दारानं घराबाहेर निसटलो.

माझ्या पायांना, हॅम स्ट्रिंग्जना आणि पाठीच्या खालच्या भागाला मी जरा ताण दिला. तिथल्या थंडगार रस्त्यावरच्या वाढत्या धुक्यात मी हळूहळू अडखळत पावलं उचलायला सुरुवात केली. सकाळची सुरुवात करायला सारखं जड का जातं?

रस्त्यावर माणसं नव्हती, गाड्या नव्हत्या, जिवंतपणाची कुठलीच खूण नव्हती. मी एकटाच होतो... माझ्या जगात... पण आजूबाजूच्या झाडांना माझं अस्तित्व जाणवत असावं; पण हे ओरेगॉन गाव होतं. इथल्या झाडांना नेहमीच कळायचं. ती झाडं नेहमीच पाठराखण करत.

इकडेतिकडे बघताना मला वाटलं की, माझं गाव किती छान आहे! शांत, हिरवंगार, निवांत... माझं गाव म्हणून मला ओरेगॉनचा अभिमान वाटायचा. लहानसं पोर्टलँड माझं जन्मगाव होतं म्हणून अभिमान वाटायचा; पण मला थोडासा खेदही वाटत असे. ओरेगॉन सुंदर असलं तरी काही लोकांना वाटायचं की, तिथे कधीच काहीही महत्त्वाचं घडलं नाही किंवा घडण्याची शक्यताही नव्हती. आम्ही ओरेगॉनवासी जर प्रसिद्ध असलोच, तर यासाठी की फार फार पूर्वी इथपर्यंत पोहोचण्यासाठी आम्ही दिव्य पार पाडलं. त्यानंतर मात्र फारसं काही झालंच नव्हतं.

मला भेटलेल्या अत्युत्तम व्यक्तींपैकी एक व्यक्ती म्हणजे माझे सर्वांत चांगले शिक्षक. ते त्या प्रवासाविषयी नेहमी बोलत असत. तो आपला जन्मसिद्ध हक्क आहे, असं ते म्हणायचे. ते आपलं संचित आहे, आपली डीएनए आहे, आपलं वैशिष्ट्य आहे. ते मला म्हणायचे की, बाकीचे घाबरट लोक बसून राहिले; कमकुवत लोक वाटेतच संपले आणि आपण शिल्लक राहिलो.

आपण! माझे शिक्षक म्हणायचे की, त्या मार्गावर काही अग्रेसर चैतन्य होते; तिथे निराशेला स्थान नव्हतं; पण जिथे शक्यता मात्र अफाट वाटत होत्या आणि ते चैतन्य जिवंत ठेवणे आम्हा ओरेगॉनवासीयांचं कर्तव्य होतं.

मी त्यांना योग्य तो आदर दाखवून मान डोलावत असे. मला ते खूप आवडायचे; पण पुढे जाताना कधी कधी मनात यायचं, छे! हा तर फक्त एक धुळीचा रस्ता आहे.

त्या धुकट सकाळी, १९६२मधील त्या स्मरणीय सकाळी, मी परत गावी आलो होतो, लांबलेल्या सात वर्षांनी; मी अलीकडेच नवीन मार्ग शोधला होता. पुन्हा घरी येणं जरा विलक्षण होतं, रोज रोज पावसात पुन्हा भिजणं विलक्षण होतं. माझ्या आई-वडिलांबरोबर आणि जुळ्या बहिणींबरोबर पुन्हा राहणं, माझ्या लहानपणीच्या पलंगावर पहुडणं विलक्षण होतं. रात्री उशिरापर्यंत उताणं पडून माझी कॉलेजमधली पुस्तकं, हाय स्कूलमध्ये मिळालेले चषक आणि निळ्या रिबिनीतली पदकं मी पाहत बसायचो. मनात विचार यायचा की, 'हा मीच आहे का? *अजूनही?*'

मी गती वाढवून चालू लागलो. माझ्या उच्छ्वासातून वाफेचे गोल गोल फुगे बाहेर पडून बाहेरील धुक्यात विरत होते. सकाळच्या वेळी जेव्हा सगळे अवयव आणि सांधे शिथिल होऊ लागतात, मनातले विचार स्पष्ट होऊ लागतात आणि हे भौतिक शरीर वातावरणात विरघळू लागते, असे ते अत्यंत प्रकाशमान क्षण मी अनुभवत होतो, घनस्थितीतून द्रव्यस्थितीकडे शरीराचा प्रवास चालू होता.

मी स्वतःलाच म्हटलं, 'चल जोरात, आणखी जोरात...!'

माझ्या मनात आलं की, कागदोपत्री आता मी प्रौढ झालो आहे. युनिव्हर्सिटी ऑफ ओरेगॉनसारख्या चांगल्या कॉलेजमधून पदवीधर झालो, उत्तम व्यवस्थापन शिकवणाऱ्या स्टॅनफर्ड विद्यापीठातून मास्टर पदवी मिळवली. अमेरिकन सेनेत - फोर्ट लुइस आणि फोर्ट युस्टीसमध्ये वर्षभर काढले. माझ्या बायोडेटामध्ये म्हटलं होतं की, मी एक सुशिक्षित, कर्तबगार सैनिक आहे, चोवीस वर्षांचा उमदा तरुण... मग तरी मला अजून लहान मुलासारखं का वाटतंय?

आणि दुसरी खंत म्हणजे मी अजूनही तसाच लाजरा, निस्तेज, काडीसारखा किरकोळ का राहिलो आहे?

कदाचित, मी आयुष्यात कसलाच अनुभव घेतला नसेल. सगळे मोह आणि नाचवणाऱ्या गोष्टी माझ्या नशिबी नव्हत्या. मी कधी सिगारेट ओढली नव्हती की मादक द्रव्याची चव चाखली नव्हती. कायदा तर सोडाच; पण कधी कुठला साधा नियमही मी तोडला नव्हता. १९६०च्या दशकाला नुकतीच सुरुवात झाली होती. तो क्रांतीचा काळ होता आणि अमेरिकेतला मी एकच माणूस होतो की, ज्यानं उठाव केला नव्हता. मी बेताल वागलो आहे, अनपेक्षित असं काही केलं आहे, असा एकही क्षण मला आठवत नव्हता.

मी तर कधी कुठल्या मुलीबरोबरही गेलो नव्हतो.

मी काय करत नव्हतो, यावरच जास्त विचार करत होतो, याचं कारण सोपं होतं. कारण, मला याच गोष्टी नक्की चांगल्या प्रकारे अवगत होत्या. मी काय किंवा कोण आहे किंवा होणार आहे, हे सांगणं मला अवघड जात होतं. माझ्या मित्रांप्रमाणेच मलाही यशस्वी व्हायचं होतं; पण त्याचा नक्की अर्थ काय ते मित्रांना ठाऊक होतं, मला माहीत नव्हतं. पैसा? असेलही कदाचित! बायको? मुलंबाळं? घर? हो, माझ्या नशिबात असलं तर हे सगळंच! याच सर्व गोष्टींची अपेक्षा असावी, असंच आम्ही शिकलो होतो आणि मलाही थोडंफार तसंच वाटत होतं; परंतु मनात खोलवर कुठे तरी मी दुसरं काही, काही तरी जास्त शोधत होतो. मला जाणवत होतं की, आपला जीवनकाळ कमी पडतो, माहिती नसते; पण कमी पडतो, सकाळच्या फेरफटक्याच्या वेळाइतकाच असतो; पण मला माझा काळ अर्थपूर्ण करायचा होता, हेतूपूर्ण, निर्मितीक्षम करायचा होता. तो महत्त्वाचा असायला हवा होता आणि मुख्य म्हणजे वेगळाच असायला हवा होता.

मला या जगावर माझा ठसा उमटवायचा होता.

मला जिंकायचं होतं.

नाही, तेवढंच नाही; मला अजिबात हरायचं नव्हतं.

आणि मग काही तरी अवचित घडलं... माझं कोवळं हृदय धडधडू लागलं, माझी गुलाबी छाती पक्ष्यांच्या पंखांप्रमाणे फुलू लागली, झाडांची पानं हिरवी होऊ लागली आणि मला समोरचं स्पष्ट दिसू लागलं, मला आयुष्यात काय करायचं, हे स्पष्ट दिसू लागलं – खेळ, फक्त खेळ!

हो, मला पटलं, हेच ते! हाच तो शब्द! माझ्या आनंदाचं रहस्य! मला नेहमीच वाटायचं की, जर कधी आपल्याला सौंदर्य किंवा सत्याचं मूळ शोधायचं असेल, तर सामन्यामध्ये चेंडू हवेत असतो तिथे, जेव्हा रिंगणातल्या मुष्टीयोद्ध्यांना शेवटची घंटा ऐकू येऊ लागते तिथे, जेव्हा शर्यतीतील स्पर्धक अंतिम रेषेच्या जवळ पोहोचतात आणि सारे प्रेक्षक उठून उभे राहतात तिथेच ते मूळ प्रत्ययास येतं. हार किंवा जीत याचा निर्णय व्हायच्या आधीच्या अर्ध्या सेकंदात मनात उत्कंठतेचा आविष्कार होत असतो. मला त्या गोष्टीनंच म्हणजे हे जे काही होतं त्यानंच माझं आयुष्य, दैनंदिन जीवन भरून जावं, असं वाटत होतं.

कधी कधी मला वाटायचं की, आपण महान कादंबरीकार व्हावं, उत्तम पत्रकार व्हावं, प्रभावी राजकीय नेता बनावं; परंतु मला दुर्दम्य इच्छा होती, ते मोठा खेळाडू बनण्याची. दुर्दैवानं मी एक सामान्य खेळाडू झालो, महान खेळाडू नाही. वयाच्या चोविसाव्या वर्षी मी ते स्वतःशी मनात मान्यही केलं. मी ओरेगॉनमध्ये ट्रॅकवर पळत असे, खूप चांगली कामगिरी दाखवली, चारपैकी तीन वर्षांत वरचा नंबर पटकावला; पण ते तेवढ्यावरच थांबलं. आता जेव्हा उगवता सूर्य देवदारच्या खालच्या टोकदार पानांना स्पर्श करत असतो आणि मी झपाझप सहा मिनिटांत एक मैल पार करू लागतो, तेव्हा मी स्वतःलाच विचारतो की, 'स्वतः खेळाडू नसलो तरी खेळाडूंच्या

भावना अनुभवता येतील, असं काही करता येईल का? काम न करता सतत फक्त खेळातच जीवन घालवता येईल का किंवा कामातच जीव इतका रमावा की, खेळाचीच अनुभूती येईल.'

जगात सर्वत्र युद्ध, वेदना आणि दुःखच दिसत होतं. दैनंदिन अन्यायकारक वाटणारा रगाडा थकवा आणत होता. मला वाटायचं की, यावर एक योग्य, आनंददायक, बरोबर जुळणारं उत्तर एखाद्या-विलक्षण असंभव स्वप्नाप्रमाणे असावं आणि एखाद्या खेळाडूसारखं एकाच ध्येयानं प्रेरित होऊन आपण त्याचा पाठपुरावा करावा. कुणाला आवडो वा न आवडो, जीवन हा एक खेळच आहे. ज्या कुणाला हे सत्य मान्य नसतं, जो कुणी खेळायला नकार देतो, तो बाजूला पडतो आणि मला ते होऊ द्यायचं नव्हतं. अगदी काहीही झालं तरी मला तसं नको होतं.

आणि त्यातूनच नेहमीप्रमाणे माझ्या विचित्र कल्पनेनं जन्म घेतला. मला वाटलं, कदाचित आपण पुन्हा एकदा या वेडगळ कल्पनेचा पुनर्विचार करावा. कदाचित, माझी कल्पना जमून आली तर...?

हो, कदाचित!

पण नाही, नाही; मला पळावं लागेल, जोरात पळावं लागेल. जणू काही मी कुणाचा पाठलाग करतो आहे *आणि* त्याच वेळी कुणी तरी माझ्यामागेही लागलं आहे, असं पळावं लागेल! पण त्याचा उपयोग होईल. नक्कीच, मी ते *चालवून दाखवीन.* त्यात शंका नाही.

मी अचानक हसू लागलो. जवळ जवळ खिदळू लागलो. अगदी डौलात आणि सहजपणे चालत असताना, घामानं पूर्ण भिजलेलो असताना मला माझी वेडगळ कल्पना मनात आकार घेताना दिसली आणि आता ती अजिबात वेडगळ वाटत नव्हती. खरं म्हणजे ती एक कल्पनाही वाटत नव्हती. ती एक वेगळी जागा होती; तिथे एक व्यक्ती होती, एक चैतन्य होतं; माझं अस्तित्व निर्माण होण्याआधीचं माझ्यापासून वेगळं; पण तरीही माझा एक भाग असलेलं अस्तित्व होतं. ते माझी वाट पाहत होतं; पण तरीही माझ्यापासून लपलं होतं. हे जरा उच्च कोटीचं वाटत आहे ना, थोडंसं *चमत्कारिक!* पण मला त्या क्षणी तसंच वाटत होतं.

कदाचित, नसेलही. कदाचित, माझी स्मृती हा आविष्काराचा क्षण अधिक मोठा करून दाखवत असेल किंवा असे अनेक क्षण एकत्र करून दाखवत असेल आणि असा क्षण असला तर तो एखाद्या धावपटूच्या सर्वोच्च आनंदापेक्षा मोठा नसेल. मला माहीत नाही, सांगता येत नाही. ते दिवस, ते महिने आणि ती वर्षे हळूहळू निघून गेली, विरून गेली, तोंडातून सोडलेल्या वाफेच्या त्या रिंगणांप्रमाणे! त्या वेळी अतिशय जवळचे आणि अटळ वाटणारे चेहरे, गाणी, निर्णय सर्व काही मागे पडले आहेत.

आज शिल्लक आहे ते एकच शांत करणारे, अचल सत्य जे कधीच दूर होणार नाही. चोविसाव्या वर्षी मला एक वेडगळ कल्पना *सुचली.* विशीतल्या सगळ्याच तरुण-तरुणींना स्वतःविषयी शंका असतात. त्याचप्रमाणे मीही अस्तित्वाविषयी सतत

भ्रमात असताना आणि भविष्याविषयी मनात भीती असताना मला पटलं की, हे जग अशाच वेड्या कल्पनांनी भरलेलं आहे. इतिहास म्हणजे अशाच अफाट कल्पनांची एक महान, मोठी यादी आहे. मला ज्या ज्या गोष्टी आवडतात – पुस्तकं, खेळ, लोकशाही, मुक्त अर्थव्यवस्था... सगळ्या गोष्टी सुरुवातीला वेडगळ कल्पनाच वाटायच्या.

तसं म्हटलं तर माझी आवडती गोष्ट म्हणजे पळणे आणि अगदी थोड्याच कल्पना इतक्या वेडगळ असतात. पळणे कठीण असते, त्रासदायक असते, त्यात धोका असतो. त्यातून फारच कमी फलित असते आणि त्याचीही खात्री नसते. तुम्ही एखाद्या लंबवर्तुळाकार ट्रॅकवर किंवा मोकळ्या रस्त्यावर जोरात पळता, तेव्हा समोर निश्चित असं ध्येय नसतं. निदान एवढा प्रयत्न करण्यामागे काही विशिष्ट कारण नसतं. जोरात पळणं हेच एक ध्येय असतं. अंतिम रेषा नसते असं नाही. कारण, तुम्हीच अंतिम रेषा आखता. पळण्याच्या क्रियेतून जो काही आनंद किंवा लाभ असतो, तो आतून मिळवावा लागतो. तुम्ही कसं ठरवता, तुम्ही स्वतःला कसं पटवता त्यावर ते अवलंबून असतं.

प्रत्येक धावपटूला ते ठाऊक असतं. 'पळत राहा, पळत राहा, मैलो न् मैल पळत राहा' पण तरी नक्की का पळायचं ते कळत नाही. आपण स्वतःला मनातल्या मनात सांगत असतो की, कुठल्या तरी ध्येयासाठी आपण पळत आहोत, घाई करत आहोत; पण खरं म्हणजे थांबण्याचा पर्याय अधिक भेडसावत असतो.

तेव्हा १९६२ सालच्या त्या सकाळी मी स्वतःला बजावलं, 'ही कल्पना चक्रम आहे, असं लोक म्हणतील तर म्हणू देत... तू पुढे जात राहा, थांबू नको. तिथपर्यंत पोहोचेपर्यंत थांबायचा विचारही करू नकोस आणि ते ठिकाण कुठे आहे यावर विचार करत बसू नकोस. काहीही होवो, थांबू नको.'

आणि मी अचानकपणे स्वतःला वय नसतानाही परिपक्व असा, भविष्यात डोकावणारा तातडीचा सल्ला दिला आणि कसा तरी तो स्वीकारलाही. पन्नास वर्षांनंतर मला वाटतं की, तो अत्युत्तम सल्ला होता – कुणालाही आपण द्यावा, असा तो एकच सल्ला आहे.

भाग एक

आता या ठिकाणी तुला वाटतं की, तू जरा पळतो आहेस; पण खरं तर एकाच ठिकाणी उभा आहेस. तुला दुसरीकडे पोहोचायचं असेल, तर यापेक्षा दुप्पट वेगानं पळावं लागेल.

– **लुइस कॅरोल** *(थ्रू द लुकिंग-ग्लास)*

१९६२

माझ्या वेडगळ कल्पनेबाबत वडिलांशी बोलायचा मी धीर केला. त्यासंबंधी त्यांच्याकडे विषय काढताना संध्याकाळी जरा लवकरच बोलायचं असं मी ठरवलं. डॅडबरोबर बोलण्याकरता हीच उत्तम वेळ होती. तेव्हा ते जरा मनमोकळे असायचे, खाणंपिणं झालेलं असायचं आणि टीव्हीसमोर कोपऱ्यात व्हिनाइलच्या आरामखुर्चीवर ते रेललेले असायचे. आजही मान थोडी तिरकी करून डोळे बंद केले तर मला टीव्हीवरच्या प्रेक्षकांच्या हसण्याचा आवाज येतो आणि वडिलांच्या आवडत्या *वॅगन ट्रेन आणि रॉ हाइड* या कार्यक्रमांचे बारीक आवाजातले शीर्षकगीत ऐकू येतं.

त्यांचा सगळ्यात आवडता कार्यक्रम होता, रेड बटन्स! प्रत्येक एपिसोडच्या सुरुवातीला रेड हा गायक गात असे – *हो हो, ही ही... स्ट्रेंज थिंग्ज आर हॅपनिंग...!*

मी सरळ, उभी पाठ असलेली खुर्ची ओढून त्यांच्या बाजूला बसलो, एक मंद स्मित केलं आणि पुढची जाहिरात सुरू होण्याची वाट पाहत बसलो. डोक्यात योजलेलं वाक्य मी पुन्हा पुन्हा मनात घोळवलं, *'मग, डॅडी, तुम्हाला आठवतंय, स्टॅनफर्डला असताना माझ्या डोक्यात एक वेडगळ कल्पना आली होती...?'*

उद्योजकता या विषयाचा अभ्यास करत असताना मी शेवटच्या वर्गात होतो. बूट या विषयावर मी एक शोध प्रबंध लिहिला होता. नेहमीचा रटाळ प्रबंध न राहता तो विषय आता माझ्या अत्यंत जिव्हाळ्याचा झाला होता. मी स्वतः एक धावपटू असल्यानं मला पळण्याच्या बुटांविषयी थोडीफार माहिती होती. व्यवसायामध्ये रस असल्यामुळे मला माहीत होतं की, जपानी लोकांनी एकेकाळी जर्मन लोकांचा प्रभाव असलेल्या कॅमेऱ्याच्या बाजारपेठेत मोठी आघाडी घेतली आहे. मी माझ्या लेखात म्हटलं होतं की, जपाननं शोधून काढलेले पळण्याचे बूटही तशीच जादू करू शकतील. ही कल्पना मला भावली, मला प्रेरित करू लागली आणि नंतर त्या कल्पनेनं मी झपाटून

गेलो. त्यातलं भवितव्य किती उघड होतं, किती सरळ होतं आणि त्यात किती तरी मोठ्या शक्यता होत्या!

या प्रबंधावर मी अनेक आठवडे घालवले. मी ग्रंथालयात खेटे घातले, जे सापडेल ते वाचून काढलं. आयात, निर्यात, नवीन कंपनी सुरू करण्याविषयी सगळं काही वाचलं. शेवटी कॉलेजच्या नियमानुसार माझ्या वर्गातल्या मुलांसमोर मी त्या प्रबंधाचं सादरीकरण केलं. सगळ्यांची प्रतिक्रिया नेहमीसारखी – कंटाळवाण्या चेहऱ्याची होती; कुणी एक प्रश्नही विचारला नाही. मुलांनी थंड नजरेनं आणि उसासे टाकून माझ्या कळकळीचं आणि मनस्वितेचं स्वागत केलं.

आमच्या प्रोफेसरला मात्र त्या वेडगळ कल्पनेत काही तरी तथ्य वाटलं. त्यांनी मला खास 'ए' शेरा दिला; पण तेवढंच त्याचं फलित मिळालं आणि खरं तर ते तेवढंच होणार होतं. स्टॅनफर्डमध्ये रोज सकाळी पळण्याचा सराव करण्यापासून ते टीव्हीच्या कोपऱ्याशी बसलेल्या वडिलांकडे जाईपर्यंतचा प्रवास करताना मनात सारखे जपानला जायचे विचार येत. तिथे एखादी बुटाची कंपनी शोधावी, माझी वेडी कल्पना *त्यांच्यासमोर* मांडावी. मला आशा होती की, माझ्या वर्गमित्रांपेक्षा ते लोक माझ्या कल्पनेवर नक्कीच जास्त उत्साहवर्धक प्रतिक्रिया देतील. कदाचित, ओरेगॉनमधून आलेल्या या बुजऱ्या काडीपैलवान, निस्तेज मुलाबरोबर भागीदारीही करतील!

जपानला जाताना किंवा येताना अगदी रोमांचकारी थरारक प्रवास करावा, असा विचारही मनात डोकावत असे. जपानला जाऊन तिथे सध्या काय आहे हे मी *पाहिलं* पाहिजे, त्याच्याशिवाय मी जगावर माझा ठसा कसा उमटवणार? मोठी शर्यत पळायच्या आधी आपल्याला ट्रॅकवर जरा चालून बघावं लागतं, नाही का? पाठीवर एक गाठोडं लटकवून जगाची एक फेरी मारली की काम होईल, असा मी विचार केला. त्या काळात बकेट लिस्ट ही कल्पना अस्तित्वात नव्हती; पण माझ्या मनात जवळ जवळ तशीच एक कल्पना होती. मरायच्या आधी किंवा खूप म्हातारे अथवा रोजच्या धावपळीनं थकून जायच्या आधी मला या पृथ्वीवरची अत्यंत सुंदर आणि अचंबित करणारी स्थळे पाहायचीच होती.

आणि जगातली सर्वांत पवित्र जागासुद्धा बघायची होती. अर्थात मला, इतर अनेक अन्नपदार्थ चाखायचे होते, इतर भाषा ऐकायच्या होत्या, इतर अनेक संस्कृतींमध्ये शिरायचं होतं; पण मला सर्वांत जास्त आकर्षण होतं ते कनेक्शन करण्याचं... कशाशी तरी जोडलं जाण्याचं... चिनी लोक ताओ म्हणतात, ग्रीक लोक लोगोस म्हणतात, हिंदू ज्याला ज्ञान म्हणतात, बुद्ध लोक धर्म म्हणतात, ख्रिश्चन लोक स्पिरिट म्हणतात त्याचा मला अनुभव घ्यायचा होता. माझ्या व्यक्तिगत जीवनाच्या प्रवासाला सुरुवात करण्याआधी मला वाटायचं की, आपण माणुसकीच्या महान मार्गाचा शोध घ्यावा. जगातील उत्तमोत्तम मंदिरं, चर्च, प्रार्थनास्थळं शोधावीत, अत्यंत पवित्र नद्या आणि पर्वत शिखरांचा शोध घ्यावा. मला वाटायचं की त्याचं... देवाचं अस्तित्व जाणून घ्यावं!

हो, मी स्वतःशीच म्हटलं, हो. त्याला दुसरा काही शब्द नव्हता-देवाचंच अस्तित्व!

पण आधी मला माझ्या वडिलांचा होकार हवा होता.

आणि मुख्य म्हणजे मला त्यांच्याकडून पैसे हवे होते.

मला एक मोठा प्रवास करायचा आहे, असं मी मागच्या वर्षीच त्यांच्या कानावर घातलं होतं आणि त्यांचाही फारसा विरोध दिसला नव्हता; पण आता ते नक्कीच विसरले असणार. माझे घोडे मी दामटणार होतो, माझ्या आधीच्या प्रस्तावाला या वेडगळ कल्पनेची जोड देणार होतो म्हणजे हा मनातला भन्नाट प्रवास - जपानकडे भरारी वगैरे सांगणार होतो. नवीन कंपनी काढणार होतो? आणखी काय फालतूपणा असणार होता?

नक्कीच त्यांना हे फार दूरचं स्वप्न वाटत असणार.

आणि दूरचंच नाही तरा खूप महागडं स्वप्नही! मी सेनेत असताना आणि कॉलेजच्या सुटीत अर्धवेळ काम करताना काही पैसे साठवले होते. शिवाय मी गाडीही विकणार होतो, माझी गर्द काळी १९६०ची, रेसिंगचे टायर असलेली आणि ट्विन कॅम शाफ्ट असणारी एमजी गाडी विकणार होतो (ब्लू *हवाई* सिनेमात एल्व्हिसनं हीच गाडी चालवली होती.) सगळे मिळून पंधराशे डॉलर झाले असते, अजून दहा हजार कमी पडत होते. मी वडिलांना सांगितलं. त्यांनी मान डोलावली, ते काही तरी पुटपुटले, टीव्हीवरची नजर काढून माझ्याकडे पाहून परत टीव्हीकडे वळले, माझं गुऱ्हाळ चालूच होतं.

डॅड, आपण काय चर्चा करत होतो, आठवतं का? मला सगळं जग बघायचं होतं, असं मी म्हणत होतो.

हिमालय? पिरॅमिड?

मृत समुद्र? डॅड, मृत समुद्र वगैरे...

आणि हो हो, डॅड, मी जपानमध्येही थांबायचा विचार करतो आहे. माझी ती वेडगळ कल्पना आठवते का? धावण्यासाठी खास जपानी बूट? हो, डॅड, ही कल्पना फार मोठी होऊ शकते, अगदी प्रचंड!

मी वाढवून वाढवून सांगत होतो. माझी कल्पना पटवण्याचा हिकमतीनं प्रयत्न करत होतो, जरा जास्तच कसब लावत होतो. मला असे विक्रीकौशल्य कधीच जमले नव्हते आणि विशेषतः या प्रयत्नात यश मिळण्याची शक्यता जवळजवळ शून्यच होती. माझ्या वडिलांनी नुकतेच ओरेगॉन विद्यापीठाला हजारो डॉलर दिले होते आणि त्याहूनही अधिक रक्कम स्टॅनफर्डला दिली होती. ते *ओरेगॉन जर्नल्*चे प्रकाशक होते; त्यांच्या उत्पन्नातून आम्हाला जीवनातल्या सर्व सुखसोयी मिळायच्या, शिवाय आमचं ईस्टमोअरलँडमधील क्लेबोर्न स्ट्रीटवरचं पोर्टलँडच्या शांत उपनगरातलं मोठं घरही त्या उत्पनातूनच तयार झालं होतं; पण माझे वडील म्हणजे फक्त पैसा आणि पैसाच नव्हते.

आणि शिवाय ही १९६२ची गोष्ट होती, तेव्हा पृथ्वी खूप विशाल वाटत होती. मानव जरी यानात बसून अवकाश भ्रमण करू लागला होता, तरी ९०% अमेरिकन लोक अजून विमानातही बसले नव्हते. सर्वसाधारण स्त्री-पुरुष आपल्या घरापासून शंभर मैलांपेक्षाही दूर कधी जात नव्हते, तेव्हा विमानानं जगप्रवासाची कल्पना कोणत्याही वडिलांना धक्कादायक वाटलीच असती. विशेषतः माझ्या वडिलांना, ज्यांच्या वृत्तपत्राचे एक माजी अधिकारी विमान दुर्घटनेत दगावले होते.

तेव्हा पैसे बाजूला ठेवणं, सुरक्षिततेचा विचार बाजूला ठेवणं... सगळंच काही अव्यवहार्य वाटत होतं. मला माहीत होतं की, साधारणपणे सत्तावीसपैकी सव्वीस नव्या कंपन्या अपयशी ठरतात. माझ्या वडिलांनाही हे ठाऊक होतं आणि अशी प्रचंड जोखीम घेणं त्यांच्या कल्पनेच्या बाहेर होतं. अनेक दृष्टींनी पाहिलं तर माझे वडील एप्सिकोपालियन होते म्हणजे येशू ख्रिस्तावर विश्वास ठेवणारे होते; पण त्यांची अजून एका तत्त्वावर श्रद्धा होती - विश्वासार्हता! उत्तम घर, सुंदर पत्नी, आज्ञाधारक मुलं, माझ्या वडिलांकडे हे सगळं होतं; पण त्यांना अप्रूप होतं ते आपल्या मित्रांचं आणि शेजाऱ्यांचं. ते *आपल्या जवळ आहेत* याचं! त्यांना त्यांची स्तुती आवडत असे. रोज सकाळी ते नदीत बॅकस्ट्रोकवर वेगानं पोहायचे. नुसत्या कल्पनेच्या जोरावर जगभर हिंडण्यात त्यांना अर्थ वाटणं शक्यच नव्हतं. असं कसं करता येईल? आदरणीय, प्रतिष्ठित लोकांच्या जबाबदार मुलांकडून तर हे नक्कीच अपेक्षित नव्हतं. बाकीचे लोक काहीही करू देत म्हणजे त्या बीटनिक्स किंवा हिप्स्टर्स पंथाचे लोक काही ना करेनात!

माझ्या वडिलांना प्रतिष्ठेचं एवढं महत्त्व होतं, याचं एक कारण कदाचित त्यांच्या मनातला गोंधळ हे असावं. मला हे आतून जाणवायचं. कारण, अनेकदा त्यांच्या मनातला गोंधळ बाहेर पडायचा. अनेकदा रात्री उशिरा अचानक पुढच्या हॉलमधला फोन खणखणायचा आणि जेव्हा मी उत्तर द्यायचो, तेव्हा पलीकडे तोच घोगरा आवाज असायचा, 'या म्हाताऱ्याला घ्यायला लवकर ये.'

मी रेनकोट अंगावर चढवायचो, अशा रात्रीच्या वेळी बहुधा धुकट पाऊस असायचा. मग मी त्यांच्या गावातल्या क्लबवर जायचो. मला माझी बेडरूम जितकी स्पष्ट आठवते, तितकाच तो क्लबही आठवतो. शंभर वर्षं जुनाट अशा त्या क्लबमध्ये छतापर्यंत भरलेली सागवानी लाकडाची कपाटं होती, मागे गोलाकार असलेल्या खुर्च्या होत्या. जुन्या इंग्लिश कंट्री हाउसमधील हॉलसारखा तो क्लब वाटायचा म्हणजे तो क्लबही प्रतिष्ठित वाटत असे.

मला माझे वडील नेहमी एकाच ठिकाणी, एकाच खुर्चीवर बसलेले दिसायचे. मी त्यांना उठून उभं राहायला मदत करत असे. 'डॅड, तुम्ही ठीक आहात ना?' 'अर्थात, मी ठीकच आहे,' असं उत्तर येत असे. मी त्यांना गाडीपर्यंत घेऊन जात असे आणि घरी जाईपर्यंत आम्ही दोघंही काही घडलंच नाही, असा आविर्भाव करत असू. ते एकदम ताठ राजेशाही पद्धतीनं बसत असत आणि आम्ही खेळांविषयी गप्पा मारत असू.

खेळाविषयी बोलून मी त्यांचं मन दुसरीकडे वळवत असे, वातावरणात ताणतणाव असताना स्वतःलाच शांत करत असे.

माझ्या वडिलांनाही खेळ आवडायचे. खेळाला प्रतिष्ठा होती.

या आणि असंख्य वेगळ्या कारणांमुळे मला वाटायचं की, टीव्हीच्या कॉर्नरजवळ मी केलेल्या विनवणीला माझे वडील भुवया उंचावून आणि पटकन नकार देऊनच उत्तर देतील. 'हा हा हा, अगदी चक्रम कल्पना आहे, अजिबात चान्स नाही, बक' (माझं खरं नाव होतं फिलिप; पण वडील मला नेहमी बक म्हणून हाक मारत असत. माझ्या जन्माच्या आधीपासून ते मला बक म्हणत असत. आई सांगायची की, ते नेहमी तिच्या पोटावर टिचकी मारून विचारत असत, 'काय म्हणतोय आपला तान्हा बक?') मी बोलायचं थांबलो, माझं तुणतुणं वाजवायचं थांबलो, तेव्हा आरामखुर्चीला रेलून बसलेले वडील जरा पुढे आले. त्यांनी माझ्याकडे एक गमतीशीर कटाक्ष टाकला आणि म्हणाले की, तरुणपणी त्यांना प्रवास करायला मिळाला नाही, याची त्यांना नेहमीच खंत होती. ते पुढे म्हणाले की, अशा ट्रिपमधून माझ्या शिक्षणाला अखेर एक चांगलं वळण मिळेल. ते बरंच काही बोलले; पण त्यांचा भर माझ्या वेड्या कल्पनेपेक्षा जास्त प्रवासावर होता, तरीही मी त्यांना अडवलं नाही. माझी काही तक्रार नव्हती. कारण, थोडक्यात सांगायचं तर मला त्यांचा आशीर्वादच मिळत होता आणि त्यांचा पैसाही!

ते म्हणाले, ''ओके, ओके बक, ठीक आहे!''

मी वडिलांचे आभार मानले आणि त्यांचं मन बदलण्याआधी तिथून पळ काढला. नंतर खूप दिवसांनी माझ्या लक्षात आलं की, माझ्या वडिलांना प्रवास करता आला नाही, हे मला हो म्हणण्यामागचं त्यांचं अंःतस्थ कारण होतं. खरं म्हणजे मुख्य कारण होतं, त्यामुळे मला किंचित अपराधीही वाटलं. ही चक्रम कल्पना मला नक्की त्यांच्यापेक्षा काही तरी वेगळं बनवणार होती. कदाचित, थोडं कमी प्रतिष्ठित!

किंवा तसं होणारही नव्हतं. कदाचित, प्रतिष्ठेसाठी मी जरा कमीच आसुसलेला असेन!

कुटुंबातल्या बाकी लोकांचा मला फारसा पाठिंबा नव्हता. जेव्हा माझ्या आजीला माझ्या प्रवासाचा वास लागला, तेव्हा त्या प्रवास मार्गातल्या एका ठिकाणामुळे ती दचकली. ती ओरडली, ''जपान! बक अरे, काही वर्षांपूर्वीच हे जपानी लोक आपल्याला मारायला उठले होते! तुला *आठवत* नाही का? पर्ल हार्बर! जपानी लोकांना सारं जग जिंकायचं होतं! त्यांच्यातल्या काही जणांना ते हरलेत हे अजूनही ठाऊक नाही; ते लपून बसले आहेत! ते तुला कैद करतील, तुझे डोळे काढतील. ते त्यासाठी प्रसिद्ध आहेत – तुझे *डोळे* काढतील!''

आम्ही आजीला मॉम हॅटफिल्ड म्हणायचो. आम्हाला ती खूप आवडायची. मला तिची भीती कळत होती. तिचा जन्म रोजबर्ग ओरेगॉन या लहान गावात झाला होता आणि सगळं आयुष्य तिनं तिथेच काढलं होतं. तिला जपान म्हणजे फार लांब वाटत होतं. मी तिच्याबरोबर आणि पॉप हॅटफिल्ड यांच्याबरोबर अनेक

सुट्ट्या घालवल्या होत्या. जवळ जवळ रोज रात्री आम्ही बाहेर पोर्चमध्ये जाऊन बसायचो. तिथले मोठमोठे बेडूक आणि कन्सोल रेडिओचा आवाज यांच्यात स्पर्धा चालायची. १९४०च्या दशकात युद्धाच्या बातम्या ऐकण्यासाठी तो रेडिओ नेहमी चालू असायचा.

आणि त्या बातम्या वाईटच असायच्या.

आम्हाला नेहमी सांगितलं जायचं की, सव्वीसशे वर्षांत जपान कधीही युद्धात हरलं नव्हतं आणि आता पुढेही हरेल असं वाटत नव्हतं. आम्ही मात्र एका पाठोपाठ एक युद्धामध्ये हरतच होतो. शेवटी १९४२मध्ये, म्युच्युअल ब्रॉडकास्टिंगच्या गॅब्रियल हीटरनं रात्रीच्या बातम्यांची मोठ्या आवाजात सुरुवात केली. 'लोकहो, नमस्कार! आज *चांगली बातमी* आहे. अमेरिकन सेनेनी शेवटी निर्णायक विजय मिळवला आहे.' पत्रकारितेतील वस्तुनिष्ठता बाजूला ठेवून निर्लज्जपणे अमेरिकन लोकांची बाजू घेतल्याबद्दल हीटरवर काही लोकांनी टीका केली; पण लोकांमध्ये जपानबद्दल इतका राग होता की, बहुतेक लोकांना हीटर म्हणजे हिरोच वाटायचा. त्यानंतर तो रोजची सुरुवात *आजची चांगली बातमी* म्हणूनच करायचा.

एक खूप जुनी आठवण आहे. मॉम आणि पॉप हॅटफिल्डबरोबर मी पोर्चमध्ये बसलो होतो. पॉप लहानशा सुरीनं एक ग्रॅव्हनस्टाईन जातीचे सफरचंद सोलत होते. मला एक तुकडा द्यायचे, एक तुकडा स्वतः तोंडात टाकायचे, पुन्हा मला एक फोड द्यायचे...! पण मध्येच त्यांचा वेग कमी झाला. हीटरचा आवाज ऐकू येत होता. '*शू शू! गप्प बसा!*' मला आठवतं की, आम्ही सगळे सफरचंदाच्या फोडी चाखत वर आकाशाकडे बघत होतो. जपाननं आम्हाला इतकं ग्रासलं होतं की, आम्हाला जपानी लोक वर ध्रुव ताऱ्यापलीकडे गेलेत की काय असं वाटायचं! त्यामुळे पाच वर्षांचा असताना जेव्हा मी पहिल्यांदा विमानात बसलो, तेव्हा वडिलांना विचारलं, ''डॅड, जपानी लोक आपलं विमान पाडणार नाहीत ना?''

तेव्हा मॉम हॅटफिल्डच्या बोलण्यानं माझ्या मानेवरचे केस ताठ उभे राहिले होते; पण मी तिला सांगितलं, ''घाबरू नको, मला काही होणार नाही, मी तुझ्यासाठी एक किमोनोही आणीन.''

मला माझ्यापेक्षा चार वर्षांनी लहान जुळ्या बहिणी होत्या - जीन आणि जोन. मी कुठे जाणार किंवा काय करणार आहे, त्यांना काहीच देणं-घेणं नव्हतं.

मला आठवतं की, माझी आई काहीच बोलली नाही. ती फार कमी बोलायची; पण ती या वेळी शांत होती, त्यात काही तरी वेगळं होतं, त्यात संमती होती आणि अभिमानही!

ट्रिपसाठी वाचन करण्यात, नियोजन करण्यात आणि तयारी करण्यात मी काही आठवडे घालवले. मी खूप लांबवर पळायला जायचो, डोक्यावरून अनेक गीज पक्षी उडत असताना त्यांच्याबरोबर शर्यत लावता लावता मी ट्रिपच्या तपशिलावर विचार करायचो.

ते पक्षी इंग्रजी व्ही अक्षराप्रमाणे रचना करून उडत असत. मी कुठे तरी वाचलं होतं की, त्या थव्यात मागे राहणाऱ्या पक्ष्यांना पुढच्या पक्ष्यांच्या पंखातून येणाऱ्या वाऱ्यामुळे ८०%चं ऊर्जा लावावी लागते. प्रत्येक धावणाऱ्या खेळाडूला हे माहीत असतं की, पुढे जाणाऱ्या धावपटूला जास्त जोर लावावा लागतो आणि त्यांचीच जोखीम सर्वांत जास्त असते.

वडिलांकडे विषय काढण्याआधी मी ठरवलं होतं की, या ट्रिपमध्ये एक जोडीदार असला तर छान होईल आणि मला स्टॅनफर्डमधला वर्गमित्र कार्टरच जोडीदार हवा होता. तो विल्यम जुवेल कॉलेजमध्ये हूप्स खेळातला हिरो होता; पण तरीही तो बाकीच्या खेळाडूंसारखा नव्हता. तो जाड भिंगाचा चष्मा घालायचा आणि खूप पुस्तकं वाचायचा, चांगली पुस्तकं वाचायचा. बोलायला छान होता आणि नको असेल तेव्हा कमीही बोलायचा – चांगल्या मित्रात असे गुण महत्त्वाचे असतात आणि प्रवासातल्या जोडीदारात तर नक्कीच आवश्यक असतात.

पण कार्टर लगेच हसू लागला. त्याला मी भेट देणाऱ्या ठिकाणांची नावं ऐकवली, तेव्हा तो हसू लागला. हवाई, टोक्यो, हाँगकाँग, रंगून, कोलकाता, मुंबई, सायगाव, काठमांडू, कैरो, इस्तंबुल, अथेन्स, जॉर्डन, जेरुसलेम, नैरोबी, रोम, पॅरिस, व्हिएन्ना, वेस्ट बर्लिन, ईस्ट बर्लिन, म्युनिच, लंडन...! तो चवड्यांवर उभा राहून जोरजोरात हसू लागला. मी दचकलो, मान खाली घालून सारवासारव करू लागलो; पण कार्टर अजूनही हसत होता. तो म्हणाला, ''बक, काय मस्त कल्पना आहे!''

मी मान वर केली. तो माझ्यावर हसत नव्हता, तो आनंदानं हसत होता, तो खूप प्रभावित झाला होता. तो म्हणाला, ''असा मार्ग निवडायला हिंमत लागते, हिंमत!'' आणि त्याला माझ्याबरोबर यायचं होतं.

काही दिवसांनी त्याला त्याच्या आई-वडिलांकडून होकार मिळाला आणि वडिलांकडून थोडे पैसेही कर्जाऊ मिळाले. कार्टर कधीच घोळ करत नसे. मोकळी वाट दिसली की धर रस्ता! हाच कार्टरचा शिरस्ता होता. जगभ्रमंतीमध्ये या माणसाकडून जेवढं शिकता येईल, तेवढं आपण शिकायचं, असं मी ठरवलं.

आम्ही दोघांनी एक एक सूट केस आणि एक एक बॅकपॅक भरली. आम्ही आपापसात ठरवलं होतं - फक्त अगदी आवश्यक तितक्याच गोष्टी न्यायच्या - काही जीन्स, थोडे टी शर्ट, धावायचे बूट, वाळवंटात घालायचे बूट, गॉगल्स आणि एक सनटॅनची जोडी-तेव्हा १९६०च्या दशकात खाकी जोडीला सनटॅन म्हणत असत.

मी एक चांगला सूटही बरोबर घेतला. हिरव्या रंगाचा ब्रुक्स ब्रदर्सचा दोन बटणांचा सूट! समजा माझी चक्रम कल्पना अचानक यशस्वी ठरली, तर असावा एखादा सूट...!

७ सप्टेंबर १९६२, कार्टर आणि मी त्याच्या जुन्या, खूप ठोकलेल्या शेव्हरोलेट गाडीत बसून आय ५ हाय-वेवरून भन्नाट वेगानं निघालो. विल्मेट व्हॅलीमधून ओरेगॉनच्या

झाडीच्या दक्षिण भागातून जाऊ लागलो, झाडांच्या मुळातून प्रवास करत आहोत, असंच आम्हाला भासत होतं. आम्ही कॅलिफोर्नियाच्या पाईन झाडे असलेल्या टोकापाशी आलो आणि उंच पर्वत शिखरांवरून खाली खाली येत, मध्यरात्रीनंतर धुक्यानं वेढलेल्या सॅनफ्रान्सिस्को शहरात शिरलो. काही दिवस आम्ही मित्रांकडे काढले, जमिनीवरसुद्धा झोपलो! नंतर आम्ही स्टॅनफर्डला वळसा घातला. कार्टरच्या काही वस्तू बाहेर काढल्या, एका दारूच्या दुकानापाशी थांबलो. मग स्टँडर्ड एअर लाइन्सची दोन स्वस्त दरातली होनोलुलूची तिकिटं काढली. वन वे तिकीट - ऐंशी डॉलर्स!

जणू काही मिनिटंच झाली असावीत, असं वाटलं आणि आम्ही दोघं ओआहूच्या वालुकामय विमानतळावर उतरत होतो. आम्ही चाकांच्या बॅगा ढकलत आकाशाकडे बघत होतो; मनात आलं, इथलं आकाश घरच्यासारखं नाही!

काही सुंदर मुली आमच्याच दिशेनं आल्या. शांत डोळे, ऑलिव्हसारखी तुकतुकीत काया, सुदृढ बांध्याच्या त्या अनवाणी तरुणी कंबर लचकवत आणि आपले गवताचे स्कर्ट उडवत आमच्यासमोर आल्या. मी आणि कार्टरनं एकमेकांकडे बघून डोळे मिचकावले.

आम्ही टॅक्सीनं वैकाकी बीचवर गेलो आणि समुद्राच्या समोरच्या बाजूला रस्त्याच्या पलीकडच्या एका मोटेलमध्ये दाखल झालो. एका क्षणात आम्ही बॅगा खाली टाकल्या आणि पोहण्याचे कपडे चढवले, दुसऱ्या क्षणी पाण्यात!

पायांना वाळू स्पर्श करायला लागली तसा मी उड्या मारत खिदळू लागलो; माझे बूट काढून टाकले आणि थेट लाटांमध्येच उडी मारली. गळ्यापर्यंत फेस येईस्तोवर मी पुढेच जात राहिलो. मी अगदी तळाशी बुडी मारली, पुन्हा धापा टाकत वर आलो आणि पाठीवर लोळलो. शेवटी मी किनाऱ्यावर आलो, आकाशातले पक्षी आणि ढगांकडे बघत वाळूवर पडलो. मी बहुतेक वेड्यांच्या इस्पितळातून पळालेला वेडा दिसत असेन तेव्हा! शेजारीच बसलेल्या कार्टरच्या चेहऱ्यावरही तसेच वेडगळ भाव होते.

मी म्हटलं, "आपण इथेच थांबू या. काय घाई आहे निघायची?"

कार्टर म्हणाला, "आपल्या योजनेचं काय? जगाला प्रदक्षिणा घालायची योजना?"

"योजना बदलू शकते!"

कार्टर हसून म्हणाला, "मस्त कल्पना आहे बक!"

मग आम्ही तिथेच कामाला सुरुवात केली. घरोघरी जाऊन ज्ञानकोश विकायचे! फार झकपक काम नव्हतं; पण म्हणून काय झालं? आम्ही संध्याकाळी ७ नंतरच कामाला सुरुवात करत असू. त्यामुळे आम्हाला सर्फिंगसाठी भरपूर वेळ मिळायचा. जीवनात अचानकपणे सर्फिंग शिकण्याइतकं आणखी काहीही महत्त्वाचं राहिलं नव्हतं. काही काळ प्रयत्न केल्यावर आम्ही सर्फिंगच्या बोर्डावर स्थिर राहू शकलो, आणखी काही दिवसांनी मला ते चांगलंच जमायला लागलं, अगदी मस्तच!

अर्थार्जन सुरू केल्यावर आम्ही मोटेल सोडलं आणि फर्निचरसकट एक स्टुडिओ अपार्टमेंट भाड्यानं घेतलं. त्यात दोन बेड होते, एक खराखुरा पलंग होता, तर दुसरा भिंतीला लावलेला इस्त्रीचा बोर्ड होता, तो खाली केला की, त्याचा पलंग व्हायचा. कार्टर जास्त उंच होता आणि जाडजूड होता, त्याला मोठा पलंग लागायचा आणि मी इस्त्रीच्या बोर्डावर झोपायचो. मला काही त्याचं विशेष वाटत नव्हतं. दिवसभर सर्फिंग केल्यावर, दोन-तीन तास ज्ञानकोश विकत फिरल्यानंतर, उशिरापर्यंत तिथल्या बारमध्ये गेल्यावर मी रात्रभर एखाद्या अग्निकुंडातही झोपू शकलो असतो. तिथलं महिना शंभर डॉलरचं भाडं आम्ही विभागून भरायचो.

जीवन छान चाललं होतं, अगदी स्वर्गासारखं वाटत होतं. एकच गोष्ट सलत होती, आमचे ज्ञानकोश खपत नव्हते.

आयुष्यात तग धरण्यासाठी ज्ञानकोशाची विक्री करणं, मला जमण्यासारखं नव्हतं. मी जसजसा मोठा होत गेलो तसा अधिकच बुजरा होत होतो. मला अत्यंत गोंधळलेला पाहून समोरचे लोकही अस्वस्थ होत असत. कोणत्याही गोष्टीची विक्री करणं म्हणजे माझ्यासाठी एक आव्हान होतं. आता हवाईमध्ये लोकांना डास किंवा मेनलँड अमेरिकन जितके आवडतात तितकेच *ज्ञानकोश* आवडत होते, असं म्हणता येईल. आम्हाला विक्रीचं प्रशिक्षण देताना काही वाक्यं घोटून घोटून शिकवली जात. (मुलांनो, असं सांगू नका की, तुम्ही ज्ञानकोश विकत आहात, तुम्ही मानवी ज्ञानाचे एक भांडार खुले करत आहात, असं म्हणा. जीवनातील सगळ्या प्रश्नांची उत्तरं इथे मिळतील असं म्हणा...) मला एकच उत्तर मिळायचं,

भाग जा, बेटा!

बुजरेपणामुळे मला ज्ञानकोश विकता येत नव्हते आणि माझ्या स्वभावाच्या तर ते विरुद्ध होतं. मला सगळीकडून नकाराची सवय नव्हती. हायस्कूलपासून, कॉलेजच्या सुरुवातीपासून मला दिसत होतं - मला बेसबॉलच्या टीममधून काढून टाकलं होतं. एकूण जीवनात पाहिलं, तर तो तसा एक लहानसा धक्का होता; पण तरी मी तेव्हा कोलमडून पडलो. आयुष्यातला माझा तो पहिला धडा होता... जगात सगळेच लोक तुम्हाला चांगलं म्हणणार नाहीत की लगेच स्वीकारणार नाहीत; अनेकदा जेव्हा वाटतं की, लोकांनी आपल्याला स्वीकारावं, तेव्हाच आपण बाजूला पडतो.

मी तो दिवस कधीच विसरणार नाही. माझी बॅट जमिनीवर घासत अडखळत मी घरी परतलो आणि माझ्या खोलीत जाऊन रडत बसलो. दोन आठवडे तसेच गेले. शेवटी आई माझ्या पलंगापाशी येऊन म्हणाली, ''आता पुरे!''

तिनं मला दुसरं काही तरी करायला सांगितलं. मी उशीतच डोकं खुपसून कण्हतच म्हणालो, ''म्हणजे काय करू?'' ती म्हणाली, ''पळत का नाहीस?'' मी म्हणालो, ''पळू?'' ती म्हणाली, ''बक तू जोरात पळू शकतोस.'' मी उठून उभा राहिलो आणि ओरडलो, ''मी पळू शकतो!''

आणि मी ट्रॅकवर आलो. मला कळलं, *मी पळू शकत होतो* आणि त्यापासून मला कोणी थांबवू शकत नव्हतं.

मी ज्ञानकोश विकायचं सोडून दिलं, त्याबरोबर सगळीकडून वाजणारी नकारघंटा थांबली. मी नोकरीच्या जाहिराती बघू लागलो. काही दिवसातच मला एक लहानशी काळ्या महिरपीतली जाहिरात दिसली – *आर्थिक सिक्युरिटीज/फंड्स विकण्यासाठी उमेदवार हवेत.* मला वाटलं की, यामध्ये आपण नक्की यशस्वी होऊ. अखेर मी एमबीए केलं होतं! आणि घर सोडण्याआधी डीन विटरबरोबर माझी एक छान मुलाखतही झाली होती.

थोडं संशोधन केल्यावर मला यात दोन गोष्टी आढळल्या. एक म्हणजे १९६०च्या दशकातील एक अत्यंत प्रसिद्ध व्यावसायिक बर्नार्ड कॉर्नफेल्ड हा ज्या इन्व्हेस्टर ओव्हरसीज सर्व्हिस कंपनीचा मालक होता, त्या कंपनीची ती जाहिरात होती. दुसरी गोष्ट म्हणजे बीचच्या जवळ एका उंच इमारतीत सर्वांत वरच्या मजल्यावर त्यांचं ऑफिस होतं. समोर निळाशार समुद्र दिसणाऱ्या वीस फुटी खिडक्या त्या ऑफिसला होत्या. मला दोन्हींची भुरळ पडली आणि त्या ऑफिसमध्ये मुलाखत व्हावी म्हणून मी जोरदार प्रयत्न केला. अनेक आठवडे ज्ञानकोश विकत घेण्यासाठी केलेले प्रयत्न फसल्यानंतर मी टीम कॉर्नफेल्डला मला नोकरीवर घेण्यासाठी उद्युक्त केलं.

* * *

कॉर्नफेल्डला मिळालेलं अफाट यश आणि ते भव्य ऑफिस यामुळे ही कंपनी म्हणजे एका बॉयलररूमसारखी धगधगती जागा होती, हे विसरायला होत होते. कॉर्नफेल्ड आपल्या कर्मचाऱ्यांना सतत विचारत असे, तुम्हाला *खरोखर* श्रीमंत व्हायचं आहे का? आणि दररोज डझनभर तरी तरुण *तसाच प्रयत्न* करून दाखवायचे, अत्यंत कष्टाने, मन लावून झटायचे. त्यांचे फोन सतत खणखणायचे, सतत या रोख्यातून/बाँडमधून किती लाभ होणार याचे वर्णन चालायचे आणि ग्राहकाला समोरासमोर भेटून धंदा मिळवण्यासाठी स्पर्धा चालायची.

मी बोलघेवडा विक्रेता नव्हतो. तसा मी बोलका नव्हतोच; पण मला आकडेमोड कळायची आणि मला इथे काय विकायचं ते चांगलं अवगत होतं – ड्रेफस फंड्स! शिवाय, मी खरं तेच सांगत असे. लोकांना ते आवडत असावं. मी लगेचच काही ग्राहकांबरोबर मीटिंग्स घेतल्या आणि काही सौदे पक्के केले. एका आठवड्यात मला पुढच्या सहा महिन्यांचं भाडं भरता येईल, इतकं कमिशन मिळालं आणि सर्फबोर्डला लावण्यासाठी वॅक्स विकत घ्यायलाही थोडे पैसे शिल्लक राहिले.

माझ्याकडचं बहुतेक अतिरिक्त उत्पन्न किनाऱ्याला लागून असलेल्या डाइव्ह बारमध्ये खर्च व्हायचं. अनेक पर्यटक मोना, हलेकुलानी अशा आरामदायी, संपन्न रेसॉर्ट्समध्ये जात असत; पण मला आणि कार्टरला डाइव्ह बार पसंत होते. आमच्या

सोबतीला नेहमी बीचवर पडून असलेले, सर्फिंगचे वेड असलेले, रिकामटेकडे लोक असायचे. आम्हाला त्यांच्यापेक्षा एक गोष्टीची म्हणजे भूगोलाची अधिक माहिती होती, याचाच आनंद असायचा. ते गरीब बिचारे लोक थंडी वाऱ्यामध्ये कंटाळवाणं आयुष्य जगत होते. ते आमच्यासारखे का होऊ शकत नाहीत? ते का एखादी संधी पकडू शकत नाहीत?

'आज उगवलेला दिवस साजरा करा' हे तत्त्व अंगात भिनायचं एक कारण म्हणजे स्थानिक लोकांमध्ये जग आता लवकरच संपणार, अशी भावना होती. सोव्हिएत रशियाबरोबर अण्वस्त्र धोरणाचा विषय ऐरणीवर आला होता. सोव्हिएत युनियनची तीन डझन अण्वस्त्रे क्यूबामध्ये होती, अमेरिकेला ती तिथून बाहेर काढायची होती आणि दोन्ही पक्षांनी आपली अंतिम भूमिका जाहीर केली होती. बोलणी संपली होती आणि कुठल्याही क्षणी तिसरं महायुद्ध सुरू होईल, अशी परिस्थिती होती. वृत्तपत्रात यायचं की, आज दुपारी आकाशातून क्षेपणास्त्रे पडण्याची शक्यता आहे. आज नाही तर उद्या नक्की! इथलं जग म्हणजे फक्त पॉम्पी शहर होतं आणि तिथला ज्वालामुखी आताच राख बाहेर टाकू लागला होता. डाइव्ह बारमध्ये याबाबत सगळ्यांचं एकमत होतं. जेव्हा मानवता नष्ट होईल, तेव्हा धुराचे ढग आकाशात जाताना पाहण्यासाठी हीच जागा चांगली, सुरक्षित होती. हीच खरी आलोहा संस्कृती होती.

आणि आश्चर्य घडलं! हे जग वाचलं. संकट टळलं. तिथली हवा एकदम स्वच्छ आणि छान झाली. आकाशानं सुटकेचा निःश्वास सोडला, असं वाटलं. नंतर हवाईमधला सुंदर शरद ऋतू सुरू झाला. खूप दिवस आनंद आणि स्वर्गीय सुख!

त्यानंतर मात्र अनेक दिवस अस्वस्थता! एके दिवशी संध्याकाळी बिअरचा ग्लास टेबलावर ठेवत मी कार्टरला म्हटलं, ''मला वाटतं हा स्वर्ग सोडून जायची वेळ आता आली आहे.''

मी फार आग्रह केला नाही. मला फारशी गरजही वाटली नाही. आता पुन्हा मूळ योजनेकडे वळायची वेळ झाली होती; पण कार्टरच्या कपाळावर आठ्या चढल्या आणि तो हनुवटी कुरवाळू लागला. ''बक, काय करावं ते मला कळत नाही.''

त्याला एक मुलगी भेटली होती. हवाईमधलीच एक किशोरवयीन, लांब पायांची आणि काळ्याभोर डोळ्यांची मुलगी भेटली होती. अशाच काही मुलींनी आमचं विमानतळावर स्वागत केलं होतं. मलाही अशी मुलगी मिळावी म्हणून स्वप्नं पडायची; पण ते शक्य नव्हतं. त्याला तिथेच राहायचं होतं, त्याला मी कसं अडवणार?

मी त्याला म्हटलं, ''मी समजू शकतो.'' पण मी मात्र खिन्न झालो. मी बारमधून बाहेर पडलो आणि दूरवर फिरायला गेलो. मी स्वतःलाच म्हटलं, 'हा खेळ संपला!'

आता गाशा गुंडाळून ओरेगॉनला परत जाणं मला कठीण होतं; पण मी एकटा कसा जगप्रवास करणार? आतला एक आवाज सांगत होता, 'एक सरळशी नोकरी पकड आणि साध्या सरळ जीवनाला सुरुवात कर.'

पण मला एक दुसराही तितकाच निश्चयी आवाज आतून ऐकू येत होता, 'नाही, घरी परत जाऊ नकोस; पुढे जात राहा, थांबू नको.'

दुसऱ्याच दिवशी मी त्या बॉयलररूमला दोन आठवड्यांची नोटीस दिली. माझा एक बॉस म्हणाला, ''बक, हे बरोबर नाही! एक विक्रेता म्हणून तुझं भविष्य फार उज्ज्वल होतं इथे!'' मी मनात पुटपुटलो, 'नको रे बाबा!'

त्या दिवशी दुपारी पुढच्याच चौकातील एका प्रवास कंपनीच्या ऑफिसमधून मी कुठल्याही एअरलाइनला एक वर्ष चालेल, असं विमानाचं ओपन तिकीट खरेदी केलं म्हणजे यू रेलचा पास असतो ना तसा विमान प्रवासाचा पास! १९६२मध्ये थँक्स गिव्हिंगच्या दिवशी, मी माझी बॅग खांद्यावर टाकली आणि कार्टरचा हात हातात घेतला. तो म्हणाला, ''बक, कुठेही खोटी नाणी घेऊ नकोस!''

विमानाच्या कॅप्टननं जपानी भाषेत उतरूंना उद्देशून अतिशय भरभर भाषण केलं आणि मला घाम फुटला. मी खिडकीतून बाहेर पंख्यावरच्या पेटत्या लाल दिव्याकडे पाहिलं. मला आठवलं, मॉम हॅटफिल्डचं बरोबर होतं. आपण या लोकांबरोबर *नुकतंच* एक युद्ध केलं आहे; कॉरिजिडोर, बातानचा डेथ मार्च, नान्किंगवर अत्याचार... आणि आता मी तिथेच कुठल्या तरी *अज्ञात* व्यवसायासाठी चाललो आहे!

मॅड कल्पना? कदाचित, *मी खरंच वेडा झालो आहे!*

पण असं असलं तरी आता मदतीचा हात मागायला फार उशीर झाला होता. विमान रनवेवरून जोरात चाललं होतं, हवाईच्या पांढऱ्या शुभ्र बीचेस वरून वर झेप घेत होतं. वर जाता जाता मी अनेक ज्वालामुखी हळूहळू लहान होताना पाहिले. आता मागे वळणे नाही.

थँक्स गिव्हिंगचा दिवस असल्यानं विमानात भरलेली टर्की आणि क्रॅनबेरी सॉस असा जेवणाचा मेनू होता. आम्ही जपानला जात होतो म्हणून जेवणात कच्चे ट्यूना, मिसो सूप आणि गरमागरम साकीचाही समावेश होता. माझ्या बॅकपॅकमधली पुस्तकं वाचत मी सगळं काही फस्त केलं. *द कॅचर इन द राय* आणि *नेकेड लंच* ही पुस्तकं चाळली. ती वाचता वाचता, जगात आपलं स्थान मिळवू पाहणाऱ्या अंतर्मुख अशा किशोरवयीन होल्डेन कॉलफिल्डशी मी समरस झालो; पण बरोज मात्र माझ्या डोक्यावरून गेला. *तो भंगार विकणारा माणूस आपला माल ग्राहकांना विकत नसे तर आपल्या मालालाच ग्राहक विकत असे!*

माझ्यासाठी ते फार वरचं होतं, मी झोपूनच गेलो. जाग आली तेव्हा आम्ही झपाट्यानं खाली उतरत होतो. खाली अतिशय झगमगणारं टोक्यो शहर दिसत होतं. विशेषतः गिंझा तर ख्रिसमस ट्रीसारखे शोभिवंत दिसत होते.

हॉटेलकडे जाताना मात्र मला सर्वत्र अंधारच वाटला. शहरातल्या अनेक रस्त्यांवर मिट्ट काळोख होता. टॅक्सीचालक म्हणाला, ''युद्ध चालू आहे ना; अनेक इमारतींवर अजून बॉम्ब पडत आहेत.''

अमेरिकन बी २९ विमानं म्हणजे सुपर फोर्ट्रेसेस होती. १९४४च्या उन्हाळ्यात अनेक रात्री या विमानांच्या ताफ्यांनी ७५,०००० पौंडाचे गॅस आणि पेट्रोलियम जेली भरलेले बॉम्ब टाकले होते. टोक्यो जगातल्या सर्वांत मोठ्या शहरांपैकी एक. टोक्योमध्ये बहुतेक इमारती लाकडी होत्या, त्यामुळे बॉम्ब पडल्यावर आगीचे डोंब उसळायचे. जवळ जवळ तीन लाख माणसे एका क्षणात आगीत होरपळून मेली. हिरोशिमात गेलेल्या माणसांच्या संख्येच्या चौपट माणसे मेली. दहा लाखांपेक्षा जास्त लोक गंभीररीत्या जखमी झाले. ८०% इमारती कुठल्या कुठे विरून गेल्या. बराच वेळ तो टॅक्सीचालक आणि मी गप्पच होतो. बोलण्यासारखं काहीच नव्हतं.

अखेर त्या टॅक्सीचालकानं माझ्या वहीत लिहिलेल्या पत्त्यावर गाडी थांबवली. एक खराब, घाणेरडं हॉटेल आलं होतं. मी अमेरिकन एक्स्प्रेसच्या माध्यमातून काही न बघताच खोली आरक्षित केली होती, माझ्या लक्षात आलं की, हे जरा चुकलंच! मी फूटपाथवरून त्या इमारतीत शिरलो; ती इमारत कधी पडेल ते सांगता येत नव्हतं.

रिसेप्शनवर बसलेली एक म्हातारी जपानी महिला माझ्या पुढे वाकली. माझ्या लक्षात आलं की, ती मला वाकून अभिवादन करत नव्हती, ती वयानं वाकली होती, अनेक वादळे झेललेल्या जुन्या झाडासारखी! हळूहळू ती मला माझ्या खोलीकडे घेऊन गेली, खोली कसली, एक डबाच होता तो! तिथली टाटामी सतरंजी अगदी विरविरीत झाली होती हे माझ्या लक्षातही आलं नाही. मी त्या वाकलेल्या महिलेला वाकून नमस्कार केला आणि तिला गुड नाइट म्हटलं- *ओयासुमी नासाई!* मी त्या सतरंजीवर पडलो आणि झोपी गेलो.

अनेक तासांनी मी उठलो तर खोलीत भरपूर प्रकाश होता. मी कसाबसा खिडकीकडे गेलो. मी शहराच्या सीमेवरच्या एका औद्योगिक विभागात होतो. तिथे अनेक कारखाने आणि डेपो होते. मला वाटलं की, हे ठिकाण बी २९ विमानांचं एक मुख्य लक्ष्य असणार! जिथे पाहावं तिथे विध्वंस दिसत होता. एका पाठोपाठ एक प्रत्येक चौकात सगळं काही सपाट झालं होतं, संपलं होतं.

सुदैवानं माझे वडील टोक्योमधील काही लोकांना ओळखत होते, युनायटेड प्रेस इंटरनॅशनलमध्ये काही अमेरिकन लोक काम करत होते. मी टॅक्सी करून तिथे गेलो आणि त्या लोकांनी माझं कुटुंबातील व्यक्ती असल्याप्रमाणे स्वागत केलं. त्यांनी मला नाश्ता आणि कॉफी दिली. मी त्यांना कालची रात्र कुठे घालवली ते सांगितल्यावर ते हसू लागले. त्यांनी मला एका स्वच्छ, चांगल्या हॉटेलमध्ये पाठवलं, तसंच चांगलं जेवण कुठे मिळतं त्या ठिकाणांची यादीदेखील दिली.

''तू इथे टोक्योमध्ये काय करतो आहेस?'' मी सांगितलं की, मी जगाची सफर करतो आहे. नंतर मी माझ्या वेडगळ कल्पनेबद्दल सांगितलं. डोळे मिचकावून ते म्हणाले, ''हं!'' दोन माजी सैनिक तिथे *इंपोर्टर* म्हणून एक मासिक काढत होते. त्यांचं नाव घेऊन ते म्हणाले, ''दुसरं काही चुकीचं करण्याआधी इंपोर्टरमध्ये जाऊन त्यांना भेट!''

त्यांना नक्की भेटण्याचं मी आश्वासन दिलं; पण प्रथम मला ते शहर पाहायचं होतं.

हातात मिनोल्टा कॅमेरा आणि मार्गदर्शिका घेऊन मी युद्धातून वाचलेल्या स्थळांना भेटी देऊ लागलो. त्यात अनेक जुन्या मंदिरांचा आणि गाभाऱ्यांचा समावेश होता. मोठमोठ्या भिंती असलेल्या बागांमध्ये बाकांवर बसून मी जपानमधील मुख्य धर्मांविषयी म्हणजे बौद्ध धर्म आणि शिंटो धर्माविषयी खूप वाचलं. क्षणार्धात होणाऱ्या साक्षात्काराबद्दल किंवा *केन्शोबद्दल* मला अत्यंत कुतूहल होतं. माझ्या मिनोल्टा कॅमेऱ्यातला फ्लॅश जसा पटकन लागायचा, तसा हा अनुभव! मला ही कल्पना खूप आवडली, मलाही साक्षात्कार हवा होता.

पण प्रथम मला माझी विचारप्रणाली बदलायला हवी होती. मी सरळ विचार करणारा होतो; पण झेन तत्त्वानुसार सरळ विचारसरणी हा एक भ्रम आहे आणि अशाच काही भ्रमांमुळे आपण दुःखी होत असतो. झेन म्हणतं की, वास्तव कधीच सरळ नसतं. जगात भविष्य नसतं की भूतकाळ नसतो, असतो तो फक्त वर्तमानकाळ!

प्रत्येक धर्मामध्ये अहंकार हाच अडथळा, हाच एक शत्रू असतो, असं दिसून येतं आणि तरीही झेन स्पष्टपणे सांगते की, स्वतःचे अस्तित्व नसतेच. स्वतःचे अस्तित्व हा निव्वळ भ्रम आहे, एक स्वप्न आहे. प्रत्यक्षात आपण त्यात इतके गढलेलो असतो; त्यामुळे आयुष्याचा नाश होतोच; पण ते कमीसुद्धा होते. जीवनातील एक असत्य म्हणजे स्वतःचे अस्तित्व! ज्याच्याविषयी आपण नेहमी स्वतःलाच सांगत असतो. ते असत्य ओळखून त्याच्या पलीकडे जाण्यातच परम सुख आहे. तेराव्या शतकातील झेन मास्टर डोगेन म्हणाला होता की, *स्वयंचा अभ्यास करण्यासाठी स्वतःला विसरावे लागते.* आतला आवाज, बाहेरचा आवाज; सगळं काही एकच आहे, त्यात वेगळं काही नाही.

विशेषतः स्पर्धेच्या बाबतीत हे खरं आहे. झेन म्हणते, आपण जेव्हा एकाच गोष्टीचे दोन भाग असलेले म्हणजे स्वतः आणि स्पर्धक, दोघांनाही विसरून जातो, तेव्हाच विजय प्राप्त होतो. *झेन* आणि *आर्ट ऑफ आर्चरीमध्ये* हे अगदी आरशासारखे स्पष्ट केले आहे. *तलवारबाजीच्या कलेत परिपूर्णता तेव्हाच येते, जेव्हा हृदयात मी आणि तू हा भाव नसतो, जेव्हा स्पर्धक आणि स्वतःची तलवार याचा विचार मनात नसतो, स्वतःची तलवार कशी रोखावी, हे मनात नसतं! आपले अस्तित्व, तळपणारी तलवार आणि ती धरणारे हात हे सर्व काही मिथ्या आहे आणि हा शून्यभावही शिल्लक राहत नाही.*

माझं डोकं गरगरू लागलं होतं. मी थोडा वेळ बदल म्हणून एका झेनविरोधी स्थळाला भेट द्यायचं ठरवलं. खरं म्हणजे ही जगातली जपानमधील सर्वांत झेनविरोधी जागा होती, जिथे लोक फक्त स्वतःचा आणि स्वतःचाच विचार करतात, ती जागा म्हणजे टोक्यो स्टॉक एक्सचेंज म्हणजे टोशोचा शेअर बाजार! रोमन पद्धतीनं बांधलेल्या ग्रीक पद्धतीचे कॉलम असलेल्या एका संगमरवरी इमारतीत हा शेअर बाजार आहे. रस्त्यावरून पाहिलं तर टोशोची इमारत कांसासमधील शांत भागातल्या कंटाळवाण्या

बँकेसारखी दिसते. आत मात्र पूर्ण गोंधळ चालू होता. शेकडो माणसं हातवारे करत, स्वतःचे केस उपटत आरडाओरडा करत होती. कॉर्नफिल्डच्या बॉयलररूमचंच एक अधिक वेदनादायक रूप!

माझी नजर तिथेच खिळली. मी स्वतःला प्रश्न विचारत बघतच राहिलो. सगळं काही म्हणजे हेच असतं का? खरंच? इतरांसारखाच मलाही पैसा हवासा वाटायचा; पण मला माझ्या जीवनात त्यापेक्षाही जास्त महत्त्वाचं काही तरी हवं होतं.

टोशो पाहिल्यानंतर मला मनःशांती हवी होती. मी शहरातल्या काही शांत ठिकाणी गेलो; एकोणिसाव्या शतकातील सम्राट मेइजि आणि सम्राज्ञी यांच्या बागेत जाऊन बसलो. त्या जागेत प्रचंड आध्यात्मिक शक्ती आहे, असं म्हणतात. मी ध्यान लावून विचार करत तिथल्या टोरीच्या सुंदर लाकडी दरवाजाजवळ वाऱ्यानं डोलणाऱ्या जिन्कगोच्या झाडाखाली बसलो. मी गाइडमध्ये वाचलं होतं की, पवित्र ठिकाणी नेहमी टोरीचे द्वार असते. तिथले सारे पावित्र्य आणि शांतता यातच मी विलीन झालो.

दुसऱ्या दिवशी माझे धावण्याचे बूट पायात चढवले आणि सुकुजी म्हणजे या जगातील सर्वांत मोठ्या मच्छीबाजारापर्यंत पळत गेलो. तिथे टोशोसारखेच दृश्य होते. अनेक वृद्ध मच्छीमारांनी आपली मासळी लाकडी गाड्यांवर पसरली होती आणि ते मख्ख चेहऱ्याच्या दलालांबरोबर सौदा करत होते. त्याच दिवशी मी उत्तरेकडील हाकोनं पर्वताजवळच्या लेकसाइड भागाकडे जाणारी रात्रीची बस पकडली. या ठिकाणी अनेक महान झेन कवींना स्फूर्ती मिळत असे. बुद्धानं म्हटलं आहे की, *तुम्ही स्वतःच तो मार्ग झाल्याशिवाय त्या मार्गानं जाऊ शकत नाही.* तिथल्या नितळ सरोवरापासून मेघाच्छादित फूजी पर्वतापर्यंत जाणाऱ्या रस्त्याकडे मी स्तिमित नजरेनं बघत उभा होतो. बर्फानं आच्छादलेला परिपूर्ण त्रिकोणी माउंट फूजी मला आमच्याकडील माउंट हुडची आठवण करून देत होता. फूजी पर्वत चढणं हा एक दैवी अनुभव आहे, एक धार्मिक विधी आहे, अशी जपानी लोकांची धारणा आहे. मलाही त्या क्षणी फूजी पर्वत चढायची ऊर्मी झाली. मला वर ढगांमध्ये जायचं होतं; पण मी थांबायचं ठरवलं. जेव्हा कधी आनंद साजरा करायची वेळ येईल, तेव्हा परत येऊ, असा मी विचार केला.

मी टोक्योला परत गेलो आणि *इंपोर्टरच्या* ऑफिसमध्ये दाखल झालो. तिथे प्रमुख असलेल्या, भारदस्त, जाडजूड मानेच्या, कामात गर्क असलेल्या दोन माजी सैनिकांनी, 'कशाला आमचा वेळ घालवतो?' अशा भावनेनं, खाऊ का गिळू असा चेहरा करून माझ्याकडे बघितलं; पण काही मिनिटांतच त्यांचा वरवरचा खरबरीतपणा नाहीसा झाला, कुणी तरी घरचे भेटायला आल्यामुळे ते मित्रत्वाने, जिव्हाळ्यानं वागू लागले. आम्ही बऱ्यापैकी खेळांविषयीच बोलत होतो. यांकीज परत जिंकले, खरं वाटतंय का? विली मेचं काय झालं? त्याच्यापेक्षा कोणीच चांगलं असू शकत नाही. येस सर, कोणीच नाही!

मग त्यांनी मला त्यांची कहाणी सांगितली.

जपान आवडतं, असं म्हणणारे मला भेटलेले ते पहिलेच अमेरिकन लोक होते. जॅपनीज ऑक्युपेशनच्या काळात तिथे बदली झाली असताना त्या दोघांना जपानी संस्कृती, तिथलं जेवण, तिथल्या बायका यांची भुरळ पडली आणि त्यांचा कार्यकाल संपल्यावरही त्यांचा पाय तिथून निघेना म्हणून त्यांनी एका आयात विषयक मासिकाची सुरुवात केली, तेव्हा कुणीही जपानी वस्तूंची आयात करायला तयार नव्हते; पण सतरा वर्षं त्यांनी ते मासिक कसंबसं जिवंत ठेवलं होतं.

माझी चक्रम कल्पना मी त्यांना सांगितली. त्यांनीही ती लक्ष देऊन ऐकली. त्यांनी माझ्यासाठी कॉफी केली आणि मला म्हणाले, ''बस इथे!'' त्यांनी मला विचारलं, ''तुला एखाद्या विशिष्ट जपानी ब्रँडचे बूट आयात करायची इच्छा आहे का?''

मी त्यांना म्हटलं, ''मला टायगर बूट आवडतात.'' दक्षिण जपानमधील कोबे या सर्वांत मोठ्या शहरातील ओनित्सुका कंपनीचा हा एक चांगल्यापैकी ब्रँड होता.

ते म्हणाले, ''हो, हो, आम्ही पाहिले आहेत ते बूट!''

मी त्यांना म्हटलं की, मला तिथे जायचं आहे आणि ओनित्सुकाच्या लोकांना प्रत्यक्ष भेटायचं आहे.

यावर ते दोन माजी सैनिक म्हणाले, ''तर मग तुला जपानमध्ये धंदा कसा करायचा याबाबत एक दोन गोष्टी शिकून घ्याव्या लागतील.''

ते म्हणाले, ''महत्त्वाची गोष्ट म्हणजे खूप मागे लागायचं नाही. ते मूर्ख अमेरिकन लोक इथे येतात. उर्मटपणे, मोठ्या आवाजात आणि अत्यंत आक्रमक पद्धतीनं बोलतात आणि त्यांना नकारार्थी उत्तर पटतच नाही. जपानी लोकांना असा दुराग्रही प्रचार आवडत नाही. इथे व्यावसायिक बोलणी करताना मृदू, नम्र भाषा वापरावी लागते. आता बघ ना, अमेरिकन आणि रशियन लोकांना हीरोहिटोला शरण आणण्यासाठी किती काळ लागला? आणि जेव्हा तो शरण गेला, जेव्हा सगळा देश बेचिराख झाला होता, तेव्हा तो आपल्या जनतेला काय म्हणाला? 'परिस्थिती अजून जपानच्या बाजूनं झुकलेली नाही.' ही थोडी संदिग्ध संस्कृती आहे; कुणीच कोणाला सरळ सरळ नकार देत नाही. कोणीच कधी ठामपणे 'नाही' असं म्हणत नाही; पण सरळ होकार देतील, असंही नाही. ते गोल गोल बोलतात, वाक्यात कर्ता, कर्म कधीच स्पष्ट नसतं. निराश होऊ नकोस; पण वाकड्यातही शिरू नकोस. एखाद्या माणसाच्या ऑफिसमधून बाहेर पडताना वाटत असेल की, इथे काही संधी नाही; पण खरं तर तो माणूस तुमच्याशी सौदा करायला तयार असतो. कधी वाटतं की, आता सौदा पक्का झाला; पण खरं म्हणजे तिथे नकार असतो. *काही कळत नाही.*''

मी विचारात पडलो. अत्यंत अनुकूल स्थितीतही मी बोलणी करण्यात फारसा तरबेज नव्हतो. इथे तर फसव्या आरसे महालात बोलणी करायची होती! इथे नेहमीच्या ठोकताळ्यांना काय अर्थ होता?

गोंधळात टाकणारी ही तासाभराची शिकवणी संपल्यावर मी त्या दोघांशी हस्तांदोलन केलं आणि त्यांचा निरोप घेतला. अचानक मला वाटलं की, त्यांचे शब्द विसरून जायच्या आधी, ताबडतोब कृती करायला हवी. थांबून चालणार नाही. मी लगेच माझ्या हॉटेलवर परतलो, सगळं सामान माझ्या लहानशा बॅकपॅक व बॅगमध्ये भरलं आणि ओनित्सुकाला फोन करून भेटीची वेळ ठरवली.

दुपारी मी दक्षिणेकडे जाणारी गाडी पकडली.

काटेकोर स्वच्छता आणि टापटिपीसाठी जपान प्रसिद्ध आहे. जपानी वाङ्मय, तत्त्वज्ञान, कपडे, दैनंदिन जीवन - सगळं काही अतिशय शुद्ध असतं, कुठल्याही गोष्टीची कमीत कमी व्याप्ती असते. *कुठलीही अपेक्षा करू नये, काही शोधू नये, काही मनात धरू नये* - काही चिरंतन जपानी कवींनी सामुराई योद्ध्यांच्या धारदार तलवारीप्रमाणे तळपणाऱ्या किंवा पर्वतातून निघणाऱ्या झऱ्याच्या प्रवाहातील गोट्यांप्रमाणे निष्कलंक ओळी लिहिल्या आहेत!

मला आश्चर्य वाटलं की, असं आहे तर मग कोबेला जाणारी ही गाडी इतकी अस्वच्छ का?

सगळीकडे वर्तमानपत्रं आणि सिगारेटची थोटकं पसरली होती. बसायच्या जागेवर जुनं पेपर आणि संत्र्यांच्या साली टाकल्या होत्या. शिवाय प्रत्येक डबा गच्च भरला होता. उभं राहायलादेखील जागा नव्हती.

मला खिडकीपाशी धरायला एक कडी सापडली आणि ती पकडून मी सात तास काढले. गाडी हिसके देत दूरदूरच्या खेड्यांवरून, लहान लहान शेतांवरून पुढे चालली होती. आमच्या पोर्टलँडमधील मागचं अंगणही या शेतांपेक्षा मोठं असतं. खूप लांबचा प्रवास होता; पण माझे पाय किंवा सहनशक्ती कुरकुरत नव्हती. त्या माजी सैनिकांनी दिलेल्या शिकवणीची उजळणी करण्यात मी गर्क होतो.

तिथे पोहोचल्यावर मी एका स्वस्तशा *योकानमध्ये* खोली घेतली. दुसऱ्या दिवशी सकाळी माझी ओनित्सुकामध्ये भेट ठरली होती. मी लगेच तिथल्या टाटामी सतरंजीवर आडवा झालो; पण मला काळजीमुळे झोप लागत नव्हती. मी कसाबसा पहाटे उठलो, आरशात माझी अंधुकशी भयंकर प्रतिमा बघितली. दाढी केल्यावर माझा हिरवा ब्रुक्स ब्रदर्सचा सूट मी अंगावर चढवला आणि स्वतःलाच उद्देशून एक स्वगत केलं.

तू अगदी समर्थ आहेस! तुझा स्वतःवर पूर्ण विश्वास आहे! तुला हे नक्की जमेल! तू हे नक्की करणारच!

आणि मग मी चुकीच्या ठिकाणी गेलो.

मी ओनित्सुकाच्या शो रूमकडे गेलो; पण खरं म्हणजे मला शहराच्या दुसऱ्या बाजूला असलेल्या ओनित्सुकाच्या कारखान्यात जायला हवं होतं. मी एक टॅक्सी बोलावली आणि धावत पळत तिथे अर्धा तास उशिरा पोहोचलो; पण चेहऱ्यावर

काहीही न दाखवता, मला चार अधिकारी लॉबीतच भेटले. त्यांनी वाकून नमस्कार
केला, मीही वाकलो. एक जण पुढे आला. तो म्हणाला, ''माझं नाव केन मियाझाकी.''
तो मला फॅक्टरी दाखवणार होता.

मी आयुष्यात प्रथमच बुटाचा कारखाना बघत होतो. त्यातली प्रत्येक गोष्ट मला
मोठी रंजक वाटली, अगदी संगीतमयसुद्धा! प्रत्येक बूट मोल्ड होऊन तयार व्हायचा,
तेव्हा धातूचा साचा जमिनीवर पडून ठरावीक तालात किण किण आवाज करायचा.
दर काही सेकंदांनी *क्लिंग, क्लाँग, क्लिंग, क्लाँग...* जणू चर्मकारांची मैफिलच! त्या
अधिकाऱ्यांनाही मजा येत होती, ते माझ्याकडे आणि एकमेकांकडे बघून हसत होते.

आम्ही अकाउंटिंगच्या विभागात गेलो. त्या खोलीतील सगळे स्त्री-पुरुष खुर्चीतून
उठले आणि त्यांनी एकसाथ वाकून केई म्हणजे आदरार्थी नमस्कार केला, मोठ्या
अमेरिकन उद्योजकांना आदरानं करतात तसा! मी वाचलं होतं की, tycoon हा इंग्रजी
शब्द जपानी *टाइकुन*वरून आला आहे, टाइकुन म्हणजे युद्धवीर! त्यांच्या *केई*ला कसं
उत्तर द्यावं, मला समजेना. वाकायचं की नाही, ही जपानमध्ये सातत्यानं जाणवणारी
एक समस्याच! मी हलकंसं हसलो आणि अर्धवट वाकून नमस्कार करून पुढे सटकलो.

त्या अधिकाऱ्यांनी मला सांगितलं की, तिथे दर महिन्याला बुटांचे पंधरा हजार
जोड तयार होतात. मी म्हणालो, ''फारच छान!'' पण ही संख्या फार कमी की जास्त
मलाच ठाऊक नव्हतं. ते मला एका सभागृहात घेऊन गेले आणि एका लंबगोल
टेबलाच्या टोकाशी बसण्याची खूण करत म्हणाले, *''मिस्टर नाइट, इथे बसा.''*

मानाची खुर्ची! आणखी आदरयुक्त *केई!* त्यांनी टेबलावर आपापल्या जागा
घेतल्या, आपले टाय सारखे केले आणि माझ्याकडे बघू लागले. आता निर्वाणीचा
क्षण आला होता.

या प्रसंगाची मी मनामध्ये अनेक वेळा उजळणी केली होती. धावण्याच्या शर्यतीचा
मी पिस्तुलाचा आवाज व्हायच्या आधी मनात सराव करत असे त्याप्रमाणे याचा सराव
केला होता; पण माझ्या लक्षात आलं की, इथे शर्यत नव्हती. माझ्या मनात जीवनातील
प्रत्येक गोष्ट - व्यवसाय, अनेक प्रकारचे साहसी खेळ यांची तुलना शर्यतीशी करण्याची
ऊर्मी असते; पण ही तुलना योग्य नाही, त्यात इतपतच साधर्म्य होतं.

काय बोलायचं किंवा मी इथे का आलो हे विसरू लागल्यामुळे मी काही दीर्घ
श्वास घेतले. या प्रसंगी मी काय करणार यावर सर्व काही अवलंबून होते. सगळं
काही! जर मी हे केलं नाही, मला जमलं नाही तर पुन्हा ज्ञानकोश अथवा म्युच्युअल
फंड आणि नको त्या गोष्टी विकणंच माझ्या नशिबी असेल. माझे आई-वडील, माझी
शाळा, माझं गाव आणि स्वतःलादेखील मी फक्त निराशच करीन.

मी टेबलावर बसलेल्या लोकांच्या चेहऱ्याकडे पाहिलं. मी या प्रसंगाची मनात
जेव्हा जेव्हा कल्पना केली होती, तेव्हा तेव्हा एक महत्त्वाची गोष्ट विसरलो होतो.
त्या खोलीत दुसऱ्या महायुद्धाचा प्रभाव किती असेल याची मी कल्पना केली नव्हती.
तिथे आमच्यामध्ये, आमच्या बाजूला युद्धाची छाया होतीच, आम्ही बोललो त्या

प्रत्येक शब्दाला युद्धाची झालर होतीच. *गुड इव्हिनिंग, एव्हरी वन, देअर इज गुड न्यूज टुनाइट... वगैर!*

आणि तरीही तिथे तसं काही नव्हतं. त्यांच्या चिवट वृत्तीमुळे, पराभवाचा निर्विकारपणे स्वीकार करण्याच्या वृत्तीमुळे आणि स्वपराक्रमानं केलेल्या देशाच्या पुनरुत्थानामुळे, जपानी लोकांनी युद्धाचा विषय मागे ठेवला आहे हे दिसत होतं. शिवाय त्या खोलीतील जपानी अधिकारी माझ्यासारखे तरुण होते. मला दिसत होतं की, त्यांच्या मते युद्धाशी त्यांना काही कर्तव्य नव्हतं.

पण त्यांच्या वाडवडिलांनी आणि नातेवाइकांनी माझ्या पूर्वजांना मारायचा प्रयत्न केला होता!

पण त्यांना वाटत होतं, झालं गेलं गंगेला मिळालं.

आणि कुठल्याही व्यवसायात जिंकणं किंवा हरणं या भावनेचं व्यावसायिक बोलणी करण्यावर सावट असतं आणि जागतिक संदर्भात, संभाव्य विजेते किंवा पराजित पक्षात नुकताच प्रत्यक्ष, अप्रत्यक्षपणे संघर्ष झाला असेल, तर परिस्थितीमधला गुंता आणखीनच वाढतो.

हे सगळं आंतरिक वादळ, युद्ध आणि शांततेबाबतचा मनातला गोंधळ माझ्या डोक्यात हळूहळू एक नाद तयार करत होता, एक अस्वस्थता होती आणि मला ती अपेक्षित नव्हती. माझ्यातलं वस्तुनिष्ठ व्यक्तिमत्त्व हा संघर्ष मान्य करायचं; पण आदर्शवादी व्यक्तिमत्त्व त्याला बाजूला सारायचं. हाताची मूठ करून मी जरा खोकलो आणि म्हणालो, ''सभ्य गृहस्थ हो!''

मिस्टर मियाझाकींनी मध्येच विचारलं, ''मिस्टर नाइट, तुम्ही कोणत्या कंपनीकडून आलात?''

''हो, चांगला प्रश्न आहे.''

माझं रक्त सळसळू लागलं. मला वाटलं उडून जावं, कुठं तरी पळून जाऊन लपावं; जगातली सगळ्यात सुरक्षित जागा कुठे सापडेल? माझ्या आई-वडिलांचं घर! ते घर अनेक दशकांपूर्वी माझ्या आई-वडिलांपेक्षा जास्त पैसा असलेल्या माझ्या पूर्वजांनी बांधलं होतं; त्यात वास्तुरचनाकारांनी मागच्या बाजूला नोकरांसाठी खोल्या केल्या होत्या. त्यातील एक खोली माझी बेडरूम होती, जिथे मी बेसबॉल कार्ड्स, रेकॉर्डसचे अल्बम, पुस्तकं - सगळं काही ठेवायचो. एका भिंतीवर धावण्याच्या शर्यतीत मला मिळालेली पदकं आणि निळ्या रिबन्स होत्या. अर्थात मला फक्त त्यांचाच अतिशय अभिमान वाटायचा आणि म्हणून माझ्या तोंडातून निघालं, ''ब्लू रिबन! जंटलमेन, मी ओरेगॉन पोर्टलँडच्या ब्लू रिबन कंपनीकडून आलो आहे.''

मियाझाकींच्या चेहऱ्यावर स्मित उमटलं. इतर अधिकारीही हसू लागले. टेबलावर थोडी कुजबूज झाली. *ब्लू रिबन, ब्लू रिबन... ब्लू रिबन...!* त्या अधिकाऱ्यांनी हाताची घडी घातली. थोडा वेळ तिथे शांतता पसरली. ते परत माझ्याकडे बघू लागले.

मी पुन्हा सुरुवात केली, ''मित्रहो! अमेरिका ही बुटांची फार मोठी बाजारपेठ आहे आणि तिथे खूप वाव आहे. ओनित्सुकानं या बाजारपेठेत प्रवेश केला, ओनित्सुकानं अमेरिकेतील दुकानात आपले टायगर बूट आणले आणि आदिदासपेक्षा कमी किंमत ठेवली, तर हा फार मोठा व्यवसाय सुरू होऊ शकेल. कारण, अमेरिकेत बहुतेक खेळाडू आदिदासच वापरतात.''

मी स्टॅनफर्डमधलं माझं सादरीकरणच जसंच्या तसं, तीच आकडेवारी आणि तेच शब्द वापरून मांडत होतो. मी अनेक आठवडे खपून, संशोधन करून हे सादरीकरण तयार केलं होतं, त्यामुळे माझ्या बोलण्यातून उत्तम वक्तृत्वाचा भास निर्माण होत होता. ते अधिकारी खूप प्रभावित झालेले दिसले; पण माझ्या भाषणाच्या शेवटापर्यंत आलो, तेव्हा तिथे अचानक बोचरी शांतता पसरली. मग एक माणूस बोलू लागला, त्यानंतर दुसरा उठला आणि मग सगळे एकदमच मोठ्या, उत्साहमय आवाजात बोलू लागले. माझ्याशी नाही; पण एकमेकांशी!

आणि नंतर ते सगळे उभे राहिले आणि अचानकपणे निघून गेले.

जपानमध्ये एखाद्या चक्रम कल्पनेला नकार द्यायची, अशी पद्धत असते का?

सगळ्यांनी एकदम उठायचं आणि निघून जायचं? मला मिळालेली केई मी वाया घालवली होती का? मला त्यांनी हुसकावलं होतं का? आता काय करावं? मी पण... जाऊ का इथून?

पण काही मिनिटं गेली आणि ते परत आत आले. त्यांच्याकडे काही स्केचेस, नमुनं होते आणि मियाझाकींनी ते टेबलावर माझ्यापुढे मांडले. ते म्हणाले, ''मिस्टर नाइट, आम्ही बरेच दिवस अमेरिकन बाजारपेठेसंबंधी विचार करत आहोत.''

''खरंच?''

''आम्ही सध्या अमेरिकेत कुस्तीसाठीचे बूट विकतो, तिथल्या ईशान्य भागात; पण अमेरिकेच्या इतर भागांत नवीन लाइन्स सुरू करण्याबाबत आमच्यात चर्चा चालू असते.''

त्यांनी मला टायगर शूजचे तीन प्रकार दाखवले. ट्रेनिंगचे बूट, त्यांचं नाव होतं, लिंबर अप. मी म्हणालो, ''छान आहे!'' दुसरे – उंच उडीचे बूट म्हणजे स्प्रिंग अप. मी म्हणालो, ''लव्हली!'' आणि नंतर एक डिस्कसचे बूट अर्थात थ्रो अप!

थ्रो अप?

'हसू नको,' मी स्वतःला बजावलं, 'हसू नको!'

त्यांनी मला अमेरिकेविषयी, अमेरिकन संस्कृती, ग्राहकांची पसंती आणि खेळाचे सामान विकणाऱ्या अमेरिकन दुकानात उपलब्ध असलेले बूट यांवर अनेक प्रश्न विचारले. त्यांनी मला विचारलं की, अमेरिकेत बुटांची बाजारपेठ किती मोठी असू शकेल?'' मी म्हटलं की, ही बाजारपेठ एक अब्ज डॉलरपर्यंत जाऊ शकेल. आजही मला सांगता येणार नाही की, हा आकडा मी कुठून काढला. ते जरा मागे झुकले,

एकमेकांकडे आश्चर्यानं बघू लागले. आता मलाच आश्चर्य वाटू लागलं. कारण, ते *मला* विचारू लागले, ''ब्लू रिबनला अमेरिकेत टायगर बुटांचं प्रतिनिधित्व करायला आवडेल का?'' मी म्हणालो, ''हो... हो *आवडेल की!*''

मी लिंबर अप बूट हातात घेतला आणि म्हणालो, ''हे बूट चांगले आहेत. मी हे बूट विकू शकेन.'' मी त्यांना एक नमुना लगेच पाठवून द्यायला सांगितला. माझा पत्ता दिला आणि पन्नास डॉलरची मनिऑर्डर पाठवतो म्हणून सांगितलं.

ते सगळे उभे राहिले. त्यांनी खूप खाली झुकून नमस्कार केला, मीही वाकून प्रतिसाद दिला, आम्ही हस्तांदोलन केलं. ते पुन्हा वाकले, मीही वाकलो. आमच्या सगळ्यांच्या चेहऱ्यावर हास्य होतं. आमच्यात कधी युद्ध झालंच नव्हतं, आम्ही आता भागीदार होतो. आम्ही भाऊ भाऊ होतो. मला वाटलं होतं की, आमची बैठक किमान पंधरा मिनिटं सुरू राहील; पण ती दोन तास चालू होती.

मी ओनित्सुकातून बाहेर पडून सरळ अमेरिकन एक्स्प्रेसच्या ऑफिसमध्ये गेलो आणि वडिलांना एक पत्र पाठवलं. *प्रिय डॅड : तातडीचा संदेश! कोबेच्या ओनित्सुका कंपनीला लगेच पन्नास डॉलर पाठवा.*

हाऽ हाऽ ही ही...! किती गमतीशीर घडतं ना काही वेळा!

हॉटेलमध्ये आल्यावर मी टाटामी सतरंजीभोवती चकरा मारत काही तरी निश्चित ठरवायचा प्रयत्न केला. माझ्यातला काही भाग मला ओरेगॉनला परत जा, असं सांगत होता. ती सँपल्स बघ आणि नवीन व्यवसायात उडी घे, असं सांगत होता.

पण मला एकटेपणाची सवय झाली होती. इतर सगळ्या गोष्टींपासून आणि लोकांपासून दूर राहायची सवय झाली होती. मध्येच कधी *न्यू यॉर्क टाइम्स* किंवा *टाइम* मासिक दिसलं की, माझ्या पोटात गोळा यायचा. मी बाजूला, वाळीत पडलो होतो, आधुनिक क्रूसोसारखा. मला परत घरी जायचं होतं, अगदी त्या क्षणालाच!

तरीही मला या जगाविषयीचं औत्सुक्य स्वस्थ बसू देत नव्हतं. मला अजूनही पाहायचं होतं, शोध घ्यायचा होता.

शेवटी औत्सुक्याचाच विजय झाला.

मी हाँगकाँगला गेलो. प्रचंड गोंधळ असलेले तिथले रस्ते, हात-पाय नसलेले भिकारी, चिखलात गुडघ्यावर बसून भीक मागणारी म्हातारी माणसं, अनाथ मुलं पाहिली. ते वृद्ध लोक निःशब्द झाले होते; पण ती मुलं सारखी, 'ओ पैसेवाले बाबा, *पैसेवाले बाबा...* ' अशी याचना करत जमिनीवर हात आपटत रडत होती. मी खिशातले सगळे पैसे त्यांना दिले तरी त्यांचं आक्रंदन थांबत नव्हतं.

मी शहराच्या टोकापाशी गेलो. व्हिक्टोरिया शिखरावर जाऊन उभा राहिलो. दूरवरून चीनकडे नजर टाकली. कॉलेजमध्ये असताना मी कंफ्युशियसची तत्त्वे वाचली होती. पर्वत उचलणारा माणूस लहान लहान गोटे उचलण्यापासून सुरुवात करतो...;

पण आपल्याला हा डोंगर उचलणं शक्य नाही, असं मला वाटत होतं. त्या उंच भिंतीमागील रहस्यमय भूमीच्या जवळ आपण कधीच जाऊ शकणार नाही, या विचारानं मी खूप खिन्न झालो. मला अपूर्ण असल्यासारखं वाटलं.

मी फिलिपाइन्सला गेलो. तिथेही हाँगकाँगसारखाच गोंधळ आणि वेडेपणा होता; पण दारिद्र्य मात्र दुप्पट होतं. एखादं दुःस्वप्न पाहिल्याप्रमाणे मी मनिलामधून, त्या प्रचंड गर्दीतून आणि रहदारीतून फिरलो. मॅक आर्थर जिथे पेंट हाउसमध्ये राहत होता, त्या हॉटेलच्या दिशेनं निघालो. अलेक्झांडर द ग्रेटपासून जॉर्ज पॅटनपर्यंत सर्व महान जनरल्सनी मला प्रभावित केलं होतं. मला युद्ध आवडत नव्हतं; पण मला योद्ध्यांमधील ऊर्जा व स्फूर्ती आवडायची. मला तलवार आवडत नव्हती; पण मला सामुराई योद्धे आवडत असत. इतिहासातील अनेक धुरंधरांतही मला मॅक आर्थरनं खूप प्रभावित केलं होतं. त्याचा रेबनचा चष्मा, कॉर्न कॉबसारखा पाइप – त्या माणसाकडे अपार आत्मविश्वास होता. अतिशय मुत्सद्दी, सखोल प्रेरणा देणारा मॅक आर्थर पुढे अमेरिकेच्या ऑलिंपिक समितीचाही प्रमुख झाला. तो मला का आवडणार नाही?

अर्थात, त्याच्यातही बरेच दोष होते आणि त्यालाही ते ठाऊक होते. त्याचं एक वचन खूप प्रसिद्ध आहे, *माणूस जे नियम मोडतो, त्यामुळेच तो अधिक ओळखला जातो!*

तो राहत होता त्या स्विटमध्ये मला राहायचं होतं; पण मला ते परवडणारं नव्हतं.

मी शपथ घेतली, एक दिवस मी परत येईन.

मी बँकॉकला गेलो. तिथे एका दलदलीच्या कालव्यात लांबलचक बांबूच्या वल्ह्यानं चालणाऱ्या बोटीतून मी सुप्रसिद्ध ओपन एअर बाजाराकडे गेलो. मला हे थाय मार्केट हीरोनिमस बॉशसारखे वाटले. मी तिथे आधी कधीच न खाल्लेले पक्षी, फळे आणि भाज्या खाल्ल्या आणि पुन्हा कधी खाईन असं वाटलं नाही. मी अनेक रिक्षा, स्कूटर, टुक टुक्स् आणि हत्तींशी खो खो खेळत वाट फ्रा क्यू इथे पोहोचलो. एकाच मौल्यवान पाषाणातून कोरलेली आशियात अत्यंत पवित्र समजली जाणारी सहाशे वर्षं जुनी बुद्धाची मूर्ती तिथे पाहायला मिळाली. त्या निर्विकार चेहऱ्याकडे बघत मी विचारलं, 'मी इथे का आलो आहे? *काय साध्य होणार आहे इथे?*'

मी उत्तराची वाट पाहिली.

काहीच उत्तर आलं नाही.

किंवा शांतता हेच उत्तर असावं.

मी व्हिएतनामला गेलो. तिथे रस्त्यावर अनेक अमेरिकन सैनिक फिरत होते आणि भीतीचं वातावरण होतं. सगळ्यांना कळत होतं की, युद्ध जवळ येऊन ठेपलं आहे. ते खूप भयंकर आणि वेगळं असणार आहे. हे लुइ कॅरोलसारखं युद्ध असणार आहे आणि त्यात अमेरिकन सेनाधिकारी म्हणत असतील की, हे *गाव वाचवायचं असेल तर ते खलास करणं गरजेचं आहे.* १९६२च्या नाताळाच्या आधी मी कोलकात्याला गेलो आणि एखाद्या शवपेटीच्या आकाराच्या भाड्याच्या खोलीत राहिलो. पलंग नाही की

खुर्ची नाही, कशालाही पुरेशी जागा नव्हती. टॉयलेटच्या वर बांधलेली झोपण्यासाठी एक झोळी, बस! काही तासांतच मी आजारी पडलो. हवेतील जीवाणू असतील किंवा अन्नातून विषबाधा झाली असेल. सबंध दिवसभर मला वाटत होतं की, मी आता वाचत नाही. मी मरणार हे दिसत होतं.

पण मी वाचलो, कसाबसा त्या झोळीतून बाहेर आलो. दुसऱ्या दिवशी, मी वाराणशीमधील घाटांच्या उंच उंच पायऱ्यांवरून अनेक माकडं आणि हजारो यात्रेकरूंसमवेत धक्के खात चालत होतो. त्या पायऱ्या थेट गंगेच्या गरम पाण्यात उतरत होत्या. पाणी कमरेपर्यंत आल्यावर मी वर पाहिलं तर चमत्कार...? नाही, नदीच्या मध्यभागी एक अंत्ययात्रा चालली होती, एकच नाही, अनेक अंत्ययात्रा दिसल्या. अनेक शोकाकुल लोक प्रवाहात शिरले, त्यांनी आपल्या जवळच्यांचा देह लांब काठ्यांच्या तिरडीवर ठेवला आणि तिला अग्नी दिला. वीस यार्ड अंतरावरच काही लोक शांतपणे स्नान करत होते आणि काही जण त्याच पाण्यानं आपली तहान भागवत होते.

उपनिषदात म्हटलं आहे, *मला भासमानातून सत्याकडे ने.* म्हणून मी भासमानपासून दूर पळालो. मी काठमांडूला गेलो आणि हिमालयाच्या शुभ्र भिंतींवरून भ्रमण केलं. उतरताना मी एका गर्दीच्या चौकात थांबलो आणि तिथे दुर्मीळ म्हशीच्या मांसाचा आस्वाद घेतला. मी पाहिलं की, त्या चौकातल्या तिबेटी लोकांनी लाल लोकर आणि हिरव्या फ्लॅनेलचे, पुढच्या बाजूला लाकडी अंगठे असलेले बूट घातले होते, स्लेडवरून घसरण्यासाठी असेच बूट घालतात. अचानक माझं लक्ष प्रत्येकाच्या बुटाकडे गेलं.

मी भारतात परतलो. नववर्षाच्या आदल्या रात्री मुंबईच्या रस्त्यांवरून फिरलो. लांबलचक शिंगांच्या गाई-बैलांच्या कळपातून वाट काढत फिरलो. तिथला आवाज आणि वास, वेगवेगळे रंग आणि डोळ्यांवर येणारं ऊन यांमुळे अर्धशिशी होईल की काय, असं वाटत होतं. मग मी केनियाला गेलो. बसनं मोठा प्रवास करून गर्द जंगलात गेलो. काही शहामृगांनी बसच्या पुढे जायचा प्रयत्न केला आणि वळूंसारखे भासणारे करकोचे बसच्या खिडकीला धडकत होते. मध्येच वाटेत कुठे तरी बसचा चालक थांबत होता. काही मसाई योद्ध्यांना गाडीत घेत होता. एका दोन माकडेही गाडीत प्रवेश करायचा प्रयत्न करत होती. बसचा चालक आणि मसाई लोक भाले उगारून माकडांना पळवून लावत होते. बसच्या टपावरून उतरताना अभिमान दुखावल्याचा भाव चेहऱ्यावर आणून ती माकडं मागे वळून माझ्याकडे पाहत होती. मनात आलं की, सॉरी, माझ्या हातात असतं तर...!

मी कैरोला गेलो. गिझा पठारावर वाळवंटातल्या भटक्या लोकांबरोबर आणि रेशमी वस्त्रांनी सजवलेल्या उंटांबरोबर मी त्या महान स्फिंक्ससमोर उभा राहिलो. सगळे जण त्या उंच पुतळ्याच्या चिरंतन उघड्या डोळ्यांकडे बघत होते. डोक्यावर सूर्य तळपत होता. ज्यांनी तो पिरॅमिड बांधला, त्या हजारो मजुरांच्या डोक्यावरही सूर्य असाच तळपत असेल आणि लाखो पर्यटकांच्या डोक्यावरही तळपतो आहे! मला वाटलं की, त्यांच्यापैकी शेवटी कुणाचीच आठवण राहणार नाही. बायबल म्हणतं की, सर्व काही

मिथ्या आहे. झेन म्हणतं की, सगळं काही वर्तमानच आहे. वाळवंट म्हणतं की, सगळं काही धुळीप्रमाणे, मातीप्रमाणेच आहे.

मी जेरुसलेमला गेलो. अब्राहमनं जिथे आपल्या मुलाला मारायचं ठरवलं, मोहम्मदानं जिथून स्वर्गाचा प्रवास सुरू केला, त्या खडकावर गेलो. कुराणात म्हटलं आहे की, त्या खडकालाही मोहम्मदाबरोबर जायचं होतं; पण मोहम्मदानं त्या खडकावर पाय रोवला आणि त्याला तिथेच थांबवलं. मोहम्मदाच्या पायाचा ठसा अजूनही दिसतो, असं म्हणतात. तो अनवाणी होता की, त्याच्या पायात बूट होते? मी धुरानं माखलेल्या काही मजुरांबरोबर एका गुहेसारख्या खाणावळीत अत्यंत भंगार जेवण केलं. ते सगळे अतिशय थकलेले दिसत होते. एखाद्या झोंबीप्रमाणे विमनस्कपणे ते हळूहळू एक एक घास पोटात ढकलत होते. माझ्या मनात विचार आला की, माणसाला इतके कष्ट का करावे लागतात? *शेतातली लिलीची फुलं बघा! त्यांना कष्ट नसतात की संघर्ष नसतो;* पण पहिल्या शतकातला रब्बी धर्मगुरू एलेझार बेन अझारिया म्हणायचा की, आपल्या जीवनातला सर्वांत पवित्र अंश म्हणजे काम! *प्रत्येकानं आपापल्या कामाबद्दल अभिमान बाळगायला पाहिजे. देवही त्याच्या कामाबद्दल बोलत असतो, त्यापुढे मानवाची काय कथा!*

मी पुढे इस्तंबूलला गेलो. तुर्की कॉफीचा आस्वाद घेतला, बॉस्फरसच्या वळणावळणाच्या रस्त्यांवर हरवलो. काही ठिकाणी चमकत्या मनोऱ्यांची चित्रं काढायला थांबलो. टोपकापी राजवाड्यातील सोनेरी भूलभुलैयाला भेट दिली. ओटोमन सुलतानांचं हे मुख्य ठिकाण, जिथे मोहम्मदाची तलवार ठेवलेली आहे. तेराव्या शतकातील पर्शियन कवी रूमीनं लिहिलं आहे :

एक दिवस झोपूच नकोस,
तुला काय हवे ते तुझ्याकडे आपोआप येईल.
तुझ्या आतला सूर्य तुझ्यासाठी अनेक आश्चर्यं घेऊन येईल.

मग मी रोमला गेलो. अनेक दिवस लहान लहान ट्राटोरियांमध्ये घालवले, पास्ताचे ढीगच्या ढीग रिचवले, अतिशय सुंदर मुलींकडे आणि कधी न पाहिलेल्या सुंदर बुटांकडे डोळे भरून पाहिले. (सीझरच्या काळातील रोमन लोकांचा विश्वास होता की, डावा बूट घालण्याआधी उजवा बूट पायात घातला तर समृद्धी येते आणि भाग्य उजळते.) गवतानं भरलेल्या नीरोच्या बेडरूमला मी भेट दिली, कलॉयझियमचं भग्न रूप पाहिलं, व्हॅटिकनमधील मोठमोठे हॉल आणि खोल्या पाहिल्या. नंतर गर्दी होते म्हणून मी सकाळी पहाटेच बाहेर पडत असे आणि रांगेत पहिला उभा असे; पण खरं तर रांग कुठेच नसे. सगळं शहर कडक थंडीत गुरफटलेलं असे. सगळी ठिकाणं माझ्या एकट्यासाठी रिकामी असत.

अगदी सिस्टीन चॅपेलसुद्धा! मायकेल अँजेलोनं चितारलेल्या छताखाली मी एकटाच होतो आणि आश्चर्यानं माझे डोळे दिपले होते. मी गाइडमध्ये वाचलं होतं की, सर्वोत्कृष्ट कलाकृती तयार करताना, रंगवता रंगवता मायकेल अँजेलो अगदी

दीनवाणा झाला होता; त्याची पाठ आणि मान दुखायला लागली होती. वरचा रंग सतत त्याच्या केसात आणि डोळ्यांत जायचा. तो मित्रांना म्हणाला; 'कधी हे चित्र संपतंय असं झालंय.' त्याला हे चित्र आवडलं नव्हतं, मला वाटलं, आपल्यासारख्यांनी काय म्हणावं?

मी फ्लॉरेन्सला गेलो आणि सगळा दांते वाचून काढला, त्याचा शोध घेतला. दांते म्हणजे हद्दपार केलेला मनुष्यजातीचा वैरी, अत्यंत कोपिष्ट माणूस! त्याचं हे मनुष्यवैर आधी आलं की नंतर? हद्दपारी आणि राग हे या वैराचं कारण होतं की परिणाम?

मी डेव्हिडसमोर उभा होतो, त्याच्या डोळ्यांतला अंगार चकित करणारा होता. गोलियाथला *चान्सच* नव्हता!

मी ट्रेननं मिलानला गेलो. दा विंचीबरोबर संवाद केला, त्याच्या सुंदर वह्या पाहिल्या आणि त्याच्या विलक्षण निरीक्षणशक्तीमुळे स्तंभित झालो. सगळ्यात महत्त्वाचं म्हणजे मानवी पाय! त्याला तो *अभियांत्रिकी कलेचा उत्कृष्ट नमुना म्हणायचा! एक कलावस्तू!*

त्यापुढे बोलणारा मी कोण?

मिलानमधल्या शेवटच्या रात्री मी ला स्काला इथला ऑपेरा पाहिला. माझा ब्रुक्स ब्रदर्सचा सूट मी बाहेर काढला आणि मुद्दाम शिवून घेतलेले टक्सेडो घातलेल्या आणि जवहिरांनी मढवलेले गाऊन घातलेल्या *स्त्री वर्गात* मोठ्या रुबाबात फिरलो. आम्ही अतिसुंदर *तुरंडॉट* मैफिल ऐकून चकित झालो. कलाफ गात होता, 'नेस्सुन डोर्मा...' *तारकांनो सज्ज व्हा! भल्या पहाटे मीच जिंकणार आहे, मीच जिंकणार आहे, जिंकणार आहे*. माझ्या डोळ्यांत अश्रू आले. पडदा पडला आणि मी ताडकन उभा राहिलो, *ब्राव्हिसिमा! शाब्बास!*

नंतर मी व्हेनिसला गेलो. मार्को पोलोच्या मार्गावर पाऊल ठेवून काही दिवस सुस्तीत घालवले. रॉबर्ट ब्राउनिंगच्या राजवाड्यासमोर किती वेळ उभा होतो कोण जाणे! *आपल्याला दुसरे काही नाही; पण साधे निर्मळ सौंदर्य आढळले, तर परमेश्वरानं निर्मिलेली सर्वांत अद्भुत गोष्ट गवसली, असे समजावे!*

मला आता वेळ उरला नव्हता. अमेरिकेतलं घर सारखं खुणावत होतं. मी घाईघाईनं पॅरिसला गेलो. जमिनीखाली खोल जाऊन पँथेऑनपर्यंत गेलो. रूसो आणि व्होल्टेअरच्या हस्तलिखितावर हलकेच हात टेकवला. *सत्यावर प्रेम करा; पण चुकीला क्षमा करा!* मी एका बकाल हॉटेलमध्ये एक खोली घेतली, खिडकीखालच्या रस्त्यावर हिवाळ्यातल्या पावसाचा वर्षाव पाहिला. नोत्र दाममध्ये प्रार्थना केली आणि लूव्हरमध्ये हरवून गेलो. शेक्सपिअर अँड कंपनीमध्ये काही पुस्तकं खरेदी केली. एफ स्कॉट फिट्झेराल्ड आणि जॉइस जिथे झोपायची तिथे काही वेळ उभा राहिलो. सीन नदीच्या काठावरून हळूहळू चालत, हेमिंग्वे आणि डोस पासोसनी यांनी जिथे नवीन कराराचं समोरासमोर वाचन केलं, त्या कॅफेमध्ये कापुचिनोचा आस्वाद घेण्यासाठी थांबलो.

शेवटच्या दिवशी मी स्वातंत्र्यवीरांच्या मार्गावरून शांझ एलिझेकडे गेलो. डोक्यात सतत पॅटनचे विचार होते. *कसं करायचं ते लोकांना सांगू नका, काय करायचं ते सांगा आणि त्यांचं काम तुम्हाला चकित करू द्या!*

सगळ्या महान सेनानींमध्ये फक्त त्यालाच बुटांचं वेड होतं. *शूज घालणारा सैनिक फक्त सैनिकच असतो; पण बूट घातल्यावर तो योद्धा होतो.*

मी म्युनिकला विमानानं गेलो. बर्गर ब्राउकेलरमध्ये ज्या ठिकाणी हिटलरनं छतावर गोळी झाडून सगळ्या गोष्टींची सुरुवात केली होती, तिथे मी एक थंडगार बिअर घेतली. त्यानंतर मला डाचाउला जायचं होतं; पण मी कसं जायचं विचारलं की, लोक दुसरीकडे बघायचे, माहीत नसल्याचं सोंग करायचे. मग मी बर्लिनला गेलो आणि चेक पॉइंट चार्ली इथे हजर झालो. जाड जाड कोट घातलेल्या मख्ख चेहऱ्याच्या रशियन गार्ड्सनी माझा पासपोर्ट बघितला, मला चाचपून पाहिलं, 'ईस्ट बर्लिनमध्ये काय काम आहे,' असं विचारलं. मी म्हणालो, 'काहीच काम नाही.' मला भीती वाटत होती की, मी स्टॅनफर्डला होतो हे ते शोधून काढतील. मी तिथे जायच्या थोडे दिवस आधीच स्टॅनफर्डच्या दोन विद्यार्थ्यांनी फोक्सवॅगन गाडीतून एका किशोरवयीन मुलीला पळवण्याचा प्रयत्न केला होता. ते दोघे अजूनही तुरुंगात होते.

पण त्या गार्ड्सनी मला आत सोडलं. मी थोडं फार चालून मार्क्स एंजेल्स प्लाट्झच्या कोपऱ्यावर आलो. मी इकडेतिकडे सगळीकडे बघितलं. काहीही नव्हतं; झाडं नाहीत, दुकानं नाहीत, जीवनाची कुठलीही खूण नाही! आशियातील प्रत्येक ठिकाणच्या दारिद्र्याची मला आठवण झाली. इथलं दारिद्र्य वेगळं होतं; मुद्दाम निर्माण केलेलं, टाळता येण्यासारखं! मला रस्त्यावर तीन मुलं खेळताना दिसली. मी जवळ गेलो, त्यांचा फोटो काढला. दोन मुलं आणि एक मुलगी आठ वर्षांची. लाल लोकरीची टोपी आणि गुलाबी कोट घातलेली ती मुलगी थेट माझ्याकडे बघून हसली. कधी विसरता येईल का तिला? किंवा तिचे बूट? कारण ते पुठ्ठ्याचे बनवलेले होते!

मी व्हिएन्नाला गेलो. तिथे कॉफीचा सुवास येणारे अनेक चौक होते. त्या ठिकाणी, स्टॅलिन व ट्रॉटस्की; टिटो व हिटलर; जुंग आणि फ्रॉइड सगळे एकाच ऐतिहासिक काळात राहत होते. त्याच गजबजलेल्या कॅफेमधून हिंडत हे जग कसं वाचवावं (की संपवावं), याची ते योजना आखत होते. ज्या रस्त्यावरून मोझार्ट जायचा त्या रस्त्यावर मी पावलं टाकली. मी आतापर्यंत पाहिलेला सर्वांत सुंदर दगडी पूल जिथे होता ती डॅन्यूब नदी ओलांडून गेलो. नंतर जिथे बीथोव्हनला कळलं की, त्याला ऐकू येत नाही त्या सेंट स्टीफन्स चर्चच्या उंच पायऱ्यांपाशी उभा राहिलो. बीथोव्हननं वर बघितलं, बेल टॉवरवरून उडणारे पक्षी पाहिले आणि काही तरी भयंकर घडलं – त्याला घंटा ऐकूच आली नाही.

शेवटी मी लंडनला पोहोचलो. मी लगेचच बकिंगहॅम पॅलेसवर गेलो. मग स्पीकर्स कॉर्नर, हॅरॉडसला भेट दिली. हाउस ऑफ कॉमन्सला जरा जास्त वेळ दिला. मी डोळे मिटून महान चर्चिलचं स्मरण केलं. *तुम्ही विचाराल, आपलं ध्येय काय आहे?*

मी एकाच शब्दात उत्तर देईन. तो शब्द म्हणजे विजय! कितीही किंमत देऊन विजय. कितीही भयंकर संकट आलं तरी विजय... फक्त विजय! विजयाशिवाय अस्तित्व शक्य नाही. मला काहीही करून स्ट्रॅटफर्डची बस पकडायची होती, शेक्सपिअरचं घर पाहायचं होतं; (एलिझाबेथन काळातील स्त्रियांच्या बुटाच्या अंगठ्यावर नेहमी एक लाल रेशमी गुलाबाचे फूल असे) पण मला वेळच नव्हता.

मी माझ्या एकूण ट्रिपचा विचार करत शेवटची रात्र घालवली, माझ्या वहीत टिपणं काढली. मी स्वतःलाच विचारलं, 'सर्वांत महत्त्वाचं काय होतं?'

मनात आलं, 'ग्रीस! प्रश्नच नाही; ग्रीस!'

मी ओरेगॉन पहिल्यांदा सोडलं, तेव्हा माझ्या प्रवासमार्गातील दोन गोष्टींबाबत मी कमालीचा उत्सुक होतो.

मला माझी वेडगळ कल्पना जपानी लोकांना पटवायची होती.

आणि मला अक्रोपोलीस समोर उभं राहायचं होतं.

हीथ्रोला विमानात बसायच्या काही तास आधी मी त्या क्षणाचा विचार करत होतो. त्या आश्चर्यकारक स्तंभांकडे बघत, अचंबित करणाऱ्या अनुभवातून जात होतो. जगातील सर्वोत्तम सौंदर्य पाहून मिळतो तो अनुभव; पण त्याचबरोबर एक प्रभावी ओळख मिळाल्याची जाणीवही!

ही फक्त माझ्या मनातली कल्पना होती का? अखेर मी पाश्चिमात्य संस्कृतीच्या उगमस्थानी उभा होतो. कदाचित, मला मनातून ती जागा परिचयाची वाटायला *हवी होती;* पण तसं नसेलही. माझ्या डोक्यात स्पष्ट होतं, मी इथे एकदा येऊन गेलो आहे...!

आणि त्या शुभ्र पायऱ्यांवरून जाताना अजून एक विचार मनात आला, इथेच सगळं काही सुरू झालं होतं!

माझ्या डावीकडे पार्थेनॉनचं शिल्प होतं. अनेक वास्तुतज्ज्ञ आणि कामगारांच्या मदतीनं ते शिल्प उभे राहताना प्लेटोनं पाहिले होते. उजवीकडे अथेना नाइकेचे मंदिर होते. माझ्या मार्गदर्शिकेनुसार अडीच हजार वर्षांपूर्वी त्या गाभाऱ्यात अथेना देवीचा सुंदर नक्षीदार कंबरपट्टा ठेवलेला होता. तो सर्वांना 'नाइके' म्हणजे विजय मिळवून देतो, असा समज होता.

अथेनानं दिलेल्या अनेक आशीर्वादांपैकी तो एक होता. अथेना सौदागरांनादेखील पावायची. *ऑरेस्टियामध्ये* तिनं म्हटले आहे, 'मला मनपरिवर्तनाचे चक्षू आवडतात.' एका दृष्टीनं ती सौदा या संकल्पनेची इष्ट देवता होती.

त्या युगप्रवर्तक जागेतील ऊर्जेचा आणि शक्तीचा अनुभव घेत मी तिथे किती वेळ उभा होतो ते मला ठाऊक नाही. एक तास? तीन तास? सांगता येत नाही! नाइकेच्या मंदिरात एक योद्धा राजाला बुटांचा नवीन जोड देतो, असा एक प्रसंग एका ऑरिस्टोफेन नाटकात आहे. तो पाहून किती दिवस झाले ते मला स्मरत नाही. त्या नाटकाचे नाव

नाइट्स आहे हे मला कधी कळले तेही आठवत नाही. मला आठवतं की, मी परत वळलो तेव्हा मला त्या मंदिराचा पुढील भाग नजरेस पडला. तिथे ग्रीक कलाकारांनी खिळवून ठेवणारी अनेक कोरीव कामं केली होती. त्यामध्ये ती देवता अचानकपणे आपल्या पादत्राणाचा पट्टा नीट करण्यासाठी वाकते हे सर्वांत प्रसिद्ध असे दृश्य होते.

२४ फेब्रुवारी १९६३. माझा पंचविसावा वाढदिवस! केस खांद्यावर रुळत आहेत, तीन इंच दाढी वाढली आहे, अशा अवतारात मी क्लेबोर्न स्ट्रीटवरील घराच्या दारातून आत शिरलो. माझ्या आईनं एक हुंदका दाबला. माझ्या बहिणींनी मला न ओळखल्यासारखी नजरभेट दिली. कदाचित, मी गेलो होतो, याची त्यांना जाणीवच नसावी. मग अनेक गळाभेटी, मोठ्यानं बडबड, हास्याचे फवारे सुरू झाले. आईनं मला खाली बसवलं, कपात माझ्यासाठी कॉफी ओतली. तिला सगळं काही ऐकायचं होतं; पण मी खूप थकलो होतो. मी माझी सूटकेस व बॅकपॅक हॉलमध्ये ठेवले आणि माझ्या खोलीत गेलो. मी अंधुक नजरेनं माझ्या निळ्या रिबन्सकडे पाहिलं. 'मिस्टर नाइट, तुमच्या कंपनीचं नाव काय?'

मी बिछान्यावर आडवा झालो, ला स्कालामध्ये पडदा पडावा तसा मी झोपून गेलो.

तासाभरानं आईचा आवाज आला, 'जेवण तयार आहे.'

माझे वडील कामावरून परत आले होते. मी जेवणाच्या खोलीत येताच, त्यांनी मला मिठी मारली. त्यांनाही माझ्या ट्रिपचा प्रत्येक तपशील ऐकायचा होता आणि मलाही त्यांना सांगायचंच होतं.

पण सर्वांत आधी मला एकच गोष्ट ऐकायची होती,

मी विचारलं, ''डॅड, माझे बूट आले का?''

१९६३

माझ्या वडिलांनी सगळ्या शेजाऱ्यांना केक आणि कॉफीसाठी बोलावलं, 'बकच्या खास स्लाइड्स' बघण्यासाठी! मी स्लाइड प्रोजेक्टरपाशी निमूटपणे उभा होतो. तिथल्या अंधारात प्रत्येक बटण दाबत मी एक एक दृश्य दाखवत होतो – पिरॅमिड, नाइकेचे मंदिर; पण माझं मन तिथे नव्हतं. मी त्या पिरॅमिडपाशी होतो, नाइकेच्या देवळापाशी होतो. मी त्या बुटांचा विचार करत होतो.

ओनित्सुकाला ती मोठी बैठक झाली. मी त्या चार अधिकाऱ्यांना भेटलो, त्यांना माझं म्हणणं पटवून दिलं. निदान मला तरी तसं वाटलं होतं. या बैठकीला चार महिनं उलटून गेल्यानंतरही ते बूट आले नव्हते. मी लगेच एक पत्र पाठवलं. *महोदय, आपल्या गेल्या वर्षीच्या बैठकीच्या संदर्भात, आपल्याला ते नमुने पाठवणे शक्य झाले आहे का?...* मग, मी काही दिवस सुटी घेतली. मला झोप काढायची होती, कपडे धुवायचे होते, मित्रांना परत भेटायचं होतं.

मला ओनित्सुकाकडून त्वरित उत्तर आलं, 'बूट थोड्याच दिवसांत येत आहेत!'

मी वडिलांना ते पत्र दाखवलं. ते हसून म्हणाले, '*काही दिवसांनी?* बक, आपले पन्नास डॉलर्स गेले!'

माझा नवा अवतार – विखुरलेले केस, गुहेतल्या मानवासारखी दाढी... आई आणि माझ्या बहिणींना ते अजिबात सहन होत नव्हतं. त्या माझ्याकडे चिडून बघत. त्यांच्या कपाळाला आठ्या दिसत. मला त्यांच्या मनातलं ऐकू यायचं, 'चक्रम आहे झालं!' मग मी दाढी केली. नोकरांच्या कोठीतल्या माझ्या टेबलासमोरच्या आरशात स्वतःकडे बघून मी म्हणालो, 'आता ठरलं आहे. तू घरी परत आला आहेस!'

पण तसा मी अजून परतलो नव्हतो. माझ्यातला काही अंश परत यायला तयारच नव्हता.

सर्वांच्या आधी आईला हे समजलं. एके दिवशी डिनरच्या वेळी माझ्याकडे आरपार बघत ती म्हणाली, 'तू अजून... जगप्रवासीच दिसतोस!'

मनात आलं, जगप्रवासी... हं!

ते बूट येईपर्यंत, बूट येवोत अथवा न येवोत, मला पैसे मिळवण्यासाठी काहीतरी करणं भाग होतं. ट्रिपला जाण्याआधी माझी डीन विटरबरोबर एक मुलाखत झाली होती. कदाचित, मी तिथे परत जाऊ शकेन. मी धावत त्या टीव्हीच्या कोपऱ्याजवळ वडिलांपाशी गेलो. ते आपल्या आरामखुर्चीवर रेलले होते. त्यांनी सुचवलं की, त्यांचे जुनं मित्र डॉन फ्रिस्बी यांना मी पहिल्यांदा भेटावं. ते पॅसिफिक पॉवर अँड लायटिंगचे मुख्याधिकारी होते.

मी फ्रिस्बींना ओळखत होतो. कॉलेजच्या सुट्टीमध्ये मी त्यांच्याबरोबर उमेदवार म्हणून काम केलं होतं. मला ते आवडायचे. शिवाय, ते हार्वर्ड स्कूल ऑफ बिझनेसचे पदवीधर होते. कॉलेजच्या निवडीच्या बाबतीत म्हणायचं, तर मी तेव्हा जरा शिष्टच होतो. मला आणखी एका गोष्टीचं नवल वाटायचं की, ते किती लवकर न्यू यॉर्क स्टॉक एक्स्चेंज कंपनीचे मुख्याधिकारी झाले होते.

मला आठवतं की, १९६३मधल्या वसंत ऋतूमध्ये त्यांनी माझं मनापासून स्वागत केलं होतं. माझा हात जोरात दाबून हस्तांदोलन केलं होतं आणि स्वतः बाहेर येऊन मला त्यांच्या टेबलासमोरील खुर्चीवर बसवलं होतं. ते आपल्या प्रशस्त उंच लेदरच्या सिंहासनावर रेलले आणि भुवया उंचावून मला त्यांनी विचारलं, ''मग, काय आहे तुझ्या मनात?''

''मिस्टर फ्रिस्बी, खरं सांगायचं तर नोकरी... व्यवसाय... काय करावं हेच मला कळत नाही.''

आणखी खालच्या आवाजात म्हणालो, ''आयुष्याचं काय करायचं...?''

मी म्हटलं की, मी डीन विटरकडे परत जायचा विचार करत होतो किंवा एखाद्या मोठ्या कंपनीत अथवा इलेक्ट्रिक कंपनीकडेही मला परत जाता येईल. फ्रिस्बींच्या ऑफिसच्या खिडकीतून त्यांच्या गोल चष्म्याच्या काचेवर पडणारा प्रकाशगंगेच्या पाण्यासारखा परावर्तित होऊन माझ्या डोळ्यांवर येत होता. ते म्हणाले, ''फिल, या कल्पना फारशा ठीक वाटत नाहीत.''

''सर?''

''मला वाटत नाही की, तू असं काही करावंस!''

''ओह!''

''प्रत्येक जण, अगदी प्रत्येक जण तीनदा तरी नोकरी बदलतोच. समजा, तू आता एखाद्या गुंतवणूक करणाऱ्या कंपनीत लागलास तर काही दिवसांनी ती नोकरी सोडशील, दुसरी धरशील आणि तुला पहिल्यापासून सुरुवात करावी लागेल. मोठ्या

कंपनीत सुरुवात केलीस, तरी बेटा, तीच परिस्थिती होईल. नाही, तू तरुण आहेस तोवर सीपीए पूर्ण कर. मग तुझ्या एमबीए बरोबर, तुझा आर्थिक पाया भक्कम होईल. त्यानंतर तू जरी नोकरी बदललीस, तरी तुझा पगार कायम राहील, कधीच कमी होणार नाही, याची मला खात्री आहे.''

हा सल्ला अत्यंत व्यवहार्य होता. मला निश्चितच मागे यायचं नव्हतं.

मी अकाउंटिंग हा मुख्य विषय घेतला नव्हता. तथापि, मला त्या परीक्षेसाठी पात्र व्हायला किमान नऊ तास अभ्यास करावा लागणार होता. मग मी पोर्टलँड स्टेट विद्यापीठात एके ठिकाणी अकाउंटिंगच्या तीन क्लासमध्ये नाव घातलं. वडील कुरबुरत होते, ''आणखी शिक्षण?''

शिवाय मी जाणार होतो ते स्टॅनफर्ड किंवा ओरेगॉन विद्यापीठ नव्हतं, ते लहानसं पोर्टलँड विद्यापीठ होतं!

विद्यापीठाच्या निवडींबाबत घरामध्ये मी एकटाच शिष्ट माणूस नव्हतो.

आवश्यक ते नऊ तास पूर्ण केल्यावर मी लायब्रँड रॉस ब्रदर्स अँड मोंटगॉमेरी या अकाउंटिंग कंपनीत काम केलं. देशातल्या मोठ्या आठ कंपन्यात तिचं नाव होतं; पण पोर्टलँडमधील शाखा मात्र लहान होती. एक पार्टनर आणि तीन कनिष्ठ हिशेबनीस! माझ्यासाठी हे योग्य होतं. लहान ऑफिस म्हणजे तिथे परस्परांमध्ये जवळीक असणार आणि शिकण्यासाठी वाव असणार!

आणि तसंच झालं. मला प्रथम रेझर्स फाइन फूड्स या बीव्हर्टन कंपनीत कामासाठी पाठवलं होतं. मी एकटाच होतो, त्यामुळे तिथले मुख्याधिकारी अल रेझर यांच्याबरोबरचा माझा वेळ सार्थकी लागला. ते माझ्यापेक्षा तीनच वर्षांनी मोठे होते. मला त्यांच्याकडून काही उपयुक्त धडे मिळाले. त्यांच्या वह्या चाळता चाळता माझा वेळ चांगला जायचा; पण कामाचा आनंद घेण्यासाठी माझ्याकडे जरा जास्तच काम होतं. एखाद्या मोठ्या अकाउंटिंगच्या लहान शाखेत कामाचा बोजा जास्तच असतो. काम वाढलं की, वाटून घ्यायला कोणी नसतं. नोव्हेंबर ते एप्रिल या काळात, कामाच्या बोज्यामुळे त्यातच गळ्यापर्यंत बुडालेलो असायचो. सहाही दिवस रोज बारा बारा तास काम असायचं, त्यामुळे नवीन काही शिकायला वेळच नसायचा.

शिवाय आमच्यावर लक्ष असायचं. अगदी बारीक लक्ष! आमच्या कामाच्या मिनिटांचाच काय; पण सेकंदांचाही हिशेब होत असे. त्या वर्षी नोव्हेंबरमध्ये राष्ट्राध्यक्ष केनेडी यांचा खून झाला, तेव्हा मी एक दिवस सुटी मागितली. सगळ्या देशाप्रमाणे मलाही दिवसभर टीव्हीसमोर बसून शोक करायचा होता; पण माझ्या बॉसनं नकार दिला. काम आधी, शोकनंतर! *बागेतली लिलीची फुलं बघा – ती कष्ट करत नाहीत की गप्पा मारत नाहीत.*

पण दोन गोष्टींचं सुख होतं. एक म्हणजे पैसे. मला महिन्याला पाचशे डॉलर मिळायचे; त्यातून मी एक नवी गाडी घेऊ शकलो. अजून एक एमजी आवाक्याबाहेर होती, तेव्हा मी एक प्लायमाउथ वॅलियंट गाडी घेतली. विश्वसनीय; पण थोडी झकपक आणि रंगीत! गाडीचा रंग समुद्राच्या फेसासारखा हिरवा आहे, असं गाडीचा विक्रेता म्हणाला. माझे मित्र त्याला, उलटी झाल्यासारखा रंग आहे असं म्हणायचे!

खरं तर तो नव्या कोऱ्या नोटांसारखा रंग होता.

दुसरं सुख म्हणजे दुपारचं जेवण! दररोज दुपारी मी जवळच्या रस्त्यावरील स्थानिक प्रवासी कंपन्यांच्या ऑफिसच्या दिशेनं जात असे आणि त्यांच्या खिडक्यांतील पोस्टर्सकडे वॉल्टर मिटीसारखं बघत बसे. स्वित्झर्लंड, ताहिती, मॉस्को, बाली! मी तिथलं एखादं माहिती पत्रक उचलायचो आणि जवळच्या बागेतील बाकावर बसून पीनट बटर व जेली सँडविच खात खात ते चाळत बसायचो. मी तिथल्या कबुतरांना विचारायचो, 'मागच्याच वर्षी मी वैकाकीमध्ये सर्फिंग करत होतो, खरं वाटतं का? हिमालयामध्ये सकाळी फेरफटका मारल्यानंतर पाणम्हशींचं सूप घेत होतो, खरं वाटतं का?'

आयुष्यातील सर्वोत्तम काळ मागे गेला का?

जगभर हिंडून आलो – तोच जीवनातला सर्वोच्च बिंदू होता का?'

अर्थात ती कबुतरं वाट फ्रा क्यूमधल्या पुतळ्यापेक्षा कमी बोलत होती.

१९६३चं वर्ष असं गेलं – कबुतरांशी संवाद करण्यात! माझ्या व्हॅलियंटला पॉलिश करण्यात; पत्रे लिहिण्यात...!

प्रिय कार्टर! तू शांग्रिला किंवा तो स्वर्ग सोडलास का कधी? मी आता एक अकाउंटंट आहे आणि डोकं फोडून घ्यावं का, असा विचार करतो आहे!

१९६४

साधारणपणे नाताळाच्या सुमारास ती सूचना आली म्हणजे मी १९६४च्या पहिल्या आठवड्यात समुद्रासमोरच्या त्या गोडाउनपर्यंत गाडीनं आलो असेन, मला नक्की आठवत नाही. सकाळची वेळ होती. तिथल्या कर्मचाऱ्यांनी दार उघडायच्या आत मी तिथे पोहोचलो होतो.

मी त्यांना ती सूचना दिली, ते आत गेले आणि बाहेरच्या बाजूला जपानी मजकूर असलेला एक मोठा खोका घेऊन बाहेर आले.

मी धावतच घरी आलो, तळघरात गेलो आणि तो खोका उघडला. त्यात पिवळट पांढऱ्या रंगाच्या, बाजूला निळा पट्टा असलेल्या बुटांच्या बारा जोड्या होत्या. वा! काय सुंदर होते ते बूट! सुंदर? अति सुंदर होते! मी त्यापेक्षा सुंदर बूट पॅरिस किंवा फ्लॉरेन्समध्येही पाहिले नव्हते. मला ते बूट संगमरवरी चौथऱ्यावर किंवा सोनेरी चौकटीत ठेवावेत, असं वाटत होतं. मी ते बूट उजेडात धरून पाहिले, पवित्र वस्तू असल्यासारखं त्यांना कुरवाळलं, एखादा लेखक आपल्या नव्या पुस्तकाकडे पाहतो तसं किंवा एखादा बेसबॉल खेळाडू नवीन बॅटींकडे बघतो, तसं बघितलं.

मी ओरेगॉनमधला माझा पूर्वीचा धावण्याचा कोच बिल बॉवरमन याला दोन जोड पाठवले.

दुसरा कोणताही विचार न करता मी हे केलं. कारण, तो बॉवरमनच होता, ज्यानं मला पायात काय घालावं याविषयी विचार करायला, *खरा विचार* करायला शिकवलं. बॉवरमन फार प्रभावी संप्रेरक होता, तरुण मुलांसाठी तो आदर्श नेता होता, खरोखरच तो बुद्धिमान होता. त्याच्या मते मुलांच्या विकासासाठी एक साधन अत्यंत महत्त्वाचं होतं, ते म्हणजे बूट! माणसं पायात काय घालतात, याविषयी तो कमालीचा विचार करत असे.

मी ओरेगॉनला चार वर्षं त्याच्या मार्गदर्शनाखाली धावत होतो. बॉवरमन नेहमी आमचे लॉकर उघडून आमचे बूट पळवत असे. तो ते बूट उसवून पुन्हा हवे तसे शिवण्यात अनेक दिवस खर्च करत असे. थोडासा फेरफार करून पुन्हा ते जागच्या जागी ठेवत असे, त्यामुळे कधी आम्ही हरणासारखे धावायचो, तर कधी पायातून रक्त यायचं. परिणाम काहीही येवो, तो तेच करत राहिला. तो नेहमी बुटाच्या इनस्टेपला जोड देत, मिडसोलला कुशन लावत, बुटाच्या पुढच्या भागात अधिक मोकळी जागा तयार करून त्यात बदल करायच्या प्रयत्नात असे. तो सतत नवीन डिझाइन्सच्या मागे असे. बूट अधिक सुबक, मऊ, हलके व्हावेत म्हणून नवी रचना तयार करत असे, विशेषतः बूट हलके असावेत, यावर त्याचा जोर असे. त्याच्या म्हणण्याप्रमाणे, बुटाच्या जोडीचं वजन एका औंसानं कमी करणे म्हणजे एका मैलात ५५ पौंड वजन कमी करण्यासारखं आहे. यामध्ये काही विनोद नव्हता. त्याचं गणित पक्कं होतं. सर्वसाधारण माणसाचं पाऊल म्हणजे सहा फूट धरा. एका मैलात (५२८० फूट) ८८० पावलं होतात. प्रत्येक पावलामागे एक औंस काढून टाका, ५५ पौंड होतात. बॉवरमनच्या म्हणण्याप्रमाणे वजन कमी केल्यानं पायावरचा बोजा सरळ कमी होतो म्हणजेच जास्त ऊर्जा मिळते, वेग अधिक होतो आणि वेग वाढवणं म्हणजे जिंकणं होय. बॉवरमनला 'हार' अजिबात पसंत नव्हती (मी त्याच्यावरच गेलो आहे), अशा प्रकारे बुटाचा हलकेपणा हेच त्याचं सततचं लक्ष्य होतं.

लक्ष्य हा शब्द फार सौम्य झाला. बूट हलके करण्यासाठी तो काहीही वापरायला तयार असे. एखादा प्राणी, वनस्पती, धातू, जे काही बुटाच्या लेदरमध्ये सुधार करू शकेल ते तो वापरायचा. कधी कधी कांगारूचं कातडंही वापरत असे. काही वेळा कॉड माशाचं कातडंसुद्धा! कॉड लेदरचे बूट घालून तुम्ही जगातल्या अत्यंत वेगवान धावपटूंबरोबर शर्यत केली नसेल, तर त्याला काय अर्थ आहे?

बॉवरमन आम्हा धावपटूंपैकी चार-पाच जणांना घेऊन प्रयोग करायचा; पण माझ्यावर त्याची खास मर्जी होती. माझे पाय त्याला काही तरी सांगत असत. माझी धाव, पावलातील अंतर...! शिवाय माझ्या बाबतीत अंदाज चुकले तरी चालायचे. मी अर्थातच टीममधला सर्वोत्तम खेळाडू नव्हतो, त्यामुळे माझ्याबाबत चुका झाल्या तरी ते क्षम्य असे. माझ्यापेक्षा अधिक चांगल्या खेळाडूंच्या बाबतीत तो उगीचच जास्त जोखीम घेत नसे.

कॉलेजमध्ये नवा असल्याने, सगळ्यात लहान असल्यानं बॉवरमननं फेरफार केलेले सपाट किंवा स्पाइकवाले बूट घालून मी किती शर्यती हरलो, त्याची गणतीच नाही. माझा सीनिअर या नात्यानं तो माझ्यासाठी अगदी प्राथमिक साहित्यातून बूट बनवत असे.

साहजिकच मला वाटलं की, जपानमधून यायला एका वर्षापेक्षाही जास्त वेळ लागलेले हे गमतीशीर टायगर बूट माझ्या कोचला गुंगवून टाकतील. अर्थात, हे बूट त्याच्या कॉड लेदरच्या बुटाइतके हलके नव्हते; पण त्या बुटात अनेक शक्यता होत्या; जपानचे लोक त्यात काही सुधारणाही करणार होते. आणखी एक चांगली गोष्ट म्हणजे

ते स्वस्त होते. मला खात्री होती की, बॉवरमनच्या नैसर्गिक काटकसरी स्वभावाला ते रुचतील.

मला वाटलं की, त्या बुटाचं नावदेखील बॉवरमनला आवडेल. साधारणपणे तो आपल्या धावपटूंना 'ओरेगॉनचे वीर' असं म्हणायचा; पण कधी कधी तो आम्हाला 'वाघासारखे बना' म्हणून उत्तेजन द्यायचा. मला आठवतं की, लॉकर्सच्या समोर येरझारा घालत रेसच्या आधी तो आम्हाला म्हणायचा, 'ट्रॅकवर *वाघासारखे* झुंजा!' (जर कोणी वाघ दिसला नाही, तर तो त्याला टायगर नव्हे तर 'हॅंबर्गर' म्हणायचा!) अधूनमधून आम्ही आमच्या तुटपुंज्या जेवणाबद्दल कुरबुर करायचो, तेव्हा तो गुरगुरायचा, 'वाघाला जेव्हा भूक लागते तेव्हाच तो उत्तम शिकार करतो.'

मला वाटलं की, आमचा कोच आपल्या वाघांसाठी काही टायगर बूट नक्की मागवेल.

पण ऑर्डर केली किंवा नाही, त्या बुटांनी बॉवरमन प्रभावित झाला की काम झालं! केवळ तेवढंच माझ्या नवीन कंपनीसाठी पुरेसं होतं.

कदाचित, असं असेल की, त्या काळात मी जे जे काही करत होतो, ते केवळ बॉवरमनला खूश करण्याच्या तीव्र इच्छेनेच करत होतो. माझे वडील सोडले, तर इतर कुणाच्याही संमतीची मला पर्वा नव्हती. वडील सोडले, तर कुणीही इतक्या वेळा हे मान्य केलं नसतं. आमच्या कोचच्या स्वभावाच्या कणकणात काटकसर होती. पैलू न पाडलेल्या हिऱ्याप्रमाणे तो स्तुतीचे शब्द अत्यंत तोलून मापून, काटकसरीनं वापरत असे.

समजा एखादी शर्यत कुणी जिंकला, तर *नशिबानेच* त्याच्या तोंडून यायचं, 'छान झाली शर्यत!' (खरं म्हणजे अमेरिकेत चार मिनिटांच्या आत एक मैल पळणाऱ्या त्याच्या एका तरुण विद्यार्थ्याला त्या रेसनंतर तो अगदी हेच म्हणाला होता) पण बॉवरमन काहीही न बोलण्याची शक्यताच जास्त असायची. तो तिथे समोर ट्वीडचा ब्लेझर, मळका स्वेटर घालून उभा असे, त्याचा दोरीसारखा बारीक टाय हवेत उडत असे. जुनी गोल टोपी डोळ्यावर ओढून तो एकदाच मान हलवायचा, कधी टक लावून पाहायचा. त्याच्या निळ्याशार डोळ्यांतून काही सुटत नसे; काही समजत नसे. सगळे लोक त्याच्या रुबाबदार व्यक्तिमत्त्वाचं, क्रू कटचं, ताठ कण्याचं आणि सरळ उभ्या चेहरेपट्टीचं कौतुक करत असत; पण त्याची ती एकदम जांभळट निळी नजर *मला* खिळवून टाकत असे.

मला अगदी पहिल्या दिवशीच ते जाणवलं. ऑगस्ट १९५५मध्ये मी ओरेगॉन विद्यापीठात प्रथम पाऊल ठेवलं तेव्हापासूनच मला बॉवरमन आवडायला लागला. मला त्याची भीतीही वाटत असे आणि सुरुवातीच्या या भावना पुढेही तशाच राहिल्या, आमच्यात तसंच नातं होतं. तो मला सतत आवडत होता आणि त्याच्याबद्दलची माझी भीतीही कायम होती. ही भीती कधी कमी असायची, कधी जास्त असायची, कधी माझ्या बुटात घुसायची. कदाचित, तो तेच बूट स्वतः दुरुस्तही करत असेल. प्रेम आणि भीती, मी आणि माझे वडील, दोघांत नेहमी अशाच दुहेरी भावना होत्या. कधी मला

वाटायचं की, बॉवरमन आणि माझे वडील दोघंही खूप गूढ होते, रहस्यमय आणि अल्टिमेट होते – दोघांचंही नाव बिल होतं हा केवळ योगायोग असेल का?

असं असलं तरीही दोघांची प्रेरकशक्ती वेगळी होती. माझे आजोबा एका खाटीकखान्याचे मालक होते, तर बॉवरमनचे वडील ओरेगॉनचे गव्हर्नर होते; पण तो प्रतिष्ठेला मुळीच किंमत देत नसे. ओरेगॉनच्या त्या पूर्ण प्रवासाचा अग्रेसर मानकरी असलेल्या महान व्यक्तीचा तो नातू होता. ते लोक जेव्हा चालत चालत एके ठिकाणी थांबले, तेव्हा त्यांना ओरेगॉनच्या पश्चिम भागात एक लहानसं गाव दिसलं आणि त्याचं नाव त्यांनी फॉसिल असं ठेवलं. बॉवरमनचं बालपण तिथेच गेलं आणि कधी कधी तो फॉसिलकडे ओढला जायचा. त्याच्या मनाचा एक कोपरा नेहमी फॉसिलनं व्यापलेला असे.ते जरा गमतीचंच होतं. कारण, तो स्वतःदेखील एक प्रकारे फॉसिलसारखाच होता. कणखर, तपकिरी रंगाचा बॉवरमन हा ऐतिहासिक काळातील पुरुषाप्रमाणे दिसायचा. त्याच्यात एक चिकाटी, सचोटी आणि हाडाचा कठीणपणा होता, जो लिंडन जॉन्सनच्या अमेरिकेत क्वचितच बघायला मिळत असे. आज तर हे गुण अदृश्यच झाले आहेत.

तो एक युद्धवीर अर्थातच योद्धाही होता. त्यानं दहाव्या माउंटन डिव्हिजनमध्ये मेजर म्हणून काम केलं होतं. इटालियन आल्प्स पर्वतात कुठेतरी त्याची ड्यूटी होती. बॉवरमननं अनेक लोकांवर गोळ्या झाडल्या होत्या आणि झेलल्याही होत्या (भारून टाकणारं एक वलय त्याच्याभोवती होतं; त्यानं खरोखरच कुणाला मारलं होतं का असं कुणी त्याला कधी विचारू शकलं नाही). जर कुणाला त्या युद्धाचा, दहाव्या माउंटन डिव्हिजनचा आणि त्याच्या आयुष्यातील या प्रसंगाच्या प्रभावाचा विसर पडला असेल, तर त्याची आठवण करून द्यायला, तो सोनेरी शाईनं दहा हे रोमन अक्षरात लिहिलेली त्याची जुनी लेदर बॅग नेहमी जवळ बाळगत असे.

धावण्याच्या बाबतीत बॉवरमन अमेरिकेतला सर्वोत्तम कोच होता; पण तो स्वतःला ट्रॅक कोच समजत नसे. त्याला कोच म्हणवून घेणं आवडत नसे. त्याची पार्श्वभूमी, त्याचा स्वभाव पाहिला तर पळण्याचा ट्रॅक हे त्याला ध्येयपूर्तीचं एक साधन वाटायचं. तो स्वतःला 'स्पर्धात्मक प्रतिसादांचा प्राध्यापक' समजत असे. स्वतःच्या कामाकडे तो याच पद्धतीनं बघत असे. धावपटूंना ओरेगॉन सोडून दूरच्या जगात पुढे येणाऱ्या अडचणी आणि स्पर्धांसाठी तयार करणं हेच आपलं काम आहे, असं तो समजत असे.

या गावाचे ध्येय इतके महान होते किंवा कदाचित त्यामुळेच ओरेगॉनमधल्या सुविधा अगदी किरकोळ होत्या. लाकडी भिंती, वर्षानुवर्षं रंग न दिलेले लॉकर्स. काही लॉकर्सना दारंही नव्हती, दोघांचं सामान ठेवायचं, तर मध्ये फक्त एक फळी असायची. आम्ही आमचे कपडे खिळ्यांवर टांगून ठेवायचो, तेही *गंजलेले* खिळे! कधी कधी पळताना मोजेही नसायचे; पण तक्रार करावी, असं आम्हाला कधी वाटलं नाही. आम्हाला हा कोच सेनापती वाटायचा, त्याची आज्ञा पाळायची आणि तीही लगेच... डोळे मिटून! मला वाटायचं की, तो स्टॉप वॉच घातलेला जनरल पॅटन आहे.

म्हणजे जेव्हा तो देव नसायचा तेव्हा!

सगळ्या प्राचीन देवांप्रमाणे बॉवरमन एका डोंगरमाथ्यावर राहत असे. आमच्या कँपसच्या वरच्या बाजूला एका राजेशाही मोकळ्या पठारावर तो राहत असे. जेव्हा तो त्याच्या खाजगी राजवाड्यात राहायचा, तेव्हा देवाइतका कठोरही होत असे. माझ्या एका मित्रानं सांगितलेल्या एका गोष्टीतून मला हे स्पष्ट झालं.

एक ट्रक ड्रायव्हर होता. तो बॉवरमन माउंटनवरील शांततेचा सतत भंग करत असे. तिथल्या वळणावरून तो खूप वेगात गाडी नेत असे आणि त्यानं अनेकदा बॉवरमनची पोस्टाची पेटी धक्का देऊन पाडली होती. बॉवरमननं त्याला दम दिला, एक ठोसा मारेन म्हणून धमकावलं; पण त्यानं काही दाद दिली नाही. त्यानंतरही त्याला हवी तशीच गाडी तो चालवत राहिला. एकदा बॉवरमननं त्या टपाल पेटीत स्फोटकं भरली. नंतर जेव्हा त्या ड्रायव्हरनं ती पेटी पाडली तेव्हा मोठा धमाका झाला. धमाक्याचा धूर कमी झाला, तेव्हा त्या ट्रकचे तुकडे तुकडे झाले होते आणि टायर्स जळून काही धागे उरले होते. त्यानंतर त्या ड्रायव्हरनं पुन्हा कधी बॉवरमनच्या टपाल पेटीला धक्का दिला नाही.

असा हा माणूस! कुणी त्याच्या वाटेला जात नसे. विशेषतः तुम्ही पोर्टलँडमधील एखाद्या उपनगरातील मध्यम अंतराचे धावपटू असाल, तर नक्कीच त्या वाटेला जाणार नाही. मी नेहमी बॉवरमनच्या आसपास घुटमळत असे, तरीही तो काही वेळा माझ्यावर चिडत असे. एकदा तर तो फारच भडकला होता.

मी कॉलेजमध्ये नवा होतो; अभ्यासाचा ताण असायचा. सकाळी क्लासेस, दुपारी प्रॅक्टिस, रात्रभर गृहपाठ. एके दिवशी मला फ्लूचा ताप होता, त्यामुळे दुपारी प्रॅक्टिसला येणार नाही, असं बॉवरमनला सांगायला मी गेलो. तो म्हणाला, ''हं! टीमचा कोच कोण आहे?''

मी म्हटलं, ''तू आहेस.''

''मग, कोच म्हणून मी तुला सांगतो आहे की, आपल्या जागेवर ये आणि आज आपण किती वेळ लागतो त्याची ट्रायल घेणार आहोत.''

मला रडूच यायला लागलं; पण मी धीर धरला. सगळ्या भावना मी माझ्या धावण्यात ओतल्या आणि तोपर्यंतच्या माझ्या कमीत कमी वेळाचा विक्रम केला. मी ट्रॅकवरून परत आलो, तेव्हा बॉवरमनकडे रागावून बघितलं. *झालं तुझ्या मनासारखं! ...कुठला!* त्यानं माझ्याकडे आणि स्टॉप वॉचकडे बघून मान हालवली. बॉवरमननं मला कोसळायला लावलं आणि पुन्हा उभं केलं. बुटांची दुरुस्ती करावं तसं! आणि मी टिकून राहिलो. त्यानंतर मी खरंच त्याच्या ओरेगॉनच्या वीरांमध्ये सामील झालो. त्या दिवसापासून मीही एक टायगर बनलो.

मला बॉवरमनकडून लगेच पत्र आलं. त्यानं लिहिलं होतं की, पुढील आठवड्यात ओरेगॉन इनडोअर स्पर्धेसाठी तो पोर्टलंडला येणार होता. त्याची टीम ज्या कॉस्मॉपॉलिटन हॉटेलमध्ये उतरली होती, तिथेच त्यानं मला जेवायला बोलावलं होतं.

२५ जानेवारी १९६४! तिथल्या वेट्रेसनं मला टेबल दाखवलं तेव्हा मी खूप नर्व्हस होतो. मला आठवतं की, बॉवरमननं एक हॅंबर्गर मागवला आणि मी जोरात म्हणालो, ''दोन आणा!''

थोडा वेळ आम्ही एकमेकांची चौकशी केली. बॉवरमनला माझ्या जगभ्रमणाविषयी मी सांगितलं. कोबे, जॉर्डन आणि नाइकेचं मंदिर! बॉवरमनला माझ्या इटलीमधील प्रवासाविषयी उत्सुकता होती. त्याला तिथे जवळ जवळ मृत्यूचा सामना करावा लागला होता; पण तरी त्याला त्या आठवणी प्रिय होत्या.

अखेर तो मुद्द्यावर आला. तो म्हणाला, ''ते जपानी बूट! खरंच खूप चांगले आहेत. या सौद्यात मलाही घेशील का?''

मी त्याच्याकडे बघितलं? सौदा? त्याचं म्हणणं समजायला मला वेळ लागला. त्याला केवळ आपल्या टीमसाठी डझनभर जोड्या नको होत्या, तर त्याला माझा भागीदार व्हायचं होतं! प्रत्यक्ष देवानं आकाशातून उतरून मला भागीदार कर म्हणून म्हटलं असतं तरी मला इतकं आश्चर्य वाटलं नसतं. मी अडखळत अडखळत कसाबसा म्हणालो, ''हो!''

मी माझा हात पुढे केला.

पण लगेच तो मागेही घेतला. मी विचारलं, ''तुला कशा प्रकारची भागीदारी अभिप्रेत आहे?''

मी धाडसानं प्रत्यक्ष देवाशी बोलणी करत होतो; माझा स्वतःवरच विश्वास बसत नव्हता आणि बॉवरमनचाही! त्याला गंमत वाटत होती. तो म्हणाला, ''५०-५०.''

''बरं, तर मग तुला निम्मं भांडवल घालावं लागेल!''

''अर्थातच.''

''मला वाटतं की, पहिली ऑर्डर एक हजार डॉलरची असेल. तुला ५०% म्हणजे ५०० डॉलर भरावे लागतील.''

''मला मान्य आहे.''

जेव्हा त्या वेट्रेसनं दोन हॅम्बर्गरचं बिल आणून दिलं, तेव्हाही आम्ही ते निम्मं-निम्मं वाटून घेतलं आणि भरलं.

मला वाटतं तो दुसरा दिवस असेल किंवा कदाचित काही दिवसांनंतरचा अथवा आठवड्यानंतरचा काळ असेल; पण सगळी जुनी कागदपत्रं पाहिली तरी माझा घोळ होतो. त्या वेळची पत्रं, डायरी, भेटीगाठींची स्मरण वही - सगळ्यात पाहिलं तर ही गोष्ट खूप आधी घडली असं दिसतं; पण मला आठवतं हे खरं आहे! आणि ते असं का आठवतं यामागे नक्की काही कारण असलं पाहिजे. आम्ही त्या हॉटेलमधून बाहेर पडलो, तेव्हा बॉवरमननं त्याची गोल टोपी घातलेली मी पाहिली, त्याचा बारीकसा टाय सारखा करताना मी पाहिलं. तो माझ्याशी बोलताना ऐकलं. तो म्हणत होता,

''तुला माझ्या वकिलाला, जॉन जाक्काला भेटावं लागेल. तो हे सगळं लेखी स्वरूपात मांडेल.''

असो, अनेक दिवसांनी किंवा आठवड्यांनी, वर्षांनी... ती बैठक झाली. ती अशी :

मी बॉवरमनच्या दगडी बंगल्यापाशी गाडी उभी केली आणि नेहमीप्रमाणे तिथल्या दृश्यानं भारावून गेलो. तिथे फारसे लोक राहत नसत. कोबर्ग रोडवरून मॅकेंझी ड्राइव्हपर्यंत जाताना एक वळणावळणाचा कच्चा रस्ता दिसतो, त्या रस्त्यानं जंगलात वरवर जायचं शेवटी एक मोकळी जागा दिसते. काही गुलाबाची रोपं, एखाद दुसरं झाड दिसतं. तिथे एक छानसं; पण मजबूत घर आहे; पुढे दगडी भिंत आहे. बॉवरमननं स्वतःच्या हातांनी हे घर बांधलं होतं. माझी व्हॅलियंट गाडी मी पार्किंगमध्ये ठेवत होतो, तेव्हा मनात आलं, हे सगळं अवघड – जड काम त्यानं स्वतः कसं केलं असेल? *पर्वत उचलणारा माणूस लहान लहान दगडांपासून सुरुवात करतो.*

घराला लागून एक रुंद लाकडी पोर्च होतं. तिथे काही खुर्च्या होत्या. त्याही त्यानेच तयार केल्या होत्या. तिथून मॅकेंझी नदीचा महान नजारा दिसायचा आणि दोन्ही काठांच्या मध्ये खुद्द बॉवरमननेच ही नदी स्थापन केली असावी, याची खात्री मलादेखील होती.

पोर्चमध्ये उभा राहिलेला बॉवरमन मला दिसला. त्यानं डोळे मिचकावले आणि पायऱ्या उतरून तो माझ्या गाडीजवळ आला. तो गाडीत बसला, तेव्हा आम्ही थोड्या फार गप्पाही मारल्या. मी गाडी अंगणातून रस्त्यावर नेली आणि त्याच्या वकिलाच्या घराकडे जाऊ लागलो.

जाक्का बॉवरमनचा जवळचा मित्र, वकील तर होताच शिवाय त्याचा शेजारीही होता. बॉवरमनच्या डोंगराच्या पायथ्याशी त्याची पंधराशे एकर जागा होती, मॅकेंझी नदीच्या काठी! अत्यंत मोक्याच्या जागी. तिकडे जाताना, मला यातून काय मिळणार हे मला समजत नव्हतं. बॉवरमनशी माझं नक्कीच छान जमत होतं आणि आमच्यात एक सौदा झाला होता; पण वकील लोक नेहमी गोंधळ करतात. त्यांचं कामच असतं ते! आणि चांगल्या मित्राचा वकील म्हणजे...?

पण बॉवरमन माझा गोंधळ कमी करण्यासाठी काहीही करत नव्हता. तो ताठ बसून समोरचा देखावा बघत होता.

त्या भयाण शांततेत मी रस्त्याकडेच पाहत होतो आणि बॉवरमनच्या विचित्र व्यक्तिमत्त्वाचा विचार करत होतो. त्याच्या प्रत्येक कृतीवर त्याच्या व्यक्तिमत्त्वाचा छाप असायचाच. उदाहरणार्थ; तो अमेरिकेतला पहिलाच कोच असेल जो विश्रांतीला महत्त्व देत असे. कामाएवढीच विश्रांती महत्त्वाची असं सांगत असे; पण जेव्हा काम करून घ्यायचा तेव्हा... देवा! प्रचंड घाम काढायचा! एक मैल धावताना बॉवरमनचं धोरण अगदी सरळ होतं. पहिल्या दोन राउंडसाठी वेगानं पळा, तिसऱ्या राउंडला जितका जास्त वेग घेता येइल, तितका घ्या आणि चौथ्या राउंडला वेग तिप्पट करा. या पद्धतीत

झेनसारखं काही तरी तत्त्व होतं म्हणजे ते अशक्य होतं; पण तरीही ते यशस्वी होत असे. बॉवरमननं मैलाला चार मिनिटांपेक्षा कमी वेळ लावणारे जितके धावपटू तयार केले, तितके कुणीच केले नसतील; पण मी त्यातला एक नव्हतो. त्या दिवशीही या शेवटच्या महत्त्वाच्या राउंडमध्ये मी कमी पडतो की काय अशी धास्ती मला वाटत होती.

जाक्का पोर्चमध्येच उभा होता. मी त्याला धावण्याच्या शर्यतीच्या वेळी एक-दोनदा भेटलो होतो; पण दीर्घ भेट कधी झाली नव्हती. मध्यमवयीन, चष्मा घातलेला जाक्का माझ्या कल्पनेतील वकिलापेक्षा वेगळा होता. तो एकदम मजबूत, दणकट बांध्याचा होता. मला नंतर कळलं की, तो हायस्कूलमध्ये उत्तम टेलबॅक खेळाडू होता आणि पोमोना कॉलेजमध्ये शंभर मीटर पळणारा एक उत्तम धावपटू होता. त्याच्यात अजूनही उत्तम खेळाडूची ताकद दिसत होती. त्याच्या हस्तांदोलनातून ती व्यक्त होत असे. माझा हात धरून मला हॉलमध्ये ओढत तो म्हणाला, ''बकारू, मी आज तुझे बूट घालणार होतो; पण त्यांच्यावर जरा शेण सांडलं!''

ओरेगॉनमध्ये जानेवारीत असतो तसाच तो दिवस होता. मधून मधून पाऊस होता, हवा ओलसर थंड आणि दमट होती. जाक्काच्या ऊब द्यायच्या शेगडीजवळ खुर्च्या मांडून आम्ही बसलो. मी इतकी मोठी शेगडी कधीच पाहिली नव्हती. आख्खा एल्क भाजता येईल इतकी मोठी शेगडी! मोठमोठ्या पाइप एवढे ओंडके जळत होते आणि त्यातून ज्वाळा भडकत होत्या. बाजूच्या दारातून जाक्काची बायको हातात ट्रे घेऊन आली. तिनं हॉट चॉकलेटचे मोठे कप आणले होते. हॉट चॉकलेटवर मार्शमेलो की व्हिपड क्रीम हवं असं तिनं मला विचारलं. *'काहीच नको, थँक्स मॅडम'* माझा आवाज नेहमीपेक्षा थोडा चढा झाला होता. तिनं मान वळवून माझ्याकडे दयार्द्र मुद्रेनं पाहिलं. *अरे! तुला हे दोघं भाजून खातील बघ!*

जाक्कानं एक घोट घेतला, ओठावरचं क्रीम पुसलं आणि तो बोलू लागला. ओरेगॉनचे ट्रॅक आणि बॉवरमनविषयी तो थोडा वेळ बोलला. त्यानं मळकट निळी जीन्स आणि सुरकुत्या पडलेला सुती शर्ट घातला होता. तो अजिबात वकिलासारखा दिसत नाही, असं मला वाटल्याशिवाय राहिलं नाही.

जाक्का म्हणाला की, त्यानं बॉवरमनला कोणत्याही गोष्टीबाबत इतकं उत्साही कधीच बघितलं नव्हतं. मला हे वाक्य आवडलं; पण तो पुढे म्हणाला, ''५०-५० ही विभागणी कोचसाठी बरोबर नाही. त्याला काही इथे प्रमुख व्हायचं नाही आणि तुझ्याशी भांडणही नको आहे. मग, आपण ५१-४९ अशी भागीदारी करू या का? कंपनीचं नियंत्रण तुझ्याकडे राहील.''

त्याचा सगळा प्रयत्न मला मदत करण्यासाठीच वाटला, सगळ्यांसाठीच चांगला पर्याय देण्याचा प्रयत्न! मला ते पटलं.

मी म्हणालो, ''मला हे ठीक वाटतं आहे. बस, एवढंच...?''

त्यानं मान हलवली. तो म्हणाला, ''सौदा पक्का!'' मी म्हणालो, ''पक्का!'' आम्ही एकमेकांशी हस्तांदोलन केलं, कागदपत्रांवर सह्या केल्या. आता माझी आणि

महापुरुष बॉवरमनची कायदेशीर आणि बंधनकारक भागीदारी झाली होती. मिसेस जाक्कानं मला आणखी चॉकलेट हवं का म्हणून विचारलं. मी म्हणालो, ''होय मॅडम! आणि तुमच्याकडे अजून मार्शमेलो आहेत का?''

* * *

त्या दिवशी नंतर मी ओनित्सुकाला पत्र लिहिलं आणि अमेरिकेच्या पश्चिम भागात मी टायगर शूजचा एकमेव वितरक होऊ शकतो का, अशी विचारणा केली. मी त्यांना टायगर बुटांचे ३०० जोड लवकरात लवकर पाठवण्याचीही विनंती केली. एका जोडीला ३.३३ डॉलर याप्रमाणे त्यांची किंमत जवळ जवळ १००० डॉलर होत होती. बॉवरमनचा हिस्सा धरला तरी माझ्यासाठी हे जरा जास्तच होतं. मी पुन्हा एकदा वडिलांकडे विषय काढला. या वेळी ते मागे सरले. मला सुरुवात करून द्यायला त्यांची हरकत नव्हती; पण मी दर वर्षी त्यांच्या मागे लागावं, हे त्यांना रुचत नव्हतं. शिवाय ही बुटांची कल्पना त्यांना अत्यंत भ्रामक वाटत होती. त्यांनी मला स्टॅनफर्ड आणि ओरेगॉन विद्यापीठात दारोदार विक्री करणारा विक्रेता बनवायला पाठवलं नव्हतं. असं करणं म्हणजे त्यांच्यासाठी निरर्थक भटकण्यासारखं होतं. ते म्हणाले, ''बक, किती दिवस तू या बुटांच्या मागे फिरणार आहेस?''

मी खांदे उडवत म्हटलं, ''मला ठाऊक नाही, डॅड!''

मी आईकडे बघितलं. नेहमीप्रमाणे ती काहीही बोलली नाही. ती उगीचच गोड हसली. माझा बुजरेपणा नक्की तिच्याकडून आला असणार. दिसायलाही मी तिच्यासारखाच असतो, तर किती बरं झालं असतं.

माझ्या वडिलांनी आईला पहिल्यांदा पाहिलं, तेव्हा त्यांना ती शो रूममधला पुतळा वाटली होती. रोजबर्गमधल्या एकमेव सुपरमार्केट समोरून ते चालत जात होते आणि ती तिथे शोरूमच्या खिडकीत एक गाऊन परिधान करून उभी होती. ती खरोखरची जिवंत मुलगी आहे, हे लक्षात आल्यावर ते सरळ घरी आले आणि त्यांनी आपल्या बहिणीला खिडकीतली ती सुंदर मुलगी कोण याचा शोध घ्यायला सांगितलं. तिनं पत्ता काढला; ती म्हणाली, ''तिचं नाव आहे लोटा हॅटफिल्ड.''

आठच महिन्यांनी वडिलांनी तिचं नाव बदलून लोटा नाइट असं केलं.

माझे वडील वकील म्हणून आपला जम बसवत होते, लहानपणीच्या भयंकर दारिद्र्यातून ते बाहेर पडत होते, तेव्हा ते अठ्ठावीस वर्षांचे होते. माझी आई तेव्हा एकवीस वर्षांची होती. तिचं बालपण तर आणखीनच हालाखीत गेलं होतं (तिचे वडील रेल्वेमध्ये कंडक्टर होते). त्या दोघांत 'गरिबी' हे एकच समान सूत्र होतं.

अनेक दृष्टींनी पाहिलं तर विरुद्ध ध्रुवांत आकर्षण असतं, हे त्यांच्याकडे बघून पटायचं. माझी आई उंच, आकर्षक होती, तिला खेळांची आवड होती. ती सतत आंतरिक शांतीच्या शोधात असायची. माझे वडील लहान बांध्याचे होते. आपली

२०-४५ दृष्टी सरळ करण्यासाठी ते गोल जाड भिंगांचा चष्मा वापरत असत. आपलं गतायुष्य मागे टाकून अभ्यास आणि खूप कष्ट करून प्रतिष्ठा प्राप्त करण्यासाठी ते रोजच्या कामाच्या गराड्यात स्वतःला गुंतवून घेत असत. लॉ कॉलेजमध्ये त्यांचा कायम दुसरा नंबर असे. आपल्या प्रगतिपुस्तकातल्या एकाच 'सी' शेऱ्याबाबत ते सतत कुरकूर करत असत (त्यांना वाटत असे की, त्या प्रोफेसरनं त्यांच्या राजकीय मतांमुळे कमी गुण दिले असावेत).

जेव्हा आई-वडिलांची अगदी परस्परविरोधी मतं टोकाला जायची, तेव्हा दोघंही मनातल्या एका समान सूत्रावर परत यायचे. ते म्हणजे कुटुंबाच्या हिताला प्राधान्य, बाकीचं सगळं नंतर! पण अशी तडजोडही काम करत नसे, तेव्हा मात्र दिवस कठीण व्हायचे आणि रात्रीसुद्धा! माझे वडील हातात ग्लास घ्यायचे आणि आईच्या हातात दगड यायचा!

तिचा वरवरचा चेहरा फसवा होता, खूपच फसवा! कमी बोलण्यामुळे आई अत्यंत सौम्य स्वभावाची आहे, असं लोकांना वाटायचं; पण 'मी तशी नाही' हे ती अगदी आश्चर्यकारक पद्धतीनं दाखवून देत असे. जसं, माझ्या वडिलांना उच्च रक्तदाब होता आणि डॉक्टरनं किती तरी वेळा बजावून सांगितल्यावरही वडिलांनी मीठ कमी केलं नाही. आईनं घरातल्या सगळ्या मिठाच्या बाटल्यात दुधाची पावडर भरली. एकदा आई सारखं सांगत होती, ''शांत राहा,'' तरी माझ्या बहिणी आणि मी खाण्यासाठी आरडाओरडा करत होतो, तेव्हा आई प्रचंड मोठ्यानं किंचाळली आणि तिनं हातातलं एग सॅलड सँडविच जोरात भिंतीवर फेकलं. नंतर तरातरा घराबाहेर पडून अंगणातल्या हिरवळीवरून ती निघून गेली. मला भिंतीवरून खाली पडणारं ते एग सँडविच आणि दूरवर झाडात अदृश्य होत गेलेली आईची प्रतिमा अजूनही आठवते.

पण ती मला अनेक दिव्यातून जायला लावायची आणि त्यातूनच तिचा खरा स्वभाव व्यक्त व्हायचा. तिच्या लहानपणी शेजाऱ्यांचं घर आगीत जळून खाक होताना तिनं पाहिलं होतं. त्यात एक जण आत अडकून जळून गेला होता म्हणून ती अनेकदा माझ्या पलंगाला दोर बांधून तो पकडून मला दुसऱ्या मजल्यावरील खिडकीतून खाली उडी मारायला लावत असे आणि मला बाहेर पडायला किती वेळ लागतो ते पाहत असे. शेजाऱ्यांना काय वाटत असेल? मला काय वाटत असेल? कदाचित असं की, जीवनात नेहमीच धोके येतात आणि त्यांना सामोरं जाण्यासाठी आपण नेहमी तयार असलं पाहिजे!

आणखी एक - आईचं माझ्यावर प्रेम आहे.

मी बारा वर्षांचा होतो, तेव्हा लेस स्टिअर्स आणि त्यांचं कुटुंब समोरच्या बाजूला राहायला आलं. शेजारीच माझा एक चांगला मित्र जॅकी एमरी राहत होता. एकदा मिस्टर स्टिअर्सनी जॅकीच्या मागच्या अंगणात उंच उडीसाठी खांब लावले. आम्ही दोघंही जास्तीत जास्त साडेचार फूट उंच उडी मारायचो. स्टिअर्स म्हणाले, ''एक दिवस तुम्ही जागतिक विक्रम मोडाल.'' (मला नंतर कळलं की, तेव्हा सहा फूट अकरा इंच हा जागतिक विक्रम होता आणि तो स्टिअर्स यांचाच होता.)

अचानक आई तिथे आली. (तिनं बागकामासाठी वापरतात तशी पँट आणि उन्हाळी ब्लाऊज घातला होता.) मला वाटलं आता संपलं; चांगलीच परीक्षा आहे! काय चाललंय हे तिनं बघितलं; माझ्याकडे आणि जॅकीकडे पाहिलं. ती म्हणाली, ''तो उडीचा बार आणखी वर ने.''

तिनं पायात स्लिपर्स चढवले, तिच्या मार्करपाशी गेली आणि धावत सुटली. तिनं अगदी सहज पाच फूट उडी मारली!

मला आईविषयी इतकं कौतुक कधीच वाटलं नव्हतं.

त्या वेळी आई अगदी भारी वाटली. नंतर मला कळलं की, तीसुद्धा एक दर्दी धावपटू होती.

माझ्या कॉलेजच्या सुरुवातीच्या वर्षातली गोष्ट. माझ्या पायाला खालच्या बाजूला एक मस झाला होता. तो खूप दुखत होता. पायाच्या डॉक्टरनं शस्त्रक्रिया करायला लागेल, असं सांगितलं. ज्याचा अर्थ त्या ऋतूतील धावण्याची शर्यत मी गमावणार, असा होता. आई त्याला एकच शब्द बोलली 'नामंजूर!' ती तडक औषधाच्या दुकानात गेली आणि मस काढून टाकायचं एक औषध घेऊन आली. तिनं ते औषध माझ्या पायाला रोज लावलं. नंतर दर पंधरवड्याला सुरीनं तिनं त्या मसच्या खपल्या काढल्या. हा सिलसिला तो मस संपूर्ण जाईपर्यंत सुरूच राहिला. त्यानंतरच्या वसंत ऋतूमध्ये मी माझ्या धावण्याचा सर्वोत्तम वेग नोंदवला.

माझ्या निरुद्देश भटकण्याबद्दल वडिलांनी जेव्हा मला झापलं, तेव्हा आईची काय प्रतिक्रिया असेल, याबद्दल मला आश्चर्य वाटण्याचं कारण नव्हतं. तिनं तिची पर्स उघडली आणि सहजपणे सात डॉलर पुढे केले. वडिलांना ऐकू जाईल एवढ्या मोठ्या आवाजात ती म्हणाली, ''मला एक लिंबर अपची जोडी घ्यायची आहे.''

माझ्या वडिलांना खिजवायची ही आईची पद्धत होती का की मुलाबद्दल वाटणारं प्रेम की तिचं धावण्यावर आणि ट्रॅकवर असलेलं प्रेम? मला सांगता येणार नाही; पण त्यानं काही बिघडत नाही. शेगडीपाशी किंवा बेसिनपाशी काम करताना, स्वयंपाक बनवताना किंवा भांडी घासताना, धावण्याचे सहा नंबरचे जपानी बूट घातलेली आईची प्रतिमा माझ्या डोळ्यांपुढून हलत नाही.

* * *

कदाचित, आईबरोबर तंटा नको म्हणून मला वडिलांनी एक हजार डॉलर उसनं दिले. या वेळी मात्र बूट लगेच आले.

एप्रिल, १९६४. मी एक ट्रक भाड्यानं घेतला आणि गोदामं असलेल्या भागात गेलो. कस्टम्स खात्यानं मला दहा मोठमोठी खोकी काढून दिली. मी घाईघाईनं घरी आलो. खोकी तळघरात घेऊन गेलो आणि लगेच ती उघडली. प्रत्येक खोक्यात टायगर बुटांच्या तीस जोड्या होत्या. प्रत्येक जोडी सेलोफेनमध्ये गुंडाळलेली होती.

(प्रत्येक जोडीसाठी वेगळा बॉक्स महागात पडला असता). थोड्याच वेळात ते तळघर बुटांनी भरून गेलं. मला ते छान वाटलं. मी त्यांचं निरीक्षण केलं, त्यांच्याशी जरा खेळलो आणि त्यांच्यावर झोपून पाहिलं. नंतर ते बूट बाजूला केले आणि शेगडीपाशी तसंच पिंगपाँगच्या टेबलाखाली नीट रचून ठेवले. आईला कपडे धुताना कोणताही अडथळा येऊ नये, यासाठी वॉशिंग मशिन आणि कपडे वाळवण्याच्या जागेपासून बूट जरा दूरच ठेवले. मी तळघरातच आनंदानं गोल गोल चकरा मारू लागलो.

काही दिवसांनी मियाझाकींचं पत्र आलं, 'हो, *तुम्ही* पश्चिम अमेरिकेत ओनित्सुकाचे वितरक होऊ शकता!'

मला एवढंच हवं होतं. मी त्या अकाउंटिंग कंपनीतली नोकरी सोडली आणि माझ्या वडिलांना धक्का बसला. उलटपक्षी आईला आनंद झाला. त्या वसंत ऋतूमध्ये माझ्या व्हॅलियंट गाडीच्या डिकीमधून बूट विकण्यापलीकडे मी काहीच केलं नाही.

विक्रीची माझी पद्धत सोपी होती आणि मला ती खास वाटायची. खेळाचं सामान विकणाऱ्या एक दोन दुकानदारांनी मला नकार दिला. ('बाळ, जगात आणखी एका ट्रॅक शूची खरंच गरज नाही.') मी पॅसिफिक नॉर्थ वेस्टपर्यंत धावण्याच्या अनेक शर्यतींना गेलो. दोन शर्यतींच्या मधल्या वेळात मी मार्गदर्शकांना, धावपटूंना, चाहत्यांना भेटत असे आणि माझा माल दाखवत असे. प्रत्येक वेळी प्रतिक्रिया एकाच प्रकारची असायची; पण मला इतक्या वेगानं ऑर्डर्स लिहूनही घेता येत नव्हत्या.

पोर्टलँडला परत येताना माझं मलाच या विक्रीकौशल्यातील यशाचं आश्चर्य वाटत असे. मला ज्ञानकोश विकता येत नव्हते आणि त्याचा मला तिरस्कारच वाटत होता. म्युच्युअल फंड विकण्यातली प्रगती जरा बरी होती; पण मला आतून अगदी शून्य, रिकामं वाटायचं. मग बूट विकण्यात वेगळं काय होतं? मग माझ्या लक्षात आलं की, मी बूट विकत नव्हतो, मला धावण्यात रस होता. माझा *विश्वास* होता की, लोक रोज बाहेर पडून एक दोन मैल पळू लागले तर हे जग एकदम मस्त होईल आणि माझी खात्री होती की, हे बूट पळण्यासाठी अगदी योग्य आहेत. माझा विश्वास पाहून लोकांचाही थोडा विश्वास बसेलच.

मला पटलं, विश्वास! विश्वास असणं सर्वांत महत्त्वाचं!

काही लोकांना हे बूट तातडीनं हवे असायचे. इतके की, ते मला पत्र लिहून, फोन करून सांगायचे की, त्यांनी या नव्या टायगर बुटांबद्दल ऐकलं आहे आणि त्यांना ते लगेच हवेच आहेत. मी ताबडतोब पाठवू शकतो का? रोखीचा व्यवहार! प्रयत्न न करताच माझा पत्राद्वारे व्यवसाय सुरू झाला होता.

काही वेळा लोक थेट माझ्या वडिलांच्या घरी यायचे. दर काही दिवसांनी रात्री घराची बेल वाजायची आणि माझे वडील कुरकुरत आरामखुर्चीवरून उठून, टीव्ही बंद करून, 'आता कोण आलंय' म्हणून वैतागायचे. बाहेर दारावर पीळदार स्नायू असलेला एखादा बारीक चणीचा मुलगा डोळ्यांची अस्वस्थ उघडझाप करत उभा असायचा.

तो विचारायचा, 'बक इथेच राहतात का?' माझे वडील स्वयंपाकघरात येत आणि तिथून नोकरांच्या खोलीच्या दिशेनं मला आवाज देत. मी बाहेर येऊन त्या मुलाला आत बोलावत असे, सोफ्यावर बसवत असे आणि खाली वाकून त्याच्या पायाचे माप घेत असे. माझे वडील पँटच्या खिशात हात घालून अत्यंत आश्चर्यानं हा सगळा प्रकार बघत बसायचे.

जे लोक घरी यायचे त्यांनी माझ्याबद्दल इतरांकडून ऐकलेलं असायचं. मित्राचा मित्र वगैरे! पण काही जण माझी जाहिरात बघून येत असत. एका स्थानिक छापखान्यातून मी एक हँडबिल छापून घेतलं होतं. त्यावर मोठ्या अक्षरात लिहिलं होतं, *बुटांच्या जगतात खुशखबर! धावपटूंसाठी बूट तयार करणाऱ्या युरोपियन निर्मात्यांना जपानचे आव्हान!* पुढे लिहिलं होतं, जपानमधील मजुरी कमी असल्यामुळे एक नवीन उत्साही कंपनी हे बूट प्रति जोडी ६.९५ डॉलर इतक्या कमी किमतीला देत आहे! खाली माझा पत्ता आणि फोन नंबर होता. सगळ्या पोर्टलँडमध्ये मी ही पत्रकं पाठवली होती.

४ जुलै १९६४ला माझा पहिला स्टॉक पूर्णपणे संपला. मी टायगर कंपनीकडून आणखी नऊशे जोड्या मागवल्या. त्यासाठी जवळ जवळ तीन हजार डॉलर लागणार होते, त्यामुळे माझ्या वडिलांकडची वरची शिल्लक आणि सहनशक्ती संपून गेली असती! पण त्यांनी जरा नाराजीनंच मला एक हमी पत्र दिलं. ते घेऊन मी नॅशनल बँक ऑफ ओरेगॉनकडे गेलो. केवळ माझ्या वडिलांच्या नावामुळे बँकेनं मला तेवढं कर्ज मंजूर केलं. माझ्या वडिलांच्या प्रतिष्ठेतून अखेर काही तरी फळ मिळत होतं, निदान मला तरी!

एक सन्माननीय संस्था म्हणजे एक कायदेशीर बँक आता माझी भागीदार झाली होती आणि माझ्याकडे एक विकलं जाणारं उत्पादन होतं. मी आता सुटलोच होतो.

खरं म्हणजे त्या बुटांची विक्री इतकी छान होत होती की, मी कॅलिफोर्नियासाठी आणखी एकदोन विक्रेते नेमायचं ठरवलं.

प्रश्न असा होता की, कॅलिफोर्नियाला जायचं कसं? मला विमान भाडं परवडणारं नव्हतं. गाडीनं जाण्याइतका वेळ नव्हता. मग एका आड एक शनिवारी मी टायगरचे बूट भरलेली एक बॅग घेऊन, अंगावर माझा जुना कडक इस्त्रीचा सैनिकी गणवेश चढवायचो आणि स्थानिक विमानतळावर जायचो. माझा गणवेश पाहून मिलिटरी पोलीस मला काहीही न विचारता सॅन फ्रान्सिस्को किंवा लॉस एंजलिसला जाणाऱ्या पुढच्या सैनिकी विमानात चढू देत असत. लॉस एंजलिसला गेल्यावर स्टॅनफर्डपासूनचा माझा जुना चांगला मित्र चक केलकडे राहून मी आणखी पैसे वाचवत असे. मी जेव्हा स्टॅनफर्डला उद्योजकतेच्या वर्गात, धावण्याच्या बुटांवरचा प्रबंध सादर केला होता, तेव्हा याच केलनं मला प्रामाणिकपणे पाठिंबा दर्शवला होता.

शनिवार-रविवार लॉस एंजलिसला जात असताना एकदा ऑक्सिडेंटल कॉलेजमध्ये एका धावण्याच्या शर्यतीला मी हजर होतो. नेहमीप्रमाणे मैदानातल्या हिरवळीवर माझ्या बुटांची जादू बघत मी उभा होतो. तेवढ्यात एक माणूस जवळ आला आणि त्यानं

आपला हात पुढे केला. चमकणारे डोळे, देखणा चेहरा - खूपच देखणा; पण थोडा दुःखी चेहरा! त्याच्या मुद्रेत एक शांतपणा होता; पण डोळ्यात वेदनेची थोडी झाक होती. मला काहीसं आठवत होतं. तो म्हणाला, ''फिल'' मी म्हणालो, ''हो.'' तो म्हणाला, ''मी जेफ जॉन्सन.''

अर्थात तो जॉन्सनच होता! मी त्याला स्टॅनफर्डपासून ओळखत होतो. तो एक धावपटू होता, एक मैलाची शर्यत बऱ्यापैकी पळायचा. आम्ही अनेक खुल्या सामन्यांमध्ये एकमेकांबरोबर स्पर्धाही केली होती. काही वेळा शर्यत झाल्यावर तो, मी आणि केल एकत्र जेवायला जायचो. मी म्हटलं, ''हाय जेफ! कुठे असतोस सध्या?'' तो म्हणाला, ''कॉलेजमध्ये मानववंश शास्त्र शिकतो आहे.'' त्याला एक सामाजिक कार्यकर्ता व्हायचं होतं. मी भुवया उंचावत म्हणालो, ''गंमत करतो आहेस का?'' जॉन्सन सामाजिक कार्यकर्त्यासारखा वाटत नव्हता. मादक द्रव्यांच्या आहारी गेलेल्यांना समुपदेशन करणाऱ्या, अनाथांची सोय करणाऱ्या जॉन्सनची मी कल्पना करू शकत नव्हतो आणि तो मानववंश शास्त्रज्ञ दिसतच नव्हता. न्यू गिनीमध्ये मानवभक्षक आदिवासींशी बोलणारा, ॲनासाझी लोकांच्या कॅम्पमध्ये मडकी बनवण्यासाठी, टूथब्रश घेऊन बकरीच्या शेणातून काटक्या शोधणारा जॉन्सन माझ्या कल्पनेच्या बाहेर होता.

पण तो म्हणाला की, हे सगळं तो इतर दिवशी करत असे. शनिवार, रविवारी मात्र तो आपलं आवडतं काम म्हणजे बूट विकण्याचं काम करायचा. मी म्हणालो, ''नाही! नाही!'' तो म्हणाला, ''आदिदास!''

मी म्हटलं, ''सोडून दे आदिदास! तू माझ्यासाठी काम कर, मला हे धावण्याचे जपानी बूट विकायला मदत कर.''

मी त्याला टायगरची एक जोडी दिली. त्याला माझ्या जपानच्या ट्रिपबद्दल, ओनित्सुकाबरोबरच्या बैठकीबद्दल सांगितलं. त्यानं ते बूट वाकवून पाहिले, त्याचा तळ तपासला. तो म्हणाला, ''छान आहेत.'' त्याला त्या बुटांनी भुरळ घातली होती; पण नाही. तो म्हणाला, ''मी लग्न करत आहे आणि आता या वेळी मला नवीन फंदात पडायचं नाही.''

मी त्याचा नकार मनावर घेतला नाही. अनेक महिन्यांनी प्रथमच मला *नकार* ऐकू आला होता.

आयुष्य छान, मस्त चाललं होतं. मला एक मैत्रीणही मिळाली होती; पण माझ्याकडे तिच्यासाठी फारसा वेळ नव्हता. मी खुशीत होतो, आतापर्यंत सर्वांत जास्त खुशीत होतो; पण असं सुख धोकादायक असू शकतं. त्यातून मन सुस्त होतं म्हणूनच मला ते धक्कादायक पत्र आलं, तेव्हा माझ्या मनाची तयारी नव्हती.

ते पत्र पूर्व अमेरिकेतील कुठल्या तरी गावातल्या एका शाळेच्या कुस्तीच्या कोचनं मला लिहिलं होतं. लाँग आयलंडमधील व्हॅली स्ट्रीम, मासापेक्वा की मॅनहॅसेट अशा कुठल्या लहानशा गावातून ते पत्र आलं होतं. त्या पत्रातला मजकूर समजण्यासाठी

मला ते दोनदा वाचावं लागलं. त्या कोचनं लिहिलं होतं की, नुकताच तो जपानला जाऊन आला होता. त्यानं ओनित्सुकाच्या उच्च अधिकाऱ्यांची भेट घेतली होती आणि त्यांनी अमेरिकेसाठी वितरक म्हणून त्याची एकट्याचीच नेमणूक केली होती. मी इथे टायगर बूट विकतो, हे त्याच्या कानावर आलं होतं. त्याच्या मते मी चोरून बूट विकत होतो आणि आता मी हे थांबवायला हवं होतं!

मी धडधडत्या हृदयानं माझ्या मामेभावाला – डग हाउझरला फोन केला. तो स्टॅनफर्ड लॉ कॉलेजचा पदवीधर होता आणि गावातल्या एका मोठ्या कंपनीत काम करत होता. मी त्याला, हा कोण मॅनहॅसेट होता, त्याकडे लक्ष घालायला सांगितलं. तो काय करू शकत होता ते बघायला आणि त्याला एक पत्र लिहायला सांगितलं. हाउझर म्हणाला, ''पत्रात काय लिहू?'' मी म्हटलं, ''ब्लू रिबनच्या व्यवसायात ढवळाढवळ केल्यास ताबडतोब कायदेशीर कारवाई केली जाईल, असं लिही.''

माझा 'धंदा' सुरू होऊन दोन महिनं झाले होते आणि लगेच कायद्याची लढाई उभी राहिली होती. स्वतः अगदी खुशीत आलो होतो ना! घ्या आता!

मी तातडीनं ओनित्सुकाला एक पत्र लिहिलं. *महोदय, मॅनहॅसेट न्यू यॉर्कमधून एका व्यक्तीकडून आलेल्या पत्रामुळे मी फार व्यथित झालो आहे, तो म्हणतो आहे...*

मी उत्तराची वाट पाहिली.

खूप वाट पाहिली.

पुन्हा पत्र लिहिलं.

नानी मो!

काहीही प्रतिसाद नाही!

हाउझरनं शोध घेतला. त्याला समजलं की, मॅनहॅसेट ही एक मोठी व्यक्ती होती. शाळेचा कुस्तीचा कोच व्हायच्या आधी तो एक मॉडेल म्हणून काम करत होता. मार्लबोरोच्या मूळ जाहिरातीतील मॉडेल! फारच उमदं व्यक्तिमत्त्व! मला वाटलं फार छान! एका सुप्रसिद्ध अमेरिकन काउबॉयबरोबर आपली लढत!

मी खोल निराशेच्या गर्तेत सापडलो. मी खूप चिडखोर बनलो, मला कुणी विचारेना, मैत्रीणही सोडून गेली. रोज रात्री मी जेवताना आईनं ताटात वाढलेलं अन्न उगाच चिवडत बसायचो. नंतर वडिलांबरोबर त्या कोपऱ्यात खिन्नपणे टीव्ही पाहत बसायचो. वडील म्हणायचे, ''बक, तुला डोक्यात कुणी तरी काठी घातल्यासारखा दिसतो आहेस. बस कर हे!''

पण मला ते जमेना! मला सारखी ती ओनित्सुकाबरोबरची बैठक आठवत होती. त्या अधिकाऱ्यांनी मला किती केई, किती आदर दाखवला होता. त्यांनी मला वाकून नमस्कार केला आणि मीही वाकलो होतो. बहुतेक प्रसंगी मी त्यांच्याशी अगदी सरळ बोललो होतो, प्रामाणिक वागत होतो. ठीक आहे की, 'तांत्रिकदृष्ट्या' तेव्हा

माझ्याकडे 'ब्लू रिबन' नावाची कंपनी नव्हती; पण उगीच त्या गोष्टीचा कीस आता का काढायचा? आता माझी कंपनी चालू होती, मी एकट्यानं पश्चिम किनाऱ्यावर टायगर बुटांसाठी एक बाजारपेठ निर्माण केली होती. ओनित्सुकानं मला थोडी संधी दिली, तर मी टायगरचा धंदा दहा पट वाढवला असता; पण ही कंपनी मलाच उलटं बाहेर काढत होती! त्या मार्लबोरोच्या माणसासाठी मला दूर ढकलत होती? जिथे संधी आहे तिकडे तुम्ही या ना!

* * *

उन्हाळा संपत आला तरी मला ओनित्सुकाकडून काहीच पत्र आलं नव्हतं आणि मी बूट विकण्याची कल्पना जवळ जवळ सोडून दिली होती; पण लेबर डेच्या दिवशी माझं मन बदललं. मी हे सोडून देऊ शकत नव्हतो, अजून तरी नाही आणि त्याचा अर्थ म्हणजे पुन्हा एकदा जपानला चक्कर मारावी लागणार. मला ओनित्सुकाबरोबर या गोष्टीचा छडा लावायलाच हवा होता.

मी वडिलांना हे बोलून दाखवलं. त्यांना माझं हे बूट प्रकरण पसंत नव्हतं; पण आपल्या मुलाला कोणी असं वागवतं, ही कल्पना त्यांना अस्वस्थ करत होती. भुवया वक्र करत ते म्हणाले, ''कदाचित, तू जायला हवंस.''

मी आईशीही बोललो. ती म्हणाली, ''त्यात कदाचितचा प्रश्नच नाही.''

आणि खरं म्हणजे ती मला विमानतळावर सोडायलाही आली होती.

पन्नास वर्षांनी मला आम्ही दोघे त्या गाडीतून जात होतो ते चांगलं आठवतं. अगदी बारीकसारीक तपशील आठवतात. त्या दिवशी छान स्वच्छ ऊन होतं, वातावरण फारसं दमट नव्हतं, ८०च्या घरात तापमान असेल. बऱ्याचदा तिचं गप्प बसणं मला वेडं करत असे तशी ती गप्प होती. गाडीच्या काचेवर खेळणारा सूर्यप्रकाश बघत आम्ही दोघंही मूकपणे बसलो होतो. मी काही तरी बोलावं म्हणून मनाची तयारी करत होतो आणि तिला माझी मनःस्थिती कळत होती. अडचणीच्या वेळी एकमेकात जेवढं अंतर ठेवायला पाहिजे, तेवढं ती ठेवत होती.

विमानतळ जवळ आलं, तेव्हा तिनं शांततेचा भंग केला. ''बक, नेहमीसारखं वाग.''

मी खिडकीतून बाहेर पाहिलं. स्वतःसारखं? खरंच? माझ्यापुढे तोच पर्याय होता का? *स्वतःचा अभ्यास करणं म्हणजे स्वतःला विसरणं!*

मी स्वतःकडे पाहिलं. निश्चितच मी नेहमीचे कपडे घातले नव्हते. मी काळसर करड्या रंगाचा नवा सूट घातला होता. बरोबर एक लहान सूटकेस होती. तिच्या बाजूच्या कप्प्यात एक नवीन पुस्तक होतं : *जपानी लोकांबरोबर कसा धंदा करावा?* त्याबद्दल मी कसं आणि कधी ऐकलं होतं कोण जाणे! आणखी एक शेवटचं आठवलं

की, मला गंमत वाटते. मी काळ्या रंगाची एक बोलर हॅटही घातली होती. अशा हॅटमुळे मी वयानं मोठा दिसतो, या कल्पनेपोटी मी मुद्दाम जपानच्या ट्रिपसाठी ही खास हॅट घेतली होती. खरं म्हणजे त्या हॅटमुळे मी चक्रम दिसत होतो, अगदी ठार वेडपट! मॅग्रिटच्या चित्रात व्हिक्टोरियन काळात वेड्यांच्या इस्पितळातून पळालेला वेडा दाखवतात ना तसा वेडा!

* * *

विमान प्रवासात मी *त्या* पुस्तकाचं पारायण करत वेळ घालवला. डोळे दुखायला लागले की, मी पुस्तक बंद करून खिडकीबाहेर बघायचो. मी स्वतःशीच बोलत, स्वतःची तयारी करत होतो. मी स्वतःला बजावलं की, आपण दुखावलो आहोत, अन्याय झाला आहे, अशा भावना दूर ठेवायच्या. कारण, त्यामुळे अधिकच भावनाशील व्हायला होतं आणि विचार अस्पष्ट होतात. इथे भावनाशीलता घातक ठरेल. मला शांत राहायला पाहिजे.

ओरेगॉनमधील धावण्याचे दिवस मला आठवले. माझ्यापेक्षा कितीतरी सुदृढ, वेगवान लोकांशी मी स्पर्धा केली होती. त्यातले काही नंतर ऑलिंपिक चॅम्पियनही झाले, तरीही ही कटू आठवण विसरण्यासाठी मी स्वतःला तयार केलं होतं. लोक गृहीतच धरतात की, स्पर्धा असणे चांगले. कारण, त्यामुळे माणसातील उत्तम गुण बाहेर येतात; पण जे लोक स्पर्धा विसरू शकतात, त्यांच्याबाबतीत हे खरं असतं. मी धावण्याच्या शर्यतीतून शिकलो होतो की, स्पर्धेची कला म्हणजे झालं गेलं विसरण्याची कला! आता मला तेच आठवत होतं. तुम्ही तुमच्या मर्यादा विसरायला हव्यात; तुमच्या शंका, वेदना, भूतकाळ विसरायला हवा. 'एक पाऊलही पुढे टाकू नकोस!' असं ओरडून सांगणारा आतला आवाज विसरायला हवा आणि जेव्हा विसरणं शक्य नसतं, तेव्हा त्याच्याबरोबर तडजोड करायला हवी. मला अनेक शर्यती आठवल्या जिथे मन एक सांगत होतं आणि शरीर काही दुसरंच बोलत होतं. अनेक राउंड झाल्यावर मी शरीराला सांगत असे, 'तुझ्या बोलण्यात तथ्य आहे; पण तरीही पुढे जायलाच पाहिजे.'

आतल्या आवाजाशी किती तरी वेळा तडजोड केली, तरीही मला ते कौशल्य सहजपणे जमलं नव्हतं आणि आता तर सरावही नव्हता. विमान हनेडा विमानतळावर उतरत असताना मी स्वतःला बजावलं की, ते जुनं कौशल्य मला परत आणावंच लागेल नाहीतर हार निश्चित आहे.

पण हारण्याची कल्पना मला सहन होत नव्हती.

१९६४च्या ऑलिंपिक स्पर्धा जपानमध्ये होऊ घातल्या होत्या, त्यामुळे मला कोबेमध्ये रास्त दर असलेली अनेक नवीन हॉटेल्स राहण्यासाठी उपलब्ध होती. मला न्यू पोर्ट इथे लगेच एक खोली मिळाली, तिथे वरच्या मजल्यावर एक फिरतं रेस्टॉरंट होतं. अमेरिकेत

ग्रेट नॉर्थ वेस्टमध्ये स्पेस नीडल होतं, तसंच हे रेस्टॉरंट. ते पाहून मला थोडं बरं वाटलं. बॅगा उघडण्याआधी मी ओनित्सुकाला फोन करून एक निरोप ठेवला, *मी आलो आहे आणि मला भेटायचं आहे.*

मी पलंगाच्या टोकाला बसून फोनकडे बघत राहिलो.

अखेर फोन वाजला. छानशा आवाजातल्या एका सेक्रेटरीनं सांगितलं की, कामकाजासंबंधी यापूर्वी माझ्याशी बोलणारे ओनित्सुकामधले मिस्टर मियाझाकी आता तिथे काम करत नव्हते. चिन्ह फारसं चांगलं नव्हतं. त्यांच्या जागी आलेल्या मोरिमोटोंना, मी कंपनीत येऊन भेटावं, असं वाटत नव्हतं. हे आणखीनच दुश्चिन्ह! पण ती म्हणाली की, मोरिमोटो मला माझ्या हॉटेलच्या फिरत्या उपाहारगृहात उद्या सकाळी चहापानासाठी भेटतील.

मी लवकर आडवा झालो; पण नीट झोप लागली नाही. एखादी मोठी शर्यत, परीक्षा किंवा डेट असताना आदल्या दिवशी कोणी तरी माझा पाठलाग करतंय..., तुरुंग, मारामारी अशी स्वप्नं मला पडायची. मी पहाटेच उठलो. गरम भात, थोडे भाजलेले मासे, एक कच्चे अंडे आणि ग्रीन चहाचा एक कप असा नाश्ता केला. त्यानंतर, *जपानी लोकांबरोबर धंदा कसा करायचा,* या पुस्तकातील परिच्छेद आठवून मी कशीबशी दाढी केली. एक-दोनदा मला ब्लेड लागलं आणि रक्तही आलं. माझा अगदी अवतार झाला असावा. अखेर मी सूट चढवला आणि कसाबसा लिफ्टपर्यंत गेलो. वरच्या मजल्याचं बटण दाबताना बोटं पांढरी फटक पडल्याचं माझ्या लक्षात आलं.

मोरिमोटो वेळेवर आले. ते माझ्याच वयाचे असावेत; पण ते अधिक परिपक्व आणि आत्मविश्वासपूर्ण वाटत होते. त्यांनी एक सुरकुतलेला स्पोर्ट्सचा कोट घातला होता. आम्ही खिडकीजवळच्या एका टेबलावर बसलो. लगेचच एक वेटर ऑर्डर घ्यायला आला. मी बोलायला सुरुवात केली. जे बोलायचं नाही, असं ठरवलं होतं ते सगळं तोंडातून बाहेर पडलं. मार्लबोरोच्या माणसानं माझ्या प्रांतात घुसखोरी केल्यामुळे मला किती त्रास झाला, हे मी मोरिमोटोला सांगितलं. मागच्या वर्षी माझ्या मते ओनित्सुकाच्या अधिकाऱ्यांशी मी कसं चांगलं नातं जोडलं होतं, हे त्यांना सांगितलं. शिवाय मियाझाकींनी पश्चिम अमेरिकेतली तेरा राज्यं मला बहाल केल्याचं पत्र तेच सिद्ध करत होतं, त्यामुळे आता हे असं का हे मला कळत नव्हतं. मी मोरिमोटोंच्या न्याय्यदृष्टीला, प्रतिष्ठेला आवाहन करत होतो. ते जरा अस्वस्थ दिसले, तेव्हा मी एक दीर्घ श्वास घेतला, थोडं थांबलो. मी व्यक्तिगत मुद्द्यावरून व्यावसायिक मुद्द्यावर आलो. मी किती छान विक्री केली आहे, ते सांगितलं. पॅसिफिक महासागराच्या पलीकडेही ज्याची कीर्ती पोहोचली होती, त्या माझ्या महान कोचचं, माझ्या भागीदाराचं नाव घ्यायचं मी टाळलं. मला संधी दिली, तर ओनित्सुकासाठी काय काय करेन, ते सांगितलं.

मोरिमोटोनी चहाचा एक घोट घेतला. माझं बोलणं संपल्याची खात्री पटल्यावर त्यांनी कप खाली ठेवला आणि खिडकीतून बाहेर बघितलं. हळूहळू कोबे आमच्या भोवती फिरत होतं. ते म्हणाले, ''आम्ही तुम्हाला कळवतो.''

अजून एक अस्वस्थ रात्र गेली. मी अनेकदा उठलो, खिडकीपाशी गेलो. तिथून कोबेच्या गडद जांभळ्या बंदरावर नाचणाऱ्या बोटी पाहिल्या. 'छान जागा आहे,' असं माझ्या मनात आलं; पण अरेरे! हे सौंदर्य माझ्यासाठी नाही! जेव्हा हार होते, तेव्हा सौंदर्य लुप्त होतं आणि मला तर इथे मोठीच हार दिसत होती.

मला माहीत होतं की, सकाळी मोरिमोटो मला म्हणणार की, सॉरी, यामध्ये व्यक्तिगत काहीही नसून, हा केवळ एक व्यवसाय आहे, त्यामुळेच त्या मार्लबोरोवाल्या माणसाबरोबर ते टिकून राहणार होते.

सकाळी ९ वाजता पलंगा शेजारचा फोन खणखणला. एक माणूस म्हणाला, "मिस्टर ओनित्सुका – *स्वतः* ओनित्सुकांना तुम्हाला भेटायची इच्छा आहे."

मी लगेच सूट घातला आणि टॅक्सी करून ओनित्सुकाच्या मुख्य कार्यालयात गेलो. त्या परिचित खोलीत, त्याच कॉन्फरन्स रूममध्ये मोरिमोटोंनी मला मध्यभागी खुर्चीवर बसायची खूण केली. या वेळी मधल्या खुर्चीवर बसवलं – टोकाला नाही! आता केई किंवा तो आदर दिसला नाही. हळूहळू इतर अधिकारी त्या खोलीत आले. मोरिमोटो माझ्याकडे बघत होते. सगळे जण जमल्यावर माझ्याकडे बघून मोरिमोटो म्हणाले, *'हाइ'*.

मी बोलायला सुरुवात केली. काल जे काही बोललो होतो, तेच मुख्यतः पुन्हा सांगत होतो. माझा आवाज वर जात होता, माझं बोलणं संपत आलं होतं, तेवढ्यात सगळ्यांचे डोळे दाराकडे वळले आणि मी माझं वाक्य अर्धवटच सोडलं. खोलीचं तापमान दहा अंशानं खाली आलं. त्या कंपनीचे संस्थापक ओनित्सुका आले होते.

गडद निळा इटालियन सूट, जाड गालिचासारखे काळे केस असलेले ओनित्सुका खोलीत आल्याबरोबर वातावरण आदरयुक्त भीतीनं भरून गेलं. त्यांचा चेहरा मात्र निर्विकार होता. एवढी ताकद, संपत्ती असूनही त्यांचं वागणं आदबशीर होतं. ते हळूहळू चालत पुढे आले. ते सर्वांचे बॉस होते, बुटांच्या साम्राज्याचे अधिपती होते, असा कुणाला मागमूसही लागला नसता. ओनित्सुका प्रत्येक अधिकाऱ्याच्या नजरेला नजर देत टेबलाजवळून आपल्या खुर्चीकडे येत होते. अखेर ते माझ्यापाशी पोहोचले. आम्ही एकमेकांना वाकून नमस्कार केला, हस्तांदोलन केलं. ते टेबलाच्या अग्रस्थानी बसले. मोरिमोटोंनी माझ्या येण्याचं कारण स्पष्ट करायचा प्रयत्न केला. ओनित्सुकांनी त्यांना मध्येच थांबवलं.

कोणतीही औपचारिक सुरुवात न करता मोठ्या तळमळीनं ते एक दीर्घ स्वगत बोलू लागले. ओनित्सुका म्हणाले, "काही दिवसांपूर्वी त्यांना एक स्वप्न पडलं होतं, भविष्याचं सुंदर स्वप्न!" ते म्हणाले, "यापुढे जगात सगळे जण नेहमीच खेळाचे बूट वापरतील. मला वाटतं तो दिवस जवळ आला आहे." त्यांनी माझ्यावर नजर रोखली. ते हसले, मीही हसलो. त्यांनी दोनदा डोळे बारीक केले. हळू आवाजात ते म्हणाले, "तुम्ही मला माझ्या लहानपणची आठवण करून देता." माझ्या डोळ्यांत क्षणभर बघून ते मोरिमोटोकडे वळले. "हा तेरा राज्यांचा प्रश्न आहे?" मोरिमोटो म्हणाले, "होय."

ओनित्सुका म्हणाले, ''हं, हं...!'' त्यांनी काही क्षण डोळे मिटले. ते ध्यान करत असावेत. पुन्हा माझ्याकडे वळून ते म्हणाले, ''ठीक आहे, ही तेरा राज्ये तुम्हाला!''

ते म्हणाले की, तो मार्लबोरोवाला माणूस देशात त्यांचे बूट विकू शकतो; परंतु तो धावण्याचे बूट फक्त पूर्वेकडील राज्यातच विकेल.

ओनित्सुका स्वतः त्या मार्लबोरो माणसाला पत्र लिहून हा निर्णय कळवणार होते.

ओनित्सुका उठले, मी उठलो, खोलीतले सगळेच उठले. आम्ही सर्वांनी वाकून नमस्कार केला. ते खोलीतून बाहेर गेले.

कॉन्फरन्स रूममध्ये उरलेल्या सगळ्यांनी श्वास सोडला. मोरिमोटो म्हणाले, ''मग, आता ठरलं आहे!''

ते म्हणाले, ''एका वर्षानं पुन्हा आढावा घेतला जाईल.''

मी मोरिमोटोंचे आभार मानले. ओनित्सुकांचा विश्वास मी सार्थ करेन, याची त्यांना खात्री दिली. प्रत्येकापुढे वाकून मी खोलीतल्या सर्वांशी हस्तांदोलन केलं. मोरिमोटोंचा हात जरा जोरातच दाबला. मग मी सेक्रेटरीबरोबर एका बाजूच्या खोलीत गेलो. तिथे काही करारांवर सह्या केल्या आणि मग एकदम पस्तीसशे डॉलरच्या बुटांची ऑर्डर दिली.

मी धावतच माझ्या हॉटेलवर आलो. अर्ध्या वाटेवर, मी एखाद्या नर्तकप्रमाणे हवेत उड्या मारू लागलो. मी किनाऱ्यालगत एका कठड्याला रेललो आणि बंदराकडे बघत राहिलो. आता मला त्याचं सौंदर्य पूर्णपणे जाणवत होतं. वाऱ्यावर डुलणाऱ्या काही बोटी दिसल्यावर मला वाटलं की, आपणही अशी एक बोट भाड्यानं घ्यावी. मी त्या बोटीत बसून खाडीत एक सैर करू शकेन. तासाभरानंतर मी खरंच एका बोटीच्या टोकाला उभा होतो, डोक्याला वारं लागत होतं, सूर्यास्ताच्या दिशेनं बोट वल्हवत होतो आणि मला स्वतःबद्दल खूप छान वाटत होतं.

दुसऱ्या दिवशी मी टोक्योला जाणारी गाडी पकडली. आता खरोखरच ढगात जायची वेळ आली होती.

सगळ्या गाइडमध्ये लिहिलं होतं की, फूजी पर्वतावर रात्री चढाई करावी. त्यांच्या म्हणण्याप्रमाणे चढून गेलं की, शिखरावरून सूर्योदय पाहता येतो म्हणून मी संध्याकाळीच फूजीच्या पायथ्याशी येऊन दाखल झालो. दिवसभर जरा दमट होतं; पण आता हवा थोडी थंड होती. मी बर्म्युडा हाफ पँट, टी शर्ट आणि टायगर बूट घातले होते; पण आता मी त्या पोशाखाबाबत विचारात पडलो. वरून एक माणूस रबरी कोट घालून खाली येताना दिसला. मी त्याला थांबवून त्या कोटासाठी तीन डॉलर देऊ केले. त्यानं माझ्याकडे पाहिलं, कोटावर नजर टाकली आणि मान डोलावली.

मला जपानमध्ये आता सगळीकडे सौदा करायला जमत होतं!

रात्र होताच शेकडो पर्यटक आणि स्थानिक लोक तिथे आले आणि डोंगर चढू लागले. सगळ्यांच्या हातात छोट्या घंटा लावलेल्या लाकडी काठ्या मला दिसत होत्या. मी त्याविषयी एका वृद्ध ब्रिटिश जोडप्याला विचारलं. ती स्त्री म्हणाली, ''त्यामुळे दुष्ट शक्ती दूर राहतात.''

मी विचारलं, ''वर डोंगरावर *दुष्ट शक्ती* आहेत?''

''असं म्हणतात खरं!''

मीही एक काठी विकत घेतली.

मग मला रस्त्याच्या बाजूला एका दुकानात लोक गवती बूट खरेदी करताना दिसले. त्या ब्रिटिश महिलेनं सांगितलं, ''फूजी हा एक जागृत ज्वालामुखी आहे आणि त्याची राख आणि धूर यामुळे चांगले बूट खराब होतात म्हणून चढाई करताना लोक गवती सँडल्स घालतात.''

मी सँडल्सही घातले.

ते फार चांगले नव्हते; पण निदान पायात बरोबर बसत होते. मी पुढे निघालो.

आमचा गाइड म्हणाला की, फूजीवरून उतरायचे अनेक रस्ते आहेत; पण चढायचा रस्ता एकच आहे. मला वाटलं की, हाही जीवनातला एक धडा आहे. वाटेवर अनेक भाषांमध्ये फलक होते आणि त्यावर लिहिलं होतं की, शिखरावर पोहोचण्याआधी नऊ थांबे आहेत. प्रत्येक ठिकाणी खाण्याची आणि विश्रांतींची व्यवस्था आहे. दोन तासांत मला अनेकदा तीन नंबरचा थांबा लागला. हे जपानी लोक वेगळ्या प्रकारे आकडे मोजतात का? मनात एक धक्का बसला; हे लोक पश्चिमेतली तेरा राज्ये म्हणजे तीनच राज्ये तर समजत नसतील ना?

सात नंबरच्या थांब्यावर मी जरा थांबलो. नूडल्सच्या वाटीबरोबर एक जपानी बिअर घेतली. रात्रीच्या जेवणाच्या वेळी मी आणखी एका जोडीबरोबर गप्पा मारू लागलो. ते दोघे अमेरिकन तरुण विद्यार्थी होते, बहुधा माझ्यापेक्षा लहान होते. तो जरा जास्तच उत्साही होता. ईस्टरच्या अंड्यासारखा रंग, गोल्फसाठी घालतात तशी पँट, टेनिसचा शर्ट आणि कमरेला कापडी पट्टा असा त्याचा अवतार होता. ती अगदीच बिटनिक होती, फाटलेली जीन्स, फिकुटलेला टी शर्ट आणि दाट काळे केस अशा अवतारातल्या त्या मुलीचे डोळे काळसर तपकिरी होते, एक्स्प्रेसो कॉफीसारखे.

दोघेही चढामुळे घामाघूम झाले होते. मी थकलेला दिसत नव्हतो, असं ते म्हणाले. खांदे उडवत त्यांना सांगितलं की, 'मी ओरेगॉनला धावण्याच्या स्पर्धांत भाग घेतो – अर्ध्या मैलाची शर्यत' तो तरुण चकित झाला. त्याची मैत्रीण म्हणाली, ''वॉव!'' आम्ही बिअर संपवली आणि पुन्हा बरोबरच चढायला लागलो.

तिचं नाव सारा होतं. ती मेरीलँडहून आली होती. घोड्यांचा देश, ती म्हणाली. माझ्या मनात आलं म्हणजे श्रीमंत देश! ती घोडेस्वारी करत, हॉर्स जंपिंग करत मोठी झाली होती. तिचा बहुतेक वेळ खोगिरावर बसून घोड्यांच्या रिंगणात जात असे. घोडे आणि तट्टू जवळचे मित्र असल्यासारखी ती भरभरून बोलत होती.

तिच्या कुटुंबाविषयी मी विचारलं. ती म्हणाली, ''डॅडींची एक कँडी बार बनवण्याची कंपनी आहे.'' ते नाव ऐकल्यावर मला हसू आलं. मी अनेकदा शर्यतीच्या आधी त्या कंपनीच्या गोळ्या चघळायचो. ती म्हणाली की, तिच्या आजोबांनी कंपनी सुरू केली होती; पण ती लगेच म्हणाली की, तिला पैसा, संपत्तीमध्ये रस नव्हता.

मला तिच्या मित्राच्या कपाळावर पुन्हा पडलेल्या आठ्या दिसल्या.

ती कनेक्टिकटमध्ये मुलींच्या कॉलेजात तत्त्वज्ञानाचा अभ्यास करत होती. ती नरमाईच्या सुरात म्हणाली, ''फारसं मोठं कॉलेज नाही.'' तिला स्मिथ कॉलेजमध्ये जायचं होतं; तिथे तिची बहीण वरच्या वर्गात होती; पण तिला प्रवेश मिळू शकला नव्हता.

मी म्हटलं, ''तुला प्रवेश मिळाला नाही, याचं अजूनही वाईट वाटतंय, असं दिसतंय.''

ती म्हणाली, ''प्रवेशाच्या अटींच्या जवळपासही मी नव्हते.''

मी म्हटलं, ''असा नकार मनाला लागतो.''

''हो ना!''

तिचा आवाज जरा वेगळाच होता. काही शब्द ती वेगळ्याच प्रकारे उच्चारत असे. ते मेरिलँडचे उच्चार आहेत की तिच्या बोलण्यातच खोट आहे, हे मला कळत नव्हतं. काही असो, जे काही होतं ते छान होतं.

तिनं मला जपानला येण्याचं कारण विचारलं. मी सांगितलं की, माझ्या बुटाच्या कंपनीला वाचवण्यासाठी आलो आहे. ती म्हणाली, *''तुझी कंपनी?''* तिच्या डोळ्यांसमोर अर्थातच तिच्या कुटुंबाच्या कंपनीचे संस्थापक, उद्योगप्रमुख यांचे चेहरे आले असावेत. मी म्हटलं, ''हो, माझी कंपनी!'' तिनं विचारलं, ''मग, तू वाचवलीस का कंपनी?'' मी म्हटलं, ''हो, वाचवलीच!'' ती म्हणाली, ''आमच्याकडची सगळी मुलं व्यवसाय शिक्षण घेतात; पण त्यांना बँकर व्हायचं असतं.'' डोळे फिरवून ती म्हणाली, ''सगळे जण तेच तेच करतात; किती कंटाळवाणं आहे ना?''

मी म्हटलं, ''मला कंटाळा आवडत नाही.''

''ओह! म्हणजे तू बंडखोर आहेस!''

मी चढता चढता मध्येच थांबलो. माझी चालण्याची काठी जमिनीवर रोवून मनात म्हटलं, 'मी, आणि बंडखोर?' माझा चेहरा फुलला.

आम्ही शिखराजवळ येऊ लागलो, तसा रस्ता अरुंद होऊ लागला. मी म्हटलं की, मला हिमालयातला एक ट्रेक आठवला. सारा आणि तिचा मित्र माझ्याकडे बघू लागले, *''हिमालय?''* आता मात्र ती नक्कीच प्रभावित झाली होती आणि तो जरा खट्टू झाला होता. शिखर दिसू लागलं आणि चढण आणखीच अवघड आणि धोक्याची होऊ लागली. तिनं माझा हात धरला. तिचा मित्र सगळ्यांना ऐकू जाईल, अशा स्वरात ओरडून म्हणाला, ''जपानमध्ये एक म्हण आहे, शहाणा माणूस फूजी पर्वतावर एकदाच चढतो, वेडा माणूस दुसऱ्यांदा चढायला जातो.''

कुणीच हसलं नाही. मला त्याच्या ईस्टर एगसारख्या दिसणाऱ्या कपड्यांकडे बघून हसायचं होतं.

वर गेल्यावर आम्हाला टोरी लाकडाचा एक मोठा दरवाजा दिसला. आम्ही तिथेच बाजूला सूर्योदयाची वाट पाहत बसलो. हवा जरा विचित्रच होती. खूप काळोख नव्हता किंवा उजेडही नव्हता. तेवढ्यात क्षितिजावर सूर्य वर आला. सारा आणि तिच्या मित्राला मी सांगितलं की, जपानी लोक या जगाच्या आणि पारलौकिक जगाच्या सीमेवर – त्या पवित्र ठिकाणी टोरीचे दरवाजे बसवतात. मी म्हटलं, ''जेव्हा तुम्ही या मर्त्य जगातून पवित्र भूमीत प्रवेश करता, तेव्हा टोरी लाकडाचा दरवाजा लागतो.'' साराला हे पटलं. मी तिला सांगितलं की, पर्वतही *वाहत* असतात, यावर झेन गुरूंचा विश्वास होता; पण आपल्या मर्यादित संवेदनांमुळे ते आपल्याला जाणवत नाही. त्या क्षणी आम्हाला खरोखरच वाटलं की, आपण एका मोठ्या लाटेवर आरूढ आहोत आणि फूजी खरोखरच प्रवाहित झाला आहे.

चढताना बराच त्रास झाला; पण उतरताना फारसे प्रयास पडले नाहीत आणि फार वेळही लागला नाही. खाली आल्यावर मी साराचा आणि त्या ईस्टर एगचा वाकून निरोप घेतला. *'योरोशिकु ने!'* भेटून छान वाटलं! सारानं विचारलं, ''तू आता कुठे जाणार?'' मी म्हटलं, ''मला वाटतं की, मी आज हाकोनं इन इथे उतरणार आहे.'' ती म्हणाली, ''मग, मीही तुझ्याबरोबर येते.''

मी एक पाऊल मागे झालो. मी तिच्या मित्राकडे बघितलं; तो चिडला होता. मग माझ्या लक्षात आलं की, तो तिचा बॉयफ्रेंड नव्हता; हॅपी ईस्टर!

आम्ही हाकोनं इनमध्ये दोन दिवस मस्त घालवले; हसलो, बडबड केली, खाली पडलो, पुन्हा उठलो...! आम्हाला वाटलं की, हा रमणीय काळ कधी संपूच नये; पण इलाज नव्हता. मला टोक्योला जाऊन मायदेशी जाणारं विमान पकडायला हवंच होतं. आम्ही परत भेटायचं वगैरे काही ठरवलं नाही. ती एक मुक्त पक्षी होती आणि तिला बांधून घेणं पसंत नव्हतं. ती म्हणाली, ''गुड बाय,'' मी म्हणालो, *हाजिमेमाशिते!* भेटून छान वाटलं.''

विमानात बसण्याआधी काही तास मी अमेरिकन एक्स्प्रेसच्या ऑफिसपाशी थांबलो. मला ठाऊक होतं की, तिलाही कधी तरी तिथे यायला लागणारच होतं; कँडी बारच्या लोकांकडून येणाऱ्या पैशाची वाट पाहत थांबावं लागणारच होतं! मी तिच्यासाठी एक चिठ्ठी ठेवली, 'पूर्व अमेरिकेत जाण्यासाठी तुझं विमान पोर्टलँडवरूनच उडणार; मग थोडा वेळ थांबून जा.'

घरी आल्यावर रात्री डिनरच्या वेळी माझ्या कुटुंबाला मी एक चांगली बातमी दिली – 'मला एक मुलगी भेटली आहे.'

मग दुसरी आनंदाची बातमीही सांगितली; मी माझ्या कंपनीला वाचवलं!

मी वळून माझ्या जुळ्या बहिणींकडे रोखून पाहिलं. त्या दोघी रोज अर्धा दिवस फोनच्या जवळ दडून बसायच्या. फोन वाजला की, लगेच उचलण्यासाठी! मी म्हटलं, ''तिचं नाव सारा आहे. तिचा फोन आला तर नीट बोला; फालतूपणा नको...!''

* * *

काही आठवडे गेले. माझी कामं उरकून मी घरी आलो, तर ती दिसली. आमच्या हॉलमध्ये आई आणि माझ्या बहिणींबरोबर बसली होती. ती म्हणाली, ''झालास की नाही चकित!'' तिला माझी चिठ्ठी मिळाली होती आणि तिनं माझ्या विनंतीचा मान ठेवला होता. तिनं विमानतळावरून फोन केला. जोना म्हणजे बहिणीनं तो फोन घेतला आणि बहीण नेमकी कशासाठी असते, ते दाखवून दिलं. ती लगेच विमानतळावर गेली आणि साराला घेऊनच आली.

मी हसू लागलो. आम्ही गळाभेट घेतली. आई आणि माझ्या बहिणी संकोचून बघत होत्या. मी म्हटलं, ''चल, बाहेर जाऊ.''

मी खोलीतून तिच्यासाठी एक कोट मागवला. आम्ही जवळच्या एका बागेत भुरभुर पावसात चालत गेलो. तिला माउंट हुड दुरूनच दिसला आणि तो डोंगर आश्चर्यकारकरीत्या माउंट फूजीसारखाच दिसत असल्याचं तिलाही वाटलं. दोघांनाही तिथली आठवण आली.

ती कुठे राहणार असं मी विचारलं. ती म्हणाली, ''वेडा आहेस का?'' दुसऱ्यांदा ती माझ्या जवळ आली होती.

ती दोन आठवडे माझ्या आई-वडिलांच्या घरात पाहुण्यांच्या खोलीत राहिली. आमच्या कुटुंबाचा भाग असल्यासारखी; मला वाटलं एक दिवस खरोखरच तसं होईलही! नाइट घराण्यातील आमच्या रुक्ष कुटुंबाला तिनं मोहून टाकलं आणि मी बघतच बसलो! मला सांभाळून घेणाऱ्या बहिणी, लाजरी आई, हुकूमशहा वडील तिच्यापुढे कोणीच नव्हते, विशेषतः माझे वडील! तिनं त्यांचा हात हातात घेतला, तेव्हा त्यांच्यातला कठीणपणा थोडा वितळला असं वाटलं. कँडी बार कंपनीमध्ये वाढल्यामुळे किंवा तिच्या बेबंद मित्रवर्गामुळे असेल; पण तिच्यामध्ये अगदी क्वचितच एखाद्यात असतो तसा आत्मविश्वास होता.

माझ्या माहितीप्रमाणे, बेब पॅली किंवा हर्मन हेस या दोघांचाही एकाच संवादात उल्लेख करू शकणारी ती एकमेव व्यक्ती होती. तिला दोघांचंही कौतुक होत, विशेषतः हेसचं. भविष्यात ती त्याच्यावर एक पुस्तक लिहिणार होती. एकदा रात्रीच्या जेवणाच्या वेळी ती म्हणाली, ''हेस म्हणतो ना ते बरोबर आहे - *आनंद म्हणजे काय हा प्रश्न नव्हे, तर कसला हा मुख्य प्रश्न!*'' सगळे नाइट लोक जेवणाचा आस्वाद घेत होते, दूध पीत होते. माझे वडील म्हणाले, ''वा, फारच छान!''

मी साराला ब्लू रिबनच्या जागतिक मुख्यालयात म्हणजे आमच्या तळघरात घेऊन गेलो आणि आमचं काम कसं चालतं ते दाखवलं. मी तिला लिंबर अपची एक जोडी दिली. आम्ही समुद्र किनाऱ्यावर फिरायला गेलो होतो, तेव्हा तिनं ते बूट घातले होते. आम्ही ट्रेक करत हंबग पर्वतावर गेलो. एकदा खेकडे आणि कालव्यांनी भरलेल्या किनारपट्टीवरून चालत गेलो. कधी जंगलातून हकलबेरीची फळं तोडत खूप फिरलो. एका ऐंशी फूट उंचीच्या स्प्रूस झाडाखाली मी तिचा हकलबेरीसारखा नाजूक किस घेतला.

तिची मेरीलँडला परत जायची वेळ झाली, तेव्हा मी एकटा पडलो. मी तिला रोज पत्र लिहीत होतो, माझी पहिली वहिलीच प्रेमपत्रं! *'प्रिय सारा, आपण टोरीच्या दरवाजापाशी बसल्याचं मला आठवतं...'*

तीही लगेच उत्तर पाठवत असे. ती तिचं प्रेम अखंडपणे दाखवत असे. तिचं अमर्याद प्रेम सातत्यानं व्यक्त करत असे.

१९६४च्या नाताळात ती परत आली. या वेळी मी तिला घ्यायला विमानतळावर गेलो होतो. घरी येताना तिनं मला सांगितलं की, ती इकडे येण्याआधी तिच्या घरी खूप मोठं भांडण झालं. तिच्या आई-वडिलांनी तिला इकडे यायला बंदी केली होती. त्यांना मी आवडलो नव्हतो. ती म्हणाली, ''वडील खूप ओरडले.''

मी विचारलं, ''ते काय म्हणाले?''

त्यांची नक्कल करत ती म्हणाली, ''काडीचीही किंमत नसलेला कोणता तरी माणूस तुला फूजी पर्वतावर भेटतो...?''

मी दचकलो. मला माहीत होतं की, माझ्याविरुद्ध दोन गोष्टी होत्या; पण फूजीवर चढणं त्यातली एक होती, याची मला कल्पना नव्हती. फूजी पर्वतावर चढण्यात काय वाईट आहे?

मी विचारलं, ''मग तू कशी निसटलीस?''

''माझा भाऊ होता ना! त्यानं मला आज सकाळी घरातून बाहेर आणलं आणि आम्ही विमानतळावर आलो.''

मला कळेना तिचं माझ्यावर खरंच प्रेम होतं की, केवळ तिच्या बंडखोर वृत्तीला वाट मिळावी म्हणून ती माझा वापर करत होती.

दिवसभर मी ब्लू रिबनच्या कामात मग्न असायचो आणि सारा माझ्या आईबरोबर असायची. रात्री आम्ही गावात कुठेतरी खायला प्यायला जायचो. शनिवार-रविवारी आम्ही माउंट हूड पर्वतावर गेलो. जेव्हा तिची परत जायची वेळ झाली, तेव्हा मी पुन्हा एकटा पडलो. *'प्रिय सारा, मला तुझी खूप आठवण येते, माझं तुझ्यावर प्रेम आहे...!'*

तिनं लगेच उत्तर दिलं. तिलाही माझी आठवण येत होती, तिचंही माझ्यावर खूप प्रेम होतं.

पण हिवाळ्यात पावसाच्या सरी आल्या आणि तिच्या पत्रात थोडा थंडपणा जाणवू लागला. कदाचित, मला तसं वाटलं असेल. माझ्या मनाचे खेळ असावेत, असं मी स्वतःलाच बजावलं; पण मला कळायला हवं होतं. मी तिला फोन केला.

ते माझ्या मनाचे खेळ नव्हते. तिचं म्हणणं होतं की, तिनं बराच विचार केला होता आणि आम्ही दोघं एकमेकांना अनुरूप आहोत की नाही, याबद्दल तिला खात्री वाटत नव्हती. 'सॉफिस्टिकेटेड – मी उच्चभ्रू नव्हतो' तिनं हाच शब्द उच्चारला होता. मी काही बोलायच्या आधी, काही सांगायच्या आधीच तिनं फोन खाली ठेवला.

मी कागद घेतला आणि तिनं पुन्हा एकदा विचार करावा म्हणून एक लांबलचक पत्र लिहिलं.

तिनं लगेच उत्तर पाठवलं – काही फायदा नव्हता.

ओनित्सुकाकडून नव्यानं माल आला. मला काहीच सुचत नव्हतं. मी धुक्यात बसून अनेक दिवस काढले. स्वतःला तळघरात, नोकरांच्या कोठीत डांबून घेतलं. पलंगावर पडून माझ्या निळ्या रिबिनींकडे मी बघत बसायचो.

मी घरी काही बोललो नाही, तरी सर्वांना कळत होतं. त्यांनी कारण विचारलं नाही, त्यांना तपशिलाची गरज नव्हती.

माझी बहीण जीन मात्र याला अपवाद होती. मी एक दिवस बाहेर गेलो असताना ती नोकरांच्या खोलीत आली आणि तिनं साराची पत्रं पाहिली. मी घरी आल्यावर तळघरात गेलो. जीन तिथे आली आणि ती माझ्याजवळ जमिनीवर बसली. तिनं ती पत्रं नीट वाचली होती, अगदी शेवटचं नकाराचंही पत्र वाचलं होतं. जीन म्हणाली, ''तुझ्यासाठी ती नाही हे बरंच झालं.''

माझ्या डोळ्यांत अश्रू आले. मी नजरेतूनच तिचे आभार मानले. काय बोलावं ते मला कळेना. मी जीनला विचारलं, ''ती ब्लू रिबनसाठी अर्धा वेळ काम करू शकेल का?'' माझं काम खूपच मागे पडलं होतं आणि मला मदतीची गरज होती. मी घोगऱ्या आवाजात म्हटलं, ''तुला टपाल पत्रात वगैरे रस आहे, मग तू थोडं सेक्रेटरीचं काम करशील? तासाला दीड डॉलर देईन तुला.''

ती गालातल्या गालात हसली.

आणि अशा प्रकारे माझी बहीण माझ्या कंपनीतली पहिली कर्मचारी बनली.

१९६५

मला त्या जेफ जॉन्सन नावाच्या माणसाचा वर्षाच्या सुरुवातीलाच फोन आला. ऑक्सिडेंटलमध्ये चुकून झालेल्या भेटीनंतर मी त्याला टायगर बुटांची एक जोडी भेट म्हणून पाठवली होती. त्यानं पत्र लिहून कळवलं की, ते बूट घालून एकदा तो धावायलाही गेला होता. तो म्हणाला की, त्याला ते बूट आवडले, खूपच आवडले. इतर लोकांनाही ते आवडले. लोक त्याला वाटेत थांबवून, त्याच्या पायांकडे बोट दाखवून 'असे छान बूट कुठे मिळतील' म्हणून विचारत होते.

आमच्या भेटीनंतर जॉन्सनचं लग्न झालं होतं, त्याला बाळ होणार होतं. तो समाजकार्य करत होताच; पण आता तो जास्त पैसे कुठून मिळतील याच्या शोधात होता. या टायगर बुटांमध्ये त्याला आदिदासपेक्षा जास्त फायदे दिसले. मी त्याला उत्तर लिहिलं आणि 'कमिशनवर विक्रेता' म्हणून नोकरी देऊ केली म्हणजेच त्यानं विकलेल्या धावण्याच्या बुटाच्या प्रत्येक जोडीमागे त्याला १.७५ डॉलर कमिशन आणि स्पाइकसाठी २ डॉलर कमिशन देऊ केलं. मी काही अर्धवेळ विक्रेते नेमायला सुरुवात केली होती आणि प्रत्येकाला कमिशनचा हाच दर सांगत होतो.

त्यानं उत्तर लिहून माझा प्रस्ताव लगेच स्वीकारला.

त्यानंतर त्याची पत्रं थांबतच नव्हती. उलट ती वाढूच लागली. पत्रांची संख्या आणि लांबी दोन्ही वाढतच होती. सुरुवातीला दोन पानं असायची, नंतर चार झाली. मग आठ झाली! सुरुवातीला थोड्या थोड्या दिवसांनी पत्रं येत असत. मग त्यांचा वेग वाढला. एखाद्या धबधब्याप्रमाणे टपाल पेटीत पत्रं पडू लागली. प्रत्येकावर परतीचा एकच पत्ता होता – पोस्ट बॉक्स ४९२, सील बीच, सीए ९०७४०. मला वाटलं, मी कशाला या माणसाला नेमलं?

अर्थात मला त्याची ऊर्जा आवडायची आणि त्याच्या उत्साहात काही कमी नव्हतं; पण मला वाटायचं की, त्याच्याकडे उत्साह आणि ऊर्जा जरा जास्तच होती.

विसाव्या किंवा पंचविसाव्या पत्रानंतर मला वाटलं की, या माणसाचे टाके ढिले झाले असावेत. सगळं इतकं झपाट्यानं का करायचं? कधी कधी मला विचारण्यासारखं किंवा तातडीनं कळवण्यासारखं त्याच्याकडे काही उरणारच नाही, असं मला वाटू लागलं. कदाचित, त्याच्याकडे टपालाची तिकिटंच शिल्लक राहणार नाहीत!

जॉन्सनच्या डोक्यात काहीही विचार आला की, तो लगेच कागदावर उतरवायचा आणि पाकिटात घालायचा. त्या आठवड्यात त्यानं किती टायगर बूट विकले हे तो लिहायचा; त्या दिवशी किती विकले हे कळवायचा. कुठल्या शाळेच्या स्पर्धांमध्ये कोणी टायगरचे बूट घातले होते आणि ते स्पर्धक कितवे आले हे सांगायचा. त्याला कॅलिफोर्नियाच्या पलीकडे त्याचं विक्रीचं क्षेत्र विस्तारायचं होतं; अरिझोना आणि कदाचित न्यू मेक्सिकोही त्यालाच हवं होतं, असं त्यानं लिहिलं होतं. आपण लॉस एंजलिस इथे एक रिटेल दुकान उघडू या, असं त्यानं लिहिलं होतं. त्याला काही मासिकात जाहिराती द्यायच्या होत्या आणि त्याबद्दल मला काय वाटतं, असं विचारत होता. नंतर कळवलं की, अशा जाहिराती त्यानं दिल्या होत्या आणि प्रतिसाद छानच होता. त्यानं विचारणा केली होती की, मी आधीच्या पत्रांना उत्तरं का दिली नाहीत, उत्तेजन का नाही दिलं? आधी लिहिलं होतं तरी प्रोत्साहन का नाही दिलं?

मी नेहमीच स्वतःला जबाबदारीनं उत्तरं लिहिणारा – संवाद साधणारा समजत होतो (जगभर भ्रमण करत असताना मी असंख्य पत्रं आणि कार्डं घरी पाठवत होतो. मी सारालाही न चुकता लिहीत असे). मला जॉन्सनच्या पत्रांना उत्तर *द्यावसं वाटे;* पण एक उत्तर द्यायच्या आधी त्याचं दुसरं पत्र येऊन पडायचं. त्याच्या पत्रांच्या धडाक्यामुळे मी थांबलो. त्याच्या सततच्या मागण्यांमुळे मी त्याला प्रोत्साहन देत नव्हतो. कित्येक रात्री मी तळघरात माझा काळ्या रंगाचा रॉयल टाइपराइटर समोर घेऊन बसायचो, त्या यंत्रात एक कागद सरकवायचो आणि सुरुवात करायचो 'डिअर जेफ' आणि पुढे काहीच लिहायचो नाही! त्याच्या पन्नास प्रश्नांपैकी कोणत्या प्रश्नाला उत्तर देत सुरुवात करावी, हेच मला कळत नव्हतं. मग मी उठून दुसऱ्या कामाला लागायचो. दुसऱ्या दिवशी जॉन्सनची अजून एक किंवा दोन पत्रं आलेली असायची. काही वेळा तीन तीन पत्रं बाजूला पडत. उत्तर लिहायला उत्साहच नसायचा.

मी जीनला सांगितलं की, जॉन्सनची फाइल तूच बघ. ती म्हणाली, ''ठीक आहे.''

एका महिन्यातच ती फाइल माझ्यापुढे फेकत जीन म्हणाली, ''तू मला कामाचे पुरेसे पैसे देत नाहीस!''

पुढे कधी तरी मी जॉन्सनची पत्रं पूर्णपणे वाचायचं थांबवलं. ती चाळल्यानंतर माझ्या लक्षात आलं की, तो अर्धाच वेळ टायगर बूट विकत असे आणि शनिवारी-रविवारी तो लॉस एंजलिस काउंटीसाठी सामाजिक कार्यकर्ता म्हणून काम करत असे. मला अजून ते उमजत नाही. मला जॉन्सन कधीच सार्वजनिक वृत्तीचा माणूस वाटला

नव्हता, खरं तर तो मला माणूसघाण्या वाटायचा. कदाचित, मला त्याची ही एक गोष्ट आवडली असावी.

एप्रिल, १९६५मध्ये ही समाजकार्याची नोकरी आपण सोडत आहोत, असं त्यानं मला लिहिलं. त्यानं म्हटलं की, त्याला हे काम कधीच पसंत नव्हतं; पण सॅन फर्नांडोमधील एक दुःखी महिला त्याच्या निर्णयाला कारणीभूत ठरली. तिनं आपण आत्महत्या करू, असं जाहीर केलं होतं आणि जॉन्सनला तिच्यावर लक्ष ठेवायचं काम दिलं होतं. त्यानं तिला फोन करून विचारलं की, ती खरोखरच त्या दिवशी जीव देणार होती का? तसं असेल तर त्याला उगीचच इतक्या लांब ज़ाऊन आपला वेळ आणि पेट्रोल वाया घालवायचं नव्हतं. त्याच्या वरिष्ठांना आणि त्या बाईला त्याच्या अशा वर्तणुकीचा राग आला. वरिष्ठांना वाटलं की, जॉन्सनला नीतिमत्तेची पर्वाच नाही. जॉन्सनलाही तसंच वाटत होतं. त्याला *पर्वा नव्हती.* त्याच क्षणी त्यानं मला लिहिलं की, आता त्याला स्वतःच्या भवितव्याबद्दल समज आली होती; समाजकार्य हे त्याचं काम नव्हतं. लोकांचे प्रश्न सोडवायला तो या पृथ्वीवर आला नव्हता. त्याला लोकांच्या पायांकडे लक्ष देणं जास्त पसंत होतं.

जॉन्सनला मनातून असं वाटत होतं की, धावपटू हे देवानं खास निर्माण केलेले असतात. योग्य विचार करून आणि योग्य प्रकारे पळणं हा एक आध्यात्मिक व्यायाम आहे, ध्यान किंवा प्रार्थना यांसारखीच ती एक आध्यात्मिक क्रिया आहे! धावपटूंना निर्वाण प्राप्त व्हावं, यासाठी त्याला काम करणं भाग होतं. मीही आयुष्यभर धावपटूंच्या मागे पळत होतो; पण अशा प्रकारची रम्य अद्भुतता मला कधीच जाणवली नव्हती. धावण्याच्या बाबतीतला परम देव बॉवरमनदेखील या खेळाविषयी ब्लू रिबनच्या दुसऱ्या अर्धवेळ कर्मचाऱ्याइतका धर्मनिष्ठ नव्हता.

खरं म्हणजे १९६५मध्ये 'धावणे' हा एक खेळ नव्हताच. धावणं फारसं लोकप्रिय नव्हतं आणि लोकांना आवडत नव्हतं, असंही नाही. फक्त विचित्रच लोक तीन मैल धावायला जायचे आणि तेही शरीरावरची जादा चरबी उतरवायला. आनंद मिळवण्यासाठी, व्यायामासाठी, दीर्घकाळ आणि चांगलं जगण्यासाठी, मेंदूला उत्तेजना म्हणून धावणं – या गोष्टी ऐकिवातच नव्हत्या.

बहुतेक लोक धावपटूंची थट्टा करण्यात पुढे असत. गाडी चालवणारे गाडी हळू करून मुद्दाम भोंगे वाजवत असत, ओरडत असत; 'एक घोडा घ्या बरोबर'. पळणाऱ्याला कोणी बिअर किंवा सोड्याची बाटली फेकून मारत. जॉन्सन तर पेप्सीनं पूर्ण भिजून जात असे. त्याला हे सगळं बदलायचं होतं; जगातील जुलमानं ग्रासलेल्या सर्व धावपटूंना त्याला मदत करायची होती. त्यांना प्रकाशात आणायचं होतं; त्यांचा एक गट तयार करायचा होता. कदाचित, अशा प्रकारे तो खरोखरच एक सामाजिक कार्यकर्ता होता! त्याला फक्त धावपटूंमध्ये मिसळायचं होतं.

मुख्य म्हणजे जॉन्सनला त्यातून उपजीविका साधायची होती आणि १९६५च्या सुमारास ती फार अवघड गोष्ट होती. त्याला ब्लू रिबन आणि माझ्यामध्ये एक मार्ग दिसला.

जॉन्सनला या विचारापासून परावृत्त करण्याचा मी शक्य तितका प्रयत्न केला. प्रत्येक वेळी मी माझ्याविषयीचा आणि ब्लू रिबनविषयीचा त्याचा उत्साह कमी करायचा प्रयत्न केला. त्याला मी उत्तर देत नव्हतोच; पण मी कधी फोन केला नाही, कधी त्याला भेट दिली नाही किंवा ओरेगॉनला त्याला बोलावलंही नाही. त्याला निखळ सत्य सांगायची संधीही मी कधी सोडली नाही. त्याच्या पत्रांना मी क्वचितच उत्तर द्यायचो. अशाच एका दुर्मीळ पत्रोत्तरात मी स्पष्टपणे म्हटलं होतं, 'आपल्या व्यवसायाची प्रगती चांगली असली, तरी मला अजून नॅशनल बँक ऑफ ओरेगॉनला ११,००० डॉलर देणं आहे... आपला रोख प्रवाह तोट्यातच जमा आहे.'

लगेचच त्यानं पत्र लिहून विचारलं की, तो माझ्यासाठी पूर्णवेळ काम करू शकतो का? 'मला टायगर शूजमध्ये भवितव्य घडवायचं आहे, त्यामुळे मला धावणं आणि कॉलेज दोन्ही करता येईल आणि मी स्वतःचाच बॉस होऊ शकेन.'

यावर मी फक्त मानच हलवू शकत होतो. मी या माणसाला सांगत होतो की, ब्लू रिबन *टायटॅनिकसारखी* बुडत चालली आहे आणि हा माणूस जहाजावर प्रथम श्रेणीतली जागा मागत होता!

मी म्हटलं की, ठीक आहे, बुडायचं तर बरोबरच बुडू!

मग ब्लू रिबनचा *पहिला पूर्णवेळ कर्मचारी* बनण्याच्या जॉन्सनच्या विनंतीला मी १९६५च्या उन्हाळ्यात पत्राद्वारे होकार दिला. जॉन्सनच्या पत्रातच मी त्याचा पगार निश्चित केला. सामाजिक कार्यकर्ता म्हणून त्याला महिन्याला ४६० डॉलर्स मिळत होते; पण तो ४०० वर काम करायला तयार होता. मीही ते नाराजीनंच मान्य केलं. ते जरा जास्तच वाटत होतं; पण जॉन्सन इतका वर उडत होता, इतका उत्साही होता आणि ब्लू रिबन इतक्या नाजूक स्थितीत होती... असो, मी म्हटलं तात्पुरतं हेही करून बघू!

नेहमीप्रमाणे माझ्यातल्या हिशेबनीसाला त्यातली जोखीम दिसली आणि माझ्यातल्या उद्योजकाला त्यात एक संधी दिसली. मी दोन्हींची बेरीज-वजाबाकी केली आणि पुढे जायचं ठरवलं...

नंतर मी जॉन्सनबद्दल विसरूनच गेलो. माझ्यासमोर खूप मोठे प्रश्न होते. बँकर माझ्यावर नाराज होते.

पहिल्या वर्षात आठ हजार डॉलरची विक्री झाल्यावर दुसऱ्या वर्षी मला सोळा हजार डॉलरची विक्री अपेक्षित होती आणि माझ्या बॅंकरच्या मते हे फारसं चांगलं नव्हतं.

मी विचारलं, ''शंभर टक्के वाढ *उत्साहजनक* नाही?''

ते म्हणाले, ''तुमच्या भांडवलाच्या मानानं विक्रीतली वाढ खूपच वेगवान आहे.''

''इतकी लहान कंपनी इतक्या वेगानं कशी वाढू शकते? जेव्हा एखादी लहान कंपनी *वेगानं वाढते* तेव्हा ती आपलं भांडवल वाढवत असते.''

ते म्हणाले, "कंपनीचा आकार केवढाही असो, सर्वांना तेच तत्त्व लागू होतं. ताळेबंदात न दिसलेली वाढ धोका दर्शवते.''

मी म्हटलं, "जीवनात वाढ हवीच, व्यवसायात वाढ हवीच. वाढ झाली नाही, तर कशाचाही शेवटच होऊ शकतो.''

"आम्हाला तसं वाटत नाही.''

"म्हणजे एखाद्या धावपटूला तू फारच जोरात धावतो आहेस, असं सांगण्यासारखं आहे.''

"हे म्हणजे सफरचंदे आणि संत्री यांची तुलना करण्यासारखे आहे!''

मी मनात म्हटलं, "तुझ्या डोक्यात फक्त सफरचंदे आणि संत्री भरली आहेत!''

मी कॉलेजमध्ये शिकलो होतो – वाढती विक्री; अधिक फायदा, अमर्यादित संधी म्हणजे उत्तम कंपनी! पण त्या काळात व्यापारी बँका गुंतवणूक बँकांपेक्षा वेगळा विचार करत असत. त्यांचा भर रोख शिलकीवर असायचा. त्यांना वाटायचं की, कुठलाही व्यवसाय कधीच रोख शिलकीपेक्षा पुढे धावायला नको.

पुन्हा पुन्हा मी बँकेला बुटांच्या धंद्याचं गणित सांगायचा प्रयत्न केला. मी जर विक्रीत वाढ केली नाही, तर मी ओनित्सुकाला पटवून देऊ शकणार नाही की पश्चिम अमेरिकेत त्यांचे बूट विकण्यासाठी मीच सर्वोत्तम वितरक होतो. मला ओनित्सुकाला तसं पटवता आलं नाही तर ते दुसरा कोणी मार्लबोरोचा माणूस शोधतील आणि सगळ्यात मोठ्या राक्षसाशी म्हणजे आदिदासशी मी दिलेली टक्कर तर बाजूलाच राहील.

माझा बँकर तसूभरही ढळला नाही. अथेनाप्रमाणे त्याला माझ्या डोळ्यांतली जादू कळली नसावी. तो पुन्हा पुन्हा हेच म्हणत होता, "मिस्टर नाइट, तुम्ही जरा वेग कमी करायला हवा, इतक्या वेगवान वाढीकरता तुमच्याकडे पुरेसे भांडवल नाही.''

भांडवल! मला या शब्दाचा राग यायला लागला होता. माझ्या बँकरच्या तोंडात हा शब्द सतत येत होता आणि माझ्या डोक्यातून काही जात नव्हता. सकाळी दात घासताना मला ऐकू यायचं – भांडवल! रात्री उशीवर डोकं टेकताना ऐकू यायचं- भांडवल! शेवटी मला तो शब्द मोठ्यानं उच्चारणं अवघड झालं. कारण, तो साधा शब्द नव्हता, तो नोकरशाहीचा आवडता शब्द होता, निव्वळ *रोख रक्कम*! आणि माझ्याकडे ती नव्हती. मुद्दामच ठेवली नव्हती. कधी जे काही डॉलर उरले, तेव्हा ते मी थेट व्यवसायातच घातले. असं करणं खूप घाईचं होतं का?

जास्तीचे पैसे विनाकारण पडून राहिले आहेत, अशी स्थिती माझ्या मते निरर्थक होती. अर्थात, पारंपरिकदृष्ट्या असं करणं सावधानतेचं, शहाणपणाचं होतं; पण आजूबाजूला असे अनेक सावध, रूढिप्रिय, शहाणे उद्योजक होते. मला माझा पाय गतिवर्धकावरून काढायचा नव्हता.

पण प्रत्येक बैठकीत मी माझ्या जिभेवर लगाम ठेवला. बँक जे म्हणायची ते मी ऐकून घेत गेलो आणि शेवटी मला करायचं तेच केलं. मी ओनित्सुकाकडे आणखी एक

ऑर्डर द्यायचो, आधीच्या दुप्पट ऑर्डर आणि नंतर बँकेकडे जाऊन निरागस चेहऱ्यानं त्यासाठी लेटर ऑफ क्रेडिटची मागणी करायचो. माझ्या बँकरला धक्का बसत असे. *किती पैसे मागतो आहे हा, किती मागतो आहे?* आणि त्याला बसलेला धक्का पाहूना मीही चकित झाल्याचं ढोंग करायचो. *तुम्हाला कळलं का यातलं शहाणपण?* ...म्हणजे मी नंतर वाद घालायचो, तक्रार करायचो, सौदा करायचो आणि शेवटी माझं कर्ज मंजूर व्हायचं!

सगळे बूट विकले आणि सगळं कर्ज फिटलं की, मी हे सगळं कथानक पुन्हा चालू करत असे. ओनित्सुकाकडे एक मोठी ऑर्डर द्यायची, आधीच्या ऑर्डरपेक्षा दुप्पट! मग एक चांगला सूट घालून चेहऱ्यावर सात्त्विक भाव आणून बँकेत जायचं...!

माझ्या बँकरचं नाव हॅरी व्हाइट होतं. पन्नाशीचा, काकांसारखा वाटणारा आणि मिक्सरमध्ये वाळू घातल्यावर येईल तसा आवाज असणारा हा माणूस! त्याला बँकर व्हायचं नव्हतं आणि *माझा* बँकर तर मुळीच व्हायचं नव्हतं. मी चुकून त्याचा ग्राहक झालो होतो. आधी माझा बँकर केन करी होता; पण माझ्या वडिलांनी मला हमी द्यायला नकार दिल्यावर करीनं त्यांनाच थेट फोन केला. ''बिल, मला सांग, समजा या मुलांची कंपनी दिवाळखोरीत निघाली, तर तू तिला आधार देशील ना?''

माझे वडील म्हणाले, ''अजिबात नाही.''

आम्हा पिता-पुत्राच्या वादात पडायचं नाही, असं करीनं ठरवलं आणि मग त्यानं मला व्हाइटच्या हवाली केलं.

व्हाइट हा फर्स्ट नॅशनलमध्ये उपाध्यक्ष होता; पण त्याचा हुद्दा तसा फसवा होता. त्याच्याकडे फारसे अधिकार नव्हते. त्याचे वरिष्ठ नेहमी त्याच्या मतावर पुनर्विचार करायचे. त्यातही एक मोठा बॉस होता बॉब वॉलेस. वॉलेस व्हाइटला खूप त्रास देत असे म्हणून मलाही त्रास होत असे. वॉलेसनेच हे भांडवलाचं खूळ काढलं होतं आणि माझ्या वाढत्या व्यवसायाची चेष्टा केली होती.

आडव्या बांध्याचा आणि बनेल चेहऱ्याचा वॉलेस माझ्यापेक्षा दहा वर्षांनी मोठा होता. तो स्वतःला बँकेतला एक अद्भुत तरुण नेता समजत असे. त्याला बँकेचा अध्यक्ष व्हायचं होतं. सर्व धोकादायक कर्जं आपल्या महत्त्वाकांक्षेच्या आड येतात, असं त्याला वाटत असे. त्याला कधीच कुणाला कर्ज द्यावंसं वाटत नसे. माझ्या खात्यावर कायम शून्यच शिल्लक असे त्यामुळे मी लगेच संकटात सापडणार याची त्याला खात्री होती. समजा कधी मंदी आली आणि विक्री खाली गेली, तर माझा धंदा बंद होणार आणि बँकेला परतफेडीत माझे न विकलेले बूटच घ्यावे लागणार, अशी त्याला खात्री होती. त्याचं अध्यक्षपदाचं स्वप्न धुळीला मिळेल, अशी त्याला भीती होती. माउंट फूजीवर सारा माझ्याकडे बंडखोर म्हणून बघायची तसंच वॉलेसलाही वाटत होतं; पण त्याच्या मते हे फार चांगलं नव्हतं आणि तसा विचार केला तर तिलाही फारसं चांगलं वाटलं नसावं.

अर्थात वॉलेस मला असं काही थेटपणे बोलला नाही. त्याचा मध्यस्थ असलेला व्हाइट मला सांगायचा. व्हाइटचा माझ्यावर आणि ब्लू रिबनवर विश्वास होता; पण तो

मला दुःखी मुद्रेनं मान हलवून सांगायचा की, वॉलेसच सर्व निर्णय घेतो, वॉलेस चेकवर सह्या करत असे आणि वॉलेस फिल नाइटचा काही चाहता नव्हता. व्हाइट 'चाहता' हा शब्द उच्चारायचा त्यामुळे मला ते बरोबर, योग्य आणि आशादायक वाटायचं. तो बारीकसा, उंच आणि एक माजी खेळाडू होता आणि त्याला खेळांवर गप्पा मारायला आवडत असे, त्यामुळे आम्ही एकमेकांशी समोरासमोर सहज बोलत असू. वॉलेस मात्र आपण कधीही मैदानात उतरलो नव्हतो, अशा आविर्भावात वावरत असे. कदाचित, वसुलीसाठी काही साहित्य ताब्यात घ्यायला गेला असेलच तर!

'भांडवल घाल खड्ड्यात' असं वॉलेसला म्हणून त्याच्या बँकेतून बाहेर पडून धंदा दुसरीकडे नेतोय, असं त्याला सांगण्यात किती मजा येईल ना! पण १९६५मध्ये दुसरीकडे कुठे जाणार? त्या गावात फर्स्ट नॅशनल बँक ही एकच बँक होती आणि वॉलेसला ते ठाऊक होतं. ओरेगॉनही तेव्हा खूप लहान होतं आणि तिथे दोनच बँका होत्या – फर्स्ट नॅशनल आणि यूएस बँक. पैकी यूएस बँकेनं मला आधीच नकार दिला होता. मला फर्स्ट नॅशनलनंही नाकारलं तर संपलंच! (आजकाल तुम्ही एका राज्यात राहून दुसरीकडे बँकिंग करू शकता, काही प्रश्न नसतो; पण त्या काळी बँकेचे नियम फार कडक होते.)

शिवाय त्या वेळी व्हेंचर कॅपिटल असं काही नव्हतं. नवीन उद्योजकाला फारच थोडी दारं उघडी असत आणि तिथे जोखीम न घेणारे आणि अजिबात कल्पनाशक्ती नसलेले पहारेदार म्हणजे बँकर बसलेले असत. वॉलेस अर्थातच त्याला अपवाद नव्हता.

ओनित्सुका माल नेहमी उशिरा पाठवत असे, त्यामुळे माझं काम आणखीनच अवघड होत असे. माल उशिरा आल्यानं विक्रीसाठी कमी वेळ उरायचा आणि कर्ज परत करायला कमी वेळ मिळायचा. मी तक्रार केली; पण ओनित्सुकानं उत्तर दिलं नाही. उत्तर दिलंच तरी माझी अडचण दूर होत नव्हती. मी पुन्हा पुन्हा त्यांना तातडीचा फॅक्स पाठवत असे, माझा माल कुठवर आला आहे हे विचारत असे आणि मला त्यांचा काही तरी वेडावाकडा टेलेक्स येत असे. *अजून काही दिवस लागतील* म्हणजे ९११ला फोन करावा आणि पलीकडून जांभई ऐकू यावी, तसं व्हायचं.

ब्लू रिबनच्या समस्या आणि इतर प्रश्न पाहता मला वाटलं की, आता एक नोकरी शोधावी, सगळंच बिनसलं तर काही तरी आधार असावा. त्याच वेळी जॉन्सननं ब्लू रिबनकरता काम करायचं ठरवलं आणि मी दुसरीकडे काही तरी करायचं ठरवलं.

आतापर्यंत मी सीपीएच्या चारही परीक्षा दिल्या होत्या. माझी माहिती आणि गुणपत्रिका मी काही स्थानिक कंपन्यांना पाठवली. तीन-चार ठिकाणी मुलाखत झाली आणि माझी प्राइस वॉटरहाउसमध्ये निवड झाली. मला आवडो किंवा न आवडो, मी तिथे अधिकृतपणे आणि कायम तत्त्वावर एक कार्डधारक बिन काउंटर म्हणून काम करत होतो. त्या वर्षी माझ्या आयकर परताव्यात व्यावसायिक किंवा उद्योजक असा माझ्या व्यवसायाचा उल्लेख नव्हता, तर एक अकाउंटंट असा होता.

बरेच दिवस मला त्याचं काही वाटलं नाही. सुरुवातीला माझ्या पगारातली बरीच रक्कम मी बँकेतल्या ब्लू रिबन खात्यात भरली, माझं भांडवल वाढवलं आणि कंपनीच्या रोख शिलकीत भर टाकली. लायब्रँडचं ऑफिस लहान होतं; पण प्राइस वॉटरहाउसचं पोर्टलँड ऑफिस मध्यम आकाराचं होतं. तिथे तीस अकाउंटंट काम करत होते आणि लायब्रँडमध्ये चारच होते, त्यामुळे तिथे माझं स्थान ठीकठाक होतं.

तिथलं कामही मला चांगलं वाटत होतं. प्राइस वॉटरहाउसकडे वेगवेगळ्या प्रकारचे ग्राहक होते - त्यात काही नवीन कंपन्या होत्या, काही जुन्या होत्या आणि त्या लाकूड, पाणी, वीज, खाद्य पदार्थ अशा अनेक प्रकारच्या गोष्टी विकत होत्या. या कंपन्यांचं ऑडिट करताना, त्यांच्या हिशेबात घुसताना, सगळ्या माहितीची चिरफाड करून पुन्हा हिशेब लावताना, मला या कंपन्या कशा टिकतात किंवा गाळात जातात हे समजू लागलं. कुठल्या कंपन्या काय विकू शकत होत्या, काय विकू शकत नव्हत्या, कुठे अडकायच्या आणि कशा सुटायच्या याचं ज्ञान होऊ लागलं. कंपन्या कशा टिकतात, कशामुळे अपयशी होतात, याचा मी अभ्यास करू लागलो.

भांडवल नसल्यामुळे अनेक कंपन्या अपयशी ठरतात, ही गोष्ट माझ्या वारंवार लक्षात येऊ लागली.

आमच्याकडचे अकाउंटंट गटागटानं काम करत असत. एम टीमचा मुख्य होता डेल्बर्ट जे. हेज; तो तिथला सर्वोत्तम अकाउंटंट होता आणि खूप उत्साही होता. सहा फूट दोन इंच उंच आणि तीनशे पौंड वजनाचा हेज नेहमी स्वस्थ आणि आरामात असे. तो पॉलिईस्टर सूट घालायचा. तो खूप हुशार होता, त्याला मस्त विनोद बुद्धी होती, कामाची तळमळ होती आणि तो खूप खादाड होता. स्प्रेडशीट वाचताना एक संपूर्ण मीट रोल आणि व्होडकाची बाटली घशाखाली घालण्यासारखा आनंद दुसरा कशात नाही, असं त्याला प्रामाणिकपणे वाटत असे. त्याला सिगारेटचीही तितकीच सवय होती. ऊन-पाऊस काहीही असो, कायम त्याच्या नाकात आणि फुप्फुसात धूर साठलेला असायचा. दिवसातून तो किमान दोन पाकिटं संपवत असे.

मला आणखीही काही अकाउंटंट माहीत होते, जे हिशेबात पटाईत होते; पण हेजनं आकड्यात आणि हिशेबातच जन्म घेतला असावा. एखाद्या कोष्टकातील नऊ, चार आणि दोनसारखे आकडे त्याला अतिशय सुंदर वाटत असत. एखादा कवी ढगांकडे ज्या नजरेनं बघतो किंवा भूगर्भ शास्त्रज्ञ खडकांकडे बघतो तसा तो आकड्यांकडे प्रेमानं बघत असे. त्याला त्यातून उत्साहाची गाणी सुचायची, अंतिम सत्य उमगायचं.

आणि काय बरोबर निष्कर्ष काढायचा तो! आकडे पाहून तो भविष्याचा अंदाज करत असे. दिवसामागून दिवस जात होते आणि मला अशक्य वाटणाऱ्या गोष्टी हेज सहज करत असल्याचं मला दिसत होतं. हिशेब करण्याला त्यानं एका कलेचं स्वरूप दिलं होतं, त्यामुळे तो, मी आणि आम्ही सगळेच कलाकार बनलो होतो. किती छान भावना आहे ही, उदात्त भावना-तो नसता तर मला कधीच सुचली नसती.

माझी बुद्धी सांगायची की, आकडे खरोखरच सुंदर असतात. एकदा कधी तरी मला उमजलं की, प्रत्येक संख्येमागे एक सांकेतिक रहस्य असतं आणि आकड्यांच्या प्रत्येक ओळीमागे काही स्वर्गीय प्लॅटॉनिक रचना असतात. माझ्या अकाउंटिंगच्या वर्गात मला हे जाणवू लागलं होतं. तसाच अनुभव मला खेळातून मिळत असे. ट्रॅकवर धावण्यानं तुम्हाला नंबराबद्दल प्रचंड उत्सुकता असते. कारण, तुमचा नंबर कितवा यावरूनच *तुमची* किंमत केली जाते, कमी नाही की जास्त नाही. मी शर्यतीत कधी कधी मागे पडायचो – कारण काहीही असो – इजा, थकवा, प्रेमभंग... कुणालाच त्याची पर्वा नव्हती. शेवटी कितवा नंबर आला हेच लोक लक्षात ठेवतात. मी हे वास्तव जगलो होतो; पण हेज या कलाकारानं मला त्याची जाणीव करून दिली.

पण मला भीती वाटायची की, हेज हा व्हॅन गॉघसारखा स्वयंविनाशी दुर्दैवी कलाकार असला तर... ऑफिसमध्ये तो कसे तरी कपडे घालून, वेडंवाकडं बसून, बेतालपणे वागून स्वतःचं नुकसान करायचा. त्याला अनेक गोष्टींची भीती वाटायची – उंचीची, साप, किडे, बंद जागा यांची आणि त्यामुळे त्याचे बॉसेस आणि सहकारी त्याच्यापासून जरा दूरच राहत असत.

त्याला सगळ्यात मोठा शौक होता तो खाण्याचा. त्याच्या अनेक अवगुणांसह प्राइस वॉटरहाउसनं त्याला भागीदारही केलं असतं; पण त्याचं भारी वजन दुर्लक्ष करण्यासारखं नव्हतं. तीनशे पौंड वजनाचा भागीदार कंपनीला चालणार नव्हता. कदाचित, याच दुःखामुळे हेज जरा जास्त खात असावा. कारण, काहीही असो, तो खूप खायचा एवढं मात्र खरं.

१९६५मध्ये तो जितकं खायचा, तितकं प्यायचादेखील. त्यातच सगळं आलं. तो एकटा कधीच पीत नसे. पिणं सोडायचं म्हटलं की, तो म्हणायचा बाकीच्या लोकांनीही पिणं सोडलं पाहिजे.

तो जसं प्यायचा तसाच न थांबता बोलायचा. काही सहकारी त्याला अंकल रेमस असं म्हणत असत; पण मी कधीच म्हटलं नाही. हेज जे काही फेकायचा त्यावर मी कधीच नाक मुरडलं नाही. प्रत्येक कहाणीत व्यवसायाबद्दल एखादं चांगलं भाष्य असे – कंपन्या कशामुळे चालतात, कंपनीच्या खातेवह्यांचा खरा *अर्थ* काय...! अनेकदा मीसुद्धा पोर्टलँडमधल्या एखाद्या पबमध्ये जाऊन हेजचं शंभर टक्के अनुकरण करत असे. दुसऱ्या दिवशी माझी हालत कोलकात्यातील त्या भागात वाटलं होतं, त्यापेक्षाही खराब होत असे. प्राइस वॉटरहाउसला उपयुक्त असलेली उरलीसुरली शिस्त माझ्यातून निघून जात असे.

मी हेजच्या पायदळात नव्हतो, तेव्हाही मी सेनेच्या राखीव फळीत काम करत होतो (सात वर्षे सक्ती). मंगळवारी रात्री सात ते दहाच्या दरम्यान मला डोक्यातलं एक बटण चालू करून फर्स्ट लेफ्टनंट नाइट बनावं लागे. माझ्या तुकडीत अनेक खलाशी असत. ओनित्सुकाकडून आलेला माल जिथे उतरत असे तिथून काही मैल अंतरावर एका गोडाउनमध्ये आमचा मुक्काम असायचा. माझी माणसं आणि मी रात्रभर

जहाजावरून सामान काढायचो आणि चढवायचो. अनेक जीप आणि ट्रक भरायचो. अनेकदा आम्ही तिथे व्यायाम करायचो. जोर, बैठका, पळणं...! मला आठवतं की, एकदा मी माझ्या तुकडीला चार मैल पळवलं. हेजबरोबर प्यालेली दारू उतरवण्यासाठी मी जोरात पळू लागलो आणि हळूहळू वेग वाढवला. मी आणि माझी माणसं पार थकून गेलो. नंतर माझा एक सैनिक दुसऱ्याला म्हणत होता, 'लेफ्टनंट नाइट तालात पळत होता आणि मी त्याच्या पावलाचा ठेका ऐकत होतो; त्या माणसानं एकदाही श्वास सोडला नाही!'

कदाचित, १९६५मध्ये हीच माझी सांगण्यासारखी एकमेव कामगिरी असेल.

राखीव दलात असताना काही मंगळवारी रात्री, वर्गातून सैनिकी शिक्षण दिले जाई. शिक्षक आम्हाला युद्धाची व्यूहरचना समजावून सांगत असत आणि मला ते फारच चित्तवेधक वाटत असे. बऱ्याचदा ते एखाद्या जुन्या लढाईचं वर्णन करत असत; पण नकळत व्हिएतनामवर चर्चा सुरू होत असे. ती लढाई अजून तापलेलीच होती. एखाद्या मोठ्या लोहचुंबकानं खेचावं तशी अमेरिका त्या युद्धात ओढली जात होती. एका प्रशिक्षकानं आम्हाला सांगितलं की आता व्यक्तिगत आयुष्य आवरतं घ्या. पत्नी किंवा आपल्या मैत्रिणीचा निरोप घ्या कारण आपण लवकरच *'युद्धाच्या खाईत'* पडणार आहोत.

मला त्या युद्धाचा राग येऊ लागला होता. ते चुकीचं होतं म्हणून नव्हे तर मला ते मूर्खपणाचं, विनाशकारी वाटायचं म्हणून. मला मूर्खपणा आवडत नसे. मला विनाश पसंत नव्हता. आणि मुख्य म्हणजे हे *युद्ध* इतर लढायांपेक्षा वेगळं होतं. माझी बँक ज्या तत्त्वांवर चालायची त्याच तत्त्वांवर हे युद्ध चालू होतं. जिंकण्याकरता लढाई नाही, तर हरायचं नाही म्हणून लढायचं. हे धोरण फक्त हार खाण्यासाठीच असू शकतं.

माझ्या बरोबरच्या सैनिकांनाही तसंच वाटत असे, त्यामुळे आमची सुटी झाली की आम्ही तडक जवळच्या बारकडे दुप्पट वेगानं वळलो नसतो तरच नवल!

राखीव सेनेतील नोकरी आणि हेजची सोबत यामुळे १९६६पर्यंत माझं यकृत ठीकठाक राहील की नाही ही मला शंका होती.

अधूनमधून हेज प्रवासाला निघायचा, ओरेगॉनमधल्या ग्राहकांना भेटायचा. अनेकदा मी त्याच्या या प्रवासी कंपूमध्ये असायचो. सर्व कनिष्ठ अकाउंटंटमध्ये मी जरा त्याचा आवडता होतो, निदान प्रवासात तरी.

मला तो आवडायचा; पण प्रवासाला निघाला की, तो *इतका सुटायचा* की मला धक्का बसायचा आणि आपल्या सोबत्यांनीही तसंच वागावं, अशी त्याची अपेक्षा असे. हेजबरोबर नुसतं प्यायला बसणं त्याला चालत नव्हतंस त्याच्या प्रत्येक पेगबरोबर आपणही तेवढीच दारू घ्यावी, असा त्याचा आग्रह असे. हिशेबातली देणी-घेणी जशी

मोजावीत तसे तो प्याले मोजायचा. तो नेहमी म्हणायचा की, त्याला टीमवर्क आवडतं आणि तुम्ही त्याच्या टीममध्ये असलात तर बाप रे! *शेवटचा घोटही संपवलाच पाहिजे!*

आता पन्नास वर्षं झाली तरी अल्बानी ओरेगॉनमधून हेजबरोबर किंवा वा चुंग एक्झॉटिक मेटल्सच्या ऑडिटसाठी गेल्याची आठवण झाल्यावर माझ्या पोटात डचमळतं. रोज रात्री हिशेब तपासल्यानंतर आम्ही दूरच्या एका बारमध्ये जायचो आणि बसायचो. मला आठवतं की, आम्ही बर्ड्स आय कंपनीसाठी वाला वाला नावाच्या गावात किटी क्लबमध्ये अंधाऱ्या कोपऱ्यात बाटल्या उघडून बसायचो. वाला वालामध्ये दारूबंदी होती; पण अनेक बार स्वतःला 'क्लब' म्हणवून घेत पळवाट काढायचे. सिटी क्लबमध्ये एका डॉलरला प्रवेश मिळायचा आणि सभ्य सदस्य म्हणून हेजचं तिथे नाव होतं; पण मी एकदा गैरवर्तन केलं आणि आम्हा दोघांनाही तिथून बाहेर काढलं होतं. मी काय केलं आता आठवत नाही; पण नक्कीच काहीतरी बेकार काम केलं असणार. अर्थात माझा तेव्हा इलाजही नव्हता. कारण, त्या वेळी रक्तात ५०% जिन होती.

मला अंधुक आठवतं की, मी हेजच्या गाडीवरच ओकलो होतो. त्यानं अत्यंत गोड भाषेत आणि शांतपणे मला गाडी स्वच्छ करायला सांगितलं होतं; पण मला चांगलं आठवतं की, त्याचा चेहरा लाल झाला होता. माझी चूक होती तरी माझ्या वतीनं तो शरमिंदा झाला होता. त्यानं सिटी क्लबच्या सदस्यत्वाचा राजीनामाही दिला. मला हेजबद्दल अशा प्रकारची अकारण, अवाजवी निष्ठा का होती? मला हेज आवडायला लागला त्या क्षणापासूनच त्याच्यावर हे प्रेम होतं. त्याला संख्या आणि आकड्यांमध्ये काही विशेष दिसायचं. त्याबद्दल मला आदर वाटत असे; पण त्यालाही माझ्यात काही तरी खास दिसे त्यामुळे मला तो जास्त आवडायचा.

या अशाच एका प्रवासात रात्री उशिरा दारू प्यायल्यानंतर मी हेजला ब्लू रिबनबद्दल सांगितलं. त्याला या कंपनीत चांगलं भविष्य वाटलं शिवाय धोकेही दिसले. तो म्हणाला, ''आकडेवारी कधीच खोटं बोलत नाही.'' तो म्हणाला, ''सध्याच्या अर्थव्यवस्थेत एक नवीन कंपनी काढणं? आणि तीही बुटांची कंपनी? आणि रोख शिल्लक शून्य असताना?'' तो खाली वाकला आणि त्यानं आपलं मोठं डोकं हलवलं.

पण तो म्हणाला की, माझ्या बाजूनं एक गोष्ट होती. बॉवरमन! भागीदार म्हणून तो एक महान माणूस होता आणि अशा गोष्टीची किंमत करता येत नाही!

दुसरी गोष्ट म्हणजे माझ्या मालाची पत वाढत होती. बॉवरमन १९६४च्या ऑलिंपिकसाठी जपानला गेला होता. अमेरिकेच्या ट्रॅक टीमचा तो कोच होता आणि त्यांना प्रोत्साहन द्यायला तो गेला होता (त्याचे दोन धावपटू बिल डेलिंजर आणि हॅरी जेरोम हे पदक विजेते होते). खेळ संपल्यानंतर बॉवरमननं टोपी बदलली आणि तो ब्लू रिबनचा राजदूत बनला. तो आणि त्याची पत्नी, जिच्या नाताळ क्लब खात्यातून बॉवरमननं मला भागीदारीसाठी पहिले पाचशे डॉलर काढून दिले होते - असे दोघेही ओनित्सुकामध्ये गेले आणि त्यांनी तिथल्या सर्वांना प्रभावित केलं.

त्यांचं तिथे राजेशाही स्वागत केलं गेलं. त्यांना व्हीआयपीप्रमाणे कारखाना दाखवला आणि मोरिमोटोनं त्यांची ओनित्सुकाशीही ओळख करून दिली. दोघाही ज्येष्ठ व्यक्तींचं चांगलं जमलं. दोघेही एकाच युद्धातून तावून सुलाखून वर आले होते. दोघेही आयुष्याची लढाई रोज लढतच होते. ओनित्सुकाकडे हारल्यानंतरही पुन्हा वर येण्याची जिद्द होती, त्यामुळे बॉवरमन खूप प्रभावित झाला. ओनित्सुकानं त्याला सांगितलं की, सगळं जपान अमेरिकन बाँबमुळे होरपळून गेलं होतं, तेव्हा शिल्लक राहिलेल्या राखेतून त्यानं ही कंपनी उभी केली होती. त्यानं बुद्धाच्या मूर्तीसमोरील मेणबत्त्या वितळवून आपल्या पायावर ओतल्या आणि तो साचा वापरून आपले पहिले बास्केट बॉलचे बूट तयार केले होते. ते बूट काही विकले गेले नाहीत; पण ओनित्सुका डगमगला नाही. तो धावण्याच्या बुटांकडे वळला आणि नंतरचा इतिहास सर्वश्रुतच आहे. १९६४मधील ऑलिंपिकमध्ये प्रत्येक जपानी धावपटू टायगर बूटच वापरत होता.

ओनित्सुकानं बॉवरमनला सांगितलं की, सुशी खाताना त्याला टायगर बुटांसाठी एका अनन्यसाधारण तळव्यांची कल्पना सुचली. लाकडी ताटात ऑक्टोपसच्या शिजवलेल्या पायाकडे बघताना त्याला वाटलं की, धावपटूच्या सपाट बुटांच्या तळाला असा एक सक्शन कप बसवता येईल. बॉवरमननं ते लक्षात ठेवलं. त्याला कळलं की, अगदी सामान्य गोष्टीतून नवीन कल्पना सुचू शकते. तुम्ही खात असताना किंवा घरात लोळत असतानादेखील.

ओरेगॉनला परत आल्यावर बॉवरमन त्याच्या नवीन मित्राबरोबर, ओनित्सुका आणि त्याच्या संपूर्ण निर्मिती टीमबरोबर आनंदानं पत्रव्यवहार करू लागला. तो त्यांना नवीन कल्पना आणि सुधारणा सुचवायचा. सगळी माणसं वरची त्वचा सोडली तर सारखीच असतात हे खरं असलं तरी बॉवरमननं निष्कर्ष काढला होता की सगळ्यांचे पाय सारखे नसतात. अमेरिकन लोकांचं शरीर जपानी लोकांपेक्षा जास्त लांब आणि जड असल्यामुळे अमेरिकन लोकांना वेगळे बूट लागतात. डझनभर टायगर बुटांचं विश्लेषण केल्यानंतर त्यात अमेरिकन ग्राहकांसाठी काय बदल करायला पाहिजे, हे बॉवरमनला कळलं. त्यासाठी त्यानं अनेक नोट्स, आराखडे, डिझाइन्स बनवली. हे सगळं तो जपानला पाठवून देत असे.

पण माझ्याप्रमाणे त्याच्या पदरीही थोडी निराशाच आली. कारण, ओनित्सुकाच्या टीमबरोबर तुमचं कितीही चांगलं जमेना का. पॅसिफिक महासागरापलीकडे पाऊल टाकलं की, गोष्टी बदलायलाच लागतात. बॉवरमनच्या बहुतेक पत्रांना उत्तर यायचं नाही, कधी आलंच तर ते अगदी थोडक्यात असे किंवा तुटकपणे नकारात्मक असे. मी जॉन्सनला जसं वागवत होतो, तसंच जपानी लोक बॉवरमनला वागवत होते हे पाहून मला वाईट वाटलं.

पण बॉवरमन म्हणजे मी नव्हतो. त्यानं हा नकार मनावर घेतला नाही. जॉन्सनप्रमाणेच पत्राला उत्तर आलं नाही की बॉवरमन आणखी पत्रं लिहायचा. त्यात आणखी काही अधोरेखित शब्द आणि उद्गारचिन्हे असायची.

किंवा त्याचे प्रयोगही कमी झाले नाहीत. तो टायगर बूट फाडून त्याचं पूर्ण विश्लेषण करत असे; ट्रॅकवर पळणाऱ्या आपल्या शिष्यांचा प्रयोगशाळेतील उंदरांसारखा वापर करत असे. १९६५मधील हिवाळ्यात प्रत्येक शर्यतीत बॉवरमन दोन रिझल्ट बघायचा. त्याच्या धावपटूंची कामगिरी आणि त्यांच्या बुटांची कामगिरी! बुटाची खालची कमान कशी राहिली आहे, बुटाचा तळ पायांना कसा धरून ठेवत आहे, अंगठे किती दाबले जात आहेत आणि पायाचा मधला भाग कसा वाकतो आहे, या सगळ्याची तो नोंद करत असे. मग तो आपली टिपणे आणि निष्कर्ष जपानला पाठवत असे.

अखेर त्याला यश आलं. बॉवरमनला अमेरिकेसाठी ज्या प्रकारचे बूट हवे होते, तसा नमुना ओनित्सुकानं तयार केला. आतला तळ अधिक मऊ, कमानीला जास्त आधार, घोट्याच्या स्नायूंवरचा ताण कमी करण्यासाठी टाचेला जोड अशा सुधारणा केल्या. त्यांनी तो नमुना बॉवरमनला पाठवला आणि तो अगदी खूश झाला. त्यानं आणखी नमुनं मागवले. मग त्यानं आपल्या धावपटूंना हे प्रायोगिक बूट दिले आणि त्यांनी सगळी स्पर्धाच संपवून टाकली...

थोडं जरी यश मिळालं की, ते लगेच बॉवरमनच्या डोक्यात जात असे. आपल्या धावपटूंना अधिक ताकद आणि जोम यावा म्हणून याच सुमारास तो आहारासाठी वेगवेगळे रस, पावडरी आणि द्रव्यांची चाचणी घेत होता. मी त्याच्या टीममध्ये होतो तेव्हा तो खेळाडूंनी आहारात मीठ आणि क्षार यांऐवजी काय घ्यावे यावर बोलत असे. त्यानं मला आणि इतरांना त्यानं शोधून काढलेला एक रस घ्यायलाच लावला. त्यात कुस्करलेली केळी, लेमोनेड, चहा, मध आणि अनेक अज्ञात घटक होते. बॉवरमनचे बुटांवर प्रयोग सुरू असतानाच तो स्पोटर्स ड्रिंकवरही प्रयोग करत होता. त्या ड्रिंक्सची चव अधिक खराब लागायची; पण परिणाम मात्र चांगले मिळायचे. नंतर अनेक वर्षांनी माझ्या लक्षात आलं की, बॉवरमन खेळाडूंसाठी गाटोरेड हे खास रसायन तयार करत होता.

'मोकळा वेळ' असेल, तेव्हा तो हेवर्डच्या मैदानावर जात असे. हेवर्ड हे एक पवित्र मैदान समजलं जात असे. तिथे परंपरेला खूप महत्त्व होतं; पण बॉवरमनला परंपरेमुळे मागे पडणं माहीत नव्हतं. योजीनमध्ये सतत पाऊस पडत असे आणि अशा वेळी हेवर्डचे सतत भाजून काढणारे रस्ते व्हेनिसच्या कालव्यासारखे होत असत. बॉवरमनला वाटलं की, बुटात थोडंसं रबर असेल तर ते लवकर सुकतील आणि स्वच्छ होतील. शिवाय रबर असल्यामुळे पायालाही थोडा आराम मिळेल. त्यानं एक सिमेंट मिक्सर विकत घेतला, त्यात जुन्या टायरचे तुकडे भरले, काही रसायनं टाकली आणि योग्य घनता आणि सारखेपणा येइपर्यंत तासन्तास प्रयोग केले. या अघोरी रसायनाचा वास घेऊन तो अनेक वेळा आजारी पडला. प्रचंड डोकेदुखी, डोळ्यांनी दिसेना, पायात लुळेपणा... परिपूर्णतेसाठी तो इतकी किंमत द्यायला तयार होता.

आणि बऱ्याच दिवसांनी मला कळलं की, बॉवरमन पॉली युरेथेनच्या शोधात होता.

मी त्याला एकदा विचारलं की, हे सगळं चोवीस तासांत कसं काय जमतं? कोचिंग, प्रवास, प्रयोग, मुलंबाळं वाढवणं... यावर त्यानं, 'त्यात काय!' अशा अर्थी एक उद्गार काढला आणि मग हळू आवाजात त्यानं सांगितलं की, या सगळ्या गोष्टींव्यतिरिक्त तो एक पुस्तकही लिहीत होता.

मी म्हटलं, ''पुस्तक़?''

तो म्हणाला, ''जॉगिंगवर.''

बॉवरमन नेहमी म्हणे की, लोक चुकीचा विचार करतात की, फक्त उत्तम ऑलिंपिक पटूच चांगले खेळाडू असतात. त्याच्या म्हणण्याप्रमाणे प्रत्येक जण खेळाडू असतो. शरीर आहे ना मग तुम्ही खेळाडू आहातच; पण त्याला हेच तत्त्व समाजापुढे, वाचणाऱ्या समुदायापुढे मांडायचं होतं. मी म्हटलं, 'छान वाटतं...' पण मनात मला वाटलं माझ्या गुरूचा एक नट ढिला झाला आहे बहुतेक! जॉगिंगबद्दल पुस्तक वाचायला कुणाला आवडत असेल?

१९६६

माझा ओनित्सुकाबरोबरचा करार संपत आला होता. मी रोज टपालाची वाट पाहत होतो. मला वाटलं की, एक तरी पत्र येईल ज्यात ते माझ्या कराराचं नूतनीकरण करतील किंवा नाही म्हणतील. कसंही उत्तर आलं तरच मन शांत होणार होतं. अर्थात सारानं आपलं मन बदललं आहे, अशा पत्राचीही मी वाट पाहत होतो आणि बँकेकडून तुमचं खातं आम्हाला नको आहे, अशा अर्थाचंही पत्र मला अपेक्षित असायचं.

पण फक्त जॉन्सनकडूनच पत्रं यायची. बॉवरमनप्रमाणेच हा माणूस झोपत नसे, कधीच नाही! नाही तर त्याच्या पत्राचा झरा अखंड वाहता कसा राहिला असता? त्यातलं बरंच निरर्थक असायचं. माझ्यासाठी अनावश्यक अशी बरीच माहिती असायची. त्याचबरोबर कंसात मोठी स्पष्टीकरणं असायची आणि शिवाय काही रटाळ विनोदही.

कधी कधी हातानं काढलेलं चित्रही असे.

कधी एखाद्या गाण्याचे बोल असत.

एक जुना टाइपरायटर वापरून तो पातळशा कागदावर जोरात बटणं दाबून पत्र लिहीत असे, बहुतेक पत्रात काही तरी कहाणी असायची. त्याला 'दंतकथा' म्हणणं जास्त योग्य होईल. जॉन्सननं एका व्यक्तीला टायगरची एक जोडी कशी विकली; नंतर त्यालाच आणखी किती जोड्या विकता येतील वगैरे आणि त्यासाठी जॉन्सनकडे एक योजना असायची. जॉन्सन अमुक अमुक शाळेच्या मुख्य प्रशिक्षकाच्या मागे कसा लागला आणि त्यानं *सहा जोड्या* विकण्याचा प्रयत्न केला; पण शेवटी कशा *तेरा जोड्या* विकल्या... आणि मग असं झालं...!

लाँग डिस्टन्स लॉग किंवा *फिल्ड न्यूज*च्या अंकात जॉन्सन जाहिरात कशी करणार आहे किंवा मागच्या अंकात कशी जाहिरात आली आहे याचा पुरेपूर तपशील तो अनेकदा लिहीत असे. कधी जाहिरातीमध्ये टाकलेल्या टायगर बुटाच्या फोटोचेही वर्णन लिहीत असे. त्यानं घरातच एक कामचलाऊ फोटो स्टुडिओ तयार केला होता.

काळ्या स्वेटरच्या पार्श्वभूमीवर सोफ्यावरच टायगर बूट मोठ्या ऐटीत ठेवून तो फोटो काढत असे. ते बूट जरा अश्लील वाटायचे हे सोडा; पण अत्यंत नीरस असे धावपटूच फक्त वाचतात, अशा मासिकात ती जाहिरात देण्यातला अर्थ मला समजत नसे. मला जाहिरातच निरर्थक वाटत असे, बस! पण जॉन्सनला मजा येत होती, त्याच्या मते जाहिरातीचा उपयोग होत होता. ठीक आहे, मी कशाला ते थांबवू?

जॉन्सनच्या पत्रात साधारणपण त्याच्या आधीच्या पत्राला मी उत्तर लिहीत नाही म्हणून कधी तिरकस सूर असे, तर कधी विनंतीवजा सूर असे. त्याच्या आधीच्या पत्राला, त्याच्याही आधीच्या पत्राला... वगैरे! नंतर एक ताजा कलम असायचा, अजून एक ता. क. आणि नंतर ता. क.चा मनोराच असायचा. शेवटी मी त्याला प्रोत्साहन द्यावं म्हणून विनवणी असायची; पण मी कधी उत्तर दिलंच नाही. मला त्यासाठी वेळच नव्हता आणि ती माझी पद्धतही नव्हती.

मागे वळून पाहताना मला वाटतं की, मी माझ्या मनाप्रमाणे वागत होतो की, केवळ बॉवरमन किंवा माझ्या वडिलांचं किंवा दोघांचंही अनुकरण करत होतो. जरा कमीच बोलायचं अशी माझी वृत्ती का झाली? मला ज्यांच्याबद्दल आदर होता, त्या सर्वांचंच मी अनुकरण करत होतो का? त्या काळात मी अनेक जनरल, शोगन, सामुराय आणि माझे तीन हिरो म्हणजे चर्चिल, टॉलस्टॉय आणि केनेडी यांच्याबद्दल जे मिळेल ते वाचून काढत होतो. मला मारामारीची फारशी आवड नव्हती; पण अत्यंत पराकोटीच्या परिस्थितीत केलेलं नेतृत्व किंवा त्याचा अभाव याविषयीचं वाचन मला भारून टाकत असे. युद्ध ही तर अत्यंत टोकाची परिस्थिती असते; पण धंद्यातही काही वेळा युद्धसदृश्य परिस्थिती असते. एकदा कुणीतरी कुठेतरी म्हटलं आहे की, धंदा म्हणजे बंदुकीच्या गोळी शिवायची लढाई आणि मला ते पटतं.

मी काही फारसा वेगळा नव्हतो. हेमिंग्वेकडे एक महत्त्वाचा गुण होता, अत्यंत दबावाखालीही एक आगळा दिमाख होता त्याच्याकडे. इतिहासात पाहिलं तर अनेक जण मोठ्या योद्ध्यांमध्ये हा गुण शोधतात (हेमिंग्वेनं नेपोलियनचा आवडता कप्तान मार्शलनं याच्या पुतळ्याकडे बघत आपली *'अ मूव्हेबल फीस्ट'* ही कविता पूर्ण केली होती). शाळेत या सर्व हिरोंकडून मी एकच धडा घेतला होता; त्यातला कोणीही फारसा बडबडा नव्हता. कोणीच बारीकसारीक गोष्टीचा ऊहापोह करत नसे. *कसं का करायचं ते लोकांना सांगू नका, काय करायचं ते सांगा आणि मग लोक आपलं काम दाखवून तुम्हाला चकित करतील* म्हणून मी जॉन्सनच्या पत्रांना उत्तरं दिली नाहीत आणि मी त्याच्या मागेही लागलो नाही. काय करायचं हे त्याला सांगितल्यावर तोच मला आश्चर्यचकित करील, असं मला वाटलं.

कदाचित न बोलता!

जॉन्सनबद्दल एक सांगायला पाहिजे की, संपर्कासाठी तो सतत आतुर असला तरी संपर्क नसल्यामुळे तो फारसा नाउमेदही होत नसे. उलट तो अधिकच प्रेरित होत असे. तो हटवादी होता, त्याला माहीत होतं की, मी तसा नाही. तो माझ्याकडे, माझ्या

बहिणीकडे, मित्रांकडे सतत तक्रार करत असे; पण माझ्या व्यवस्थापन शैलीमुळे त्याला भरपूर स्वातंत्र्य मिळत होतं, याची त्याला कल्पना होती. त्याला हवं ते करू दिल्यामुळे तो अतिशय उत्साहानं आणि निर्मितीक्षमतेनं काम करत असे. तो आठवड्यातले सातही दिवस काम करत असे, ब्लू रिबनचा प्रचार आणि विक्री करत असे. जेव्हा तो विक्रीत दंग नसे तेव्हा आपल्या ग्राहकांची माहिती तो व्यवस्थित ठेवत असे.

तो प्रत्येक ग्राहकाला एक इंडेक्स कार्ड देत असे. त्या कार्डावर ग्राहकाची वैयक्तिक माहिती, बुटाचा साइज आणि आवड असा तपशील असे. या माहिती कोशामुळे जॉन्सन सर्व ग्राहकांशी सतत संपर्क ठेवू शकत असे, त्यामुळे सर्व ग्राहक खूश असत. तो त्यांना नाताळच्या शुभेच्छा, वाढदिवसाच्या शुभेच्छा पाठवत असे. कोणी एखादी मोठी शर्यत किंवा मॅरेथॉन जिंकल्यावर त्यांना अभिनंदनपर पत्र पाठवत असे. मला कधीही जॉन्सनचं पत्र आलं की, मला ठाऊक असायचं की, त्या दिवशी त्यानं आणखी डझनभर तरी पत्रं पेटीत टाकली असणार! एकूण समाजात त्याचे शेकडो पत्रमित्र होते, शाळांमधील स्टार धावपटूंपासून फक्त शनिवार-रविवारी पळणाऱ्या वयोवृद्ध लोकांपर्यंत सगळे त्याचे पत्रमित्र होते. टपाल पेटीतून जॉन्सनचं पत्र बाहेर काढताना अनेकांच्या मनात माझ्याप्रमाणेच विचार आला असेल, 'या माणसाला वेळ तरी कसा मिळतो?'

माझी गोष्ट वेगळी असली तरी अनेक जण जॉन्सनच्या पत्रांची दखल घेत असत. बहुतेक लोक त्याला उत्तर देत असत. काही जण आपली कहाणी सांगत असत, काही जण आपली दुखणी, संकटं यांबद्दल लिहीत असत आणि जॉन्सन त्यांना सढळपणे सल्ला देत असे, सांत्वन करत असे, सहानुभूती दाखवत असे. विशेषतः दुखापतग्रस्तांना तर नेहमीच लिहीत असे. १९६०च्या दशकात फार थोड्या लोकांना पळण्यातून किंवा खेळातून झालेल्या दुखापतींविषयी उपयुक्त माहिती असायची. जॉन्सनच्या पत्रात असलेली माहिती इतरत्र कुठे उपलब्ध नसे. कुणी भरपाई मागेल की काय अशी चिंता मला असायची. मला अशीही काळजी वाटायची एक दिवस मला पत्र येईल की, जॉन्सन एक बस भाड्यानं घेऊन इजा झालेल्या लोकांना डॉक्टरकडे घेऊन चालला आहे.

काही ग्राहक न विचारता टायगर बुटांविषयी आपला अभिप्राय कळवायचे; जॉन्सन या प्रतिक्रियांचं संकलन करून नवीन डिझाइनचा आराखडा तयार करत असे. एका माणसानं लिहिलं की, टायगर बूट फार सपाट आहेत, त्याला कुशन कमी आहे. त्याला बोस्टन मॅरेथॉनमध्ये पळायचं होतं; पण हे बूट सव्वीस मैल चालतील की नाही त्याला शंका होती. जोन्सननं एका स्थानिक चांभाराला गाठून पावसाळी बुटातील रबरी सोल काढून टायगर बुटात बसवला आणि मग काय! जॉन्सनच्या फ्रॅंकेनस्टाइन बुटात अवकाशयुगाला साजेसा पूर्ण आकाराचा मध्यभागी जाड असलेला कुशनयुक्त सोल तयार! (धावपटूंच्या ट्रेनिंग शूजमध्ये ही बाब आता नियमित झाली आहे) अशा प्रकारे तयार केलेला जॉन्सनचा बूट इतका नवीन, इतका मऊ आणि इतका गतिशील आहे की बस! त्याच्या बोस्टनच्या ग्राहकानं दिलेली ही एक पावती होती. जॉन्सननं मला

या बुटांच्या बऱ्या-वाईट परिणामांविषयी कळवलं आणि मी ती माहिती टायगरकडे पाठवावी, अशी विनंती केली. बॉवरमननेही स्वतःची टिपणं पाठवून मला तशीच विनंती केली होती. अरे बाप रे, एकाच वेळी दोन महा बुद्धिमान लोकांशी गाठ!

अनेकदा जॉन्सनच्या या वाढत्या मित्रसंग्रहाबद्दल त्याला सावधानतेची सूचना द्यावी, असं मला वाटायचं. ब्लू रिबनला फक्त तेरा राज्यातच परवानगी होती; पण माझा पूर्णवेळ सहकारी नंबर एक मात्र ते ऐकत नव्हता. जॉन्सनचे ग्राहक सदतीस राज्यांत पसरले होते, त्यात मार्लबोरोच्या अखत्यारीतील ईस्टर्न सी बोर्ड हा महत्त्वाचा भाग होता. या भागात तो मार्लबोरोवाला काही करत नव्हता, त्यामुळे जॉन्सनच्या अतिक्रमणामुळे त्रास झाला नव्हता; पण मला त्याला अकारण नाराज करायचं नव्हतं.

पण जॉन्सनकडे माझी चिंता व्यक्त करायला मला कधी जमलंच नाही आणि मी कधी त्याला लिहिलंही नाही.

उन्हाळा सुरू होताच माझ्या लक्षात आलं की, आता ब्लू रिबनच्या मुख्य कार्यालयासाठी माझ्या वडिलांच्या घरातलं तळघर पुरेसं नाही. मी गावातच एका उंच इमारतीत वन बीएचके जागा घेतली. त्याचं दोनशे डॉलर्स भाडं होतं, तेव्हा ते जरा जास्तच वाटत होतं; पण ठीक आहे! मी टेबल खुर्च्या, मोठा पलंग, ऑलिव्ह रंगाचा सोफा वगैरे साहित्यही खरेदी केलं आणि ते सुबकपणे मांडण्याचा प्रयत्न केला. फार काही छान दिसत नव्हतं; पण मला त्याचं काही विशेष वाटलं नाही. कारण, माझं खरं सामान म्हणजे ते बूटच होते. माझं पहिलंवहिलं एकट्याचं घर जमिनीपासून छतापर्यंत बुटांनी भरलं होतं.

मला वाटलं की, जॉन्सनला हा नवा पत्ता देऊ नये; पण तरी मी दिला.

आणि खरोखरच माझी नवीन पत्रपेटी पत्रांच्या गठ्यांनी भरू लागली. पत्ता - पोस्ट बॉक्स ४९२, सील बीच, सी ए ९०७४०.

मी त्यातल्या एकाही पत्राला उत्तर दिलं नाही.

पण नंतर जॉन्सननं पाठवलेल्या दोन पत्रांकडे मी दुर्लक्ष करू शकलो नाही. एका पत्रात जॉन्सनही स्थलांतर करत असल्याचा उल्लेख होता. तो आणि त्याची नवीन पत्नी विभक्त होत होते. सील बीचवर एक लहानशी जागा घेऊन राहायचं तो ठरवत होता.

काही दिवसांनी त्यानं लिहिलं की, त्याच्या गाडीला अपघात झाला होता.

सॅन बर्नार्डिनोच्या उत्तरेला कुठे तरी पहाटेच त्याच्या गाडीला अपघात झाला होता. तो एका शर्यतीच्या ठिकाणी चालला होता आणि तिथे त्याला स्वतःला भाग घ्यायचा होता आणि टायगर बूटही विकायचे होते. गाडी चालवताना त्याला झोप आली. तो उठला तेव्हा त्याला दिसलं की, त्याची १९५६ची फोक्सवॅगन बग गाडी

वर उडून उलटी पडली होती. गाडी रस्त्यावरील दुभाजकावर आदळली, उलटी झाली आणि तो गाडीतून बाहेर फेकला गेला. गाडी कुठे तरी फूटपाथवर जाऊन थांबली. जॉन्सनला शुद्ध आली तेव्हा तो आकाशाकडे तोंड करून खाली पडला होता. त्याच्या खांद्याचं हाड, कवटी आणि पाय यांचा चक्काचूर झाला होता.

तो म्हणाला की, कवटीतून तर रक्त येत होतं.

आणि नुकताच घटस्फोट झाल्यामुळे त्याच्याकडे लक्ष द्यायला आता कोणी नव्हतं.

वेस्टर्न लोकगीतात वर्णन असतं, त्याप्रमाणे त्याची कुत्र्यासारखी अवस्था झाली होती.

हे सगळं झालं तरी त्याचा उत्साह कायम होता. नंतर त्याच्या चटपटीत पत्रात त्यानं मला लिहिलं की, त्याची सर्व कामं तो व्यवस्थित करत होता. त्याच्या नव्या घरातून तो ऑर्डर घेत होता, ग्राहकांना बूट पाठवत होता, ग्राहकांशी नियमित पत्रव्यवहार करत होता. त्याचा एक मित्र त्याला पत्रं आणून देत होता, काळजीचं कारण नव्हतं. पोस्ट बॉक्स ४९२ चालू होतं. शेवटी त्यानं एका पत्रात लिहिलं होतं की, आता त्याला पोटगी, मुलाचा खर्च आणि औषधांची बेसुमार बिलं देणं भाग होतं. अशा परिस्थितीत ब्लू रिबनचं काय भवितव्य आहे, हे त्याला जाणून घ्यायचं होतं. मला ब्लू रिबनच्या भविष्यात काय दिसतं?

मी खोटं बोललो नाही, अजिबात नाही. दया वाटून असेल किंवा एकटा पडलेल्या, बँडेजमध्ये गुरफटलेल्या आणि आमची कंपनी जिवंत ठेवण्यासाठी आनंदानं प्रयत्न करणाऱ्या जॉन्सनची प्रतिमा डोळ्यासमोर आल्यावर मी एक उत्साहवर्धक पत्र लिहिलं. मी त्याला लिहिलं की, एका वर्षात ब्लू रिबन ही एक खेळाच्या साहित्यामधील मोठी कंपनी होईल. आपण पश्चिम किनाऱ्यावर एक ऑफिस उघडू आणि कदाचित जपानमध्येही उघडू. मी लिहिलं, 'हे जरा जास्त वाटतं आहे; पण तसं ध्येय असायला काय हरकत आहे.'

शेवटची ओळ अगदी सत्य होती. हे ध्येय खरोखरच योग्य होतं. ब्लू रिबन कोसळली तर मी पूर्ण निर्धन होऊन संपणार होतो; पण त्यातून मला नक्कीच नवीन ज्ञान मिळालं असतं जे मी दुसऱ्या उद्योगात वापरू शकलो असतो. अशी ज्ञानसंपत्ती पैशात व्यक्त करता येत नाही; पण नक्कीच ती मोठी संपत्ती असते, त्यामुळे ही जोखीम सार्थ ठरू शकते. स्वतःचा व्यवसाय सुरू करण्यातल्या जोखमीपुढे लग्न, व्हेगासमधला जुगार, मगरींच्या कुस्तीवर पैजा यांसारख्या जीवनातील इतर गोष्टी क्षुल्लक आणि सामान्य वाटतात; पण मला वाटायचं की, माझा व्यवसाय अपयशी झाला, मी अपयशी झालो तर जे व्हायचं ते सर्व पटकन व्हावं म्हणजे मला अत्यंत कष्टानं मिळालेले हे धडे वापरण्यासाठी पुरेसा वेळ मिळेल. मला लक्ष्य ठरवणं वगैरे जमायचं नाही; पण ही गोष्ट मात्र माझ्या मनात दिवसभर घुमत असे आणि मनात एकच घोष असे; *पडायचं तर लवकर पड!*

शेवटी मी जॉन्सनला लिहिलं की, जून १९६६ अखेर त्यानं जर टायगरचे ३२५० जोड विकले (माझ्या हिशेबाप्रमाणे हे अशक्य होतं) तर तो सारखा मागे लागला होता त्याप्रमाणे मी त्याला एक दुकान उघडायची परवानगी देऊ शकेन. खाली मी एक ताजा कलमही लिहिला आणि मला खात्री आहे की, त्याला तो फारच गोड वाटला असेल. मी त्याला म्हटलं की, तो इतके बूट विकणार असेल, तर त्याला एखाद्या अकाउंटंटची मदत घ्यावी लागेल. कारण, इतका व्यवसाय वाढल्यावर आता आयकराची समस्या येऊ शकेल.

मी कराबद्दल सल्ला दिला, तेव्हा त्यानं जरा तिरकसपणे माझे आभार मानले. तो म्हणाला, 'त्याला आयकर परतावा भरावा लागणार नाही. कारण, एकूण उत्पन्न १२०९ डॉलर असताना एकूण खर्च १२४५ डॉलर होता.' त्याचा पाय, हृदय सगळंच नादुरुस्त होतं आणि त्याच्याकडे पैसेही नव्हते. त्यानं शेवट केला, 'मला बरं वाटेल असं काही तरी लिही.'

मी तसं काही केलं नाही.

कसा कोण जाणे; पण जॉन्सननं विक्रीचा तो आकडा पार केला. जूनच्या अखेरपर्यंत त्यानं टायगरच्या ३२५० जोड्या विकल्या होत्या आणि आता तो बरा झाला होता. अशा प्रकारे तो मला शब्दांत अडकवत होता. लेबर डेच्या आधी त्यानं ३१०७ पिको बुलेव्हार्ड, सँटा मोनिका या ठिकाणी एक लहान दुकान लीजवर घेतलं आणि आमच्या पहिल्यावहिल्या दुकानाला सुरुवात झाली.

मग त्यानं ते दुकान म्हणजे धावपटूंची मक्का बनवायला सुरुवात केली. त्यानं परवडेल तिथून अत्यंत आरामशीर खुर्च्या पैदा केल्या, धावपटूंना बसून बोलण्यासाठी छान जागा तयार केली. कपाटं आणून त्यामध्ये धावपटूंनी वाचावीत, अशी पुस्तकं त्यानं ठेवली, त्यातली काही त्याच्या स्वतःच्या ग्रंथालयातली पहिल्या आवृत्तीची पुस्तकं होती. भिंतीवर त्यानं टायगर बूट घातलेल्या धावपटूंचे फोटो लावले. पुढच्या बाजूला *टायगर* लिहिलेले रेशमी टी शर्ट तयार करून घेतले आणि आपल्या आवडत्या ग्राहकांना दिले. पॉलिश केलेल्या काळ्या भिंतीवर त्यानं मोठे टायगर बूट चिकटवले आणि त्यावर लाइट सोडले-एकदम स्टायलिश काम! धावपटूंचा आणि त्यांच्या बुटांचा सन्मान होईल, अशी दुसरी जागा संपूर्ण जगात इतरत्र कुठेही नव्हती. धावपटू पंथाच्या महत्त्वाकांक्षी गुरूला आपलं चर्च सापडलं होतं, तिथे सोमवार ते शनिवार नऊ ते सहा चर्च सर्व्हिस अर्थात सेवेचा काळ होता.

त्यानं पहिल्यांदा जेव्हा दुकानाचं वर्णन पाठवलं, तेव्हा मला आशियात पाहिलेली देवळं आणि मंदिरं आठवली. त्यांची तुलना मी जॉन्सनच्या देवळाशी करू लागलो; पण तेवढा वेळच नव्हता. प्राइस वॉटरहाउसमधील काम, हेजबरोबर दारूमध्ये घालवलेला वेळ आणि शनिवार-रविवारी ब्लू रिबनची उरलीसुरली कामं यात मी बुडून गेलो होतो. शिवाय महिन्यातले चौदा तास राखीव सेनेत कसरत करताना मी अगदी पोळून निघालो होतो.

नंतर जॉन्सननं मला एक पत्र लिहिलं आणि माझ्याकडे दुसरा पर्यायच नव्हता, मी लगेच विमान पकडलं.

जॉन्सनचे आतापर्यंत हजारो पत्रमित्र झाले होते. लाँग आयलंडवरील एका शाळेतल्या मुलानं जॉन्सनला एक पत्र पाठव्लं होतं आणि त्यात जरा धक्कादायक बातमी होती. तो मुलगा आणि त्याचा कोच आता एका दुसऱ्याच ठिकाणाहून टायगरचे बूट विकत घेणार होते–व्हॅली स्ट्रीम, मासापेक्का की मॅनहॅसेट अशा कुठल्यातरी ठिकाणी एक कुस्तीचा कोच होता, त्याच्याकडून ते खरेदी करणार होते.

तो मार्लबोरोचा माणूस परत आला होता. त्यानं *ट्रॅक अँड फिल्ड* या मासिकात देशभर प्रसिद्ध होणारी जाहिरातही छापली होती. जॉन्सन त्या मार्लबोरोच्या मैदानात घुसला होता, जॉन्सननं सर्व प्राथमिक पाया रचला होता. विक्रीच्या कष्टमय प्रयत्नातून टायगरची प्रसिद्धी केली होती आणि आता हा मार्लबोरो इथे येऊन त्याचा फायदा करून घेणार होता.

मी लगेच लॉस एंजलिसच्या विमानात का चढलो मला ठाऊक नाही, मी नुसता फोनही करू शकलो असतो. जॉन्सनच्या ग्राहकांप्रमाणे कदाचित मलाही टायगर पंथात सामील व्हायचं असेल, मग तो दोघांचाच का असेना...

तिथे गेल्यावर आम्ही प्रथम काय केलं असेल, तर समुद्रकिनाऱ्यावर खूप लांब पल्ल्याची धाव घेतली. नंतर आम्ही पिझ्झा विकत घेऊन त्याच्या घरी गेलो. साधारणतः घटस्फोटित पुरुषाचं असतं तसंच ते घर होतं. कदाचित, जरा जास्तच अस्ताव्यस्त! लहान, काळोखी, तुटपुंजी जागा – मी जगभर भ्रमंती करत असताना अगदी काही साध्या वसतिगृहात राहिलो होतो, त्याची मला आठवण झाली.

अर्थात त्या घराला खास जॉन्सनचा असा वेगळा स्पर्श होताच. सगळीकडे बूट! मला वाटलं होतं की, फक्त माझंच घर बुटांनी भरलं आहे; पण जॉन्सन तर प्रत्यक्ष बुटांमध्येच राहत होता. प्रत्येक पृष्ठभागावर, प्रत्येक कोपऱ्यात धावण्याचे बूटच होते, बहुतेक बूट अर्धवट दुरुस्तीच्या अवस्थेत होते.

घरात काही थोडे कोपरे आणि जागा होत्या जिथे बूट नव्हते; पण पुस्तकं होती. लाकडी ठोकळ्यांवर फळ्या लावून हातानं तयार केलेल्या मांडणीवर अनेक पुस्तकं ठेवली होती. जॉन्सन वाटेल ते वाचत नसे. बहुतेक करून धर्म, समाजशास्त्र, मानववंशशास्त्र, तत्त्वज्ञानावरचे ग्रंथ आणि अभिजात पाश्चिमात्य वाङ्मयीन पुस्तके त्या संग्रहात होती. मला वाटलं मलाच वाचनाची आवड होती, जॉन्सन तर खूपच वरच्या पातळीवर होता.

पण मला प्रकर्षानं जाणवला तो तिथला विचित्र वाटणारा जांभळा प्रकाश. त्याच्याकडे ७५ गॅलनची एक काचेची मत्स्यपेटी होती. मला सोफ्यावर जागा करून

देत जॉन्सननं त्यावर टिचकी मारून त्याचं कारण स्पष्ट केलं. नुकताच घटस्फोट झालेले लोक सहसा बारकडे वळत असत; पण जॉन्सन सील बीचच्या धक्क्यावर बसून दुर्मीळ मासे शोधत असे. त्यानं त्याची 'स्लर्पगन' दाखवली, त्या बंदुकीनं तो मासे पकडायचा. जगातल्या पहिल्या व्हॅक्यूम क्लीनरच्या मॉडेलप्रमाणे ती गन दिसत होती. ती कशा प्रकारे काम करते, असं विचारल्यावर तो म्हणाला, ''हे *टोक* उथळ पाण्यात बुडवायचं, मासा एका प्लॅस्टिकच्या नळीत ओढून घ्यायचा आणि मग एका भांड्यात टाकायचा आणि बादलीभर पाण्यात टाकून मग या मत्स्य घरात ठेवायचा.''

त्याच्याकडे अनेक चित्रविचित्र जलचर होते - मोठ्या डोळ्यांचे पर्च मासे, समुद्री घोडे... त्यानं मोठ्या अभिमानानं मला ते दाखवले. त्यानं त्याच्या संग्रहातला एक महत्त्वाचा मासा दाखवला : लहानसा ऑक्टोपस; त्याला त्यानं स्ट्रेच हे नाव ठेवलं होतं. जॉन्सन म्हणाला, ''बरं झालं आठवलं, त्याची जेवणाची वेळ झाली.''

त्यानं एका कागदी पिशवीत हात घातला आणि एक जिवंत खेकडा बाहेर काढला. तो त्या मत्स्यपेटीवर हलवत जॉन्सन म्हणाला, 'स्ट्रेच, चल ये इकडे.' ऑक्टोपस जागेवरून जराही हलला नाही. जॉन्सननं तो खेकडा खाली आणला आणि वाळूनं भरलेल्या त्या टँकच्या तळापाशी नेला, तरी स्ट्रेचकडून काहीच प्रतिक्रिया नव्हती. मी विचारलं, ''मेला का तो?'' जॉन्सन म्हणाला, ''आता गंमत बघ.''

तो खेकडा इकडून तिकडे नाचू लागला, घाबरला होता, कुठे लपायला मिळतं का बघत होता; पण तिथे अशी जागाच नव्हती. स्ट्रेचला ते ठाऊक असावं. काही मिनिटांनी स्ट्रेचच्या अंगाखालून काही तरी बाहेर आलं - अँटेनासारखं! ते त्या खेकड्याकडे झेपावलं आणि त्याच्या अंगाला स्पर्श केला. ''हे काय?'' वडिलांनी ज्या अभिमानानं सांगावं त्या स्वरात जॉन्सन म्हणाला, ''स्ट्रेचनं आताच त्या खेकड्याला विष टोचलं.'' खेकड्याची हालचाल मंदावली आणि नंतर पूर्णपणे थांबली. स्ट्रेचनं त्याची अँटेना खेकड्याभोवती गुंडाळली आणि मग खाली वाळूच्या ढिगात एका दगडाआड बनवलेल्या बिळात त्यानं आपलं खाद्य ओढत नेलं.

मला हा एक कळसूत्री बाहुल्यांचा कार्यक्रम, भयानक काबुकी शोसारखा वाटला, एक राक्षस आणि एक मूक बळी... आमच्यापुढे असलेल्या समस्येचं ते रूप होतं का? जीवो जीवस्य जीवनम्! हा निसर्गाचा न्याय होता. मला वाटलं की, ही ब्लू रिबन आणि मार्लबोरोचा माणूस यांच्यातील संघर्षाची कहाणी आहे.

संध्याकाळचा राहिलेला वेळ आम्ही जॉन्सनच्या स्वयंपाकघरातील टेबलावर घालवला. आम्ही लाँग आयलंडमधून आलेल्या पत्रावर विचार करत होतो. त्यानं ते पत्र मोठ्यानं वाचलं आणि मग मी ते मूकपणे वाचलं. आता काय करायला हवं यावर आमच्यातच चर्चा झाली.

जॉन्सन म्हणाला, ''तुला जपानला जायला पाहिजे.''

''काय?''

तो म्हणाला, ''तुला जायलाच हवं. आपण किती काम केलं आहे हे त्यांना सांग. तुझ्या हक्कांची जाणीव करून दे. या मार्लबोरो माणसाला कायमचं संपवायला पाहिजे. तो बूट विकायला लागला आणि त्यानं जोर पकडला की, त्याला थांबवणं अवघड होईल. आपण आताच त्याला बांध घतला नाही तर सगळं संपलंच!''

मी म्हटलं, ''मी आताच जपानवरून आलो आहे.'' आणि पुन्हा जाण्याइतके पैसेही माझ्याकडे नव्हते. मी सगळी बचत ब्लू रिबनमध्ये घातली होती आणि आता मी वॉलेसला आणखी कर्ज मागू शकत नव्हतो. तो विचारच मला अस्वस्थ करत होता. शिवाय माझ्याकडे वेळही नव्हता. प्राइस वॉटरहाउसनं मला वर्षाला फक्त दोन आठवडे रजा मंजूर केली होती. राखीव दलात बोलवलं असेल तर गोष्ट वेगळी, त्यासाठी एक आठवडा जादा रजा मिळत असे आणि मी तीही रजा घेतली होती.

मी जॉन्सनला म्हटलं, ''काही उपयोग नाही. मार्लबोरोचा माणूस त्यांचा आधीपासूनचा मित्र आहे.''

जॉन्सननं न डगमगता माझा छळ करणारा त्याचा तो टाइपरायटर पुढे ओढला. त्यानं आमच्या अनेक कल्पना, ग्राहकांच्या याद्या, टिपणे टाइप करायला सुरुवात केली. त्याचा मोठा प्रबंधच तयार करून मी तो ओनित्सुकाच्या अधिकाऱ्यांना द्यावा, असं तो म्हणाला. स्ट्रेचचा खेकडा खाऊन झाला. आम्ही पिझ्झा संपवला, बिअर घशात घातली आणि रात्री उशिरा झोपी गेलो.

दुसऱ्या दिवशी ओरेगॉनला पोहोचल्यावर मी सरळ प्राइस वॉटरहाउसच्या ऑफिस मॅनेजरकडे गेलो, ''मला लगेच दोन आठवड्यांची सुटी हवी आहे.''

त्यानं आपल्या टेबलावरच्या कागदांच्या गठ्ठ्याकडे पाहिलं, माझ्याकडे रोखून बघितलं; मला क्षणभर वाटलं की, माझी नोकरी गेली; पण त्याऐवजी त्यानं घसा साफ केला आणि तो काही तरी विचित्र पुटपुटला. मला प्रत्येक शब्द कळला नाही; पण माझ्या आवेशावरून आणि माझ्या बोलण्यातील संभ्रमातून त्याला बहुतेक वाटलं असावं की... *मी कुणालातरी गरोदर केलं असेल, नक्की!*

मी एक पाऊल मागे झालो आणि कुरकूर करणारच होतो; पण मी तोंड मिटून घेतलं. त्याला काय वाटेल तो विचार करू दे. मला सुटी दिली म्हणजे झालं!

आपल्या विरळ होत चाललेल्या केसातून हात फिरवत त्यानं दीर्घ सुस्कारा सोडला आणि तो म्हणाला, ''जा, तुला शुभेच्छा, तुझं काम होऊ दे.''

मी माझ्या क्रेडिट कार्डमध्ये विमान तिकिटाची रक्कम भरली, बारा महिन्यांनी पैसे द्यायचे होते. मागच्या वेळी मी कळवलं नव्हतं; पण या वेळी मात्र मी येणार असल्याचं आधीच कळवलं होतं. ओनित्सुकांच्या अधिकाऱ्यांना माझ्या येण्याची खबर दिली आणि मला एक बैठक करायची आहे, असं सांगितलं.

त्यांनी ताबडतोब उत्तर दिलं, ''या, लवकर या.''

पण त्यांच्या तारेमध्ये लिहिलं होतं की मला मोरिमोटो भेटणार नव्हते. ते आता नोकरीवर नव्हते किंवा कदाचित देवाघरी गेले असावेत. त्यांनी एक नवीन निर्यात व्यवस्थापक नेमला होता.

त्याचं नाव होतं किटामी.

जपानी भाषेत 'आधी पाहिलं आहे' याला म्हणतात *किशिकान.* मी पुन्हा एकदा जपानच्या विमानात चढलो. *जपानी लोकांबरोबर व्यवसाय कसा करावा* या पुस्तकाचं पुन्हा एकदा पारायण सुरू केलं. पुन्हा ती कोबेला जाणारी गाडी पकडून न्यू पोर्टला पोहोचलो आणि माझ्या खोलीत येरझारा घालू लागलो.

बरोबर वेळेवर मी ओनित्सुकाकडे जाण्यासाठी टॅक्सीत बसलो. मला वाटलं की, आम्ही त्याच जुन्या कॉन्फरन्स रूममध्ये भेटू; पण त्यांनी तिथे नूतनीकरण केलं होतं. ते म्हणाले, ''आता नवी कॉन्फरन्स रूम!'' ती अधिक मोठी, छान होती. जुन्या खुर्च्या जाऊन लेदरच्या खुर्च्या आल्या होत्या आणि टेबलही मोठं होतं. अधिक परिणामकारक पण कमी परिचयाचे. मला थोडं गोंधळायला, घाबरायला झालं म्हणजे ओरेगॉन तयारी करायची ओरेगॉन राज्यस्पर्धेसाठी आणि शेवटच्या क्षणी कळावं की, आता स्पर्धा लॉस एंजलिसच्या भव्य मेमोरियल कॉलेजियमला हलवल्या आहेत!

एक नवीन माणूस त्या खोलीत आला आणि त्यानं हात पुढे केला - किटामी! त्याच्या काळ्या बुटांना चकचकीत पॉलिश केलं होतं. त्याचे केसही तितकेच चमकत होते - काळेभोर, सरळ मागे वळवलेले केस, एक बटही बाहेर डोकावत नव्हती! मोरिमोटो डोळे मिटून कपडे घालत असावा इतका गबाळा होता आणि हा माणूस अगदी उलट होता. मला किटामीच्या पॉलिशमुळे जरा बिचकायला झालं; पण तो अचानकपणे अगदी छान आदबशीरपणे हसला. त्यानं मला आरामात बसायला सांगितलं. मी कशासाठी आलो आहे हे जाणून घेतलं; पण तो इतका व्यवस्थित दिसत असला तरी त्याच्यात आत्मविश्वासाचा अभाव आहे, असं मला वाटलं. कारण, तो या पदावर अगदी नवीन होता. त्याच्याकडे बऱ्यापैकी 'भांडवल' नसावं. अचानक मला भांडवल हा शब्द आठवला.

मला हेही जाणवलं की, किटामीबद्दल माझं मत नकळत चांगलं झालं होतं. मी एक मोठा ग्राहक नव्हतो; पण अगदी लहानही नव्हतो. बाजारपेठेचं ठिकाणच महत्त्वाचं असतं. मी *अमेरिकेत* बूट विकत होतो, ओनित्सुकाच्या दृष्टीनं ती फार महत्त्वाची बाजारपेठ होती. कदाचित, किटामीला मला सोडून चालणार नव्हतं. त्या मार्लबोरोच्या माणसाला सर्व अधिकार देण्याआधी मला काही वेळ ते धरून ठेवतीलही! आत्ता तरी त्यांच्यासाठी मी एक उपयुक्त घटक होतो म्हणजे मला वाटत होतं, त्यापेक्षा माझी किंमत जास्तच असावी.

किटामी आधीच्या प्रमुखांपेक्षा जास्त चांगलं इंग्रजी बोलत होता; पण त्याचा आवाज अधिक जाडसर होता. माझा प्रवास, हवामान, व्यवसाय वगैरे विषयांवर आम्ही बोलत असताना माझ्या कानाला त्याच्या आवाजाची सवय होऊ लागली. हळूहळू बाकीचे अधिकारीही टेबलापाशी येऊन बसू लागले. अखेर किटामी मागे रेलून म्हणाले, ''हाइ...'' तो जरा थांबला. मी विचारलं, ''मिस्टर ओनित्सुका?'' तो म्हणाला, ''आज मिस्टर ओनित्सुका येऊ शकणार नाहीत.''

छे! ओनित्सुकांना माझ्याबद्दल चांगल्या भावना होत्या, त्याचा लाभ करून घ्यावा, असं मला वाटत होतं, शिवाय बॉवरमनबरोबरही त्यांचं चांगलं नातं होतं; पण मी इथं एकटाच होतो. एका अनोळखी खोलीत अडकलो होतो; पण आता मागे फिरणे नाही!

किटामी आणि इतर अधिकाऱ्यांना मी सांगितलं की, ब्लू रिबननं आतापर्यंत खूप लक्षणीय काम केलं आहे. आम्ही प्रत्येक ऑर्डर पूर्ण केली होती, आमची ग्राहक संख्या चांगली होती आणि ही वाढ अशीच चालू राहील, याची आम्हाला खात्री होती. १९६६मध्ये आम्ही ४४००० डॉलरची विक्री केली होती आणि १९६७मध्ये ती ८४००० डॉलरवर जाईल, अशी अपेक्षा होती. मी सँटा मोनिकातील आमच्या नवीन दुकानाचं वर्णन केलं आणि नियोजित दुकानांची माहिती दिली. आमचं भविष्य फारच चांगलं होतं! मग मी म्हणालो, ''आम्हाला ट्रॅक आणि फिल्डसाठी टायगर बुटांचे अमेरिकेतील एकमेव वितरक व्हायला आवडेल आणि ते टायगरच्या हिताचंदेखील ठरेल.''

मी त्या मार्लबोरो माणसाचा उल्लेखही केला नाही.

मी टेबलावर नजर फिरवली. सगळ्यांचे चेहरे गंभीर होते. किटामीचा चेहरा तर फारच गंभीर होता. तो थोड्या तुटक स्वरात म्हणाला की, हे जमणार नाही. ओनित्सुकाला अमेरिकेतील एकूण कामाचा भार हाताळू शकणारी, अधिक बस्तान बसलेली मोठी कंपनी वितरक म्हणून हवी होती. अमेरिकेच्या पूर्व किनाऱ्यावर ऑफिस असलेली कंपनी हवी होती.

''पण...'' मी मध्येच म्हणालो, ''ब्लू रिबनचं पूर्व किनाऱ्यावर ऑफिस आहेच!''

किटामी खुर्चीत मागे रेलून म्हणाला, ''ओह!''

मी म्हटलं, ''हो; आम्ही पूर्व किनाऱ्यावर आहोत, पश्चिम किनाऱ्यावर आहोत आणि लवकरच मध्य पश्चिम भागातही जाणार आहोत. आम्ही राष्ट्रीय स्तरावर वितरण हाताळू शकतो, शंकाच नाही!'' मी टेबलावर नजर फिरवली. चेहरे आता कमी गंभीर वाटत होते.

किटामी म्हणाला, ''असं असेल तर मग चित्र वेगळंच दिसतं आहे.''

माझ्या प्रस्तावाचा काळजीपूर्वक विचार केला जाईल, असं आश्वासन त्यानं मला दिलं. हाइ! बैठक संपली!

मी हॉटेलमध्ये परतलो आणि रात्रभर येरझारा घालत होतो. दुसऱ्या दिवशी सकाळीच मला ओनित्सुकामध्ये बोलावल्याचा फोन आला. मला किटामीनं अमेरिकेसाठी एकमेव वितरक म्हणून हक्क प्रदान केले होते.

आम्ही तीन वर्षांच्या करारावर सह्या केल्या.

सह्या करताना मी चेहरा निर्विकार ठेवण्याचा प्रयत्न केला आणि पाच हजार बुटांची नवीन ऑर्डर दिली. त्यासाठी वीस हजार डॉलर लागणार होते; पण माझ्याकडे ते नव्हते! किटामीनं सांगितलं की, तो माझ्या पूर्व किनाऱ्यावरील ऑफिसला ते बूट पाठवील; पण माझ्याकडे तसं ऑफिसही नव्हतं.

'ऑफिसचा बरोबर पत्ता पाठवतो,' असं मी त्याला आश्वासन दिलं.

विमानातून मायदेशी परत येताना मी खिडकीतून पॅसिफिक महासागरावर विहरणाऱ्या ढगांकडे बघत होतो, मला माउंट फूजीच्या टोकावर बसल्याचा भास झाला. मनात आलं, हा डाव यशस्वी झाल्यानंतर साराला माझ्याबद्दल काय वाटेल? ओनित्सुकानं हाकलल्यानंतर त्या मार्लबोरो माणसाला काय वाटलं असेल?

जपानमध्ये व्यवसाय कसा करावा हे पुस्तक मी बाजूला ठेवलं. माझ्या बॅगमध्ये अनेक भेटवस्तू होत्या. मॉम हॅटफिल्ड, माझ्या बहिणी व आईसाठी किमोनो. माझ्या टेबलावर टांगण्यासाठी एक छोटीसी सामुराय तलवार आणि सर्वांत महत्त्वाचं म्हणजे एक लहानसा जपानी टीव्ही. युद्धातून मिळालेली लूट, माझ्या मनात आलं! पण पॅसिफिक सागरावरून जात असताना माझ्या या मोठ्या यशाचं ओझं अंगावर आल्यासारखं वाटू लागलं. मी या प्रचंड ऑर्डरसाठी वॉलेसला कर्ज मागीन, तेव्हा त्याच्या चेहऱ्यावर काय भाव असेल? तो जर नाही म्हणाला तर मग काय?

पण उलटपक्षी तो हो म्हणाला, तर पूर्व किनाऱ्यावर नवीन ऑफिस कसं उघडणार होतो? आणि ते बूट पोहोचण्याआधी ऑफिस कसे उघडणार होतो? आणि माझ्यासाठी ते कोण चालवणार होतं?

मी चकाकणाऱ्या क्षितिजाकडे टक लावून बघत होतो. काही क्षणांच्या सूचनेनुसार पूर्व किनाऱ्यावर जाऊन तिथे बूट पोहोचायच्या आत ऑफिसही उघडू शकेल असा वेडा, अति उत्साही, चक्रम माणूस या जगात एकमेव होता.

माझ्या मनात आलं – स्ट्रेचला अटलांटिक महासागर आवडेल का?

१९६७

मी काही बरोबर केलं नाही, अजिबात बरोबर केलं नाही.

त्याची प्रतिक्रिया काय होणार मला ठाऊक होतं आणि म्हणूनच मी जॉन्सनला ही सगळी कहाणी सांगायचं टाळलं. ओनित्सुकाबरोबर माझी बैठक चांगली झाली आणि मला राष्ट्रीय वितरणाचे हक्क मिळाले आहेत, इतकंच मी त्याला पत्र लिहून कळवलं. पूर्व अमेरिकेत जाण्यासाठी दुसरा कोणी तरी मिळेल, अशी आशा मी मनातून बाळगली होती. नाही तर वॉलेस माझ्या सर्व योजनेलाच सुरुंग लावील.

आणि खरोखरच मी एका दुसऱ्या व्यक्तीला निवडलं होतं. अर्थात तोही तो लांब अंतराच्या शर्यतीत धावणारा एक माजी धावपटूच होता; पण तिकडे जाण्यासाठी त्याच्याबरोबर करार केल्यानंतर काहीच दिवसांनी त्यानं आपला विचार बदलला आणि माघार घेतली. मग वैतागून, निराश होऊन, मनाची चालढकल होत असताना चिंताग्रस्त अवस्थेत मी सँटा मोनिकामध्ये जॉन्सनच्याच जागी कोणालातरी नेमावं, असं सोपं उत्तर शोधलं. माझ्या मित्राचा मित्र जॉन बोर्क हा लॉस एंजलिसमध्ये एका शाळेत धावण्याचा कोच होता, त्याला मी विचारलं. ही संधी त्याला खूपच आवडली आणि तो एका पायावर तयार झाला. जरा जास्तच उत्साहात होता तो.

तो इतका उत्साही होता हे मला कसं कळलं? दुसऱ्या दिवशी तो जॉन्सनच्या दुकानात गेला आणि त्यानं जाहीर केलं, ''आजपासून मी इथला नवीन बॉस.'' जॉन्सन म्हणाला, ''काय, नवीन... *कोण?*''

बोर्क म्हणाला, ''तुला पूर्वेकडे पाठवणार आहेत म्हणून इथं मला तुझ्या ठिकाणी नेमलं आहे.''

जॉन्सन म्हणाला, ''केव्हा जाणार आहे मी... *कुठे?*'' त्यानं फोनला हात घातला.

जॉन्सनबरोबरचा हा संवादसुद्धा मी योग्य प्रकारे हाताळला नाही. मी जॉन्सनला म्हणालो, ''हा हा, हो, मी तुला सांगणारच होतो. ही बातमी तुला अशा प्रकारे कळायला नको होती, सॉरी!'' मी त्याला सांगितलं की, मला ओनित्सुकाशी खोटं बोलणं भाग पडलं आणि म्हणून पूर्व किनाऱ्यावर आमचं एक ऑफिस आहे, असं मी कळवलं होतं, त्यामुळे आपण आता एका कोंडीत सापडलो आहोत. काहीच दिवसात ते लोक बूट पाठवतील, जहाजातून प्रचंड माल न्यू यॉर्कच्या दिशेनं निघेल. आता तू म्हणजे फक्त जॉन्सनच हा माल स्वीकारून पूर्वेकडे ऑफिस उघडू शकेल. आता ब्लू रिबनचं भवितव्य त्याच्याच हातात होतं.

जॉन्सन गांगरला आणि नंतर चिडला. मग वैतागला. हे सगळं फक्त एका क्षणात! मी लगेच विमान पकडलं आणि त्याला त्याच्या दुकानात भेटायला गेलो.

तो मला म्हणाला की, त्याला पूर्वेकडे राहायची इच्छा नव्हती. त्याला कॅलिफोर्निया आवडत होतं. तिथे तो वर्षभर धावू शकत होता आणि जॉन्सनसाठी धावणं हेच सर्वस्व होतं, तेव्हा अत्यंत कडक थंडी असलेल्या पूर्व भागात कसं काय जाणार? त्याची तक्रार बराच वेळ चालूच होती.

पण अचानक त्याचा मोहराच बदलला. आम्ही त्याच्या स्वर्गाच्या म्हणजे दुकानाच्या मध्यभागी उभे होतो. ऐकू येईल न येईल इतक्या आवाजात त्यानं मान्य केलं की, हा ब्लू रिबनचा निर्वाणीचा क्षण आहे. कारण, तो या कंपनीत आर्थिक, भावनिक, आध्यात्मिक दृष्ट्या फारच गुंतलेला होता. पूर्व भागात दुसरे कोणीच ऑफिस उघडू शकत नव्हता, हेही त्यानं मान्य केलं. मग त्यानं एक लांबलचक स्वगत म्हटलं. तो म्हणाला की, सँटा मोनिकाचं दुकान आता आपोआप चालू शकत होतं. त्याच्या जागी येणाऱ्या माणसाला तो एका दिवसात तयार करू शकत होता. त्यानं दूरच्या भागात असं दुकान थाटलं होतं म्हणून त्याला अशी व्यवस्था लगेच करता येईल. आता ते बूट जवळ जवळ बोटीवर पोहोचले होते, शाळा सुरू होण्याचा हंगाम जवळ येऊन ठेपला होता, त्यामुळे हे कामही ताबडतोब व्हायला हवं होतं. मग त्यानं दुकानाच्या भिंतींना, बुटांना आणि तिथल्या वास्तूला विचारलं की, हे दुकान बंद करून जावं का, मी सांगतो ते ऐकावं का? या मोठ्या संधीसाठी कृतज्ञ असायला हवं, नाही का? हे नसतं तर तो कोण होता - त्याच्याच शब्दांत, 'एक निकामा फालतू माणूस!'

मी म्हणू शकलो असतो, 'तू तसा नाहीस. उगीच स्वतःला का नावं ठेवतोस?' पण मी काहीच बोललो नाही, गप्प बसलो, उभा शांत राहिलो.

तो बोलायची वाट पाहत थांबलो.

अखेर तो बोलला, ''ठीक आहे, मी जातो.''

''ग्रेट! मस्त! फारच छान! धन्यवाद!''

''पण कुठे?''

''कुठे काय?''

''तुला हवं ना मी जावं?''

''हो! वाटतं ना! पूर्व अमेरिकेत जिथे चांगलं बंदर असेल तिथे. फक्त पोर्टलँडमध्ये नको.''

''का?''

''दोन वेगवेगळ्या पोर्टलँडमध्ये एकच कंपनी? यामुळे तर ते जपानी लोक एकदम गोंधळून जातील!''

आम्ही अजून थोडा वेळ चर्चा केली आणि ठरवलं की, न्यू यॉर्क आणि बोस्टन या योग्य जागा आहेत, विशेषतः बोस्टन. आमच्यापैकी एक जण म्हणाला, ''तिथूनच आपल्याला अनेक ऑर्डर्स येत असतात.''

जॉन्सन म्हणाला, ''ठीक आहे, बोस्टन, मी आलोच!''

मी त्याला बोस्टनच्या प्रवासाविषयी एक दोन माहिती पत्रकं दिली, त्याला तिथल्या ऑटमफॉल म्हणजे शिशिरातल्या पानगळीचं आकर्षण दाखवलं. जरा जादापणाच होता माझ्याकडून; पण तसं करण्याशिवाय इलाज नव्हता.

माझ्याकडे ती माहिती पत्रकं कशी आली, असं त्यानं मला विचारलं. मी त्याला सांगितलं की, तो योग्य तोच निर्णय घेणार हे मला ठाऊक होतं.

तो हसू लागला.

जॉन्सननं दाखवलेली क्षमाशीलता, एकूणच छानसा स्वभाव यामुळे मला खूप कृतज्ञता वाटली आणि मला तो जास्तच आवडू लागला, त्याच्याबद्दलची जवळीकही वाढली. त्याला आधी चांगलं वागवलं नाही म्हणून मला वाईटही वाटलं. ती उत्तरं न दिलेली पत्रं वगैरे! माझ्या मनात आलं की, जगात सांघिक दृष्टी असलेली माणसं असतात आणि जॉन्सनसारखा माणूसही असतो.

आणि मग त्यानं सोडून जायची धमकी दिली.

अर्थात पत्रातूनच! त्यानं लिहिलं, 'मला वाटतं की, आपण आतापर्यंत जे यश मिळवलं आहे आणि पुढील दोन वर्षांत मिळणार आहे ते यश माझ्यामुळेच आहे.'

त्यानं मला दोन कलमी निर्वाणीच्या अटी घातल्या –

१. मी त्याला ब्लू रिबनमध्ये पूर्ण वेळ भागीदार करावं.

२. त्याचा पगार महिन्याला सहाशे डॉलर करावा, शिवाय सहा हजारांपेक्षा जास्त बुटांच्या जोड्यांची विक्री झाल्यास नफ्यातील एक तृतीयांश हिस्सा त्याला द्यावा.

नाही तर रामराम!

मी बॉवरमनला फोन करून सांगितलं की, आपला एक नंबरचा पूर्ण वेळ कर्मचारी बंड करतो आहे. बॉवरमननं शांतपणे ऐकून घेतलं, सगळ्या बाजूंचा विचार केला, फायदा तोट्याचा विचार केला आणि मग निर्णय दिला, 'गेला खड्ड्यात!'

मी म्हटलं की, 'हे धोरण योग्य होईल की नाही मला शंका आहे.' कदाचित, जॉन्सनला मनवण्याचा एखादा मध्यममार्ग असेल, त्याला कंपनीत थोडी भागीदारी देता येईल. आम्ही अधिक चर्चा केली; पण गणित काही जमत नव्हतं. मला किंवा बॉवरमनला आमच्या हिश्शात घट नको होती, तेव्हा मला जरी जॉन्सनची मागणी मान्य असली तरी ती शक्य नव्हती.

जॉन्सन पालो आल्टोला आपल्या आई-वडिलांना भेटायला जाणार होता. मी तिथे जाऊन त्याला भेटलो. जॉन्सन म्हणाला की, त्याच्या वडिलांना म्हणजे ओवेन यांनाही चर्चेत घ्यावं. त्यांच्याच ऑफिसमध्ये बैठक झाली. पिता-पुत्रातील साधर्म्य पाहून मी चकित झालो. ते अगदी सारखेच दिसायचे, सारखेच बोलायचे आणि दोघांचे हावभावही सारखेच होते; पण ते साधर्म्य एवढ्यापुरतंच होतं. सुरुवातीपासूनच ओवेन जास्त आक्रमकपणे आणि मोठ्या आवाजात बोलत होते. जॉन्सनच्या बंडाच्या मागे तेच होते, हे माझ्या लक्षात आलं.

ओवेन हे स्वतः एक विक्रेते होते. ते डिक्टॅफोनसारखी आवाज रेकॉर्ड करण्याची यंत्रे विकत असत आणि त्यात ते तज्ज्ञ होते. त्यांच्यासाठी जीवन हाच एक मोठा सौदा होता आणि त्याचा ते आनंद घेत असत म्हणजे ते माझ्या अगदी विरुद्ध स्वभावाचे होते. मला वाटलं; झाली युद्धाला सुरुवात आता! अजून एकदा एका कसलेल्या स्पर्धकाशी सौदा! कधी संपणार हे सगळं?

मुद्द्यावर यायच्या आधी ओवेनना मला एक गोष्ट सांगायची होती. ते म्हणाले की, मी एक हिशेबनीस असल्यामुळे, त्यांना नुकताच भेटलेला एक अकाउंटंट आठवला. एक टॉपलेस ग्राहक त्याची ग्राहक होती. मला वाटतं की, तिनं छाती वाढवण्यासाठी आत घातलेले सिलिकॉन इम्प्लँट व्यावसायिक खर्च म्हणून धरता येतात का हा तिचा प्रश्न होता. त्यातला विनोद लक्षात आल्यावर मला जोरात हसू आलं; पण मी सभ्यतेच्या मर्यादा पाळून खुर्चीचे हात पकडून हसू आवरलं. ओवेनही हसत होते, त्यांना काय सांगायचं आहे, याची मी वाट पाहत होतो.

त्यांच्या मुलानं ब्लू रिबनसाठी काय काय केलं हे ते सांगू लागले. त्यांच्या म्हणण्याप्रमाणे ब्लू रिबन त्यांच्या मुलामुळेच अजून अस्तित्वात आहे. मी मान डोलावली; मी त्यांना बोलू दिलं. मी शेजारीच बसलेल्या जॉन्सनच्या नजरेला नजर देण्याचं टाळलं. मी त्याआधी जपानला गेलो होतो, तेव्हा जॉन्सनबरोबर चर्चेचा सराव केला होता तसाच सराव या दोघांनीही केला आहे का, असं मला वाटत होतं. ओवेनचं बोलणं संपलं. ते म्हणाले की, खरी स्थिती पाहिली तर जॉन्सनला ब्लू रिबनमध्ये पूर्ण भागीदार करायला पाहिजे. मी घसा खाकरला आणि मान्य केलं की, जॉन्सन आमची ताकद आहे, त्यानं केलेलं काम महत्त्वाचं आणि अनमोल आहे; पण मग मी म्हटलं,

''खरी गोष्ट ही आहे की, आमची विक्री चाळीस हजार डॉलर असून त्यापेक्षा जास्त कर्ज आहे तेव्हा आता वाटण्यासाठी काही राहिलंच नाही म्हणजे जे अस्तित्वातच नाही, त्याचा हिस्सा आपण मागत आहोत.''

शिवाय मी ओवेनना म्हटलं की, बॉवरमन ब्लू रिबनमधला आपला थोडाही हिस्सा कमी करायला तयार नव्हता म्हणून मीही तसं करू शकत नव्हतो. मी तसं केलंच तर मीच निर्माण केलेल्या कंपनीचं बहुतांश नियंत्रण मला सोडून द्यावं लागेल, ते काही शक्य नव्हतं.

मग मी एक उलट प्रस्ताव दिला. मी जॉन्सनला पगारात पन्नास डॉलर वाढ देऊ शकेन.

ओवेन माझ्याकडे बघत होते; अत्यंत कठोर, आक्रमक मुद्रेनं बघत होते, अशा अनेक चर्चांमधून तयार झालेली ती नजर होती. त्या नजरेनंतर अनेक डिक्टॅफोन निराश झाले असतील. मी माझी ऑफर वाढवतो आहे का म्हणून ते वाट पाहत होते; पण आयुष्यात पहिल्यांदाच सौदा माझ्या बाजूनं होता. कारण, माझ्याकडे देण्यासारखं काही उरलंच नव्हतं. 'आहे ते घ्या नाही तर सोडून द्या!' यावर उत्तरच नसतं.

अखेर ओवेन मुलाकडे वळले. आम्हाला दोघांनाही कळत होतं की, शेवटी जॉन्सनच याचा निकाल लावेल. मला जॉन्सनच्या चेहऱ्यावर परस्परविरोधी भावना दिसत होत्या. त्याला माझी ऑफर पसंत नव्हती; पण त्याला ब्ल्यू रिबन सोडायचीही नव्हती. त्याचं ब्लू रिबनवर प्रेम होतं. त्याला ब्लू रिबनची गरज होती. जगात आपण ब्लू रिबनमध्येच ठीक आहोत, असं वाटायचं. कारण, आमच्या पिढीतील माझे सर्व वर्गमित्र आणि दोस्त कॉर्पोरेट महासागरात बुडून गेले होते. मी संपर्क ठेवत नाही म्हणून तो हजारो वेळा तक्रार करायचा; पण प्रत्येकाला स्वातंत्र्य देण्याची माझी शैली त्याला भावली होती, त्यात तो मुक्तपणे वावरत होता. त्याला दुसरीकडे कुठे असं स्वातंत्र्य मिळालं नसतं. काही सेकंद गेले आणि हात पुढे करून तो म्हणाला, ''ठरलं.'' मीही त्याचा हात हातात घेऊन म्हणालो, ''ठरलं आता!''

त्यानंतर सहा मैल पळून आम्ही या करारावर शिक्कामोर्तब केलं. मला आठवतं की, त्यात मी जिंकलो होतो.

जॉन्सन पूर्व किनाऱ्यावर गेला आणि बोर्क त्याचं दुकान सांभाळू लागला. माझ्याकडे आता बरेच कर्मचारी झाले होते. नंतर मला बॉवरमनचा फोन आला की, *आणखी एकाला* कामावर घे. त्याच्याकडचा माजी धावपटू – जॉफ हॉलिस्टर.

मी हॉलिस्टरला हॅंबर्गर खाण्यासाठी घेऊन गेलो, आमचं चांगलं जमलं; पण मी खिशात हात घातल्यावर माझ्याकडे पैसे नसल्याचं लक्षात आलं त्या वेळी त्यानं क्षणभरही विचार न करता पैसे काढून दिले आणि त्याची नोकरी पक्की झाली. राज्याबाहेर फिरून टायगर बूट विकण्यासाठी मी त्याला नेमलं आणि तो आता ब्लू रिबनचा तिसरा पूर्ण वेळ कर्मचारी बनला.

काही दिवसांनी बॉवरमननं पुन्हा फोन केला. आणखी एका माणसाला कामावर घ्यावं, असं त्याचं म्हणणं होतं. काही महिन्यांतच स्टाफची संख्या चौपट करायची? माझ्या त्या जुन्या जाणत्या कोचला मी म्हणजे जनरल मोटर्स वाटत होतो की काय? मी नाही म्हणालो असतो; पण मग बॉवरमननं त्या उमेदवाराचं नाव सांगितलं.

बॉब वुडेल!

मला हे नाव अर्थातच ठाऊक होतं. ओरेगॉनमधला प्रत्येक जण त्याला ओळखत होता. वुडेल बॉवरमनच्या १९६५च्या टीममधला एक महत्त्वाचा धावपटू होता. अगदी चमकता तारा नसला तरी तो एक निर्भय, स्फूर्तिदायक स्पर्धक होता. तीन वर्षांत दुसऱ्यांदा राष्ट्रीय विजेतेपदासाठी ओरेगॉन लढत होते, तेव्हा वुडेलनं अचानक लांब उडीत पहिला नंबर पटकावून यूसीएलएला धक्का दिला होता. मी तिथेच होतो आणि त्याचा पराक्रम मी पाहिला होता, मी फारच प्रभावित झालो होतो.

दुसऱ्या दिवशी टीव्हीवर एक बातमी होती. ओरेगॉनमध्ये मदर्स डे साजरा करताना एक अपघात झाला होता. वुडेल आणि त्याचे वीस सहकारी त्या कॉलेजच्या भागातून वाहणाऱ्या मिलरेस नावाच्या कालव्यातून एक फ्लोट चालवत होते. ते त्यावर कसरत करत होते तेव्हा कुणाचा तरी तोल गेला, कुणाचे तरी पाऊल चुकले, कोणी हात सोडला. कोणी पळू लागलं, कोणी ओरडू लागलं. तो फ्लोट कोसळला आणि त्याखाली वुडेल सापडला. त्याच्या कमरेचं हाड मोडलं होतं. तो आता चालू शकेल की नाही शंका होती.

वुडेलच्या उपचारासाठी निधी गोळा करायला बॉवरमननं हेवर्ड फिल्ड इथं एक स्पर्धा आयोजित केली होती. तो वुडेलसाठी काही तरी काम शोधत होता. तो म्हणाला की, सध्या वुडेल आपल्या आई-वडिलांच्या घरी व्हीलचेअरवर बसून नुसता भिंतीकडे बघत बसतो. बॉवरमनला साहाय्यक म्हणून काम करण्यासाठी त्यानं चौकशी केली होती; पण बॉवरमन मला म्हणाला, ''बक, ते काही जमेल असं वाटत नाही, कदाचित तो ब्लू रिबनकरता काम करू शकेल.''

मी फोन ठेवला आणि वुडेलला फोन लावला. त्याच्या अपघाताविषयी ऐकून मला वाईट वाटलं, असं सांगायचा मी प्रयत्न केला; पण मी मध्येच थांबलो. अशा वेळी नेमकं काय बोलावं मला कळत नव्हतं. मनात मी सहा-सात प्रकारची वाक्यं तयार केली होती; पण प्रत्येक वाक्य चुकीचं वाटत होतं. शब्दच सुचत नाहीत! असं इतकं कधीच झालं नव्हतं. आयुष्यभर मी जवळ जवळ मुकाच होतो. एखाद्या धावपटूला हालचाल अशक्य होते, अशा वेळी काय बोलतात? मी फक्त कामाविषयीच बोलायचं ठरवलं. मी म्हटलं की, बॉवरमननं तुझं नाव सुचवलं होतं आणि माझ्या बुटाच्या कंपनीत एखादी जागा आहे का असं विचारलं होतं. मी त्याला एकत्र जेवायला जाऊ, असं सुचवलं आणि तो म्हणाला, ''हो, नक्कीच जाऊ!''

आम्ही दुसऱ्या दिवशी पोर्टलँडच्या उत्तरेला बीव्हरटन या उपनगरामधील एका सँडविचच्या दुकानात भेटलो. वुडेल स्वतः गाडी चालवत तिथं आला. त्यानं मर्क्युरी

कूगर या गाडीचं हातानं चालवायचं तंत्र अवगत केलं होतं. खरं तर तोच आधी आला होता आणि मलाच पंधरा मिनिटं उशीर झाला होता.

व्हीलचेअर नसती तर मी आत गेलो, तेव्हा वुडेलला ओळखलं असतं की नाही कोण जाणे! मी त्याला प्रत्यक्षात एकदाच पाहिलं होतं आणि अनेकदा टीव्हीवर बघितलं होतं; पण अनेक दिव्यातून आणि शस्त्रक्रियांतून गेल्यानंतर तो खूपच बारीक झाला होता. त्याचं वजन ६० पौंडांनी कमी झालं होतं आणि त्याचा चेहरा अगदी आत गेला होता; पण त्याचे केस मात्र काळेभोर होते आणि खूपच कुरळे होते. ग्रीसच्या ग्रामीण भागात उभ्या केलेल्या हर्मीसच्या पुतळ्यासारखा तो दिसत होता. त्याचे डोळेही काळे होते; पण त्यात एक पोलादी धार होती, चतुरपणा दिसत होता – थोडी दुःखाची झाकही होती. जॉन्सनच्या अगदी विरुद्ध! काहीही असो, त्याचे डोळे आकर्षक आणि भारून टाकणारे होते हे नक्की. मला उशीर झाला म्हणून वाईट वाटलं.

जेवणाचं खरं कारण मुलाखत घेणं हे होतं; पण मुलाखत हा केवळ औपचारिक भाग होता हे दोघांनाही ठाऊक होतं. ओरेगॉनच्या माणसांना स्वतःची काळजी घेता येते. गावाचा अभिमान सोडा; पण आमचं चांगलं जमलं. आम्ही बॉवरमनची आठवण काढून खूप हसलो. तो धावपटूंना कणखर बनवण्यासाठी काय काय करायचा-कधी एखादी चावी विस्तवावर गरम करायचा आणि सौनात बसलेल्या धावपटूंच्या अंगाला लावायचा, तो अशा अनेक गोष्टी करत असे. आम्ही दोघांनीही ते अनुभवलं होतं. मला त्या क्षणी वाटू लागलं की, वुडेल ओळखीचा नसता तरी मी त्याला ही नोकरी दिली असती. आनंदानं! तो मला आवडेल असाच होता. ब्लू रिबन म्हणजे नक्की काय किंवा त्याचं पुढे काय होणार हे मला माहीत नव्हतं; पण एक मात्र नक्की ब्लू रिबनमध्ये या माणसाची जिद्द नक्कीच असणार!

मी त्याला युजीनला कॉलेजच्या बाहेरच्या बाजूला आमच्या दुसऱ्या दुकानात दर महिना चारशे डॉलरवर नोकरी देऊ केली. नशीब म्हणून त्यानं घासाघीस केली नाही. त्यानं चार हजार जरी मागितले असते तर त्यासाठी मी एखादा मार्ग शोधला असता.

मी म्हटलं, ''ठरलं?'' तो म्हणाला, ''ठरलं!'' त्यानं हात पुढे केला आम्ही हस्तांदोलन केलं. त्याची पकड अजून पोलादी होती.

तिथल्या वेट्रेसनं बिल आणून दिलं. मी वुडेलला सांगितलं की, आजचं जेवण माझ्याकडून! मी पाकीट बाहेर काढलं तर ते रिकामं होतं. मी ब्लू रिबनच्या चौथ्या पूर्ण वेळ कर्मचाऱ्याला सांगितलं की, आजच्या दिवस माझे पैसे भर, निदान पगार होईपर्यंत!

जेव्हा बॉवरमन नवीन माणसं पाठवत नसे, तेव्हा तो मला त्याच्या प्रयोगाचे निष्कर्ष पाठवत असे. १९६६मध्ये त्याला दिसलं की, स्प्रिंग अप बुटांचे तळवे लोणी वितळावं तसे वितळत होते; पण मधला भाग ठीकठाक राहत असे. त्यानं ओनित्सुकाला सांगितलं की, स्प्रिंग अपचा मधला भाग आणि लिंबर अपचा वरचा भाग एकत्र करावा आणि अशा तऱ्हेनं लांब अंतर धावण्यासाठी अगदी परिपूर्ण बूट तयार झाले. १९६७मध्ये

ओनित्सुकानं आम्हाला एक नमुना पाठवला आणि तो अगदी विस्मयकारक होता. त्याला छान कुशन होतं आणि त्याचा आकार सुबक होता, त्यामुळे हेच भविष्यातील सर्वोत्तम बूट असं वाटू लागलं.

ओनित्सुकानं या बुटाला काय नाव द्यावं, असं विचारलं. बॉवरमनला 'आझटेक' हे नाव आवडलं, १९६८मध्ये मेक्सिको सिटीमध्ये होणाऱ्या ऑलिंपिक सामन्यांमुळे प्रसिद्ध झालेलं हे नाव! मलाही ते आवडलं. ओनित्सुका म्हणाला, ''ठीक आहे.'' आणि आझटेकचा जन्म झाला.

नंतर आदिदासनं खटला भरण्याची धमकी दिली. आदिदासचे आझटेक गोल्ड नावाचे बूट अगोदरच होते आणि त्याच ऑलिंपिक सामन्यांच्या वेळी आदिदास ते बाजारात आणणार होते. ते नाव कुणीच ऐकलं नव्हतं; पण आदिदासनं त्यावरून हल्लागुल्ला केलाच.

या विषयावर बोलण्यासाठी जरा वैतागून मी डोंगर चढून बॉवरमनच्या घरी गेलो. त्या मोठ्या पोर्चमध्ये आम्ही नदीकडे बघत बसलो होतो. त्या दिवशी नदी बुटाच्या चंदेरी नाडीप्रमाणे चमकत होती. बॉवरमननं त्याची गोल टोपी काढून परत घातली; चेहरा पुसला आणि म्हणाला की, आझटेकला धूळ चारणारा कोण होता? मी म्हटलं की, कॉर्टेझ. तो गुरगुरला आणि म्हणाला की, ठीक आहे. आपण बुटाला कॉर्टेझ हे नाव देऊ.

माझ्या मनात आदिदासबद्दल जरा विखारी तिरस्कार निर्माण होत होता. कदाचित, निरोगी तिरस्कारही असेल. त्या एका जर्मन कंपनीनं दोन दशकं बुटांच्या बाजारपेठेवर वर्चस्व गाजवलं होतं आणि कोणाचेच आव्हान नसल्यामुळे या कंपनीत जरा उद्धटपणा आला होता. कदाचित, ते उद्धट नसतीलही; पण मला उत्तेजन मिळवण्यासाठी त्यांच्याकडे एक राक्षस म्हणून बघणे भाग होते. काही असो, मला त्यांचा राग येत असे. रोज उठून बघावं तर ते आपल्या किती तरी पुढेच! मला कंटाळा आला त्याचा! आणि आता आपल्या नशिबी हेच हा विचार मला सहन होत नव्हता.

या परिस्थितीत मला जिम ग्रेलची आठवण झाली. मी शाळेत होतो, तेव्हा *ग्रेला* किंवा कधी तरी *गोरिला* असंही म्हणत; तर ग्रेल हा ओरेगॉनमधला सर्वांत वेगवान धावपटू होता आणि मी दोन नंबरचा धावपटू होतो. ग्रेल आणि मी दोघेही ओरेगॉन विद्यापीठात शिकत होतो. त्याची माझ्यावर नेहमीच कुरघोडी चालू असे. मला पदवी मिळेपर्यंत मी ग्रेलला हरवीन, अशी आशाच नव्हती. ग्रेल जेव्हा मॉस्कोमध्ये लेनिन स्टेडियममध्ये दीड किलोमीटरची शर्यत जिंकला तेव्हा माझ्या अंगात सैनिकी गणवेश होता आणि मी फोर्ट लुइस इथे सेनेच्या एका हॉलमध्ये सोफ्यावर बसलो होतो. मी पडद्याकडे बघत होतो, आमच्या ओरेगॉनचा गडी जिंकला म्हणून मुठी वर करत होतो; पण अनेकदा तो मला हरवायचा; ती आठवण होऊन मी खट्टूदेखील व्हायचो. आता मला आदिदासमध्ये ग्रेल दिसायला लागला. सारखं त्यांच्या मागे लागायचं, कोर्ट

कचेरीचं तोंड बघायचं याचा मला कंटाळा आला; पण त्यामुळेच मी जास्त जोरही धरू लागलो.

एका मोठ्या प्रतिस्पर्ध्यापुढे जाण्यासाठी पुन्हा एकदा बॉवरमनच माझा कोच होता. मी जिंकावं म्हणून तो शक्य तितके प्रयत्न करत होता. अनेकदा शर्यतीच्या आधी, विशेषतः आमचे कट्टर प्रतिस्पर्धी ओरेगॉन स्टेट विद्यापीठसमोर असले, तर तो आम्हाला एक भाषण देत असे, त्यातून मला स्फूर्ती मिळायची. मी मनात त्याची अद्भुत भाषणं आठवायचो. तो म्हणायचा की, 'ओरेगॉन स्टेट विद्यापीठ सामान्य प्रतिस्पर्धी नव्हे. यूएससी आणि कॅल विद्यापीठांना हरवणं महत्त्वाचं होतं; पण ओरेगॉनची गोष्टच *वेगळी* होती.' साठ वर्षं होऊन गेली तरी त्याचे शब्द, त्याचा आवाज माझ्या अंगावर अजून काटा आणतो. त्यानं कधी आवाज चढवला नाही; पण बॉवरमन इतकं दुसरं कुणीच आमचं रक्त तापवत नसे. तो कधी बारीक आवाज काढून बोलत असे; कधी उद्गारवाचक वाक्यं टाकत असे, गरम चावी अंगाला लागावी तसे त्याचे शब्द लागत असत.

बॉवरमनला मी प्रथम पाहिलं, तेव्हा तो कधी कधी लॉकर रूममध्ये येऊन मुलांना त्यांचे बूट देत असे, ही आठवण मला जास्त उत्तेजित करत असे. तो माझ्याजवळ आला, तेव्हा मला टीममध्ये घेतील की नाही, याची खात्री नव्हती. मी नवीन होतो, त्याच्या चाचणीला उतरलो नव्हतो, अजून तयार होत होतो; पण त्यानं नव्या स्पाइक्सची जोडी माझ्यापुढे सरकवली. तो म्हणाला, ''नाइट!'' बस, फक्त माझं नाव घेतलं! दुसरा शब्दच नाही. मी त्या बुटांकडे पाहिलं. ते ऑलिव्ह रंगाचे पिवळे पट्टे असलेले बूट होते, माझा श्वास हरपून टाकणारी ती गोष्ट होती. मी ते बूट हातात खेळवत बसलो. नंतर मी माझ्या खोलीत गेलो आणि माझ्या पुस्तकांच्या कपाटातल्या वरच्या कप्प्यात अलगदपणे ते बूट ठेवून दिले. मला आठवतं की, मी माझ्या टेबल लँपची दिशा त्या बुटांकडे वळवली होती.

अर्थात तेव्हा ते आदिदासचे बूट होते.

१९६७च्या अखेरीस माझ्याशिवाय अनेक जणांना बॉवरमन प्रेरणा देत होता. तो ज्या पुस्तकाविषयी बोलत असे ते जॉगिंगविषयीचं त्याचं पुस्तक लिहून झालं होतं आणि बाजारात आलं होतं. शंभर पानांच्या त्या पुस्तकात या देशानं पूर्वी कधीच न ऐकलेला *जॉगिंग* हा शारीरिक व्यायामाचा मंत्र शिकवला होता. हा देश आतापर्यंत फक्त सोफ्यावर लोळत वेळ काढत असे; पण का कोण जाणे त्या पुस्तकानं सगळीकडे आग लावली. त्याच्या लाखो प्रती खपल्या; एक चळवळ उभी राहिली आणि धावणे या शब्दाला नवीन अर्थ प्राप्त झाला. बॉवरमनच्या पुस्तकामुळेच धावणं हा फक्त काही विचित्र लोकांचा उद्योग राहिला नाही, तो एक वेगळा पंथ राहिला नाही. धावणं म्हणजे लोकांसाठी *एकदम 'कूल'* बनलं.

बॉवरमनविषयी मला छान वाटलं आणि ब्लू रिबनविषयीदेखील. त्याच्या पुस्तकामुळे बरीच प्रसिद्धी होणार होती आणि विक्रीही दणक्यात होणार होती. मी

एके ठिकाणी बसून ते पुस्तक वाचलं. माझ्या पोटात गोळा आला. खेळासाठी योग्य साहित्याविषयी बोलताना त्यानं सर्वसाधारण सल्ला दिलाच; पण त्याबरोबर काही विसंगत मतंही मांडली. 'शिन स्प्लिंट' किंवा 'बक शिन्स' याविषयी बोलताना त्यानं लिहिलं, 'योग्य बूट महत्त्वाचे आहेत; पण तसं म्हटलं तर कुठलेही बूट चालतात म्हणजे बागकाम करताना किंवा घरात वावरताना जे बूट असतात तेही चालतील.'

काय?

बॉवरमननं म्हटलं की, 'व्यायाम करताना योग्य कपड्यांमुळे उत्साह वाटतो; पण *अमुकच ब्रँड हवा* म्हणून उगीचच हट्टून बसू नये.'

'धावणाऱ्यासाठी हे योग्य आहे, प्रशिक्षित धावपटूसाठी नाही,' असं कदाचित त्याला म्हणायचं असेल; पण त्याला हे छापायची काही गरज होती का? जेव्हा आम्ही एक *ब्रँड* उभा करण्यासाठी धडपडत होतो तेव्हा हे असं? आणि मुख्य म्हणजे त्याला ब्लू रिबन आणि माझ्याविषयी त्यातून काय म्हणायचं होतं? कुठलेही बूट चालतील? तसं असेल तर आम्ही कशासाठी टायगर बूट विकत होतो? कशाला इकडेतिकडे हुंदडत होतो?

मी एकीकडे आदिदासचा पाठलाग करत होतो; पण दुसरीकडे बॉवरमनच्या अनुमतीच्या मागेही लागलो होतो. १९६७च्या अखेरीस यातील काहीच जमेल असं वाटत नव्हतं.

बॉवरमनच्या कॉर्टेझमुळे आमचं हे वर्ष झोकात संपलं. आमचं उत्पन्नाचं उद्दिष्ट साध्य झालं, ८४००० डॉलर्स! मला वाटलं आता फर्स्ट नॅशनलमध्ये जाऊन वॉलेसला भेटावं, तो नक्कीच आपला खिसा मोकळा सोडेल आता! कदाचित आमची प्रगतीही मान्य करील.

मधल्या काळात माझं घर ब्लू रिबनसाठी अपुरं पडू लागलं म्हणजे ब्लू रिबननं माझ्या घराचा ताबा घेतला होता. आता जॉन्सन आणि माझ्या घराची परिस्थिती सारखीच होती. फक्त माझ्या घरी जांभळा प्रकाश आणि एक ऑक्टोपस एवढंच कमी होतं; पण आता आणखी चालढकल करणं मला शक्य नव्हतं. मला ऑफिससाठी योग्य जागेची आवश्यकता होती म्हणून मी शहराच्या पूर्वेला एक मोठी खोली भाड्यानं घेतली.

ती जागा फार मोठी नव्हती. ते एक जुनं वर्कशॉप होतं. त्याला उंच छप्पर आणि मोठ्या खिडक्या होत्या. बहुतेक खिडक्यांच्या काचा तुटल्या होत्या आणि काही खिडक्या बंदच होत नव्हत्या म्हणजे तिथे नेहमी ५० डिग्री तपमान होतं. अगदी शेजारीच पिंक बकेट नावाचा एक कर्कश पब होता. रोज बरोबर चार वाजता गाणी सुरू होत असत. त्याच्या भिंती पातळ होत्या, त्यामुळे ज्यूक बॉक्समधील प्रत्येक रेकॉर्डचा आवाज आणि गाण्याच्या प्रत्येक ठेक्याचा आवाज मोठ्यानं ऐकू येत असे.

लोक काडी पेटवताना, सिगारेट शिलगावताना, ग्लासेस एकमेकांवर आपटताना आवाज ऐकू यायचे, 'चिअर्स; सॅल्यूद...' नुसती चिखलफेक!

पण भाडं कमी होतं; महिन्याला पन्नास डॉलर.

मी वुडेलला घेऊन ती जागा बघायला गेलो तेव्हा त्याला त्या जागेत काहीतरी पसंत पडलं. वुडेलला ही जागा आवडायला हवी होती. कारण, मी त्याला यूजीनमधून इथे बदलीवर आणणार होतो. त्यानं आधीच्या दुकानात चांगलं संघटनकौशल्य दाखवलं होतं आणि त्याच्यात खूप ऊर्जा होती; पण मला वाटलं की, ज्याला मी मुख्य कार्यालय म्हणतो त्या 'होमऑफिस'मध्ये तो अधिक चांगलं काम करील आणि खरोखर पहिल्याच दिवशी त्यानं त्या खिडक्यांच्या समस्येवर उत्तर शोधलं. त्यानं एक जुना भाला घेऊन खिडकीच्या कडीला अडकवला आणि खिडकी ओढून बंद केली.

दुसऱ्या खिडकीच्या काचा बसवण्यासाठी पैसे नव्हते, त्यामुळे जेव्हा थंडी असे तेव्हा आम्ही स्वेटर्स घालायचो.

खोलीच्या मध्यभागी मी एक प्लायवूडची भिंत उभी केली, त्यामुळे मागच्या बाजूला साठवणीची जागा आणि पुढच्या बाजूला विक्रीची जागा असे दोन भाग झाले. मी चांगला कारागीर नव्हतो आणि तिथली जमीन सपाट नव्हती म्हणून ती भिंत काही सरळ दिसत नव्हती. दहा फुटांवरूनही ती वाकडीच दिसायची. वुडेल आणि मला ती जागा छान वाटली.

एका स्वस्तशा दुकानातून आम्ही तीन जुनी टेबलं विकत घेतली. एक माझ्यासाठी, एक वुडेलसाठी आणि एक जो कोणी मूर्ख आमच्यासाठी काम करायला तयार होईल त्याच्यासाठी. मी जॉन्सनच्या सँटा मोनिकामधील कल्पना वापरून एक पुठ्ठ्याचा बोर्ड करून त्यावर वेगवेगळ्या प्रकारचे टायगर बूट लावले. एका कोपऱ्यात ग्राहकांना बूट घालून पाहण्यासाठी बसायची एक जागा तयार केली.

एके दिवशी संध्याकाळी साधारण सहाच्या सुमारास एक शाळकरी मुलगा आला. तो घाबरत म्हणाला, ''मला धावण्याचे बूट हवे आहेत.'' मी आणि वुडेलनं एकमेकांकडे पाहिलं, घड्याळाकडे नजर टाकली. आमची वेळ संपली होती; पण प्रत्येक विक्री महत्त्वाची होती. आम्ही त्या मुलाशी बुटाची इन स्टेप, त्याची चाल, त्याचा दिनक्रम वगैरेवर गप्पा मारल्या आणि त्याला बरेच जोड घालून पाहायला सांगितल्या. बुटाला लेस बांधत, खोलीत चालून बघत त्यानं खूप वेळ घेतला. प्रत्येक जोडीला तो 'तितकंस बरोबर वाटत नाही,' असं म्हणायचा. ७ वाजता तो म्हणाला, ''मला घरी जाऊन त्यावर विचार करायचा आहे.'' तो गेला. मी व वुडेलनं बुटांच्या त्या ढिगाऱ्यात बसकण घातली. मी त्याच्याकडे पाहिलं, त्यानं माझ्याकडे बघितलं. आम्ही अशा तऱ्हेनं बुटाची कंपनी चालवणार होतो का?

माझ्या घरातला माल हळूहळू मी नवीन ऑफिसमध्ये हलवला. मला वाटलं की, मी राहण्याची जागा सोडून द्यावी आणि ऑफिसमध्येच राहायला जावं. कारण, मी बहुतेक वेळ तिथेच काढत होतो. मी प्राइस वॉटरहाउसमध्ये नसायचो, तेव्हा ब्लू रिबनमध्ये असायचो आणि उलट्या पद्धतीनेही तसंच होत होतं. मी जिममध्ये अंघोळ करू शकत होतो.

पण मग मला वाटलं की, ऑफिसमध्ये राहिलो तर लोक मला वेडा म्हणतील.

नंतर मला जॉन्सनचं पत्र आलं की, तो त्याच्या नवीन ऑफिसमध्ये राहायला गेला आहे.

त्यानं बोस्टनमधील एका छान उपनगरात, वेल्सलीमध्ये आमचं पूर्व किनाऱ्यावरचं ऑफिस थाटलं होतं. अर्थातच त्यानं हातानं काढलेला एक नकाशा आणि स्केच यांचा समावेश पत्रात होता. शिवाय वेल्सलीचं हवामान आणि भौगोलिक विशेष जरुरीपेक्षा जास्तच दाखवले होते. त्यानं ती जागा का निवडली हेही त्यानं लिहिलं होतं.

आधी त्यानं लाँग आयलंड न्यू यॉर्क पसंत केलं होतं. तो तिथे पहिल्यांदा आला, तेव्हा त्या शाळेतल्या मुलानं त्याला मार्लबोरोच्या माणसाच्या गुप्त हालचालींची माहिती दिली होती. त्या मुलानं जॉन्सनला लाँग आयलंडमध्ये सर्वत्र फिरवलं आणि ती जागा फारशी योग्य नसल्याचं जॉन्सनच्या लक्षात आलं. त्या मुलाला तिथेच सोडून तो आय ९५ हाय वेवरून उत्तरेकडे गेला आणि त्याला वेलस्ली सापडलं आणि ती जागा प्रेमानं त्याच्याशी बोलूच लागली. तिथे बरेच लोक विचित्रपणे रस्त्यावर धावताना त्याला दिसले. त्यातील बऱ्याच अलि मॅकग्रॉसारख्या दिसणाऱ्या बायकाच होत्या. अलि मॅकग्रॉ जॉन्सनशी जुळणारा होता. त्याला आठवलं की, अलि मॅकग्रॉदेखील वेलस्ली कॉलेजमध्ये जात होता.

मग त्याला कळलं आणि आठवलं की, बोस्टन मॅरेथॉन स्पर्धेचा मार्ग त्या भागातून जात होता. बस्स! पटलं!

त्याच्याकडील ओळखपत्राची कार्डं त्यानं चाळली. त्याला एका जुन्या ग्राहकाचा, स्थानिक शालेय धावपटूचा पत्ता मिळाला. जॉन्सन त्याला न कळवताच त्याच्या घरी गेला. त्यानं बेल वाजवली; पण तो घरी नव्हता. त्याच्या आई-वडिलांनी जॉन्सनला आत बसून वाट बघायला सांगितलं. तो मुलगा घरी आला, तेव्हा तो बूट विक्रेता सगळ्या कुटुंबाबरोबर जेवायला बसलेला त्यानं पाहिलं. दुसऱ्या दिवशी ते दोघं सकाळी धावायला गेले असताना, त्या मुलानं जॉन्सनला अनेक स्थानिक कोच, संभाव्य ग्राहक, संपर्क योग्य व्यक्तींची नावं सांगितली आणि जवळपास राहणाऱ्या लोकांची यादीच दिली. काही दिवसांनीच त्याला एका दफनभूमीजवळ लहानसं घर मिळालं. ब्लू रिबनच्या नावावर त्यानं तेही घर घेतलं. त्याचं म्हणणं होतं की, दोनशे डॉलरपैकी निम्मं भाडं मी द्यावं.

ताजा कलममध्ये त्यानं लिहिलं की, मी त्याच्यासाठी फर्निचरही घ्यावं.

मी उत्तर दिलं नाही.

१९६८

मी आठवड्याला सहा दिवस प्राइस वॉटरहाउसमध्ये काम करत होतो. सकाळी लवकर जायचो, उशिरा घरी यायचो; पण शनिवार-रविवार आणि सुटीच्या दिवशी ब्लू रिबनसाठी काम करायचो. मित्र नाहीत, व्यायाम नाही, सामाजिक जीवन नाही... आणि तरीही समाधानी! माझ्या जीवनात असंतुलन होतं; पण मला त्याचं काही वाटत नव्हतं. मला अजून असंतुलन हवं होतं; जरा वेगळ्या प्रकारचं असंतुलन.

मला दिवसातला प्रत्येक क्षण ब्लू रिबनसाठी घालवायचा होता. एकाच वेळी अनेक कामं करण्यात मी पटाईत नव्हतो आणि तसं करण्याची माझी इच्छाही नव्हती. मला जे आहे तेच जगायचं होतं, नेहमीच! महत्त्वाच्याच कामावर लक्ष द्यायला मला आवडत असे. माझ्या जीवनात खेळ नाही आणि फक्त कामच असं न म्हणता, माझं काम म्हणजेच खेळ असं मला वाटत होतं. मला प्राइस वॉटरहाउस सोडायचं होतं. मला ते आवडत नव्हतं असं नाही; पण त्यात मला मजा येत नव्हती.

सगळ्यांना हवं असतं तेच मला हवं होतं, पूर्णवेळ माझा मी!

पण ते शक्य नव्हतं. ब्लू रिबन मला पूर्णपणे पोसू शकत नव्हतं. सतत पाचव्या वर्षी विक्री दुप्पट होत असली तरी कंपनीच्या सहसंस्थापकाचा पगार ती देऊ शकत नव्हती. मग मी एक मधला मार्ग शोधला. दिवसा दुसरं असं काम करायचं की, जे माझी बिलं भागवू शकेल; पण काम मात्र कमी तासांचं असेल म्हणजे माझ्या आवडीच्या कामासाठी मला जास्त वेळ मिळू शकला असता.

माझ्या डोक्यात अशा प्रकारचं एकच काम होतं, ते म्हणजे शिकवण्याचं. मी पोर्टलँड स्टेट विद्यापीठात अर्ज केला आणि मला महिना सातशे डॉलरवर साहाय्यक प्राध्यापक म्हणून नोकरी मिळाली.

प्राइस वॉटरहाउस सोडताना खरं तर मला खूप आनंद व्हायला हवा होता; पण मला तिथे बरंच काही शिकायला मिळालं होतं आणि हेजला सोडताना मला वाईट

वाटत होतं. काम संपल्यानंतर आता कॉकटेल बंद! वाला वाला बंद! मी म्हटलं, ''मला आता बुटाच्या धंद्यावर लक्ष द्यायचं आहे.'' हेज नाराज झाला, तो काही तरी गुरगुरला, माझ्या जाण्याविषयी तक्रार करत होता की माझी स्तुती करत होता?

मी त्याला विचारलं की, त्याचा काय विचार होता? तो म्हणाला की, तो प्राइस वॉटरहाउसमध्येच थांबणार होता, पन्नास डॉलर कमी मिळाले तरी चालेल, कधी तरी पार्टनर झालाच असता. मी त्याला शुभेच्छा दिल्या.

औपचारिक निरोप घेण्यासाठी मला बॉसला भेटणं भाग होतं. चार्लस डिकन्सच्या गोष्टीत असतं तसं त्याचं नाव होतं, कर्ली लक्लर्क! नोकरीत शेवटचं भेटताना असतं त्याप्रमाणे तो सरळपणे, सौम्यपणे बोलत होता. हा एकपात्री प्रयोग त्यानं पूर्वी अनेक वेळा केला असेल! जगातल्या एका उत्तम अकाउंटिंग कंपनीतलं काम सोडून मी कुठे जाणार आहे, असं त्यानं मला विचारलं. मी म्हटलं की, माझा स्वतंत्र व्यवसाय सुरू करतो आहे, तो चालेल अशी आशा करतो आहे; पण मधल्या काळात मी हिशेब शास्त्र शिकवणार होतो.

तो बघतच राहिला. 'मी कुठे तरी भरकटतो आहे, कुठच्या कुठे! पण तू हे असं का करतो आहेस?'

शेवटी सगळ्यात अवघड मुलाखत! मी माझ्या वडिलांना सांगितलं. तेही बघत राहिले. ते म्हणाले, ''बुटांशी खेळतो आहेस तेवढं पुरे नव्हतं का? पण *आता* – हे काय?... शिकवणं?'' शिकवण्याला प्रतिष्ठा नव्हती. ''पोर्टलँड विद्यापीठात शिकवणं म्हणजे अगदीच अपकीर्तिकारक! मी माझ्या मित्रांना काय सांगू?''

विद्यापीठानं मला अकाउंटिंग १०१ सह चार अकाउंटिंगचे तास दिले. त्याच्या तयारीत, सरावात, मूळ संकल्पना आत्मसात करण्यात मी काही तास खर्च केले आणि हिवाळा सुरू होण्याच्या सुमारास माझ्या जीवनानं अपेक्षित वळण घेतलं. माझ्याकडे अजूनही ब्लू रिबनकरता मला हवा तितका वेळ नव्हता; पण आधीपेक्षा जास्त वेळ मिळत होता. मला हव्या असलेल्या मार्गावरून मी जात होतो. कुठे पोहोचणार हे माहीत नव्हतं; पण मी मार्ग शोधायला तयार होतो.

१९६७च्या सप्टेंबरच्या सुरुवातीला नवीन सत्राच्या पहिल्या दिवशी मी उत्साहात होतो; पण माझे विद्यार्थी मात्र तितके उत्साही नव्हते. हळूहळू ते वर्गात शिरू लागले, प्रत्येकाच्या चेहऱ्यावर कंटाळा आणि राग दिसत होता. पुढचा एक तास ते या घुसमटून टाकणाऱ्या पिंजऱ्यात अडकणार होते; आतापर्यंतच्या सर्वांत जास्त रुक्ष कल्पना त्यांच्या डोक्यात जबरदस्तीनं उतरवल्या जाणार होत्या. सगळ्यांचा रोष माझ्यावर असणार होता. ते माझ्याकडे रागावून बघत होते, काही जण पुटपुटतही होते.

मला त्यांच्या भावना कळत होत्या; पण मी डगमगणार नव्हतो. काळा सूट आणि पातळसा करड्या रंगाचा टाय घालून मी शांतपणे उभे रहायचा प्रयत्न केला. मी नेहमीच अस्वस्थ, थोडा गोंधळलेला असायचो. त्या काळात बावरलेल्या स्थितीत मी

कधी माझ्या हातावर रबर बँड गुंडाळत असे आणि तो कातडीवर घासत त्याच्याशी खेळत असे. मुलं खोलीत कैद्यांसारखी येऊन बसत तेव्हा मी ते रबर बँड अजून जोरात आवळायचो.

अचानक एक आकर्षक मुलगी हळूहळू पावलं टाकत वर्गात आली आणि पुढच्या रांगेत बसली. तिचे लांब सोनेरी केस आणि त्याला शोभून दिसणारी सोन्याची गोल कर्णफुलं तिच्या खांद्याला स्पर्श करत होती. मी तिच्याकडे पाहिलं, तिनं माझ्याकडे पाहिलं. चमकदार निळ्या डोळ्यांना चित्तवेधक काळी किनार!

माझ्या डोळ्यांसमोर क्लिओपात्रा उभी राहिली. मला ज्यूली ख्रिस्तीची आठवण झाली. अरे बापरे! ज्यूली ख्रिस्तीची लहान बहीण माझ्या वर्गात आली आहे.

ती किती वर्षांची असेल? मला वाटलं ती मुलगी अजून वीस वर्षांची नसावी, रबर बँड मनगटावर घासत मी अंदाज केला. रबर बँडशी खेळत तिच्याकडे बघून न बघितल्याचं सोंग करत मी उभा होतो. तिच्यावरून नजर हटवणं अवघड होतं आणि तिचा अंदाज घेणंही कठीण होतं. इतकी तरुण आणि तरी या जगातील – इहलौकिक मुलगी! तिची कर्णफुलं इतकी आधुनिक होती आणि डोळ्यांचा मेकअप फारच छान होता! *कोण असेल ही मुलगी?* ती पहिल्या रांगेत बसलेली असताना माझं शिकवण्याकडे लक्ष तरी कसं लागणार?

मी हजेरी घेतली. मला ती नावं अजून आठवतात. ''मिस्टर ट्रुजिलो?''

''येस.''

''मिस्टर पीटरसन?''

''येस.''

''मिस्टर जेम्सन?''

''येस.''

''मिस पार्क्स?''

ज्यूली ख्रिस्तीची लहान बहीण हळू आवाजात म्हणाली, ''येस.''

मी वर पाहिलं आणि अर्धवट हसलो. तिनंही अर्धवट स्मित केलं. तिचं पूर्ण नाव होतं पेनिलोपी पार्क्स. पेनिलोपी म्हणजे जगप्रवासी ओडीससची एकनिष्ठ पत्नी!

हजर होती आणि मनात तिची नोंदही झाली.

मी सॉक्रेटिसची पद्धत अवलंबायचं ठरवलं. मला ओरेगॉन आणि स्टॅनफ्रर्डमधील प्राध्यापकांच्या तासाला मजा यायची आणि मी बहुधा त्यांचं अनुकरण करत होतो. मला आक्रोपोलीसमधला तो दिवस आठवत होता आणि मी अजूनही ग्रीक प्रभावाखालीच होतो; पण भाषण न देता मुलांना प्रश्न विचारून मी त्यांचं लक्ष माझ्याकडून दुसरीकडे वळवत होतो, मुलांना चर्चेत भाग घ्यायला प्रवृत्त करत होतो. विशेषतः सुंदर विद्यार्थ्यांना!

मी म्हटलं, ''हे पाहा मुलांनो, एकानं तीन सारख्या वस्तू एक डॉलर, दोन डॉलर आणि तीन डॉलरला खरेदी केल्या. त्यातील एक वस्तू पाच डॉलरला विकली, तर त्या विकलेल्या वस्तूचा *खर्च* किती समजावा? आणि त्यात एकूण किती नफा झाला?''

बरेच हात वर गेले; पण मिस पार्क्सचा हात वर नव्हता. ती खाली बघत होती. प्राध्यापकापेक्षा ती जास्त लाजाळू असेल कदाचित! मला ट्रुजिलो आणि पीटरसनला विचारणं भाग पडलं.

मी म्हटलं, ''बघा आता! ट्रुजिलो यांनी फर्स्ट इन फर्स्ट आउट या तत्त्वावर माल मोजला आणि त्यांना चार डॉलर नफा झाला. पीटरसन यांनी लास्ट इन फर्स्ट आउट या तत्त्वावर हिशेब केला, आणि त्यांना दोन डॉलर नफा झाला म्हणजे कुणाला जास्त लाभ झाला?''

बरीच चर्चा झाली. मिस पार्क्स सोडून बाकी सर्वांनी चर्चेत भाग घेतला. मी तिच्याकडे पाहिलं, पुन्हा पाहिलं. ती काहीच बोलली नाही. तिनं वरही बघितलं नाही. कदाचित, ती लाजाळू नसेलही; कदाचित फार हुशारही नसेल. तिनं हा क्लास सोडून दिला तर किती वाईट वाटेल मला! किंवा मीच तिला नापास केलं तर...!

सुरुवातीला मी सर्व विद्यार्थ्यांना हिशेबाची प्राथमिक तत्त्वे घोटून घोटून शिकवत होतो. ॲसेट्स म्हणजे लायेबिलिटीज अधिक ईक्विटी. मी सांगायचो की, हे मूलभूत समीकरण नेहमीच संतुलित राहायला हवं. हिशेब करणं म्हणजे गणित करणं आणि बहुतेक प्रश्नांना या समीकरणातलं संतुलन सोडवून उत्तर मिळतं, असं मी म्हणणं म्हणजे दांभिकपणाचं होतं. कारण, माझ्या कंपनीत लायेबिलिटीज आणि ईक्विटी यांचं गुणोत्तर ९० : १० असं होतं. जर वॉलेस माझ्या वर्गात येऊन बसला तर तो काय म्हणेल या कल्पनेनंच मला घाम फुटत असे.

हे समीकरण सोडवण्यात माझे विद्यार्थी माझ्यापेक्षा फारसे हुशार नसावेत. त्यांनी केलेला गृहपाठ भयंकरच असे म्हणजे फक्त मिस पार्क्सचा अपवाद सोडून. तिनं पहिल्याच गृहपाठात कमाल केली. त्यानंतर प्रत्येक गृहपाठातून ती वर्गातली सर्वांत हुशार विद्यार्थिनी सिद्ध झाली. तिचं उत्तरच बरोबर असायचं असं नाही, तर तिचं अक्षरही सुंदर होतं. जपानी अक्षरकलेप्रमाणे! म्हणजे किती सुंदर आणि हुशार मुलगी होती ती!

तिमाही परीक्षेत तिला सर्वांत जास्त गुण मिळाले. जास्त खूश झालं कोण जाणे! मिस पार्क्स की मिस्टर नाइट?

मी त्यांचे पेपर परत दिल्यानंतर ती माझ्या टेबलापाशी जरा रेंगाळली, तिला थोडं बोलायचं असावं. मी म्हटलं, ''अर्थात, बोल की.'' तिनं मला विचारलं की, मी तिचा गाइड होऊ शकतो का? मला अनपेक्षित होतं हे. मी म्हटलं, ''हो, हो, मला नक्की आवडेल.''

मग मी पुटपुटलो, ''*तुला*... नोकरी करायला आवडेल?''

''काय?''

''म्हणजे माझी एक लहानशी बुटांची कंपनी आहे... इथेच... गावाच्या दुसऱ्या बाजूला आणि मला हिशेब ठेवण्यासाठी कुणी तरी हवं आहे.''

ती पुस्तकं छातीशी घेऊन उभी होती. ती सारखी करून ती म्हणाली, ''ओह! ठीक आहे... चांगला वाटला तुमचा प्रस्ताव.''

मी तिला तासाला दोन डॉलर देऊ केले. तिनं मान डोलावली. मान्य!

काही दिवसांनी, ती ऑफिसमध्ये आली. मी आणि वुडेलनं तिला तिसरं टेबल दिलं. ती जागेवर बसली, हात टेबलावर ठेवले आणि तिनं खोलीत नजर फिरवली. ती म्हणाली, ''मला काय करायचं आहे?''

वुडेलनं तिला कामाची यादी दिली - टायपिंग, हिशेब लिहिणे, वेळापत्रक ठरवणे, स्टॉक कीपिंग, बिलांची फाइल लावणे... आणि त्यातली एक दोन कामं रोज करावी, असं सांगितलं.

पण तिनं एखाद-दुसऱ्या कामाची निवड केली नाही, तर रोज सगळीच कामं केली. शांतपणे आणि सहजपणे! एका आठवड्यातच मला आणि वुडेलला वाटू लागलं की, तिच्याशिवाय आम्ही काय केलं असतं?

फक्त तिच्या कामाच्या गुणवत्तेमुळे आम्हाला तिची किंमत कळली, असं नाही. ती ज्या आनंदानं काम करायची ते आम्हाला जास्त भावलं. पहिल्या दिवसापासून ती कामात घुसली होती. आम्ही इथे काय करत होतो, आमचा अंतिम हेतू काय आहे, हे सगळं तिनं लगेच शिकून घेतलं. तिला मनातून वाटायचं की, ब्लू रिबन पुढे एक खास कंपनी बनणार आहे. तिला त्यासाठी शक्य ते करायचं आहे आणि ते आमच्यासाठी फार मौल्यवान ठरलं.

तिला लोकांशी कसं वागायचं विशेषतः आम्ही जे विक्री प्रतिनिधी नेमत होतो, त्यांच्याबरोबर कसं वागायचं हे छान कळत होतं. ते लोक ऑफिसमध्ये आले की, ती त्यांचा लगेच अंदाज घेत असे, त्यांना खूश करत असे किंवा त्यांना त्यांच्या कुवतीनुसार योग्य जागा दाखवत असे. ती जरी लाजरी असली तरी खूप मजेशीर आणि चतुरपणे बोलत असे. तिला जे उमेदवार पसंत पडत ते ऑफिसमधून जाताना हसत हसत बाहेर पडत असत, पुन्हा पुन्हा मागे वळून बघत असत, हा काय चमत्कार झाला, अशी भावना त्यांच्या चेहऱ्यावर दिसत असे.

वुडेलवर तिचा फारच मोठा प्रभाव पडला होता. त्याचं त्या वेळी फारसं ठीक नव्हतं. त्याला व्हीलचेअरवर बंदिस्त कैद्याप्रमाणे वाटायचं. त्याच्या अंगावर फोड झाले होते, हालचाल न करता बसून राहिल्यामुळे अनेक व्याधी झाल्या होत्या. बऱ्याचदा तो काही आठवडे आजारी म्हणून घरीच असायचा; पण जेव्हा ऑफिसमध्ये यायचा तेव्हा मिस पार्क्सबरोबर बसायचा, तिच्यामुळे त्याच्या गालावर पुन्हा रंग चढत असे. तिच्या सोबतीमुळे तो बरा होत असे आणि हे पाहून मीही स्तिमित होत असे.

अनेक वेळा माझं मलाच आश्चर्य वाटत असे. मी स्वतः मिस पार्क्स आणि वुडेलसाठी जेवण आणायला समोरच्या रस्त्यावर जात असे. खरं म्हणजे अशी कामं तिला सांगायला हवी होती; पण अनेकदा मीच हे काम अंगावर घ्यायचो. हे स्त्री दाक्षिण्य होतं का की दुष्टपणा होता? माझं मलाच कळत नव्हतं.

पण काही गोष्टी कधीच बदलत नाहीत. माझ्या डोक्यात देणीघेणी, हे बूट, ते बूट असंच सारखं चालत असे, त्यामुळे मी जेवणाची ऑर्डर कधीच बरोबर दिली नाही; पण मिस पार्क्सनं तक्रार केली नाही किंवा वुडेलनंही नाही. मी रोज जेवणासाठी त्यांच्या हातात ब्राउन पेपरची बॅग देत असे. ते एकमेकांकडे हळूच बघायचे, वुडेल पुटपुटायचा, 'आज जेवणात काय आहे कोण जाणे?' मिस पार्क्स तोंडावर हात ठेवून हसू लपवायची.

मला वाटतं की, मिस पार्क्सला माझ्या मनातली चलबिचल कळली असावी. अनेकदा आम्ही दोघे बराच वेळ एकमेकांकडे बघत बसायचो, काही वेळा बोलताना मध्येच गप्प बसायचो. कधी कधी मोठ्यानं बरोबर हसायचो, कधी आमच्या दोघांत भावगर्भ शांतता असायची... एकदा बराच वेळ आम्ही डोळ्याला डोळा लावून बसलो होतो आणि मला रात्री झोपच आली नाही.

आणि मग घडायचं ते घडलंच. नोव्हेंबर महिन्यात एका दुपारी थंडी असताना, मिस पार्क्स ऑफिसमध्ये नव्हती. मी ऑफिसच्या मागच्या बाजूला चालत गेलो. तिच्या टेबलाचा खण उघडा होता. मी तो बंद करायला वाकलो आणि मला आत अनेक चेक दिसले! ते सगळे तिच्या पगाराचे चेक होते, बँकेत न भरलेले.

म्हणजे ती खरोखर नोकरी करत नव्हती. कारण, काहीतरी वेगळं होतं म्हणजे... मी? तिच्या मनात...? कदाचित असेलही.

(नंतर मला कळलं की, वुडेलही तसंच करत होता.)

त्या वर्षीच्या थँक्सगिव्हिंगच्या सणाच्या सुमारास पोर्टलँडमध्ये थंडीची लाटच आली होती. ऑफिसच्या खिडक्यांतील झरोक्यातून अर्क्टिक भागात असतो तसा वारा येत होता. कधी वारा इतका जोरात असे की, टेबलावरचे कागद उडून जायचे, सँपल म्हणून ठेवलेल्या बुटांच्या नाड्या फडफडायच्या. ऑफिसमध्ये बसणं अशक्य व्हायचं; पण अजून ऑफिसच्या खिडक्या दुरुस्त करणं आम्हाला परवडत नव्हतं आणि आम्ही धंदा बंद करू शकत नव्हतो. मग मी आणि वुडेल माझ्या घरी राहायला आलो आणि मिस पार्क्स आम्हाला तिथे रोज दुपारी भेटू लागली.

एके दिवशी वुडेल घरी गेल्यावर मी आणि मिस पार्क्स असेच नुसते गप्प बसलो होतो. ऑफिस संपायच्या वेळी मी तिला लिफ्टपर्यंत घेऊन गेलो. मी खाली जायचं बटण दाबलं. आम्ही दारावरच्या बदलणाऱ्या दिव्याकडे बघत होतो. मी घसा खाकरून म्हणालो, ''मिस पार्क्स म्हणजे मी काय म्हणत होतो... आपण शुक्रवारी संध्याकाळी बाहेर जायचं का?''

क्लिओपात्राचे ते डोळे दुप्पट मोठे झाले, ''मी?''

मी म्हटलं, ''इथे मला दुसरं कोणी दिसत नाही.''

पिंग! लिफ्टचं दार उघडलं.

ती खाली पाहत म्हणाली, ''ओह! बरं, ठीक आहे, चालेल.''

ती लिफ्टमध्ये आत चढली. लिफ्टचं दार बंद झालं; पण तिनं खाली नेलेली नजर वर केलीच नाही.

मी तिला घेऊन ओरेगॉन झूमध्ये गेलो, का कोण जाणे? मला वाटलं की, फिरत फिरत प्राणी बघत एकमेकांची हळूहळू ओळख करून घेता येईल... शिवाय, ब्रह्मदेशातील अजगर, नायजेरियातील बकऱ्या, आफ्रिकेतल्या मगरी... माझ्या प्रवासातील कहाण्यांनी तिला प्रभावित करण्याची अजून संधी मिळेल. मला वाटलं की, पिरॅमिड, नाइकेचं मंदिर पाहिलं म्हणून तिच्यासमोर फुशारकी मारावी. मी कोलकात्यात कसा आजारी पडलो, तेही सांगितलं. त्या भयानक घटनेचा तपशील इतका विस्तारानं मी कुणालाच सांगितला नव्हता. मी हे मिस पार्क्सला का सांगत होतो मला माहीत नाही; कदाचित कोलकात्यात मी खूपच एकटा पडलो होतो आणि तिच्याबरोबर मला बरं झाल्यासारखं वाटलं असावं.

मी म्हटलं की, ब्लू रिबनमध्ये खूप कष्ट करावे लागत होते. कदाचित, हा धंदा बंदही होईल एक दिवस; पण मला दुसरं काही करायचं नव्हतं. माझी ही लहानशी; पण जिवंत कंपनी होती आणि मी माझ्या हातानं ती तयार केली होती. मी या कंपनीत प्राण ओतला होता, आजारपणात संगोपन केलं होतं, मृत्यूच्या दाढेतून बाहेर काढलं होतं. मला आता ही कंपनी स्वतःच्या पायावर उभी राहिलेली पाहायची होती आणि तिनं जगात नाव मिळवावं, अशी इच्छा होती. मी म्हटलं की, हे बरोबर वाटतं का?

ती म्हणाली, ''हं, हं...''

आम्ही अनेक वाघ, सिंह पाहिले. मी तिला सरळ सांगितलं की, मला दुसऱ्या कुणासाठी काम करायचं नव्हतं. मला माझं स्वतःचं असं काही तरी निर्माण करायचं होतं. मला म्हणता यायला हवं : हे पाहा, मी *केलंय* हे! त्यामुळेच माझ्या जीवनाला अर्थ येऊ शकेल.

तिनं मान हलवली. हिशेबाची मूलभूत तत्त्वं आत्मसात करावी तसं तिनं माझं बोलणं लगेच आत्मसात केलं.

मी तिला विचारलं की, तिचा कोणी मित्र होता का? ती म्हणाली की, हो, एक मुलगा आहे; पण तो नुसता मित्र आहे, तिला भेटलेली सगळी मुलं अशीच होती; खेळ आणि गाड्यांविषयी बोलणारी.(मलाही दोन्ही आवडतात पण मी चतुरपणे त्याचा उल्लेख केला नाही.) ती म्हणाली की, पण तू... तू सगळं जग बघितलं आहेस, आणि तू ही कंपनी उभी करण्यासाठी सर्व काही पणाला लावलं आहेस.

तिचा आवाज विरत गेला. मी उठून उभा राहिलो. आम्ही वाघ-सिंहांचा निरोप घेतला.

नंतर आम्ही भेटलो ते ऑफिसपासून जवळच असलेल्या जेड वेस्ट या चिनी रेस्टॉरंटमध्ये. मंगोलियन बीफ आणि गार्लिक चिकन खाता खाता तिनं मला तिची कहाणी सांगितली. ती स्वतःच्या घरीच राहत होती आणि आपल्या कुटुंबावर तिचं प्रेम होतं. तिचे वडील नाविक विषयांवरील एक वकील होते. मला वाटलं की, हा व्यवसाय चांगला होता. त्यांचं घर मी जिथे वाढलो, त्या घरापेक्षा नक्कीच मोठं आणि चांगलं होतं; पण तिच्या बोलण्यावरून वाटलं की, पाच मुलांमुळे वडिलांवर जरा ताण पडत असावा. पैशाची सतत टंचाई होती. सगळ्या गोष्टी प्रमाणात वापराव्या लागत. सगळं पुरेसं उपलब्ध नसायचं; रोजचं अन्नधान्य, टॉयलेट पेपर... नेहमी कमी पडत असे. त्या घरात जरा *असुरक्षित वाटायचं आणि तिला सुरक्षितता हवी होती. ती पुन्हा म्हणाली – सुरक्षितता!* आणि म्हणून ती अकाउंटिंगकडे वळली. हे काम विश्वसनीय, सुरक्षित आणि चांगलंच होतं आणि ती अशा कामावर अवलंबून राहू शकत होती.

तिनं पोर्टलँड राज्यच का निवडलं, असं मी तिला विचारल्यावर ती म्हणाली की, तिनं ओरेगॉन विद्यापीठात प्रवेश घेतला होता.

तिनं तुरुंगात असल्याची कबुली दिली, असं वाटून मी म्हणालो, "ओह!"

ती हसू लागली आणि म्हणाली, "नाही तसं नाही, मला ते आवडत नव्हतं." त्या कॉलेजची एक अट होती की, प्रत्येक विद्यार्थ्यानं एका विषयावर तरी जाहीर भाषण करावं. तिला ते जमत नव्हतं, ती फारच लाजाळू होती.

"मी समजू शकतो, मिस पार्क्स!"

"मला पेनी म्हणूनच हाक मारा."

जेवण झाल्यावर मी तिला घरी सोडलं आणि तिच्या आई-वडिलांना भेटलो. "मॉम, डॅड... हे आहेत मिस्टर नाइट."

त्यांचे हात हातात घेत मी म्हटलं, "भेटून आनंद झाला."

आम्ही एकमेकांकडे बघितलं मग भिंतीकडे, मग जमिनीकडे बघितलं. "हवा किती छान आहे नाही?"

माझ्या घड्याळावर टिचकी वाजवत रबर बँडशी चाळा करत मी म्हटलं, "जरा उशीर होतोय, मला जायला हवं."

तिच्या आईनं भिंतीवरच्या घड्याळाकडे पाहिलं आणि ती म्हणाली, "आता फक्त नऊ वाजले आहेत. फारच जोरदार दिसते तुमची डेट!"

आमच्या या दुसऱ्या डेटनंतर पेनी नाताळच्या सुटीत आई-वडिलांबरोबर हवाईला गेली होती. तिनं मला एक पोस्टकार्ड पाठवलं आणि मला ते एक चांगलं चिन्ह वाटलं. ती

परत आल्यावर ऑफिसमधील पहिल्याच दिवशी मी तिला पुन्हा जेवणाचं आमंत्रण दिलं. जानेवारी १९६८ची ती एक अतिशय थंड संध्याकाळ होती.

आम्ही पुन्हा जेड वेस्टमध्येच गेलो; पण या वेळी मी तिला नंतर भेटलो. ईगल स्काउट बोर्डाच्या बैठकीनंतर मला यायला उशीर झाला होता. ती मला टोचून बोलली. ''ईगल स्काउट आणि तू...?''

मला हेसुद्धा एक चांगलं चिन्ह वाटलं. कारण, ती आता मला चिडवण्याइतकी मोकळेपणानं वागत होती.

तिसऱ्या डेटच्या वेळी मला वाटलं की, आता आमच्यात जास्त मोकळेपणा आला आहे. छान वाटत होतं. हा मोकळेपणा पुढच्या काही आठवड्यांत वाढतच गेला. आमच्यात एक नातं तयार झालं, एकमेकांविषयी जिव्हाळा वाटू लागला, आपापसात शब्दाविना बोलणं सुरू झालं, दोन लाजाळू माणसं एकमेकांशी बोलतील, तसं बोलणं! ती लाजायची किंवा अस्वस्थ व्हायची तेव्हा मला कळायचं. मी तिला पुरेसा वेळ देत असे किंवा परिस्थिती असेल त्याप्रमाणे वागत असे, कधी बाहेर घेऊन जात असे. मी मनानं कधी दुसरीकडे असे, व्यवसायाच्या विचारात गढलेलो, असे तेव्हा ती मला खांद्यावर थोपटत असे किंवा मी त्या मनःस्थितीतून बाहेर येण्याची वाट पाहत असे.

अल्कोहोल घेण्याइतकी पेनी वयानं मोठी झाली होती; पण आम्ही माझ्या बहिणीचा परवाना वापरून गावातल्या ट्रेडर विक पबमध्ये कॉकटेलसाठी जायचो. अल्कोहोल आणि तिच्या बरोबर जाणारा वेळ माझ्यावर जादू करत होता. माझ्या तिसाव्या जन्मदिनाच्या सुमारास, फेब्रुवारीमध्ये ती प्रत्येक मोकळा क्षण ब्लू रिबनमध्ये घालवत होती आणि संध्याकाळी माझ्या घरी येत होती. कधी तरी मध्येच ती मला मिस्टर नाइट म्हणून संबोधायची थांबली.

तिला घरी भेटायला घेऊन येणं अटळ होतं. आम्ही मॉमनं तयार केलेलं पॉट रोस्ट खात जेवणाच्या टेबलावर बसलो होतो, त्यांच्या बरोबर थंड दूध घेत होतो. व्यवस्थितपणाचा आव आणत होतो. स्वतःच्या घरी घेऊन आलो अशी पेनी दुसरीच मुलगी होती. तिच्याकडे सारासारखं अवखळ सौंदर्य नव्हतं; पण जे होतं ते अधिक छान होतं. तिच्या मोहकतेत कृत्रिमपणा नव्हता. नाइट कुटुंबाला ते आवडलं असलं तरी ते 'नाइट' होते. माझी आई काहीच बोलली नाही. माझ्या बहिणींनी आई आणि वडिलांमध्ये पूल बांधण्याचा निष्फळ प्रयत्न केला. वडिलांनी पेनीच्या घराविषयी आणि संस्कारांविषयी काही शोधक प्रश्न विचारले. ते म्हणजे कर्ज मंजूर करणारा अधिकारी आणि खुनाचा शोध घेणारा गुप्तहेर यांचं मिश्रण वाटत होतं. पेनी नंतर म्हणाली की, आमच्याकडचं वातावरण तिच्या घराच्या अगदी उलट होतं. कारण, तिच्या घरी जेवणाच्या वेळी सगळे जण सुटलेले असायचे, हसायचे, गप्पा मारायचे, बाजूला कुत्री भुंकत असत आणि मागे टीव्हीचा आवाज येत असे. मी तिला म्हटलं की, कुणालाच वाटलं नाही की ती आमच्या घरी बावरली आहे.

नंतर ती मला तिच्या घरी घेऊन गेली आणि तिनं जे काही सांगितलं होतं ते मला तिथे नीट कळलं. तिचं घर आमच्या घराच्या अगदी *विरुद्ध* होतं. नाइट यांच्या महालापेक्षा मोठं असलं तरी तिथे सगळा गोंधळच होता. गालिचांवर सर्व प्रकारच्या प्राण्यांनी घाण केली होती... एक जर्मन शेफर्ड, एक माकड, एक मांजर, अनेक पांढरे उंदीर, एक चिडकी गूज आणि सगळीकडे अस्ताव्यस्तपणा! पार्क्स कुटुंब आणि घरभर प्राणी याशिवाय तिथे आजूबाजूची अनेक लहान मुलंही होती.

मी आकर्षक दिसण्याचा शक्यतो प्रयत्न केला; पण मला तिथली माणसं किंवा प्राणी – कुणाशीच नातं जोडणं जमत नव्हतं. हळूहळू मोठ्या कष्टानं मी पेनीची आई 'डॉट' हिच्याबरोबर संधान बांधलं. तिला पाहून मला मेमा आंटीची आठवण झाली. तीही अशीच चक्रम, चिरतरुण आणि उत्साही होती. अनेक प्रकारे ती कायमची किशोरवयीन वाटत होती, आई वाटतच नव्हती. मला तर ती पेनीच्या आईपेक्षा बहीणच जास्त वाटत होती. मी आणि पेनीनं जेवणानंतर तिला पेयपानासाठी बोलावलं, तेव्हा ती आनंदानं तयार झाली.

आम्ही अनेक जागा शोधल्या आणि नंतर पूर्व भागातल्या एका ठिकाणी गेलो. दोन कॉकटेलनंतर पेनीनं पाणी प्यायला सुरुवात केली; पण डॉटनं चालूच ठेवलं. ती पीतच राहिली आणि थोड्याच वेळात अनेक अनोळखी पुरुषांबरोबर नाच करू लागली. तिथे खलाशी आणि आणखी काही विचित्र लोक होते. एकदा तिनं पेनीच्या दिशेनं बोट दाखवलं आणि म्हणाली, ''हिला नको घ्यायला बरोबर; ती म्हणजे अगदी दगड आहे!'' पेनीनं डोळे झाकून घेतले मी हसून प्रत्युत्तर दिलं. डॉटच्या चाचणीला मी उतरलो होतो.

काही महिन्यांनी मला पेनीला घेऊन मोठ्या सुटीत बाहेर जायचं होतं, तेव्हा डॉटची पसंती फायदेशीर ठरली. पेनी अनेक संध्याकाळी माझ्या घरी असायची तरी आम्हाला थोडी बंधनं होती. ती जोवर तिच्या आई-वडिलांकडे राहत होती तोवर त्यांचं ऐकणं भाग होतं, त्यांच्या नीतिनियमांचं पालन करणं गरजेचं होतं, तेव्हा मोठ्या सहलीवर तिला बरोबर न्यायच्या आधी तिच्या आईची परवानगी घेणं आवश्यक होतं.

मी सूट आणि टाय घालून त्यांच्या घरी पोहोचलो. मी त्या प्राण्यांना हॅलो केलं, गूजच्या पाठीवर थोपटलं आणि डॉटशी थोडं बोललो. आम्ही दोघं स्वयंपाकघरातल्या टेबलावर कॉफी घेत होतो, मी म्हटलं की, मी पेनीचा खूप विचार करतो. डॉट हसली. मी म्हटलं की, मला वाटतं; पेनीलाही माझ्याबद्दल तसंच वाटतं. डॉट हसली पण जरा कमी. मी म्हटलं की, मला पेनीला घेऊन शनिवार रविवारी सॅक्रामेंटोला जायचं आहे, तिथल्या राष्ट्रीय धावण्याच्या आणि एथलेटिक्सच्या स्पर्धा बघायला!

डॉटनं कॉफीचा एक घोट घेतला आणि ओठ जरा मुरडून ती म्हणाली, ''ओह, नाही, नाही बक, मला वाटत नाही तसं काही करता येईल.''

मी म्हटलं, ''ओह, सॉरी, मला वाईट वाटलं ऐकून.''

मी निघालो, मला घराच्या मागच्या बाजूच्या एका खोलीत पेनी दिसली. मी तिला सांगितलं की, तिची आई नाही म्हणाली. पेनीनं गालावर हात ठेवले. मी तिला म्हटलं, 'ठकाळजी करू नकोस. मी आता घरी जातो, विचार करतो आणि काहीतरी मार्ग शोधतो.''

दुसऱ्या दिवशी मी परत तिच्या घरी गेलो आणि डॉटकडे बोलण्यासाठी वेळ मागितला. पुन्हा आम्ही स्वयंपाकघरात कॉफीचा आस्वाद घेत बसलो होतो. मी म्हणालो, ''डॉट, मला वाटतं की, तुमच्या मुलीबद्दल मला किती वाटतं हे काल मी नीट सांगितलं नाही. असं बघ, डॉट, माझं पेनीवर प्रेम आहे आणि तिचंही माझ्यावर प्रेम आहे. अशा पद्धतीनं हे चालू राहिलं तर मला वाटतं की, आम्ही जीवनात एकत्र राहू शकू, तेव्हा तुम्ही माझ्या विनंतीचा पुन्हा एकदा विचार करावा, असं मला *खरोखरच वाटतं.*''

डॉटनं कॉफीतली साखर ढवळली, टेबलावर बोटं नाचवली. तिच्या चेहऱ्यावर वेगळाच भाव होता, थोडी भीती, थोडी निराशा होती. तिनं अशी बोलणी फारशी केली नसावीत. आता बोलणी करायची म्हणजे आपल्याला नक्की काय हवं आहे ते समजलं पाहिजे, त्यातनं शेवटी काय मिळवायचं आहे हे निश्चित करायला पाहिजे; पण ती गोंधळली आणि उद्गारली, ''ठीक आहे, ठीक आहे.''

पेनी आणि मी विमानानं सॅक्रामेंटोला गेलो. आई-वडील आणि कौटुंबिक निर्बंधांतून बाहेर पडल्यामुळे आम्ही दोघेही उत्साहात होतो. तिच्या शाळेत निरोप समारंभाच्या वेळी गुलाबी रंगाची मॅचिंग बॅग वापरायला मिळाली म्हणून ती जास्त खूश झाली असावी, असं मला वाटलं.

काहीही असो, तिचा मूड चांगला होता. त्या दिवशी खूप गरम होत होतं, तापमान शंभरच्या पुढे गेलं असावं; पण पेनीनं एकदाही कुरकुर केली नाही. बाकड्यांचे गज सळयांसारखे भाजत होते; पण तरीही ती काही बोलली नाही. मी तिला धावण्यातले बारकावे, धावपटूचं कौशल्य आणि धावताना मनातील एकाकीपणा याबद्दल सांगत होतो तरी ती कंटाळली नाही, तिला त्यात रसच वाटत होता. तिला सर्व काही समजलं होतं, अगदी सर्व काही!

मी तिला आतल्या मैदानावर नेलं. माझ्या माहितीच्या धावपटूंशी आणि बॉवरमनशी ओळख करून दिली. 'सुंदर दिसतेस' या शब्दांत त्यानं तिच्या रूपाचं कौतुक केलं आणि असंही म्हणाला की, माझ्यासारख्या बावळटाबरोबर ती काय करते आहे? माझ्या माजी कोचबरोबर आम्ही त्या दिवसातील शेवटच्या शर्यती पाहिल्या.

त्या दिवशी आम्ही गावाच्या टोकाला एका हॉटेलमध्ये विचित्र तपकिरी रंगानं रंगवलेल्या आणि सजवलेल्या खोलीत राहिलो म्हणजे जळलेला टोस्ट असतो तसा रंग होता. रविवारची सकाळ आम्ही पोहण्याच्या तलावात घालवली. सूर्य प्रकाश टाळत डायव्हिंगच्या शिडीखाली बसून वेळ घालवला. कधी तरी मी भावी आयुष्याचा

विषय काढला. दुसऱ्याच दिवशी मोठ्या महत्त्वाच्या दौऱ्यासाठी मी जपानला जाणार होतो. मला ओनित्सुकाशी असलेलं नातं अधिक पक्कं करायचं होतं. नंतर उन्हाळ्यात मी परत आलो, तेव्हा मला डेटिंगचा मोह आवरेना. पोर्टलँडमध्ये शिक्षक आणि विद्यार्थी संबंधांकडे चांगल्या नजरेनं पाहिलं जात नसे. तसं होऊ नये म्हणून आम्हाला आमच्या नात्याला औपचारिक स्वरूप देण्यासाठी काही तरी करायला हवं होतं म्हणजे लग्न करायला पाहिजे होतं. मी तिला विचारलं, ''मी नसताना तू लग्नाची व्यवस्था करू शकशील का?'' ती 'हो' म्हणाली.

आमच्यात काहीच चर्चा, भावनांचा उद्रेक किंवा ताण नव्हता. काही बोलणीही झाली नाहीत. आधीच ठरलं होतं जणू! आम्ही त्या भाजक्या टोस्टसारखं दिसणाऱ्या खोलीत आलो आणि पेनीच्या घरी फोन केला. डॉटनं लगेच फोन उचलला. मी तिला ही बातमी दिली. खूप वेळानंतर ती उद्गारली, 'अरे गाढवा!' आणि फोन बंद झाला.

काहीच मिनिटांनी तिनं परत फोन केला. ती म्हणाली की, ती जरा आवेगानं बोलली कारण तिला उन्हाळ्यात पेनीबरोबर मजेत सुटी घालवायची होती, त्यामुळे ती जरा निराश झाली होती; पण आता तिला वाटलं की, पेनीच्या लग्नाची तयारी करण्यात दिवस किती छान जातील!

मग आम्ही माझ्या आई-वडिलांना फोन केला. त्यांनाही आनंद झाला; पण माझी बहीण जीन हिचं नुकतंच लग्न झालं होतं, त्यामुळे ते लग्नाच्या मूडमध्ये होते.

आम्ही फोन खाली ठेवला, एकमेकांकडे बघितलं, तिथल्या तपकिरी गालिचाकडे, तपकिरी भिंतीकडे पाहिलं म्हणजे याला जीवन ऐसे नाव!

मी स्वतःला वारंवार सांगत होतो की, आता माझं लग्न ठरलंय, माझं लग्न ठरलंय; पण आम्ही ऐन उन्हाळ्यात सॅक्रामेंटोच्या हॉटेलमध्ये उष्णतेच्या लाटेत सापडलो होतो, त्यामुळे फारसा जोश आला नाही. नंतर आम्ही घरी पोहोचलो. झेल्सच्या दुकानात गेलो आणि पाचूचा खडा असलेली अंगठी खरेदी केली, तेव्हा हे सगळं खरं आहे हे जाणवायला लागलं. तो खडा आणि अंगठीला पाचशे डॉलर लागले-आणि तेच खरं सत्य होतं! पण मी विचलित झालो नाही. पुरुषांना अशा वेळेस वाटतं, 'अरे बाप रे! हे मी काय केलं?' तसं काही झालं नाही. डेटिंगचे आणि पेनीला समजून घ्यायचे दिवस माझ्या आयुष्यातले सर्वांत आनंदाचे दिवस होते आणि आता हा आनंद माझ्याबरोबर कायम राहणार होता. मला तरी तसंच वाटलं. अकाउंटिंग १०१ इतकी मूलभूत भावना! ॲसेट्स म्हणजे लायेबिलिटीज अधिक ईक्विटी!

मी जपानला निघालो. माझ्या वाग्दत्त वधूला चुंबन देऊन तिचा निरोप घेतला आणि पोहोचल्यावर लगेच पत्र लिहीन असं आश्वासन दिलं, तेव्हा मला आयुष्यातील या घटनेचे सर्व आयाम आणि परिणाम जाणवू लागले. ती केवळ वाग्दत्त वधू, प्रेमिका आणि मैत्रीण नव्हती, माझी भागीदार होती. मागे मी मनात म्हणायचो की, बॉवरमन आणि काही प्रमाणात जॉन्सन माझे भागीदार होते; पण पेनीबरोबरचं नातं वेगळंच, अभूतपूर्व होतं. जीवन बदलून टाकणारी ही साथ होती, त्यामुळे मी संवेदनशीलपणेच

नव्हे तर लक्षपूर्वक वागू लागलो. मी खऱ्या भागीदाराला आधी कधी निरोप दिला नव्हता आणि हा अनुभव अगदी वेगळा होता. मनात म्हटलं 'विचार कर!' कुणाविषयी काय वाटतं हे कळण्याचा सर्वांत प्रभावी मार्ग म्हणजे त्या व्यक्तीचा निरोप घेणं!

* * *

अनपेक्षितपणे ओनित्सुकामधील माझ्या संपर्कातील अधिकारी व्यक्ती कायम होती. किटामी अजून तिथेच होते. त्यांच्या जागी कोणी दुसरा आला नव्हता. त्यांना दुसरं काम दिलेलं नव्हतं. उलट त्यांच्या आविर्भावावरून त्यांची कंपनीतली जागा अधिक सुरक्षित दिसत होती. त्यांच्यात आत्मविश्वास आणि सहजपणा वाढलेलाच दिसत होता.

मी कुटुंबातलाच असल्याप्रमाणे त्यांनी माझं स्वागत केलं. त्यांना ब्लू रिबनच्या कामगिरीबद्दल आणि पूर्वेकडील जॉन्सनच्या ताब्यात असलेल्या आमच्या प्रगतिशील ऑफिसबद्दल समाधान दिसत होतं. ते म्हणाले, ''आता सगळी अमेरिकन बाजारपेठ कशी हस्तगत करायची यावर विचार करू या.''

मी म्हटलं, ''मला छान वाटली ही कल्पना!''

बॉवरमन आणि जॉन्सननं मिळून बोस्टन नावाच्या बुटाच्या नवीन डिझाइनवर काम केलं होतं. ते डिझाइन आणि इतरही नवीन डिझाइन्स माझ्या बॅगेत होती. त्या बुटात मध्यभागी एक कल्पक असं संपूर्ण कुशन होतं. किटामीनं ती डिझाइन्स भिंतीसमोर धरली आणि बारकाईनं पाहिली. त्याला ती आवडली. त्यानं एक हात हनुवटीवर धरून माझी पाठ थोपटत म्हटलं, ''मला फार आवडली.''

नंतरच्या काही आठवड्यात आम्ही अनेक वेळा भेटलो. प्रत्येक वेळी मला किटामीकडून तशीच मोठ्या भावासारखी थाप मिळायची. एकदा तो म्हणाला की, काही दिवसांतच त्यांच्या निर्यातखात्याची एक सहल निघणार आहे आणि तू यायचं आहेस! मी म्हटलं, ''मी?'' ते म्हणाले, ''हो, हो! तू आमच्या निर्यात विभागाचा आदरणीय सदस्य आहेस.''

कोबेपासून जवळच्या अवाजी या लहानशा बेटावर सहल गेली होती. आम्ही एका छोट्या बोटीतून तिथं गेलो; आम्ही पोहोचलो तेव्हा किनाऱ्यावर लांब लांब टेबलं लावली होती. प्रत्येक टेबलावर समुद्री खाद्य, नूडल्स आणि भात वाढून तयार ठेवला होता. शिवाय बाजूला टबात शीतपेये आणि बिअरच्या बाटल्या भरून ठेवल्या होत्या. सगळे जण पोहण्याच्या वेशात होते, गॉगल्स घालून हसत खेळत होते. मला आतापर्यंत अत्यंत राखून वागवणारे कॉर्पोरेट अधिकारी तिथं मोकळेपणानं आणि बेफिकीरनं वागत होते.

नंतर दुपारी काही स्पर्धा झाल्या. जसं की, सांघिक कौशल्याची पोत्याची शर्यत, पळण्याची शर्यत अशा स्पर्धा बीचवर घेतल्या होत्या. मी माझा खरा वेग दाखवला आणि अंतिम रेषा सर्वप्रथम पार केल्यावर सगळ्यांनी मला वाकून अभिवादन केलं. सर्वांना पटलं की, हा सडपातळ दिसणारा परदेशी खूप वेगवान होता.

मी जपानी भाषाही हळूहळू शिकत होतो. जपानी भाषेत बुटाला गुट्झू म्हणतात हे मला ठाऊक होतं. मिळकतीसाठी शुन्यू असा शब्द आहे. मला वेळ आणि रस्ता विचारता येऊ लागला होता आणि एक वाक्य मी नेहमी म्हणायचो – *'वाताकुशी दोमो नो कैशा नी च्युइते नो जोबु बोउ देस!'*

माझ्या कंपनीबद्दल थोडी माहिती देत आहे!

सहल संपत आली, तेव्हा एकदा मी वाळूत बसलो होतो आणि पॅसिफिक महासागराकडे बघत होतो. मी दोन आयुष्यं जगत होतो, दोन्ही छान आणि गुंतवून ठेवणारी! तिकडे घरी मी एका टीमचा भाग होतो – मी, वुडेल, जॉन्सन आणि आता पेनी मिळून बनलेली टीम! इथे जपानमध्ये मी, किटामी आणि ओनित्सुकातले सगळे छान लोक यांची एक टीम झाली होती. मी स्वभावाने एकलकोंडा होतो; पण लहानपणापासून मी सांघिक खेळात भाग घेत होतो. एकटेपण आणि टीम यांचं योग्य मिश्रण होऊन माझी मानसिकता तयार झाली होती. आताही तसंच झालं होतं.

शिवाय मला आवडणाऱ्या देशातील लोकांबरोबर मी व्यवसाय करत होतो. आधीची भीती निघून गेली होती. मी जपानी लोकांचा बुजरेपणा, त्यांच्या संस्कृतीतला साधेपणा, उत्पादनं आणि कला यांच्या प्रेमात पडलो होतो. मला जास्त आवडलं ते हे की, अगदी चहापानाच्या समारंभापासून ते शौचालयापर्यंत ते सगळीकडे सौंदर्य आणण्याचा प्रयत्न करत असतात. कुठल्या ठिकाणी, कुठली चेरीची झाडं कितपत बहरून येतील, याची रेडिओवरून होणारी उद्घोषणा मला आवडायची.

फूजिमोटो नावाचा एक माणूस माझ्या शेजारी येऊन बसला, तेव्हा माझ्या विचाराचा भंग झाला. खांदे पडलेल्या, पन्नाशीला आलेल्या या माणसाच्या चेहऱ्यावर जरा जास्तच वेदना दिसत होती. जपानी चार्ली ब्राउन वाटला तो मला; पण तरीही तो माझ्याशी प्रयत्नपूर्वक उत्साहानं बोलण्याचा प्रयत्न करत होता. जाणीवपूर्वक चेहरा हसरा करून म्हणाला की, त्याला अमेरिका आवडते आणि तिथे राहायला त्याला आवडेल. मी त्याला म्हटलं की, मी जपानबद्दल आताच तसा विचार करत होतो. ''आपण अदलाबदल करायची का?'' तो उदासपणे म्हणाला, ''केव्हाही!''

मी त्याच्या इंग्रजीचं कौतुक केलं. तो म्हणाला की अमेरिकन सैनिकांकडून तो ही भाषा शिकला. मी म्हटलं, ''गंमतच आहे! जपानी संस्कृतीशी माझी ओळखसुद्धा दोन माजी अमेरिकन सैनिकांकडूनच झाली.''

तो म्हणाला की त्या सैनिकांनी त्याला प्रथम काही शब्द शिकवले ते होते 'Kiss my ass!' त्यावर आम्ही दोघेही खूप हसलो.

तो कुठे रहातो असं मी त्याला विचारलं आणि त्याचं हसू मावळलं. तो म्हणाला, ''अनेक महिनं झाले, माझं घर पार नष्ट झालं; बिली नावाचं वादळ आलं. त्या वादळात होनशू आणि क्युशू ही दोन जपानी बेटं दोन हजार घरांसह वाहून गेली. त्यात माझंही घर होतं.'' मी म्हटलं, ''फार वाईट झालं.'' पाण्याकडे पाहत त्यानं मान हलवली. त्यानं पहिल्यापासून सुरुवात केली, सगळे जपानी लोक असंच करत आले

आहेत. दुर्दैवानं त्याला अजून एक गोष्ट मिळवता आली नव्हती, त्याची सायकल. १९६०च्या दशकात जपानमध्ये सायकली फार महाग होत्या.

आता किटामीही आमच्यात येऊन बसले. फूजिमोटो ताबडतोब उठून निघून गेल्याचं माझ्या लक्षात आलं.

मी किटामींना म्हटलं की फूजिमोटो अमेरिकन सैनिकांकडून इंग्रजी शिकला होता. किटामी अभिमानानं म्हणाले ते स्वतः *त्यांचे तेच* रेकॉर्ड ऐकून इंग्रजी शिकले. मी त्यांचं अभिनंदन केलं आणि आशा व्यक्त केली की, एक दिवस मलाही त्यांच्या इंग्रजी इतकं छान जपानी बोलता येईल. मग मी सांगितलं की, मी लवकरच लग्न करतो आहे. पेनीविषयी सांगितल्यावर त्यांनी अभिनंदन केलं आणि शुभेच्छा दिल्या. त्यांनी विचारलं, ''कधी आहे लग्न?'' मी म्हटलं, ''सप्टेंबरमध्ये.'' ते म्हणाले, ''ओह, त्यानंतर एक महिन्यानं मी अमेरिकेत असणार आहे. कारण, मी आणि मिस्टर ओनित्सुका मेक्सिको सिटीमध्ये ऑलिंपिक सामने पाहायला जाणार आहोत, तेव्हा आम्ही कदाचित लॉस एंजलिसला येऊ.''

त्या वेळी भेटून एकत्र जेवायला जाऊ, असं निमंत्रण त्यांनी मला दिलं. मी म्हटलं की, मला यायला आनंद वाटेल.

दुसऱ्या दिवशी मी अमेरिकेला परत गेलो. पोहोचल्यानंतर मी सर्वप्रथम एका पाकिटात पन्नास डॉलरची नोट घालून ती टपालानं फूजिमोटोला पाठवली. एका कार्डावर मी लिहिलं, 'मित्रा, तुला नवीन सायकल घेण्यासाठी!'

काही आठवड्यांनी फूजिमोटोकडून एक पाकीट आलं, त्यात मी पाठवलेली नोट नीट घडी करून ठेवली होती आणि त्यानं लिहिलं होतं की, त्यानं वरिष्ठांना हे पैसे ठेवू का म्हणून विचारल्यावर ते नाही म्हणाले.

एक ताजा कलम होता, 'माझ्या घरी पाठवले तर मी घेईन.'

मी ते लगेच पाठवले.

आणि अशा प्रकारे जीवनाला कलाटणी देणारी अजून एक भागीदारी निर्माण झाली.

१३ सप्टेंबर १९६८ला मी आणि पेनीनं पोर्टलँड गावातल्या सेंट मार्क्स एपिस्कोपल चर्चमध्ये दोनशे लोकांसमोर लग्नाच्या आणाभाका घेतल्या. तिच्या आई-वडिलांनीदेखील त्याच ठिकाणी लग्न केलं होतं. मिस पार्क्स माझ्या वर्गात प्रथम येऊन बसली होती, त्यानंतर जवळ जवळ एक वर्ष लोटलं होतं. या वेळीसुद्धा ती पुढच्या रांगेतच होती. फक्त मी मात्र तिच्या बाजूला उभा होतो आणि ती आता मिसेस नाइट झाली होती.

आमच्यासमोर तिचे काका उभे होते. ते पासाडेनाचे एपिस्कोपल धर्मगुरू होते. त्यांनी सर्व विधी केले. पेनी खूप थरथरत होती, ती मान वर करून त्यांच्याकडे किंवा माझ्याकडे बघतही नव्हती. मी थरथरत नव्हतो. कारण, मी लबाडी केली होती. मी

माझ्या वरच्या खिशात विमानात मिळतात त्या लहानशा व्हिस्कीच्या बाटल्या ठेवल्या होत्या. जपानमधून येताना त्या आणल्या होत्या. *त्यातली एक मी लग्नाआधी उघडली आणि एक समारंभानंतर!*

माझा मामेभाऊ हाउझर माझा बेस्ट मॅन होता, तर माझा वकील विंगमॅन होता. पेनीचे दोन भाऊ, आमच्या कॉलेजमधील एक मित्र आणि केल हे अन्य बेस्ट मॅन होते. लग्न लागायच्या आधी केल मला म्हणाला, ''तुला इतका बावरलेला मी दुसऱ्यांदाच बघतो आहे.'' आम्ही हसू लागलो. उद्योजकतेबद्दल आमच्या कॉलेजमध्ये केलेल्या सादरीकरणाची लाखो वेळा आठवण काढली गेली होती तशीच आठवण आताही झाली. आज तशीच वेळ आहे. मी पुन्हा एकदा खोलीत जमलेल्या लोकांना सांगत आहे, 'आपल्याला काही तरी करणे शक्य आहे, काहीतरी केले तर ते नक्कीच यशस्वी होऊ शकते.' खरं म्हणजे मलाच काही ठाऊक नव्हतं. प्रत्येक वर आणि वधू म्हणतात तसं वाचलेलं, धर्म आणि प्रथेनुसार मी काहीतरी बडबडलो. आता त्या दिवशी काय बोललो ते सिद्ध करण्याची जबाबदारी माझ्यावर आणि पेनीवर होती.

पोर्टलँडच्या गार्डन क्लबमध्ये गावातल्या उच्चभ्रू महिला पेयपान आणि गप्पाटप्पांसाठी उन्हाळ्यातील संध्याकाळी जमत; तिथेच आमच्या लग्नाचा स्वागत समारंभ होता. संध्याकाळी जरा गरमच होत होतं. पाऊस पडेल असं वाटत होतं; पण पडला नाही. मी पेनीबरोबर नृत्य केलं. डॉटबरोबर नृत्य केलं, माझ्या आईबरोबरही नाचलो. मध्यरात्र होण्याच्या सुमारास आम्ही सर्वांचा निरोप घेतला. आम्ही माझ्या नव्या कोऱ्या शानदार काळ्या रंगाच्या कूगर गाडीत बसलो. मी वेगानं समुद्र किनाऱ्यावर गेलो, आम्ही दोघांनी पेनीच्या आई-वडिलांच्या बीच हाउसमध्ये शनिवार-रविवार घालवण्याचं ठरवलं होतं.

डॉट मात्र दर अर्ध्या तासाला फोन करत होती.

१९६९

अचानक, अनेक प्रकारचे लोक आमच्या ऑफिसमध्ये ये-जा करताना दिसू लागले. विक्री वाढत असल्यामुळे मी अधिकाधिक विक्री प्रतिनिधी नेमत होतो. त्यात काही माजी, चक्रम धावपटू होते म्हणजे सगळे धावपटू असतात तसे! पण विक्रीच्या बाबतीत ते एकदम तरबेज होते. आम्हाला जे काही साध्य करायचं होतं, त्यातून प्रेरित झाल्यामुळे आणि फक्त कमिशनवर (प्रत्येक जोडीमागे दोन डॉलर) ते सगळ्या रस्त्यांना, शाळांना भेट देत होते. एक हजार मैलाच्या परिसरातील प्रत्येक कॉलेजच्या धावण्याच्या शर्यतींना हजर राहत होते. त्यांच्या असामान्य प्रयत्नांमुळे विक्री सतत वाढत होती.

१९६८मध्ये आम्ही दीड लाख डॉलर्सची विक्री केली आणि १९६९मध्ये आम्ही तीन लाख डॉलर्सच्या आसपास पोहोचलो होतो. वॉलेस अजूनही माझ्या मानगुटीवर बसायचा, मला गती कमी करायला सांगायचा आणि माझं भांडवल कमी आहे म्हणून ओरडायचा. तरी मी ठरवलं की, आता ब्लू रिबनचं छान चाललं आहे म्हणून संस्थापकांनी स्वतःचा पगार वाढवायला हरकत नाही. माझ्या एकतिसाव्या वाढदिवसाच्या आधी मी धीटपणे तो निर्णय घेतला. मी पोर्टलँड स्टेट विद्यापीठाचं काम सोडलं आणि पूर्णवेळ माझ्या कंपनीत जाऊ लागलो. शिवाय स्वतःला वर्षाला अठरा हजार डॉलर असा भरगच्च पगारही देऊ केला.

आणि मी स्वतःला सांगत होतो की, ते विद्यापीठ सोडण्याचं महत्त्वाचं कारण म्हणजे मला तिथून पेनीच्या रूपात अपेक्षेपेक्षा किती तरी अधिक मिळालं होतं. मला आणखीही काही मिळालं होतं फक्त त्या वेळी ते कळलं नाही किंवा ते किती मौल्यवान असणार आहे, याची कल्पनाही आली नाही.

* * *

विद्यापीठातल्या शेवटच्या आठवड्यात मला एका फलकाजवळ काही तरुण मुली दिसल्या. एक मुलगी मोठ्या कॅनव्हासवर चित्र काढत होती. मी तिथून जात होतो, तेव्हा माझ्या कानावर तिचे शब्द आले. ती म्हणत होती की, तिला ऑइल पेंटिंगच्या क्लासला जायचं होतं; पण फी परवडत नव्हती. मी तिथे थांबलो आणि तिच्या चित्राचं कौतुक केलं. मी म्हटलं, ''*माझ्या* कंपनीत एखाद्या कलाकाराचा उपयोग होऊ शकेल.''

ती म्हणाली, ''काय?''

''माझ्या कंपनीला जाहिरात तयार करण्याकरता कोणी तरी हवं आहे. तुला थोडे पैसे मिळवायला आवडेल का?''

जाहिरातीतून फार फायदा होतो, असं मला वाटत नव्हतं; पण आता जाहिरात केल्याशिवाय चालणार नाही हे मला पटू लागलं होतं. स्टॅनफर्ड इन्शुरन्स कंपनीनं *वॉल स्ट्रीट जर्नलमध्ये* नुकतीच एक संपूर्ण पान जाहिरात दिली होती. त्यात ब्लू रिबन ही नवीन गतिशील कंपनी त्यांचे ग्राहक असल्याचं म्हटलं होतं. त्या जाहिरातीत बॉवरमन आणि माझा फोटो होता. बुटांच्या बाबतीत आम्ही काही नवीन केलं आहे, असं त्यातून दिसत नव्हतं; पण या आधी आम्ही कधी बूट पाहिलेच नाहीत, असा आमचा फोटो होता. आम्ही बावळट दिसत होतो. आम्हालाच अवघडल्यासारखं झालं.

आमच्या काही जाहिरातीत तर जॉन्सन हाच एक मॉडेल म्हणून दिसत होता. जॉन्सन मस्त निळ्या ट्रॅक सूटमध्ये, जॉन्सन भाला फेकताना वगैरे... जाहिरातीच्या बाबतीत आमच्या कल्पना अगदीच नवथर आणि उथळ होत्या. पुढे आम्ही ही कला शिकत गेलो आणि प्रत्यक्षात तिचा उपयोगही दिसू लागला. टायगर मॅरेथॉन या सपाट तळाच्या बुटांच्या जाहिरातीत आम्ही वापरलेल्या कापडाला 'स्वूश फायबर' असं नाव दिलं होतं. हा शब्द कोणाला सुचला किंवा त्याचा अर्थ काय हे आजही आम्हाला आठवत नाही; पण तो शब्द छान वाटला.

लोक आम्हाला नेहमी म्हणायचे की, जाहिरात करणं महत्त्वाचं असतं. आता जाहिरातीचं युग आहे. मी नेहमीच तिकडे डोळेझाक करायचो; पण हळूहळू आकर्षक फोटो आणि मुद्दाम तयार केलेले शब्द शिवाय सोफ्यावर आरामात पहुडलेला जॉन्सन आमच्या जाहिरातीत दिसू लागले. मला आणखी लक्ष द्यायला हवं होतं. मी त्या गरजू मुलीला पोर्टलँड विद्यापीठाच्या हॉलमध्ये म्हटलं, ''मी तुला तासाला दोन डॉलर देईन.'' तिनं विचारलं, ''कशाला?'' मी म्हटलं, ''जाहिरात बनवायला. काही शब्द, बोध वाक्यं, कदाचित काही तक्ते आणि आलेख वगैरे असं काम असेल.''

फार काही मोठी ऑफर नव्हती; पण त्या गरीब मुलीला गरज होती. तिनं एका कागदावर आपला नंबर आणि नाव लिहिलं – 'कॅरोलिन डेव्हिडसन.' मी तो कागद खिशात टाकला आणि नंतर पार विसरून गेलो.

विक्री प्रतिनिधी आणि व्यावसायिक चित्रकार कंपनीत घेणं हे आशादायक होतं; पण मी स्वतःला आशावादी समजत नव्हतो, तसा निराशावादीही नव्हतो. दोन्हींच्या मध्ये मी अडकलेला असायचो; पण १९६९ साल उजाडलं आणि माझी नजर अवकाशाकडे झेपावली, भविष्य उज्ज्वल आहे, असं मलाच वाटू लागलं. छान झोप झाली आणि मस्त नाश्ता झाला की, मला खूप आशा वाटायची. आमच्या बुटांची विक्री आणि उत्पन्न वाढत होतं, त्याचबरोबर ओनित्सुका काही नवीन डिझाइन्स आणणार होतं. ओबोरी नावाच्या प्रकारात वरचा भाग हलक्या नायलॉननं बनवलेला होता, मॅरेथॉन नायलॉनमध्ये कर्मान घियासारखी सुंदर रचना होती. या सर्व प्रकारच्या बुटांची मुद्दाम विक्री करावी लागत नव्हती, ते खपतच होते. आमच्या फलकावर ते बूट लावून वुडेलला मी हेच सांगत असे.

बॉवरमन मेक्सिको सिटीमधून परत आला होता. तिथे तो अमेरिकेच्या ऑलिंपिक टीमचा साहाय्यक कोच होता म्हणजे अमेरिकेनं इतर कुठल्याही टीमपेक्षा जास्त सुवर्ण पदकं जिंकली यात त्याचा मोठा वाटा होता. माझा भागीदार अधिकाधिक प्रसिद्ध होत, एक महानायक झाला होता.

मी बॉवरमनला फोन केला. ऑलिंपिकविषयी त्याचे विचार आणि त्यातील स्मरणीय गोष्टी जाणून घ्यायची मला उत्सुकता होती. जॉन कार्लोस आणि टॉमी स्मिथच्या निषेधाबद्दल ऐकायचं होतं. अमेरिकेचं राष्ट्रगीत वाजत असताना त्या दोघांनी मंचावर उभं राहून, मान खाली घालून, काळे मोजे घातलेल्या मुठी उंचावल्या होत्या. वंशवाद, दारिद्र्य आणि मानवी हक्कांची पायमल्ली यांकडे त्यांना सर्वांचं लक्ष वेधून घ्यायचं होतं. सगळे जण त्यांचा धिक्कार करत होते; पण माझ्या अपेक्षेप्रमाणे बॉवरमन मात्र त्यांच्या बाजूनं होता. बॉवरमनचं सर्व धावपटूंना समर्थन होतं.

असा निषेध करताना कार्लोस आणि स्मिथ दोघेही अनवाणी होते. त्यांनी पायातले प्यूमा बूट मुद्दाम बाजूला काढून स्टँडवर ठेवले होते. आता प्यूमासाठी ही गोष्ट चांगली की वाईट हे मला सांगता येत नव्हतं. ही खरोखरच चांगली प्रसिद्धी होती का? अशी प्रसिद्धी जाहिरात असू शकते का? हे एक गूढच होतं.

स्मितहास्य करत बॉवरमन म्हणाला की, त्याला खात्री नव्हती.

प्यूमा आणि आदिदास यांनी या सामन्यांच्या वेळी कसं अशोभनीय वर्तन केलं, हे बॉवरमन मला सांगत होता. दोन जर्मन भावात एकमेकांत वैर होतं आणि ते दोघे खेळांच्या बुटांचे जगातील सर्वांत मोठे उत्पादक होते. दोन्ही कंपन्या कीस्टोन कोप्स सिनेमातील पोलिसांप्रमाणे सर्व प्रसिद्ध खेळाडूंच्या सतत मागावर असत. अनेकदा मोठी रक्कम बुटात किंवा पाकिटात घालून खेळाडूंना वाटली जात असे. प्यूमाच्या एका प्रतिनिधीला तर तुरुंगाची हवादेखील खायला लागली होती (आदिदासनं त्याला गोवलं होतं अशी एक वदंता होती). त्यानं एका धावपटू मुलीशी लग्न केलं होतं. बॉवरमनच्या म्हणण्याप्रमाणे केवळ तिनं प्यूमाची जाहिरात करावी म्हणून तो लग्नाला तयार झाला होता.

केवळ पैसे वाटण्यावर हे थांबलं नव्हतं. प्यूमाने आपल्या बुटांचे ट्रकच्या ट्रक बेकायदेशीरपणे मेक्सिको सिटीमध्ये आणले होते तर आदिदासनं अत्यंत लबाडीनं प्रचंड आयात शुल्क भरायचं टाळलं होतं. मी असं ऐकलं की, ग्वाडालजारा इथल्या एका कारखान्यात नावालाच काही बूट तयार करून त्यांनी ही फसवणूक केली होती.

बॉवरमनला आणि मला त्यांच्या अनैतिकतेचं फारसं काही वाटलं नाही; पण आपणच बाजूला पडलो, असं वाटलं. ब्लू रिबनकडे वाटण्यासाठी पैसे नव्हते, त्यामुळे ऑलिंपिक सामन्यात आमचं अस्तित्व दिसत नव्हतं.

ऑलिंपिकच्या परिसरात आमचा केवळ एकच बूथ होता आणि तिथं बोर्क नावाचा एक माणूस ठेवला होता. बोर्क तिथं कॉमिक्स वाचत होता की, त्याला आदिदास आणि प्यूमाबरोबर स्पर्धा जमत नव्हती. मला माहीत नाही; पण त्याच्या बूथनं अजिबात धंदा केला नव्हता, एकदम शून्य! कुणीच तिथं थांबलं नाही.

पण खरं तर एक खेळाडू येऊन गेला होता - बिल टूमी. तो अमेरिकेचा उत्तम डीकॅथलॉन खेळाडू होता. त्यानं काही टायगर बूट मागितले होते. निव्वळ याच हेतूने की, तो स्वतः कोणाला विकला गेला नाही हे त्याला जगाला दाखवायचं होतं; पण बोर्ककडे त्याच्या मापाचे किंवा त्याच्या कुठल्याच शर्यतीसाठीचे बूट नव्हते.

अनेक खेळाडू टायगर बूट घालून सराव करत असत, असं बॉवरमन म्हणाला; पण कुणीच टायगर घालून *स्पर्धेत* धावत नव्हतं. एक कारण होतं बुटाची गुणवत्ता. टायगर बूट अजून हवे तितके चांगले झाले नव्हते. मुख्य कारण म्हणजे पैसे नव्हते. आमच्याकडे खेळाडूंच्या मान्यता करारासाठी पैसे नव्हते.

मी बॉवरमनला म्हणालो, ''आपलं दिवाळं निघालेलं नाही, फक्त आज आपल्याकडे पैसे नाहीत.''

तो तक्रारीच्या सुरात पुढे म्हणाला, ''पण खेळाडूंना आपल्याला कायदेशीरपणे *पैसे देता आले* तर किती चांगलं होईल!''

बॉवरमननं मला सांगितलं की, सामन्यांच्या वेळी त्याला किटामी भेटले होते. त्याला किटामी फारसे आवडत नव्हते. बॉवरमन म्हणाला, ''त्याला बुटातलं काहीही कळत नाही आणि तो जरा आतल्या गाठीचा आहे, स्वतःला जास्त शहाणा समजतो.''

मलाही तसंच वाटू लागलं होतं. किटामीच्या मागच्या काही पत्रांतून मला जाणवत होतं की, जपानच्या मागील भेटीत मला वाटलं होतं, तितका काही तो ब्लू रिबनचा चाहता नव्हता. मला काही तरी खुपत होतं. कदाचित, तो आमच्याकडून जास्त किंमत मागणार असावा. मी बॉवरमनला हे सांगितलं आणि आपल्या सुरक्षिततेसाठी मी काही उपाययोजना करत असल्याचं म्हटलं. फोन ठेवण्याआधी मी म्हटलं की, माझ्याकडे खेळाडूंना देण्यासाठी पुरेसे पैसे नसले तरी माझ्याकडे ओनित्सुकाचा एक माणूस विकत घेण्याइतके पैसे होते. मी म्हटलं की, माझा एक माणूस आत घुसला असून, माझे डोळे आणि कान म्हणून तो काम करत होता आणि किटामीवर लक्ष ठेवत होता.

मी ब्लू रिबनच्या सर्व सदस्यांना अशा अर्थाचा एक मेमोदेखील पाठवला (एव्हाना आमच्याकडे चाळीस लोक झाले होते). मी जपानी संस्कृतीच्या प्रेमात पडलो होतो– माझ्या टेबलावर सामुरायची तलवार ठेवली होती... पण तरीही मी त्यांना सांगितलं की, जपानी लोकांच्या व्यावसायिक पद्धती फसव्या असू शकतात. जपानमध्ये तुमचा स्पर्धक किंवा भागीदार कधी काय करेल, त्याचा नेम नसतो. मी विचार करायचं सोडून दिलं होतं. मी लिहिलं, 'आपल्याला सर्व काही कळावं म्हणून मी एक मोठी खबरदारी घेत आहे. मी एक गुप्तहेर नेमला आहे. तो ओनित्सुकाच्या निर्यात खात्यातच पूर्णवेळ काम करतो. फार कारणं न देता मला तो विश्वासार्ह का वाटतो हे थोडक्यात सांगतो.

'तुम्हाला असा हेर नेमणं कदाचित अनैतिक वाटेल; पण जपानी व्यावसायिक संस्कृतीत गुप्तहेर प्रणाली खोल रुजली आहे आणि त्यांनी ती स्वीकारली आहे. आपल्याकडे स्टेनो आणि टायपिस्टसाठी असतात तशा त्यांच्याकडे औद्योगिक हेर तयार करण्याच्या शाळा आहेत.'

त्या काळात जेम्स बाँडनं सगळे जग भारून टाकले असताना, मी गुप्तहेर हा शब्द इतक्या बेफिकिरीनं का वापरला मला माहीत नाही. मी इतकी माहिती उघड करत असताना त्या गुप्तहेराचं नाव का सांगितलं नाही, मला ठाऊक नाही. त्याचं नाव होतं फूजिमोटो, मी त्यालाच सायकल घेऊन दिली होती.

मला नंतर वाटलं की, असा मेमो लिहिणं चुकीचं होतं, अगदी वेडेपणाचं होतं. मला नंतर त्याबद्दल पश्चात्तापही झाला; पण जपानच्या व्यावसायिक पद्धतींप्रमाणेच मीही गोंधळून गेलो होतो.

किटामी आणि मिस्टर ओनित्सुका दोघेही मेक्सिको सिटीमधील ऑलिंपिक खेळांना गेले होते आणि नंतर ते लॉस एंजलिसला आले होते. मी ओरेगॉनहून विमानानं निघालो आणि सँटा मोनिकामधील एका जपानी रेस्टॉरंटमध्ये त्यांना डिनरला भेटलो. मला उशीर झाला होता, मी पोहोचेपर्यंत त्यांनी बरीच साकी घशाखाली घातली होती. सुट्टीत बाहेर पडलेल्या शाळकरी मुलांप्रमाणे त्यांनी स्थानिक झगा घातला होता आणि ते मोठमोठ्यानं बडबडत होते.

मी त्यांच्याप्रमाणे उत्साह दाखवायचा प्रयत्न केला. प्रत्येक गोष्ट त्यांच्या बरोबरीनं केली; सुशीच्या अनेक प्लेट्स फस्त केल्या आणि त्यांच्याबरोबर छान मिसळलो. रात्री माझ्या हॉटेलमध्ये झोपताना मनात विचार येत होता की, किटामीबद्दल मी कदाचित अतिसंशयी झालो आहे का?

दुसऱ्या दिवशी आम्ही ब्लू रिबनच्या गँगला भेटवण्यासाठी सगळे पोर्टलँडला गेलो. माझ्या लक्षात आलं की, ओनित्सुकाला लिहिलेल्या पत्रात आणि त्यांच्याशी झालेल्या बोलण्यात आमच्या जागतिक मुख्य कार्यालयाचं मी जरा अतिरंजितच वर्णन केलं होतं. आम्ही ऑफिसमध्ये शिरताच किटामीचा पडलेला चेहरा मला दिसला

आणि ओनित्सुकाही आश्चर्यचकित होऊन इकडेतिकडे बघत होते. मी ओढूनताणून हसू आणत, घाई घाईनं माफी मागितली, ''हे ऑफिस लहान वाटतंय; पण आम्ही इथूनच बराच मोठा व्यवसाय करतो.''

त्यांना तुटलेल्या खिडक्या, खिडकी बंद करायचा भाला, जुनं प्लायवूडचं पार्टिशन दिसत होतं. त्यांनी व्हीलचेअरमध्ये बसलेल्या वुडेलकडे पाहिलं. त्यांना शेजारच्या पिंक बकेट ज्यूक बॉक्समधून वाजणाऱ्या संगीतामुळे भिंती हादरताना दिसल्या. ते एकमेकांकडे अविश्वासानं बघू लागले. मला वाटलं, 'संपलं सगळं!'

माझा ओशाळलेला चेहरा पाहून ओनित्सुकांनी माझ्या खांद्यावर हात ठेवून म्हटलं, 'छान आहे ऑफिस.'

पलीकडच्या भिंतीवर वुडेलनं अमेरिकेचा मोठा नकाशा लावला होता आणि गेल्या पाच वर्षांत आम्ही जिथे जिथे टायगर बूट विकले तिथे त्यानं लाल पिन टोचली होती. नकाशावर सगळीकडे पिनाच पिना होत्या. आमच्या ऑफिसपेक्षा या नकाशावर नजर टाकणं जास्त सुखद होतं. किटामी मोंटानाच्या पूर्वेकडे बोट दाखवून म्हणाले, 'इथे पिन नाही! इथला माणूस काम करत नाही असं दिसतंय!'

अनेक दिवस निघून गेले. माझी कंपनी आणि कुटुंब यात मी गर्क होतो. पेनी आणि मी, एकत्र राहायला, आमच्या सवयी आणि स्वभाव जुळवून घ्यायला शिकत होतो. अर्थात आमच्यात एकमत होतं की, व्यक्तिमत्त्व मुख्यतः तिचंच होतं आणि स्वभाव विशेष असलेच तर माझे होते! त्यामुळे तिलाच बरंच काही शिकावं लागणार होतं.

उदाहरणार्थ, तिला आता कळलं की, दिवसातून बराच वेळ मी माझ्या विचारात मग्न असतो. मनातील जळमटं दूर करत, कुठली तरी समस्या सोडवत किंवा एखादी योजना तयार करत विचारात पडलेला असतो. बऱ्याचदा ती काय म्हणते ते मला ऐकू येत नसे आणि जरी ऐकलं तरी काही मिनिटांनी मी विसरून जात असे.

तिला समजू लागलं होतं की, मी विसराळू आहे. मी किराणा मालाच्या दुकानात जाऊन तिनं सांगितलेली गोष्ट न आणता रिकाम्या हातांनी परत येतो. कारण, तिथे जाताना आणि येताना माझ्या डोक्यात बँकेतील पेचप्रसंग किंवा ओनित्सुकाकडून माल पाठवायला झालेला उशीर याचेच विचार घोळत असत.

मी सतत कोणती ना कोणती वस्तू हरवत असे, विशेषतः पाकीट आणि चावी अशा महत्त्वाच्या वस्तू कुठेही टाकत असे हे तिला समजू लागलं होतं. मला एका वेळी अनेक कामं करता येत नव्हती; पण मी निष्फळपणे तसं दाखवत असे. मी अनेकदा दुपारी जेवत असताना किंवा गाडी चालवताना पेपरमधील आर्थिक घडामोडींचे स्तंभ वाचत असे. माझी नवी कोरी कूगर गाडी आता नवी राहिली नव्हती. झाडांना, खांबांना आणि लोकांच्या कुंपणांना ती सतत धडकवून मी जणू ओरेगॉनचा मिस्टर मॅगूच झालो होतो.

मी मनानं घरात नसतोच हे तिला समजू लागलं होतं. मी टॉयलेटचं सीट नंतर वर करून ठेवत नव्हतो, माझे कपडे कुठेही पडलेले असायचे, रेस्टॉरंटमध्ये जेवण काउंटरवरच विसरायचो, माझा काहीही उपयोग नव्हता. मी स्वयंपाक करू शकत नव्हतो, साफसफाई करत नव्हतो, अगदी साध्या गोष्टीही मला जमत नव्हत्या कारण, मला आईनं आणि बहिणींनी खूप लाडावलं होतं आणि माझ्या ऑफिसमध्ये माझ्या हाताखाली नोकर होते.

तिला कळून चुकलं होतं की, मला कशातही हार मान्य नव्हती. हरणं माझ्यासाठी फारच दुःखद होतं. मी उगीचच बॉवरमनला दोष देत असे; पण ते आता मागे पडलं होतं. मी लहानपणी वडिलांबरोबर पिंगपाँग खेळत असे; पण त्यांना कधीच हरवता आलं नाही याचा मला त्रास व्हायचा. काही वेळा ते जिंकल्यावर हसत असत आणि माझा पारा खूप वर जायचा. अनेकदा मी बॅट टाकून रडत रडत पळून जात असे. मला त्याचा फारसा अभिमान नव्हता; पण ते माझ्या स्वभावातच होतं. पेनी एक चांगली बोलर होती; तिनं ओरेगॉन विद्यापीठात बोलिंगचे धडे घेतले होते. मला ते एक आव्हान वाटायचं आणि मी त्याला सामोरं जायचं ठरवलं. मला जिंकायचंच होतं आणि बेसबॉलमध्ये स्ट्राइक बसला नाही तर मला फार दुःख होत असे.

सगळ्यात महत्त्वाचं म्हणजे नव्यानं सुरू झालेल्या बुटाच्या कंपनीच्या मालकाबरोबर लग्न करून काठावर जगायचं कसं हे ती शिकत होती आणि तरी ती मजेत होती. वाणसामान आणण्यासाठी मी तिला आठवड्याला फक्त पंचवीस डॉलर देत होतो आणि त्यातून ती फार छान जेवण बनवत असे. मी तिला घरातल्या फर्निचरसाठी दोन हजार डॉलरची मर्यादा असलेलं क्रेडिट कार्ड दिलं तर तिनं त्यात एक छोटं डायनिंग टेबल, दोन खुर्च्या, एक झेनिथ टीव्ही, आरामात डुलकी घेता येईल, असा एक सोफा एवढ्या वस्तू बसवल्या. तिनं माझ्यासाठी एक तपकिरी रंगाची आरामखुर्चीही आणली आणि हॉलच्या एका कोपऱ्यात ठेवली. आता रोज रात्री मी ४५ अंशाचा कोन करून रेलू शकत होतो आणि माझ्या डोक्यातलं विचारचक्र पाहिजे तसं फिरवू शकत होतो! कूगरपेक्षा हे नक्कीच जास्त सुरक्षित आणि आरामदायक होतं!

त्या खुर्चीवर बसून मी रोज रात्री वडिलांना फोन करायचो. तेसुद्धा त्यांच्या आरामखुर्चीत रेललेले असायचे आणि आम्ही दोघं आरामात बसून ब्लू रिबनसमोर येणाऱ्या आव्हानांची चर्चा करायचो. त्यांना आता माझा व्यवसाय निव्वळ टाइमपास वाटत नसावा. त्यांनी हे मुद्दाम बोलून दाखवलं नव्हतं; पण माझ्यापुढचे प्रश्न त्यांना आव्हानात्मक किंवा रंजक वाटायचे एवढं मात्र खरं.

* * *

१९६९च्या वसंत ऋतूमध्ये पेनीला सकाळी कसंतरीच वाटू लागलं. जेवण नीट जात नव्हतं. दुपारी ती ऑफिसमध्ये जराशी अस्वस्थ दिसत असे. ती डॉक्टरकडे गेली. तिला समजलं की, ती गरोदर होती. त्याच डॉक्टरनं नंतर तिचं बाळंतपण केलं.

आम्हाला दोघांना खूप आनंद झाला; पण आमचं नवीन शिक्षणही सुरू झालं.

आमचं घर आता अजिबात पुरेसं वाटत नव्हतं. आम्हाला नवीन घर घ्यायलाच हवं होतं; पण आम्हाला ते परवडणार होतं का? मी *नुकताच* स्वतःचा पगार ठरवला होता आणि घर घ्यायचं तर ते कुठं घ्यायचं? कुठल्या भागात चांगल्या शाळा होत्या? नवीन कंपनी सांभाळता सांभाळता मला घर शोधायला आणि ते विकत घ्यायच्या सर्व प्रक्रिया पूर्ण करायला जमणार होतं का? मी परत अकाउंटिंग, अध्यापन किंवा जास्त स्थैर्य देणारं काम घेऊ का?

रोज रात्री छताकडे बघत आरामखुर्चीवर रेलत मी मन शांत करायचा प्रयत्न करत होतो. मी स्वतःला बजावलं की, जीवन म्हणजे प्रगती; जर प्रगती केली नाही तर विनाशच होतो.

आम्हाला बीव्हरटनध्ये एक घर सापडलं. लहानच होतं फक्त सोळाशे चौरस फूट; पण भोवती एक एकर जागा होती. एक घोड्याचा तबेला आणि पोहण्याचा तलाव होता. समोर एक मोठा देवदार वृक्ष होता आणि मागच्या बाजूला जपानी बांबू लावलेले होते. मला ते घर आवडलं. मुख्य म्हणजे ते माझ्या ओळखीचं वाटत होतं. मी मोठा होत असताना माझ्या बहिणी मला अनेकदा विचारत असत, माझ्या स्वप्नातलं घर कसं असेल? एके दिवशी त्यांनी कागदाचं पॅड व पेन्सिल दिली आणि मला स्वप्नातल्या घराचं चित्र काढायला लावलं. पेनी आणि मी तिथे राहायला गेल्यावर मी ते जुनं चित्र शोधलं. ते चित्र आणि बीव्हरटनचं घर अगदी सारखं होतं!

घराची किंमत ३४००० डॉलर होती. मी खिसे अगदी उलटे करून पाहिले तर माझ्याकडे त्याच्या २० टक्केच रक्कम जमा होती आणि फर्स्ट नॅशनलकडून घेतलेल्या कर्जासाठी मी ही रक्कम आधीच हमी म्हणून वापरली होती. मग मी हॅरी व्हाइटकडे गेलो. मला ती रक्कम घराच्या डाउन पेमेंटसाठी हवी होती. मी त्याला म्हटलं, "पण मी नवीन घर गहाण ठेवेन."

तो म्हणाला, "ठीक आहे, यासाठी आपल्याला वॉलेसशी बोलावं लागणार नाही."

त्या दिवशी मी पेनीला म्हटलं की, जर ब्लू रिबन अपयशी झालं तर आपलं घरही जाईल. तिनं पोटावर हात ठेवला आणि ती खाली बसली. तिला अशी *असुरक्षितता* कधीच नको होती; पण ती म्हणत होती की, 'ठीक आहे, ठीक आहे.'

अशी परिस्थिती असतानाही तिला गरोदरपणातही ब्लू रिबनसाठी काम करायचंच होतं. कॉलेजमधून डिग्री मिळवावी असं तिला खूप वाटायचं; पण ती ब्लू रिबनसाठी कुठलाही त्याग करायला तयार होती. तिला ऑफिसमध्ये यायला जमायचं नाही, तेव्हा ती आमच्या नव्या घरातून टपालाद्वारे विक्री करत असे. सकाळी तिला अस्वस्थ वाटायचं, घोटे सुजायचे, वजन वाढलं होतं. थकवा असला तरी तिनं १९६९मध्ये पंधराशे ऑर्डर्स पूर्ण केल्या. काही वेळा दूर दूरचे ग्राहक कागदावर पायाचा कसातरी

ठसा काढून पाठवत असत; पण पेनीला त्याचं काही वाटत नसे. ती मोठ्या कष्टानं त्या ठशावरून बरोबर साइझचा बूट शोधून काढत असे आणि त्या ऑर्डर्स पूर्ण करत असे. प्रत्येक विक्री आमच्यासाठी महत्त्वाची होती.

घर अपुरं पडायला लागलं त्या सुमारास आमचा धंदाही मोठा होऊ लागला. पिंक बकेटमागे एक खोली होती; पण तरी ती जागा पुरत नव्हती. वुडेल आणि मला त्या ज्यूक बॉक्सच्या वर आवाज काढून बोलायचा कंटाळा येऊ लागला होता. काम संपल्यावर आम्ही दोघं रोज चीज बर्गर खायला जायचो आणि मग ऑफिससाठी नवी जागा शोधायला बाहेर पडायचो.

त्यासाठी प्रवास करणं म्हणजे एक दिव्य होतं. वुडेलची व्हीलचेअर माझ्या कूगर गाडीत बसत नसे, त्यामुळे त्याला त्याची गाडी चालवावी लागत असे. इतक्या मर्यादा असलेल्या माणसानं गाडी चालवून आपल्याला न्यायचं म्हणून मला नेहमीच अपराधी वाटत असे. आम्ही अनेक जागा बघितल्या; पण त्या वरच्या मजल्यावर होत्या, तिथे जिनं चढून जावं लागत असल्यामुळे मला आणखीच वैताग येत असे. कारण, मला वुडेलची व्हीलचेअर वर खाली न्यायला आणायला लागत असे.

अशा वेळी मला त्याच्या स्थितीबद्दल खूप वाईट वाटे. दिवसा तो इतका उत्साही, सकारात्मक असायचा की, त्याच्या परिस्थितीचा विचारही मनात येत नसे; पण त्याला नेहमी ओढून नेताना, वर खाली नेताना मला सारखं वाटायचं की, हा किती असाहाय्य, नाजूक स्थितीत आहे. मी मनात प्रार्थना करायचो, *'माझ्या हातून हा खाली पडायला नको, खाली जायला नको!'* वुडेलला माझी प्रार्थना कळत असे आणि त्याला खूप ताण येत असे. त्याचा ताण पाहून मलाही टेन्शन यायचं. मी म्हणायचो की, 'शांत हो, माझ्या हातून कुणीच पडलेला नाही.'

काहीही झालं तरी तो शांत राहत असे. एखाद्या अवघड जिन्यावर मी त्याला कसाबसा सांभाळून वर नेत असलो आणि तो कठीण परिस्थितीत असला तरी म्हणायचा की, *'माझ्यासाठी वाईट वाटून घेऊ नकोस, मी तुला संपवण्यासाठीच आलो आहे!'*

(मी त्याला प्रथम एका व्यापारी प्रदर्शनासाठी पाठवलं तेव्हा त्या विमान कंपनीनं त्याची व्हीलचेअर हरवली. जेव्हा ती सापडली तेव्हा तिची अवस्था चकलीसारखी दिसत होती; पण काही नाही! वुडेलनं त्या तुटक्या व्हीलचेअरवर बसून प्रदर्शनात हजेरी लावली, करायची ती सगळी कामं केली आणि विजयी, हसऱ्या चेहऱ्यानं तो ऑफिसमध्ये परत आला.)

नवीन ऑफिसच्या शोधार्थ रोज रात्री केलेल्या भटकंतीनंतर, वुडेल आणि मी रोजचा हा प्रकार आठवून भरपूर हसायचो. बहुधा आम्ही रात्री एखाद्या बारमध्ये जाऊन जवळ जवळ धुंद होत होतो. एकमेकांचा निरोप घ्यायच्या आधी आम्ही एक खेळ खेळायचो. मी एक स्टॉप वॉच बाहेर काढायचो आणि वुडेल आपल्या व्हीलचेअरची घडी करून किती वेळात स्वतःच्या गाडीत शिरतो ते मोजायचो. तो एक माजी धावपटू

होता, त्यामुळे त्याला स्टॉपवॉचचं आव्हान आवडायचं. आधीपेक्षा कमी वेळात गाडीत शिरण्याचा त्याचा प्रयत्न असायचा (त्याचा ४४ सेकंदांचा विक्रम होता). आम्हाला दोघांनाही त्या रात्री, ती शांतता, बरोबरीनं घेतलेला शोध-सगळं खूप आठवत असे. या आठवणी आमच्या जीवनातल्या सुवर्ण स्मृतींपैकी एक होत्या.

वुडेल आणि माझ्यात खूप फरक होता तरी आमची मैत्री कामावरच्या समान निष्ठेवर आधारलेली होती. दोघांनाही एका वेळी एकाच कामावर लक्ष द्यायला आवडत असे. आमच्या मते एक काम असलं की, मनात गोंधळ नसतो. आम्हाला वाटायचं की, मोठं ऑफिस शोधायचं एकच काम हातात घेतलं, त्यात यश मिळणारच. आमच्यासाठी ब्लू रिबन हा चालना देणारा 'गो' या अर्थाचा शब्द होता, त्यामुळे जिंकायची एक आंतरिक इच्छा जागृत होत असे किमान हरायचं तरी नाही, अशी भावना प्रबळ होत असे.

आम्ही दोघेही फार बोलके नव्हतो; पण दोघे एकत्र असलो की, खूप बोलायचो. त्या रात्रींच्या वेळी आम्ही अनेक विषयांवर चर्चा करायचो, एकमेकांशी अगदी मोकळेपणानं बोलायचो. वुडेलनं मला त्याला झालेल्या दुखापतीबद्दल सांगितलं. मी कधीही कुठली गोष्ट मनाला फार लावून घेऊ लागलो की, वुडेल मला म्हणायचा की, हे तर काहीच नाही, फार मनावर घेऊ नको आणि तो स्वतःला ज्या प्रकारे सांभाळायचा तो तर माझ्यासाठी सातत्यानं असणारा सकारात्मकवृत्तीचा एक मौल्यवान धडा होता.

त्याला झालेली दुखापत वेगळी होती आणि तो पूर्णपणे जायबंदी झाला नव्हता. त्याच्या मनात अजूनही लग्न करण्याची, कौटुंबिक जीवनाची इच्छा होती. त्याला बरं होण्याची आशा होती. दिव्यांग रुग्णांसाठी उपयुक्त असं एक नवीन औषध तो घेत होता; पण त्याला लसणीचा वास येत असे. ऑफिस शोधण्याच्या मोहिमेवर असताना वुडेलच्या अंगाला पिझ्झेरियामधील अन्नाचा वास येत असे आणि मी त्याला तसं बोलून दाखवत असे.

मला तसं विचारण्याचा हक्क होता की नाही मला ठाऊक नाही; पण मी त्याला एकदा विचारलं की, तो सुखी होता का? त्यानं त्यावर विचार करून 'हो' म्हटलं. त्याला त्याचं काम आवडत असे, ब्लू रिबनवर त्याचं प्रेम होतं. कधी कधी यातला विरोधाभास त्याला जाणवत असे – स्वतः चालू न शकणारा एक माणूस बूट विकतो!

यावर काय बोलायचं मला कळेना; मी गप्प बसलो.

बऱ्याचदा मी आणि पेनी वुडेलला आमच्या नव्या घरी जेवायला बोलवायचो. तो कुटुंबातलाच एक होता. आम्हाला आवडायचा; आम्हाला कळत होतं की, आम्ही त्याच्या आयुष्यातली एक पोकळी भरून काढत आहोत. त्याला सोबतीची आणि घरगुती वातावरणाची गरज होती म्हणून तो आला की पेनी काही तरी खास बनवत असे आणि तिच्या मते सगळ्यात खास म्हणजे कॉर्निश गेम हेन नावाचा एक पदार्थ आणि ब्रँडी व बर्फ घातलेलं दूध यापासून केलेला एक गोड पदार्थ असं जेवण! तिनं एका मासिकात ही कृती वाचली होती. ते घेतल्यावर आम्ही गारेगार व्हायचो. अर्थात

कोंबडी आणि ब्रँडी यामुळे तिच्या पंचवीस डॉलरच्या बजेटला मोठं खिंडार पडत असे; पण वुडेलसाठी पेनी कधीच काटकसर करणार नव्हती. मी तिला म्हटलं की, वुडेल जेवायला येणार आहे की ती नकळत म्हणायची की, 'चला, मी ब्रँडी आणि कोंबडी आणते.' केवळ पाहुणचारापेक्षा त्यात अगत्य जास्त होतं. वुडेलला ती लाडावून ठेवत होती, त्याची काळजी घेत होती. मला वाटतं की, वुडेल तिच्या येऊ घातलेल्या मातृत्वाला साद देत होता.

मला आठवायला अवघड जातंय. डोळे मिटून मी आठवण्याचा प्रयत्न करतो; पण त्या अविस्मरणीय रात्रींचे अनेक सोनेरी क्षण आता पुसले गेले आहेत. असंख्य गप्पा, हसून हसून दम लागणं, नवीन घोषणा, आत्मविश्वास जागवणाऱ्या घटना... अजून आठवतं. काळाच्या पडद्याआड गेल्या आहेत काही गोष्टी. मला आठवतं की, आम्ही इतिहासाला उजळणी देत अर्धी रात्र जागायचो आणि भविष्यासाठी नियोजन करायचो. आपली कंपनी कशी लहान आहे; ती कशी व्हायला हवी; कशी व्हायला नको यावर वारंवार चर्चा होत. त्या वेळी आमच्याकडे एखादा टेप रेकॉर्डर असता तर... किंवा मी माझ्या जगप्रवासात केलं तसं एखाद्या वहीत लिहिलं असतं तर...!

अजूनही मला आमच्या जेवणाच्या टेबलावर टोकाला बसलेला, व्यवस्थित निळी जीन्स घातलेला आणि पांढऱ्या टी शर्टवर त्याचा नेहमीचा व्ही गळ्याचा स्वेटर घातलेला वुडेल आठवतो. त्याच्या पायात नेहमी रबर सोल असलेले टायगर बूट असत.

एव्हाना त्यानं लांब दाढी वाढवली होती आणि त्याला जाडसर मिशीदेखील होती, मला दोन्हींचा हेवा वाटत असे. अर्थात ते ६०चं दशक होतं. माझी दाढी हनुवटीपर्यंत पोहोचली असती; पण मला सारखं बँकेत जाऊन पैसे मागायचे असल्यामुळे वॉलेसपुढे भणंग अवतारात जाणं शक्यच नव्हतं, त्यामुळे गुळगुळीत दाढी आवश्यकच होती.

अखेर मला आणि वुडेलला पोर्टलँडच्या दक्षिणेला टायगार्डमध्ये एक आश्वासक ऑफिस आढळलं. सगळी इमारत काही घेतली नाही - ते परवडणं शक्यच नव्हतं - आम्ही एका मजल्यावर टोकाचा भाग भाड्यानं घेतला. बाकीच्या भागात होरेस मान इन्शुरन्स कंपनीचं एकदम भारी ऑफिस होतं. आमच्यासाठी ही फार मोठी उडी होती आणि मी जरा चाचरत होतो. एका मोठ्या कंपनीला लागून ऑफिस थाटण्यामागे आमचं एक अजब तर्कशास्त्र होतं. मोठी विमा कंपनी - तिथले गालिचे घातलेले हॉल, अनेक वॉटर कूलर्स आणि ऐटदार सूट घातलेले अधिकारी! तिथलं वातावरण अगदी उच्च कॉर्पोरेट स्तरावरचं होतं. आमच्या भोवती आमचाच उत्साह असावा, असं मला वाटत होतं. कारण, आमच्या यशामध्ये महत्त्वाचा भाग तोच होता. आता मोठी कंपनी आणि स्वयंचलित यंत्रांच्या सहवासात आमची वृत्ती बदलेल का, अशी मला शंका होती.

मी माझ्या खुर्चीवर रेललो, जरा विचार केला आणि मला वाटलं की, हे कॉर्पोरेट प्रकरण काही जुळणार नाही. ते आमच्या तत्त्वांच्या विरुद्ध होतं; पण आमच्या बँकेला

कदाचित तसंच हवं असेल. आमचं हे नवीन, माझ्या नजरेतून कंटाळवाणं नापीक वाटणारं ऑफिस वॉलेसनं पाहिलं तर तो आम्हाला जरा मान देऊ लागेल. शिवाय ते ऑफिस टायगार्डमध्ये होतं म्हणजे टायगार्डमधून टायगर बूट विकायचे! कदाचित, हेच योग्य असेल.

माझ्या मनात वुडेलचा विचार आला. तो ब्लू रिबनवर खूश होता; पण त्यानं एक विरोधाभास बोलून दाखवला होता. त्याला त्याच्या गाडीतून शाळा-कॉलेजमध्ये टायगर बूट विकायला पाठवणं हा कदाचित जास्तच विरोधाभास असेल, त्याच्यावर अत्याचार असेल! त्याच्या हुशारीचा तो कदाचित चांगला उपयोग नसेल. गोंधळ निस्तरणे आणि समस्या सोडवणे वुडेलला छान जमत होते, तेच काम योग्य असेल?

वुडेल आणि मी टायगार्डच्या जागेच्या करारावर सह्या करायला गेलो, तेव्हा मी त्याला विचारलं की, त्याला दुसरं काम आवडेल का? ब्लू रिबनचा कार्यकारी व्यवस्थापक होशील का? म्हणजे कुणाला फोन नाही, शाळांना भेटी नाहीत म्हणजे ज्या कामांसाठी मला वेळ मिळत नाही आणि तितक्या संयमानं जमत नाही, अशी अनेक कामं तो सांभाळू शकेल का? उदाहरणार्थ - लॉस एंजलिसमध्ये बोर्कशी बोलणं; वेलस्लीमध्ये जॉन्सनशी पत्रव्यवहार करणं, मियामीमध्ये नवीन ऑफिस उघडणं, नवीन विक्री प्रतिनिधी नेमणं आणि त्यांच्या अहवालांचं समन्वयन करणं किंवा खर्चाची बिलं मंजूर करणं वगैरे. सर्वांत महत्त्वाचं म्हणजे कंपनीचे बँक खाते बघणाऱ्या माणसावर देखरेख करण्याचं काम होतं. त्यानं स्वतःच्या पगाराचा चेक बँकेत भरला नाही तर त्याला बॉसला म्हणजे स्वतःलाच विचारावं लागेल.

खुशीनं हसत हे काम आवडल्याचं वुडेलनं सांगितलं. हात पुढे करून तो म्हणाला, 'ठरलं!'

त्याच्या हातात अजून एका भक्कम खेळाडूची पकड होती.

सप्टेंबर १९६९मध्ये पेनी डॉक्टरांकडे चेकअपसाठी गेली होती. डॉक्टर म्हणाले की, सगळं ठीक आहे; पण अजून थोडी वाट पाहावी लागेल. कदाचित, एक आठवडा.

त्या दिवशी दुपारी पेनी ब्लू रिबनमध्येच होती. आम्ही लवकर घरी गेलो, जेवणही लवकर घेतलं आणि लवकर झोपलो. पहाटे ४ वाजता मला उठवून ती म्हणाली, "मला बरं वाटत नाही.''

मी डॉक्टरांना फोन केला. त्यांनी इमॅन्युएल हॉस्पिटलमध्ये भेटा म्हणून आम्हाला सांगितलं.

लेबर डेच्या आधी काही आठवडे मी हॉस्पिटलला जायचा सराव केला होता आणि ते बरंच झालं. कारण, आता खरी वेळ आली होती. मी इतका चिंतातुर होतो की, पोर्टलँड मला बँकॉकसारखं भासत होतं. सगळं काही वेगळं विचित्र वाटत होतं. प्रत्येक वळण नीट बघून मी सावकाश गाडी चालवत होतो. गाडी फार हळूही

चालवून चालणार नाही, नाही तर आपल्यालाच डिलिव्हरी करावी लागेल, मी स्वतःला बजवलं!

रस्ते रिकामे होते, सिग्नलला हिरवे दिवे होते, थोडा थोडा पाऊस होता. पेनीच्या जड श्वासोच्छ्वासाचाच तेवढा आवाज ऐकू येत होता; गाडीच्या काचेवर वायपर फिरत होते. मी गाडी आपत्कालीन कक्षाच्या दाराशी थांबवली, पेनीला हात धरून आत नेलं. ती सारखी म्हणत होती की, 'जरा जास्तच काळजी करतो आहेस तू. अजून वेळ झाली नसावी;' पण तरीही शर्यतीत शेवटच्या टप्प्यावर मी जशा धापा टाकायचो तशा धापा पेनी टाकत होती.

नर्स पेनीला घेऊन गेली, तिनं पेनीला व्हीलचेअरमध्ये बसवलं आणि हॉलमधून स्वतः ओढून नेलं. मी मागोमाग मदत करण्यासाठी गेलो. माझ्याकडे गरोदरपणाचं एक किट होतं अगदी स्टॉपवॉचसह! वुडेलला लागणारा वेळ मोजायला वापरत होतो तेच स्टॉपवॉच. मी पेनीला येणाऱ्या कळांची वेळ मोजता होतो. पाच... चार... तीन... तिनं श्वास रोखून दात आकसून माझ्याकडे बघून म्हटलं की, 'नक्को करू तसं...!'

नर्सनं तिला व्हीलचेअरवरून काढून एका स्ट्रेचरवर ठेवलं आणि तिला घेऊन ती आत गेली. मी मागे इस्पितळातील बुलपेन नावानं ओळखल्या जाणाऱ्या कक्षात येऊन बसलो, तिथे होतकरू बाप आकाशाकडे नजर करून वाट पाहत बसलेले असतात. मला पेनीबरोबर डिलिव्हरी रूममध्ये जाता आलं असतं; पण माझ्या वडिलांनी तसं नको म्हणून सल्ला दिला होता. ते म्हणाले की, माझा जन्म झाला तेव्हा मी अगदी निळा दिसत होतो आणि ते खूप घाबरले होते. ते मला म्हणाले की, 'अगदी निर्णायक क्षणी काही तरी वेगळा विचार कर.'

मी प्लॅस्टिकच्या एका कडक खुर्चीवर डोळे मिटून मनात बुटांचा विचार करत बसलो होतो. तासाभरानं मी डोळे उघडले आणि आमचे डॉक्टर समोर उभे होते. त्यांच्या कपाळावर घर्मबिंदू दिसत होते, ते काही तरी म्हणत होते. त्यांचे ओठ हलत होते; पण मला कळत नव्हतं. काय म्हणत होते – *लाइफ इज अ जॉय? हिअर इज अ टॉय? आर यू रॉय?*

ते पुन्हा म्हणाले, ''*इट इज अ बॉय!* मुलगा झालाय!''

''मुलगा?... खरंच?''

ते म्हणाले, ''तुमच्या बायकोनं छान प्रतिसाद दिला. एकदाही त्रास दिला नाही आणि वेळेवर जोर लावला. तिनं लामाझेचे क्लासेस घेतले होते का?''

मी म्हटलं, ''लेमन्सचे क्लासेस?''

''पुन्हा सांगा.''

''काय?''

एखाद्या विकलांग व्यक्तीला न्यावं तसं मला घेऊन ते एका छोट्या खोलीत गेले. तिथे एका पडद्यामागे लालबुंद झालेली आणि चेहऱ्यावर नवीन तेज चढलेली

पेनी बेडवर पडली होती. ती थकलेली दिसत होती. निळ्या रंगाचे पाळणे रंगवलेलं पांढरं ब्लँकेट तिच्या अंगावर होतं. मी त्या ब्लँकेटचा एक कोपरा बाजूला केला तर पिकलेल्या ग्रेपफ्रूटसारखं दिसणारं पांढरं टोपडं घातलेलं एक लहानसं डोकं बाहेर दिसू लागलं – माझा मुलगा! तो एखाद्या प्रवाशासारखा दिसत होता आणि तो होताच की एक प्रवासी. त्यानं नुकतीच या जगाची सफर सुरू केली होती.

मी खाली वाकून पेनीच्या गालाचं चुंबन घेतलं. मी तिचे ओलसर केस मागे घेतले. मी म्हटलं की, 'तू म्हणजे एक चँपियन आहेस.' तिनं थोडे डोळे मिचकावले; तिला वाटलं की, मी बाळाशी बोलत होतो.

तिनं बाळ माझ्या हातात दिलं. मी त्याला हातावर झुलवलं. तो नाजूक आणि असाहाय्य दिसत होता. ती भावनाच वेगळी होती, इतर कुठल्याही भावनेपेक्षा. *देवा, माझ्या हातून तो पडू देऊ नको.*

ब्लू रिबनमध्ये मी बुटांची गुणवत्ता, कारागिरी, डिलिव्हरीबद्दल बराच वेळ बोलत असे... पण... *ही* गोष्ट खरीखुरी, जिवंत होती. मी पेनीला म्हटलं, 'ही आपली *कलाकृती* आहे, आपली स्वतःची!'

तिनं मान हलवली आणि ती मागे रेलली. मी बाळ नर्सकडे दिलं आणि पेनीला म्हटलं की, 'तू झोप आता.' मी इस्पितळाच्या बाहेर पडलो आणि गाडीकडे निघालो. मला मनापासून वाटू लागलं की, वडिलांना भेटावं, अचानक मोठी ऊर्मी आली. थोड्या अंतरावर गाडीतूनच त्यांच्या ऑफिसकडे गेलो. खरं तर मला चालायचं होतं. पाऊस थांबला होता, हवा ओलसर आणि थंड होती. मी एका सिगारच्या दुकानात शिरलो. माझ्या मनात आलं... मी माझ्या वडिलांना एक मोठा चिरूट देतो आहे आणि म्हणतो आहे, 'मग काय आजोबा?'

सिगारचा मोठा डबा काखेत धरून दुकानातून बाहेर पडताना मला कीथ फोअरमन भेटला, तो पूर्वी ओरेगॉनमध्ये धावायचा. मी म्हणालो, ''कीथ!'' तो म्हणला, ''हाय बक!'' मी त्याच्या कॉलरला धरून म्हटलं, ''मुलगा झालाय!'' तो गोंधळला. त्याला वाटलं मला दारू चढली आहे. त्याला स्पष्ट करून सांगण्यासाठी माझ्याकडे वेळ नव्हता, मी चालतच राहिलो.

चार मैलाच्या रीले रेसमध्ये ओरेगॉनच्या टीमनं जागतिक विक्रम केला होता आणि फोअरमन त्या टीममध्ये होता. मी एक हिशेबनीस होतो, स्वतः धावपटू होतो, त्यामुळे मला त्यांचा वेग लक्षात होता. पूर्ण शर्यतीसाठी १६.०८.९ मिनिटे! १९६२च्या बॉवरमनच्या टीममधला एक हिरो असलेला फोअरमन एक मैलासाठी चार मिनिटांचा विक्रम मोडणारा पाचवाच अमेरिकन होता आणि काही तासांपूर्वीच मला वाटत होतं की, *दुसऱ्याच काही गोष्टीतून* चँपियन बनतात.

शिशिर ऋतू आला. नोव्हेंबरमध्ये ढग खाली येऊ लागले. मी जाड स्वेटर घालू लागलो, शेगडीजवळ बसावं लागे तेव्हा मी आत्मपरीक्षण केलं. मला खूप कृतज्ञता वाटत होती.

पेनी आणि माझा मुलगा – त्याला आम्ही मॅथ्यू म्हणायचो – दोघांचीही तब्येत चांगली होती. बोर्क, वुडेल आणि जॉन्सन खुशीत होते. विक्री वाढतच होती.

आणि मग एक पत्र आलं. बोर्कचं पत्र! मेक्सिको सिटीतून परत आल्यानंतर त्याला माँटेझुमांज रिव्हेंजसारखा मानसिक रोग जडला असावा. त्याला माझ्याबद्दल काही तक्रारी होत्या, त्याविषयी त्यानं एक पत्र लिहिलं होत. त्या पत्रात त्यानं म्हटलं की, माझी व्यवस्थापनाची पद्धत, कंपनीविषयीची माझी दूरदृष्टी, त्याला मिळणारा पगार हे काहीच त्याला पटत नव्हतं. त्याच्या पत्रांना उत्तरं द्यायला मी इतका उशीर का लावतो आणि कधी कधी उत्तरंच का देत नाही, हे त्याला कळत नव्हतं. त्याच्याकडे बुटाच्या रचनेबाबत काही कल्पना होत्या आणि मी त्याकडे दुर्लक्ष करतो हे त्याला आवडत नव्हतं. अशी अनेक पानं लिहिल्यानंतर त्यानं ताबडतोब बुटांमधील बदलाची आणि पगारवाढीची मागणी केली होती.

माझ्या कंपनीतलं दुसरं बंड! जॉन्सनच्या बंडापेक्षा हे जास्त गुंतागुंतीचं होतं. उत्तराचा मजकूर तयार करण्यात माझे काही आठवडे गेले. मी त्याचा पगार थोडा वाढवायचं मान्य केलं. मी त्याला म्हटलं की, कुठल्याही कंपनीत एकच बॉस असतो आणि त्याच्या दुर्दैवानं ब्लू रिबनचा बॉस बक नाइट होता. त्याला जर मी किंवा माझी व्यवस्थापन पद्धत पसंत नसेल, तर त्याला कंपनी सोडता येणार होती किंवा मी त्याला काढूनही टाकू शकत होतो.

'गुप्तहेर' या विषयाबाबत मेमो लिहीत होतो, तेव्हासारखा मला इथेही पश्चात्ताप झाला. मी पत्रं टपालात टाकली आणि मला वाटलं की, बोर्क हा आमच्या टीमचा महत्त्वपूर्ण सदस्य होता आणि त्याला सोडणं बरं नाही, मला ते परवडणार नाही. मी लगेच आमच्या कार्यकारी व्यवस्थापकाला, वुडेलला लॉस एंजलिसला पाठवून हे प्रकरण सामोपचारानं मिटवायला सांगितलं.

वुडेल बोर्कला जेवणासाठी घेऊन गेला आणि त्याला सांगायचा प्रयत्न केला की, मला नवीन बाळामुळे नीट झोप लागत नाही वगैरे! किटामी आणि ओनित्सुकाच्या भेटीनंतर मला खूप ताण आला होता...! वुडेलनं माझ्या वेगळ्याच व्यवस्थापन शैलीबाबत विनोदही केले, सगळेच लोक माझ्यावर चिडतात, असं सांगितलं. मी लोकांच्या पत्रांना उत्तर देत नाही म्हणून सगळेच रागावतात वगैरे!

वुडेल त्याच्याबरोबर काही दिवस राहिला. त्याचं काम बघितलं, बोर्कला शांत करण्याचा प्रयत्न केला. तोदेखील अत्यंत तणावाखाली असल्याचं वुडेलला जाणवलं. दुकान चांगलं चालू असलं, आमची मागची खोली राष्ट्रीय गोडाऊन झालेली असली तरी ती गच्च भरलेली होती. कागद आणि बिलं छपरापर्यंत साठली होती. वाढत्या कामाबरोबर गती साधणं बोर्कला शक्य होत नव्हतं.

परत आल्यावर वुडेलनं मला सर्व हकिकत सांगितली. तो म्हणाला की, 'मला वाटतं की, बोर्कचं मन बदललं आहे; पण त्याला गोडाऊनच्या कामातून बाहेर काढायला पाहिजे. ते सगळं काम आपण इकडे आणायला पाहिजे.' त्यानं हेही

सुचवलं की, आपण वुडेलच्या आईला या कामासाठी घेऊ शकू. ओरेगॉनच्या मोठ्या कपड्याच्या दुकानात म्हणजे यांट्झेनमध्ये तिनं अनेक वर्षं काम केलं होतं. त्याची आई होती म्हणून सुचवलं असं नाही. मिसेस वुडेल या कामासाठी अगदी योग्य होती.

मला त्यात काही वावगं वाटलं नाही. वुडेलला जर ठीक वाटत असेल तर मलाही ठीकच वाटेल आणि जितके जास्त वुडेल तितकं बरं असाही विचार माझ्या मनात आला.

१९७०

मला पुन्हा जपानला जावं लागलं, तेही नाताळच्या आधी दोन आठवडे. पेनीला मॅथ्यूबरोबर एकटं सोडणं, विशेषतः सुटीच्या काळात सोडून जाणं मला आवडत नव्हतं; पण ते टाळणं अशक्य होतं. मला ओनित्सुकाबरोबर एक नवीन करार करायचा किंवा मोडायचा होता. किटामी मला सतत शंकेच्या घेऱ्यात ठेवत होता. आमचा करार पुढे चालू ठेवण्याबद्दल तो मला तिथे जाईपर्यंत काहीच सांगत नव्हता.

पुन्हा एकदा मी बैठकीच्या टेबलावर ओनित्सुकाच्या अधिकाऱ्यांकडून वेढला गेलो होतो. या वेळी ओनित्सुका नेहमीप्रमाणे उशिरा आले नव्हते किंवा मुद्दाम अनुपस्थितही राहिले नव्हते. ते सुरुवातीपासूनच मुख्य खुर्चीवर विराजमान झाले होते.

बैठकीला सुरुवात करताच त्यांनी सांगितलं की, त्यांना ब्लू रिबनबरोबरचा करार अजून तीन वर्षांनी वाढवायचा होता. अनेक आठवड्यांनंतर प्रथमच माझ्या चेहऱ्यावर हसू आलं. मग मी माझं म्हणणं पुढे रेटलं. मला जास्त मुदत हवी होती. हो, बरोबर आहे की १९७३ अजून काही प्रकाशवर्षे दूर असल्यासारखं वाटत होतं; पण वेळ काय, झटकन निघून जातो. मला अजून वेळ आणि सुरक्षितता हवी होती. माझ्या बँकर्सनाही तेच हवं होतं. मी म्हटलं, ''पाच वर्षे?''

ओनित्सुका हसून म्हणाले, ''तीन.''

मग त्यांनी एक वेगळंच भाषण केलं. जगात सर्वत्र मंदीचं वातावरण असलं आणि आपल्याकडून काही चुका झाल्या असल्या तरी त्यांच्या मते ओनित्सुकाचं भविष्य चांगलं होतं. खर्च कमी करून आणि संस्थेत पुनर्रचना करून त्यांच्या कंपनीनं आपली स्थिती सुधारली होती. नवीन वित्तीय वर्षात विक्री २२ दशलक्ष डॉलरवर जाणं अपेक्षित होतं आणि त्यातील बराच वाटा अमेरिकेकडून अपेक्षित होता. नुकत्याच केलेल्या एका सर्वेक्षणात ७० टक्के अमेरिकन धावपटूंना टायगर बूट पसंत असल्याचं आढळून आलं होतं.

मला ते ठाऊक होतं; मीही त्यासाठी थोडाफार कारणीभूत होतो म्हणूनच मला मोठी मुदत हवी होती.

पण मिस्टर ओनित्सुका म्हणाले की, त्यांच्या वाढत्या विक्रीचे मुख्य कारण होते मिस्टर किटामी. त्यांनी किटामीकडे बघून एक आशीर्वादपर हास्य केलं. ते म्हणाले की, त्यामुळे किटामीला ते पदोन्नती देणार आहेत; यापुढे किटामीच ओनित्सुका कंपनीचा कार्यवाह अधिकारी असणार आहे. तो ओनित्सुकांचा वुडेल बनणार होता. माझ्या मनात आलं की, त्यांनी हजार किटामी दिले तरी मी माझा एक वुडेल देणार नाही.

कंपनीच्या चांगल्या कामगिरीबद्दल मी ओनित्सुकांचं मान वाकवून अभिनंदन केलं, तसंच वळून, मान झुकवून मी किटामीलाही आदर दाखवला आणि पदोन्नतीबद्दल त्याचं अभिनंदन केलं; पण मान वर करून मी त्याच्या नजरेला नजर दिली, तेव्हा मला त्याच्या डोळ्यात थंडपणा जाणवला. बरेच दिवस ते मला जाणवत राहिलं.

आम्ही कराराचा मसुदा तयार केला. चार-पाच पानी कागदांचा करार! मला वाटलं की, त्यात अजून परिपूर्णता हवी आणि एखाद्या वकिलाकडून तो तपासून घ्यावा; पण तेवढा वेळ नव्हता. आम्ही सर्वांनी सह्या केल्या आणि मग इतर विषयांकडे वळलो.

नवीन करार झाला म्हणून मला बरं वाटलं; पण ओरेगॉनला परतताना मनात गेल्या आठ वर्षांत नव्हत्या इतक्या शंका, काळज्या वाटत होत्या. हो, ओनित्सुकानं पुढची तीन वर्षं बूट पुरवण्याची हमी दिली होती; पण तीन वर्षांपेक्षा जास्त मुदत द्यायला ते नाही का म्हणत होते? आणखी एक म्हणजे त्यांचं आश्वासन फसवं वाटत होतं. ओनित्सुकांनी पुरवठ्याची हमी दिली होती खरी; पण त्यांचा पुरवठा अतिशय उशिरा येत असे आणि त्याबाबत त्यांची वृत्ती चलता है अशीच वाटत होती. *आणखी थोडे दिवस...* वॉलेसच्या सततच्या अभिनयामुळे तो बँकरपेक्षा नरभक्षक शार्कच वाटत होता, आता थोडे दिवस उशीर म्हणजे निकालच लागायचा!

जेव्हा कधी ओनित्सुकाचा माल बंदरावर येई तेव्हा बुटांच्या बाबतीत नेहमी घोळ असायचा. कधी साइझ चुकत असे कधी चुकीचा प्रकार पाठवत असत. अशा गोंधळामुळे आमच्या गोदामातील व्यवस्था पूर्णपणे बिघडायची आणि आमचे विक्री प्रतिनिधी वैतागायचे. जपानमधून निघण्याआधी ओनित्सुका आणि किटामी यांनी मला आश्वासन दिलं होतं की, ते एक अत्याधुनिक कारखाना उभारत आहेत; आता डिलिव्हरीच्या समस्या भूतकाळात जमा होतील. मला शंका होती; पण मी काहीच करू शकत नव्हतो, अजूनही त्यांच्यावरच अवलंबून होतो.

जॉन्सन मात्र कमालीचा चिडत होता. आधी त्याच्या पत्रात नुसती चीड दिसायची; नंतर ती पत्रं आणखीच जहाल होऊ लागली. बॉवरमनचे कोर्टेझ बूट ही खरोखर मोठी समस्या होती, हे बूट अत्यंत लोकप्रिय होते. जनतेमध्ये आम्ही त्या बुटांची आवड निर्माण केली आणि आता लोक कोर्टेझचे भक्तच बनले होते. आम्ही मागणी पुरी करू शकत नव्हतो, त्यामुळे पुरवठा साखळीत व्यत्यय येऊन लोकांचा रोष ओढवून घेत होतो.

जॉन्सननं लिहिलं होतं, 'काय हे? आपण आपल्या ग्राहकांची वाट लावत आहोत. कॉर्टेझ बुटांनी भरलेलं जहाज म्हणजे आपल्यासाठी परमानंद असतो; पण मिळतं काय तर - स्टील वूल आणि जुन्या टोकदार जिभांच्या बोस्टन प्रकाराचे सहा ते साडेसहा मापाच्या बुटांनी भरलेलं जहाज!'

तो अतिशयोक्ती करत होता; पण त्यात तथ्य होतं. नेहमी असंच होत राहिलं. मी वॉलेसकडून कर्ज घेत होतो आणि ओनित्सुकाकडून बूट येईपर्यंत त्याच्या शिव्या खात होतो आणि अखेर बोट आली तरी त्यात कॉर्टेझ बूट नसायचेच. सहा आठवड्यांनंतर भरपूर कॉर्टेझ बूट यायचे; पण तोपर्यंत उशीर झालेला असायचा.

असं का? आम्हाला सर्वांना वाटत होतं की, ओनित्सुकाचा जुना झालेला कारखाना हे मुख्य कारण नव्हतं आणि नंतर वुडेलनं शोधून काढलं की, ओनित्सुका आपल्या जपानमधील ग्राहकांची मागणी सर्वांत आधी पूर्ण करत होते आणि नंतर निर्यातीकडे लक्ष देत होते. हे अगदी अन्यायकारक होतं; पण मी काय करू शकत होतो?

ओनित्सुकाच्या नवीन कारखान्यांनी सर्व माल वेळेवर दिला असता, प्रत्येक जहाज वेळेवर सुटलं असतं आणि पाच साइझचे बूट न भरता दहा साइझचे हवे तेवढे बूट भरले असते तरी मला वॉलेसला तोंड द्यावं लागणारच होतं. मोठी ऑर्डर म्हणजे मोठं कर्ज, ते फेडणं आणखीच अवघड होतं आणि १९७०मध्ये वॉलेस मला सांगत होता की, त्याला हा खेळ पुढे चालवण्यात आता रस उरला नव्हता.

मला आठवतं की, एके दिवशी तो आणि व्हाइट, दोघांनी मला चांगलंच धारेवर धरलं होतं. वॉलेसला मजा येत होती आणि व्हाइटची नजर सांगत होती, 'मित्रा, सॉरी पण माझं हे कामच आहे.' मी नेहमीप्रमाणे ते बोलतील ते ऐकून घ्यायचो, लहान, अगतिक व्यावसायिकासारखी लीन मुद्रा घेऊन तिथे उभा असायचो. पश्चात्ताप जास्त पण विश्वासार्हता कमीच! मला ही भूमिका उत्तम अवगत होती; पण मला वाटायचं की, कधी तरी मी मोठ्यानं किंचाळावं - इथे मी शून्यापासून एवढी मोठी कंपनी उभारतो आहे; दर वर्षी विक्री नेमानं दुपटीनं वाढत आहे आणि मला काय फळ मिळतंय? दोन बँकर मिळून मला इथे बदडून काढत आहेत!

मामला थंड व्हावा म्हणून व्हाइट ब्लू रिबनच्या समर्थनार्थ काही तरी थातुरमाथुर बोलला; पण त्याच्या बोलण्याचा वॉलेसवर काहीही परिणाम झाला नाही हे मला समजलं. मी दीर्घ श्वास घेतला, बोलायला सुरुवात केली आणि थांबलो. माझ्या आवाजावरचा माझाच विश्वास ढळत होता. मी ताठ बसलो आणि स्वतःला सावरलं. गांगरून गेलो की हल्ली असं होत असे. आता रबर बँडची सवय गेली होती. मला कधी खूप ताण आला, कुणाचा गळा दाबावा असं वाटलं तर मी माझे हात छातीभोवती घट्ट लपेटून घेत असे. जेव्हा अशी भावना प्रबळ होते, तेव्हा माझा अवतार बहुतेक थायलँडमध्ये शिकलेल्या योगमुद्रेसारखा दिसत असावा!

कंपनीच्या वाढीचा जुना मुद्दा चर्चेत नव्हता. ब्लू रिबनची विक्री सहा लाख डॉलरच्या घरात पोहोचली होती आणि त्या दिवशी मी बारा लाख डॉलरचे कर्ज

मागत होतो. वॉलेससाठी हा आकडा महत्त्वाचा होता. कारण, प्रथमच मी एक दशलक्ष डॉलरच्या पलीकडे गेलो होतो. त्याच्या मनात हे म्हणजे चार मिनिटांत एक मैल पळण्याचं आव्हान होतं. फार थोड्या लोकांना ते जमत होतं. त्याला या सर्व गोष्टींचा कंटाळा आला होता, माझा कंटाळा आला होता. अनेक वेळा त्यानं मला सांगितलं होतं की, कंपनीत रोख शिल्लक किती हे त्याच्यासाठी महत्त्वाचं होतं आणि मीही अनेक वेळा सांगितलं होतं की, माझी विक्री वरवर जात असताना वॉलेसला माझ्या कंपनीचा धंदा आवडायला हवा होता.

वॉलेस आपलं पेन टेबलावर आपटू लागला. तो म्हणाला की, माझी कर्जाची उचल अधिकृत कमाल मर्यादेपलीकडे गेली होती. मी आमच्या खात्यात थोडी भर घातल्याशिवाय आणि थोडी रोख शिल्लक ठेवल्याशिवाय तो जास्तीचा एक डॉलरही मंजूर करणार नव्हता. त्यानं मला विक्रीचे लक्ष्य ठरवून दिले होते. एक दिवसही जास्त लागला तर... त्यानं वाक्य पूर्ण केलंच नाही. त्याचा आवाज विरला आणि मी अत्यंत प्रतिकूल परिस्थितीमध्ये सापडलो.

मी व्हाइटकडे वळून पाहिलं, *'मित्रा, इथे मी काय करू शकतो?'*

काही दिवसांनी वुडेलनं मला ओनित्सुकाकडून आलेला एक टेलेक्स दाखवला. उन्हाळ्यासाठी एका मोठ्या ऑर्डरचा माल जहाजावर चढायला तयार होता आणि त्यांना वीस हजार डॉलर हवे होते. आम्ही म्हटलं, 'वा!' प्रथमच ते वेळेवर माल देत होते.

फक्त एकच समस्या होती. आमच्याकडे वीस हजार डॉलर नव्हते. मी वॉलेसकडे जाऊ शकत नव्हतो. मी त्याला पाच डॉलरही मागू शकत नव्हतो.

मग मी ओनित्सुकाला टेलेक्स केला आणि लिहिलं की, आमच्या विक्री खात्याकडून पुरेसे पैसे येईपर्यंत कृपया माल रोखून धरा. मी म्हटलं, 'आम्ही खरं तर आर्थिक अडचणीत नाही आहोत.' खरं म्हणजे यात काही खोटं नव्हतं. मी बॉवरमनला म्हटल्याप्रमाणे आम्ही कडके नव्हतो, फक्त आता आमच्याकडे रोख रक्कम नव्हती. बराच माल होता; पण रोख रक्कम मात्र नव्हती! आम्हाला फक्त वेळ हवा होता. आता आम्ही म्हणायला हवं होतं, *'आणखी काही दिवस!'*

ओनित्सुकाच्या पत्राची वाट पाहताना माझ्या लक्षात आलं की, हा प्रश्न कायमचा सोडवण्याचा एक मार्ग आहे. लहान प्रमाणावर कंपनीच्या शेअरची विक्री करायची. आम्ही ब्लू रिबनचा ३० टक्के हिस्सा प्रति शेअर दोन डॉलरला जरी विकला तरी आम्ही एका रात्रीत तीन लाख डॉलर उभे करू शकत होतो.

अशा शेअर विक्रीसाठी तो काळही ठीक दिसत होता. १९७०च्या सुमारास अनेक व्हेंचर कॅपिटल कंपन्या उगवू लागल्या होत्या. साहस वित्त ही संकल्पना आमच्या डोळ्यासमोर साकार होत होती; पण साहस वित्त पुरवणाऱ्या संस्थांना उत्तम गुंतवणूक वाटतील, अशी क्षेत्रे मर्यादित होती. अशा बहुतेक संस्था उत्तर कॅलिफोर्नियात होत्या,

त्यामुळे त्यांचा ओढा हाय टेक आणि इलेक्ट्रॉनिक कंपन्यांकडे जास्त होता. अशा बहुतेक कंपन्या सिलिकॉन व्हॅलीमध्ये होत्या. अशा संस्थांना अगदी स्वप्नाळू नावं होती म्हणून मी ब्लू रिबनसाठी एक होल्डिंग कंपनी काढली आणि तिला तंत्रज्ञांना आवडेल असं नाव दिलं – स्पोर्टस टेक इन्क.

मी आणि वुडेलनं शेअर विक्रीसाठी माहिती पत्रकं छापून वितरित केली आणि मग पाठ टेकून आरामात प्रचंड प्रतिसादाची वाट पाहत बसलो.

बराच काळ शांतता!

एक महिना गेला.

अजून भयानक शांतता.

कुणीच फोन केला नाही; एकानेही नाही!

म्हणजे जवळ जवळ कुणीच नाही! आम्ही तीनशे शेअर प्रत्येकी एक डॉलरला विकू शकलो.

तेही वुडेल आणि त्याच्या आईला.

शेवटी आम्ही ही शेअर विक्री रद्द केली. हे फारच लाजिरवाणं होतं आणि मग मी मनात स्वतःशीच किती वाद घातला! मी अस्थिर अर्थव्यवस्थेला, व्हिएतनामला आणि सर्वांत महत्त्वाचं म्हणजे स्वतःलाच दोष दिला. आम्ही ब्लू रिबनची किंमत फारच मोठी समजत होतो. माझ्या आयुष्यभराच्या कामाचं मोल जरा जास्तच समजत होतो.

दिवसातून अनेक वेळा, सकाळची कॉफी पिताना किंवा रात्री झोपण्याचा प्रयत्न करताना मी स्वतःलाच म्हणायचो – मी मूर्ख आहे का? किंवा मी हा सगळा मूर्खांचा बाजार मांडला आहे का?

मला वाटलं; असेलही कदाचित!

कदाचित!

आमच्या देणेकऱ्यांकडून मी कसेबसे वीस हजार डॉलर गोळा केले, बँकेला दिले आणि ओनित्सुकाकडून आलेल्या मालाची डिलिव्हरी घेतली. आणखी एक सुटकेचा निःश्वास! पुन्हा एकदा छातीवरचं दडपण वाढलं – पुढच्या वेळी काय करायचं? – आणि नंतर पुढे काय?

मला रोख रक्कम हवी होती. तो उन्हाळा फारच कडक होता. सोनेरी सूर्यप्रकाश, स्वच्छ निळे आकाश, जमिनीवर जणू स्वर्ग उतरला होता; पण सगळे काही माझी आणि माझ्या मूडची चेष्टा करत आहेत, असं वाटत होतं. १९६७ साल प्रेमाचं होतं, १९७० हे रोखतेचं साल होतं आणि माझ्याकडे काहीही नव्हतं. सगळा वेळ मी रोखतेवर विचार करत होतो, त्यावरच बोलत होतो. आकाशाकडे बघून रोखतेची याचना करता होतो. रोखतेसाठी माझं राज्य द्यायला तयार होतो. भांडवलापेक्षाही भयंकर शब्द म्हणजे *रोखता*!

शेवटी मला जे कधीच करायचं नव्हतं ते मी केलं; अशी गोष्ट कधीही न करण्याचा पूर्वी निश्चय केला होता. कान असणाऱ्या सर्वांच्या कानावर मी घातलं- मित्रमंडळी, कुटुंबीय, ओळखीचे लोक! मी ज्या लोकांबरोबर खेळलो, धावलो, प्रशिक्षण घेतलं, स्पर्धा केली त्या जुन्या टीममधील लोकांकडेही गेलो. माझा कट्टर प्रतिस्पर्धी ग्रेलकडेही गेलो.

मी ऐकलं होतं की, ग्रेलला त्याच्या आजीकडून बरीच संपत्ती मिळाली होती. शिवाय तो अनेक फायदेशीर व्यवसायांतही गुंतलेला होता. किराणा मालाच्या दोन मोठ्या व्यापार समूहांसाठी तो विक्रेत्याचं काम करायचा; एका बाजूला पदवीधरांना टोप्या आणि गाऊन विकायचा आणि त्याचे दोन्ही व्यवसाय उत्तम चालू होते. कुणीतरी म्हणालं की, लेक ॲरोहेड इथे त्याची खूप मोठी जमीन होती आणि तिथे तो एका मोठ्या घरात राहत होता. तो सतत जिंकतच आला होता (अजूनही तो स्पर्धांमध्ये पळायचा, एखाद्या वर्षात जगातला सर्वोत्तम धावपटू झाला असता).

त्या वर्षी पोर्टलँडमध्ये सर्वांसाठी खुली अशी एक शर्यत होती. मी आणि पेनीनं काही लोकांना नंतर कॉकटेलसाठी बोलावलं होतं. ग्रेलला अर्थातच बोलावलं होतं. तो आल्यावर मी योग्य क्षणाची वाट पाहत होतो. मी त्याला माझ्या खोलीत नेलं आणि गोड शब्दांत माझी कहाणी सांगितली. नवीन कंपनी, रोखीची अडचण, उज्ज्वल भविष्य वगैर वगैरे...! तो अदबीनं, सौम्यपणे बोलला; पण नंतर हसून म्हणाला की, 'बक, मला यात काही रस नाही.'

कुठेच जाता येत नव्हतं आणि दुसरा पर्याय नव्हता, अशा मनःस्थितीत मी टेबलासमोर बसून खिडकीबाहेर बघत होतो. तेवढ्यात वुडेलनं दार ठोठावलं. ऑफिसमध्ये येऊन त्यानं दार बंद करून घेतलं. तो म्हणाला की, तो आणि त्याचे आई-वडील मला पाच हजार डॉलर कर्ज देणार आहेत आणि त्यांना माझ्याकडून नकार नको होता. त्यांना व्याजही नको होतं. खरं तर, कर्जासाठी त्यांना कागदपत्रांचीही आवश्यकता वाटत नव्हती. तो बोर्कला भेटायला लॉस एंजलिसला जाणार होता; पण तो म्हणाला की, तो गेला तरी मी त्याच्या घरी जाऊन चेक घेऊन यावं.

काही दिवसांनी मी ज्याची कधी कल्पनाही करू शकत नव्हतो, मला शक्य होईल असं वाटत नव्हतं ते केलं. मी वुडेलच्या घरी जाऊन चेक मागितला.

मला माहीत होतं की, वुडेलच्या घरची परिस्थिती फारशी चांगली नव्हती. मुलाच्या औषधपाण्याच्या बिलांमुळे त्यांना माझ्यापेक्षा जीवनात जास्त संघर्ष करावा लागत होता. पाच हजार डॉलर म्हणजे त्यांची आयुष्यभराची बचत होती. मला हे कळत होत.

पण माझं चुकलंच. त्याच्या आई-वडिलांकडे अजूनही पैसे होते आणि ते हवे आहेत का म्हणून त्यांनी विचारलं आणि मी म्हणालो - हो! त्यांनी मला शेवटचे तीन हजार डॉलरही दिले म्हणजे ते स्वतः पूर्णपणे निर्धन झाले.

मला वाटत होतं की, तो चेक तसाच खणात ठेवून द्यावा आणि वटवू नये ; पण मला ते शक्य नव्हतं. मी ते करणार नव्हतो.

बाहेर पडताना मी जरा थांबून त्यांना विचारलं, 'तुम्ही हे असं का केलंत ?'

वुडेलची आई म्हणाली, 'कारण तुमचा मुलगा ज्या कंपनीत काम करतो, त्यावर विश्वास टाकायचा नाही तर कुणावर टाकायचा ?'

पेनी तिला मिळणाऱ्या पंचवीस डॉलरच्या निधीतून काय काय करता येईल, याचे मार्ग शोधत होती म्हणजे ती स्ट्रोगन ऑफ बीफचे पन्नास प्रकार आणायची ज्यामुळे मी अंगानं फुगत गेलो. १९७०च्या मध्यास माझं वजन सर्वांत जास्त म्हणजे १९० पौंड होतं. एके दिवशी कामावर जाताना मी माझा एक ढगळ वाटणारा सूट घातला ; पण तो आता ढिला वाटत नव्हता. आरशासमोर बघून मी म्हणालो, 'ओहो!'

पण स्ट्रोगन ऑफ हे एकच कारण नव्हतं. का कोण जाणे माझी धावण्याची सवय मोडली होती. ब्लू रिबन, लग्न, बाप होणं... आता वेळच नव्हता आणि मला थकायला होत होतं. मला बॉवरमनसाठी धावायला आवडत असे ; पण तेही मला आवडेनासं झालं. कॉलेजमधील सर्व खेळाडूंचं असंच होतं. सतत उच्च पातळीवर प्रशिक्षण आणि स्पर्धांमध्ये भाग घेऊन शरीरावर ताण पडतो. विश्रांतीची गरज असते ; पण आता विश्रांती संपली होती. मला परत कामाकडे जायला हवं होतं. मला धावपटूंच्या बुटांच्या कंपनीचा एक गोलमटोल, संथ आणि मंद मुख्य अधिकारी व्हायचं नव्हतं.

घट्ट झालेले सूट आणि दांभिकपणापासून मुक्त व्हायची प्रेरणा होतीच ; पण अजून एक कारण घडलं.

त्या खुल्या शर्यतीनंतर आणि ग्रेलनं मला कर्ज द्यायला नकार दिल्यानंतर मी आणि तो एकदा असेच धावायला गेलो. चार मैल झाल्यावर ग्रेलनं मागे वळून पाहिलं तर मी त्याच्याशी बरोबरी साधण्यासाठी धापा टाकत होतो. त्यानं कर्ज नामंजूर करणं ही गोष्ट वेगळी आणि माझी कीव करणं ही गोष्ट वेगळी! त्याला दिसत होतं की, मी ओशाळलो होतो. त्यानं मला एक आव्हान दिलं की, 'या हिवाळ्यात आपण दोघं एक मैलाची शर्यत लावू. मी तुला एका मिनिटाची सूट देतो. जर तू मला हरवलंस तर मी तुला आपल्याला लागणाऱ्या वेळातील प्रत्येक सेकंदाच्या फरकाला एक डॉलर देईन.'

त्या उन्हाळ्यात मी खूप मेहनत घेतली. काम संपल्यानंतर मी दररोज सहा मैल पळण्याची सवय केली. काही काळातच मी पूर्ववत झालो, माझं वजन १६०वर आलं आणि त्या शर्यतीचा दिवस आला. वुडेलकडे स्टॉप वॉच होतं – मी ग्रेलकडून छत्तीस डॉलर मिळवले! (नंतरच्या आठवड्यात ग्रेलनं एका खुल्या शर्यतीत ४.०७ मिनिटांत एक मैल पार करण्याचा पराक्रम केला आणि त्याला हरवण्याचा माझा आनंद द्विगुणित झाला) घरी जाताना मला खूप अभिमान वाटला. थांबू नकोस गड्या, आता थांबायचं नाही.

त्या वर्षाच्या मध्याच्या सुमारास १५ जून १९७०ला मी टपाल पेटीतून *स्पोर्टस इलस्ट्रेटेडचा* अंक बाहेर काढला आणि मला धक्काच बसला. मुखपृष्ठावर ओरेगॉनचा एक माणूस होता. तो दुसरा कोणी नसून सर्वांत महान खेळाडू, ग्रेलपेक्षाही महान खेळाडू होता. त्याचं नाव स्टीव्ह प्रीफोंटेन होतं. त्या फोटोमध्ये तो ऑलिंपस पर्वतावर धावताना दिसत होता. तो डोंगर म्हणजे बॉवरमनचा डोंगर होता.

त्या लेखात प्रीचं, 'एखाद्याच पिढीत जन्म घेणारा अद्भुत खेळाडू' म्हणून वर्णन केलं होतं. त्यानं कॉलेजमध्ये असतानाच दोन मैलाचा राष्ट्रीय विक्रम मोडला होता (८.४१ मिनिटे); पण इथे ओरेगॉनमध्ये पहिल्या वर्षात त्यानं आतापर्यंत अजिंक्य वाटणाऱ्या जेरी लिंडग्रेनला दोन मैलाच्या शर्यतीत हरवलं होतं आणि तेही २७ सेकंदांनी. त्या वर्षी प्रीनं ८.४० मिनिटांत हे अंतर पार केलं, देशातील तिसऱ्या क्रमांकाचा हा कालावधी होता. तो तीन मैलाची धावही १३.१२.८ मिनिटात धावला आणि १९७०मध्ये तो एक जागतिक विक्रम होता.

त्या मासिकातील लेखकाला बॉवरमननं सांगितलं की, प्री हा त्या काळातील मध्यम अंतर धावणारा सर्वांत जलद गती खेळाडू होता. माझ्या संथ कोचकडून इतक्या उत्साहाचं दर्शन मला याआधी कधीच झालं नव्हतं. नंतरच्या काळात बॉवरमननं 'मला भेटलेला सर्वोत्तम धावपटू' यासारख्या शब्दांत इतर लेखांतून स्तुतिसुमनं उधळली होती. त्याचा मदतनीस बिल डेलिंजरनं म्हटलं की, प्रीच्या फुप्फुसांच्या क्षमतेप्रमाणेच असणारा त्याचा आत्मविश्वास हेच प्रीच्या अफाट यशाचं गुपित होतं. डेलिंजर म्हणाला की, 'सहसा एखाद्या खेळाडूला इतका आत्मविश्वास यायला बारा वर्षं लागतात; पण या तरुण माणसाकडे निसर्गतःच इतका आत्मविश्वास आहे.'

माझ्या मनात आलं; हो, आत्मविश्वास! भांडवल किंवा रोखता यापेक्षाही माणसाला आत्मविश्वासाची गरज असते.

माझ्याकडे असा आत्मविश्वास असता तर! मला कुणाकडून तो उसना घेता येईल का? पण आत्मविश्वास पैशामुळेच येतो. तो असेल तरच आत्मविश्वास मिळतो आणि लोक तर पैसे द्यायला तयार नव्हते.

दुसऱ्या एका मासिकातून या गोष्टीवर अजून प्रकाश पडला. *फॉर्च्यून* मासिक चाळताना मला हवाईमधील माझ्या एका माजी बॉसबद्दल एक गोष्ट दिसली. मी इन्व्हेस्टरर्स ओव्हरसीज सर्व्हिसेसच्या बर्नी कॉर्नफिल्डकडे काम करत होतो, त्यानंतर तो खूपच श्रीमंत झाला होता. त्यानं ड्रेफस फंड्सची नोकरी सोडली होती आणि तो स्वतःच्या म्युच्युअल फंडात शेअर खरेदी-विक्री, सोन्याच्या खाणी, स्थावर मालमत्ता वगैरेमध्ये गुंतवणूक करत होता. त्याचं स्वतःचं एक साम्राज्य उभं राहिलं होतं. सगळी साम्राज्यं कोसळतात तसं त्याचं साम्राज्यही खाली येत होतं; पण साम्राज्य बुडाल्याची बातमी वाचून मी हादरलो आणि पटकन ते पान उलटलं. पुढच्या पानावर जपानच्या उदयोन्मुख आर्थिक शक्तीबद्दल एक नीरस विश्लेषण होतं. त्यात लिहिलं होतं की, हिरोशिमानंतर २५ वर्षांनी जपानचा पुनर्जन्म झाला आहे. जगातील तिसरी अर्थसत्ता असलेला जपान

अधिकच मोठा झाला होता; आपली स्थिती मजबूत करून आणखी काही क्षेत्रे पादाक्रांत करू इच्छित होता. इतर देशांच्या पलीकडे विचार करून आणि अतिरिक्त काम करून जपान अत्यंत कडक व्यापार धोरणे राबवीत होता. त्या लेखात या व्यापारी धोरणांचं मुख्य माध्यम म्हणजे आक्रमक अशा *सोसा शोगांची* माहिती दिली होती.

सोसा शोगा म्हणजे जपानच्या व्यापारी कंपन्या.

जपानच्या सुरुवातीच्या व्यापारी कंपन्या कशा होत्या ते सांगणं कठीण आहे. काही आयात करणाऱ्या होत्या, जगभर शोधून कच्चा माल खरेदी करण्याची क्षमता नसलेल्या जपानी कंपन्यांना त्या माल पुरवत होत्या. काही निर्यात कंपन्या होत्या, ज्या जपानी कंपन्यांचे परदेशात प्रतिनिधित्व करत होत्या. काही संस्था जपान सरकारचा भाग होत्या.

मी ही सगळी माहिती काही दिवस मनात ठेवली. नंतर मी एकदा फर्स्ट नॅशनलमध्ये गेल्यावर वॉलेसपुढे हतबल होऊन बाहेर पडलो, तेव्हा मला बँक ऑफ टोक्योची पाटी दिसली. अर्थात आधीही ती पाटी मी शेकडो वेळा पाहिली होती; पण आता तिचा अर्थ वेगळा भासत होता. कोड्यातील अनेक तुकडे जुळू लागले होते. त्याच अवस्थेत मी रस्ता ओलांडून थेट बँक ऑफ टोक्योमध्ये घुसलो आणि पुढे बसलेल्या बाईसमोर जाऊन उभा राहिलो. मी म्हटलं की, माझी एक बुटाची कंपनी आहे; आम्ही जपानमधून बूट आणतो. मला कुणाशी तरी बोलून एक सौदा करायचा होता. गणिकागृहाच्या एखाद्या मालकिणीप्रमाणे ती मला मागे घेऊन गेली आणि निघून गेली.

दोन मिनिटांनी एक माणूस आला आणि शांतपणे टेबलापाशी येऊन बसला. तो गप्प होता, मीही गप्प होतो. तो वाट बघत होता. शेवटी मी तोंड उघडलं, ''माझी एक कंपनी आहे.'' तो म्हणाला, ''हो?'' मी म्हटलं, ''एक बुटाची कंपनी.'' तो म्हणाला, ''हो?'' मी माझी बॅग उघडून म्हटलं, ''माझा आर्थिक अहवाल या तक्त्यामध्ये दिला आहे. मला खूप आर्थिक अडचण आहे. मला कर्ज हवं आहे. मी आताच फॉर्च्यून मासिकात वाचलं की, काही जपानी व्यापारी कंपन्या कमी दरात कर्ज देतात... तुम्हाला अशा काही कंपन्या ठाऊक आहेत का? माझी ओळख करून द्याल का?''

तो माणूस हसू लागला. त्यानंही तो लेख वाचला होता. तो म्हणाला की योगायोग असा की जपानमधील सहाव्या क्रमांकाच्या व्यापारी कंपनीचं आमच्या अगदी डोक्यावरच, सर्वांत वरच्या मजल्यावर एक ऑफिस होतं. तो म्हणाला की, बहुतेक मोठ्या जपानी व्यापारी कंपन्यांचे पोर्टलँडमध्ये ऑफिस होते; पण ही निशो इवाई पोर्टलँडमधली एकच कंपनी होती की, जी कमोडिटींच्या व्यापारात होती. तो डोळे विस्फारून म्हणाला की, ही एक १०० अब्ज डॉलरची कंपनी आहे. मी म्हटलं, ''अरे वा!'' तो म्हणाला,''जरा थांब.'' आणि तो बाहेर गेला.

काहीच मिनिटांनी तो निशो इवाईच्या एका अधिकाऱ्यासह परत आला. त्याचं नाव होतं कॅम मुराकामी. आम्ही हस्तांदोलन केलं आणि निशो इवाई आमच्या आयातीसाठी वित्तपुरवठा करू शकेल का यावर काल्पनिक चर्चा केली. मी चकित

झालो, तोही चकित झाला. त्यानं मला लगेच एक ऑफर देऊ केली आणि हात पुढे केला; पण मी तो स्वीकारला नाही, अजून तरी नाही. मला ओनित्सुकाशी आधी बोलायला हवं होतं.

मी त्याच दिवशी किटामीला तार पाठवली – निशोबरोबर व्यापार करायला त्यांची काही हरकत होती का? अनेक दिवस गेले. आठवडे गेले. ओनित्सुकामध्ये शांतता म्हणजे काही तरी शिजत होतं. कुठलीच चांगली बातमी नव्हती, वाईट बातमी नव्हती; पण बातमी नाही याचा अर्थ काही तरी बातमी येणार होती.

त्यांच्या उत्तराची वाट पाहताना मला एक अस्वस्थ करणारा फोन आला. पूर्व किनाऱ्यावरील एका वितरकानं सांगितलं की, ओनित्सुकानं त्याच्याशी संपर्क केला होता आणि अमेरिकेसाठी आमचा वितरक होशील का अशी विचारणा केली होती. मी त्याला म्हटलं, 'पुन्हा एकदा सांग.' त्यानं मला पुन्हा सांगितलं. तो म्हणाला की, तो मला खिजवण्याचा प्रयत्न करत नव्हता. मला मदत करण्याचा किंवा जागृत करायचा त्याचा हेतू नव्हता. त्याला फक्त माझा करार कसा होता हे जाणून घ्यायचं होतं.

मी भीतीनं थरथरू लागलो. माझं हृदय धडधडू लागलं. माझ्याशी एक नवीन करार केल्यानंतर काही महिन्यांनीच ओनित्सुका करार मोडायला निघाली होती? उन्हाळ्यात मी माल उतरवायला उशीर केला म्हणून ते चिडले होते का? किटामीनं त्याला आमची पर्वा नाही, असं ठरवलं होतं का?

मला एकच आशा वाटत होती की, हा पूर्वेकडील वितरक खोटं बोलत असावा किंवा त्याची ओनित्सुकाला समजून घेण्यात चूक झाली असावी की भाषेतील फरकामुळे हे असं झालं असेल?

मी फूजिमोटोला पत्र लिहिलं. मी म्हटलं की, त्याला मी घेऊन दिलेली सायकल तो अजून मजेत फिरवत असेल ना? त्याला मी शक्य ते शोधून काढायला सांगितलं.

त्यानं लगेच उत्तर दिलं. तो वितरक खरंच बोलत होता.ओनित्सुकामध्ये ब्लू रिबनबरोबरचा संबंध मिटवायचा विचार चालू होता आणि किटामी अमेरिकेतील अनेक वितरकांशी संपर्क करत होता. करार मोडायचा माझा विचार अजून पक्का झाला नव्हता. फूजिमोटोनं लिहिलं होतं; ते इतर वितरकांची माहिती गोळा करून त्यांचं मूल्यमापन करत होते.

मी यातला चांगला भाग लक्षात ठेवायचा प्रयत्न केला, अजून नक्की ठरलं नव्हतं म्हणजे अजून आशा होती. मी अजूनही किटामीचं आणि ओनित्सुकाचं मन वळवू शकत होतो. किटामीला ब्लू रिबन आणि मी म्हणजे काय आहे याची फक्त आठवण करून द्यायची होती. याचा अर्थ त्याला अमेरिकेत एका मैत्री-भेटीसाठी बोलवायला हवं होतं.

१९७१

वुडेल म्हणाला, ''ओळख पाहू आज कोण येणार आहे जेवायला?''

तो व्हीलचेअर ओढत माझ्या ऑफिसमध्ये आला आणि मला त्यानं तो टेलेक्स दिला. किटामीनं माझं आमंत्रण स्वीकारलं होतं. तो काही दिवस पोर्टलँडला येणार होता. नंतर तो अमेरिकेत बऱ्याच ठिकाणी जाणार होता. मात्र कशासाठी ते त्यानं सांगितलं नव्हतं. मी वुडेलला म्हटलं, ''इतर संभाव्य वितरकांना भेटायचं असेल.'' वुडेलनं मान हलवली.

१९७१चा मार्च महिना उजाडला होता. आम्ही ठरवलं की, किटामीला जास्तीत जास्त मजा आली पाहिजे. परत जाताना त्याला अमेरिकेविषयी, ओरेगॉन, ब्लू रिबन आणि माझ्याविषयी अपार प्रेम वाटलं पाहिजे. आमच्याबरोबर राहिल्यानंतर दुसऱ्या कोणाबरोबरही व्यापार करायची त्याला इच्छाच राहायला नको म्हणून आम्ही नक्की केलं की, भेटीची अखेर ही एकदम झोकात, आमचं मुख्य आकर्षण असलेल्या बॉवरमनच्या घरी शाही जेवणानं करायला पाहिजे.

अशा प्रकारच्या भव्य आयोजनासाठी मी अर्थातच पेनीला मदतीला घेतलं. आम्ही दोघंही किटामीच्या स्वागतासाठी विमानतळावर गेलो. आम्ही त्याला घेऊन थेट ओरेगॉनच्या समुद्र किनाऱ्यावरील पेनीच्या आई-वडिलांच्या घरी गेलो; आमच्या लग्नाची पहिली रात्र आम्ही तिथेच घालवली होती.

किटामीबरोबर हिराकु इवानो नावाचा एक साहाय्यक होता, त्याचं काम बहुधा किटामीच्या बॅगा उचलायचं असावं. तो अगदी लहान निरागस विशीतला मुलगा होता. आम्ही सनसेट हायवेला पोहोचायच्या आधीच पेनी त्याला आपल्या हातानं खाऊ घालत होती.

आम्ही त्यांचा शनिवार-रविवार पॅसिफिकच्या वायव्येला उत्तम प्रकारे जावा म्हणून खूप कष्ट घेतले. आम्ही बाहेर कट्ट्यावर बसून त्यांच्याबरोबर समुद्राची हवा खाल्ली, किनाऱ्यावर लांबच लांब चालत गेलो. जगातील सर्वोत्तम सामन मासे खाऊ घातले आणि त्याच्यासाठी फ्रेंच वाइनचे गलासवर ग्लास ओतले. आम्ही दोघांनी किटामीवर जास्त लक्ष द्यायचा प्रयत्न केला; पण इवानोबरोबर आमचं चांगलं जमलं. तो सतत पुस्तकं वाचत असे आणि तो खूपच निरागस होता. किटामी मात्र अनेक गोष्टी दडवून ठेवत असावा, असं वाटत होतं.

सोमवारी, स्वच्छ ऊन पडलेल्या सकाळी मी किटामीला पोर्टलँडला घेऊन आलो आणि फर्स्ट नॅशनल बँकेत गेलो. या दौऱ्यात तो प्रसन्न व्हावा म्हणून मी जसा प्रयत्न केला त्याच पद्धतीनं तो वॉलेसला खूश करण्यात, ब्लू रिबनबद्दल हमी देण्यात आणि कर्ज मिळवून देण्यात मदत करेल, असं मला वाटलं होतं.

व्हाइट आम्हाला लॉबीतच भेटला आणि आम्ही बरोबरच बैठकीच्या खोलीत गेलो. मी इकडेतिकडे पाहून विचारलं, ''वॉलेस कुठे आहे?'' व्हाइट म्हणाला, ''ओह! आज तो येऊ शकत नाही.''

काय? बँकेत जायचं तेच तर मुख्य प्रयोजन होतं. मला वॉलेसला किटामीकडून आमच्यासाठी जोरदार पाठिंबा ऐकवायचा होता. मला वाटलं की, एक चांगला हवालदार दुष्ट हवालदाराला दोन चांगले शब्द सुनावेल.

मी सुरुवात केली; किटामी हे ब्लू रिबनवरील त्यांचा विश्वास व्यक्त करून फर्स्ट नॅशनलला खात्री देतील, अशी आशा बोलून दाखवली. मग मी किटामींना बोलायला विनंती केली. त्यानं एक रागीट नजर टाकून मला अवघड वाटेल अशा प्रकारे व्हाइटला विचारलं, ''तुम्ही माझ्या या मित्राला जास्त *पैसे* का देत नाही?''

व्हाइट म्हणाला, ''क, क, काय?''

किटामी टेबलावर हात आपटत म्हणाला, ''तुम्ही ब्लू रिबनला अजून कर्ज द्यायला का नाही म्हणता?''

व्हाइट म्हणाला, ''त्याचं असं आहे...''

किटामीनं त्याला मध्येच तोडलं, ''कसली बँक आहे तुमची ही? मला समजत नाही. कदाचित, ब्लू रिबनला काही गरज नाही तुमची!''

व्हाइट पांढराफटक पडला. मी मध्ये बोलायचा प्रयत्न केला. किटामी काय म्हणत होता ते दुसऱ्या शब्दांत सांगायचा प्रयत्न केला. भाषेचा अडसर दूर केला; पण आमची बैठक तिथेच संपली. व्हाइट निघून गेला. मी चकित होऊन किटामीकडे बघत बसलो; पण त्याच्या चेहऱ्यावर भाव होता, 'किती छान काम केलं मी!'

* * *

मी किटामीला घेऊन आमच्या टायगार्डमधील नवीन ऑफिसमध्ये गेलो; सर्वांशी ओळख करून दिली. नुकतंच जे काही घडून गेलं होतं ते विसरून भान ठेवण्याचा, प्रसन्न चेहरा दाखवण्याचा प्रयत्न करत होतो. मला भीती वाटत होती की, कुठल्यही क्षणी माझा स्फोट होईल; पण मी किटामीला ऑफिसमध्ये टेबलासमोर बसवलं तेव्हा त्याचा पारा चढला होता, 'ब्लू रिबनची विक्री अत्यंत निराशाजनक आहे. यापेक्षा जास्त व्हायला पाहिजे.'

मी थक्क झालो. मी म्हटलं की, आमची विक्री दर वर्षाला दुपटीनं वाढत होती. तो पटकन म्हणाला, ''पण लोक म्हणतात, ती तिप्पट व्हायला हवी.'' मी म्हटलं, ''कोण म्हणतं असं?'' तो म्हणाला, ''जाऊ दे ते.''

त्यानं आपल्या बॅगमधून एक मोठं पाकीट काढलं, उघडून ते वाचलं आणि पुन्हा बंद केलं. तो पुन्हा म्हणाला की, त्याला आमची विक्री समाधानकारक वाटत नाही आणि आम्ही पुरेशी मेहनत घेत नाही. त्यानं ते पाकीट उघडून परत बंद केलं आणि बॅगमध्ये ठेवलं. मी आमची बाजू मांडायचा प्रयत्न केला; पण त्यानं हात झटकून दुर्लक्ष केलं. बराच वेळ आमचं मागे-पुढे चाललं होतं. वातावरण तसं संयमित होतं; पण थोडा तणावही होता.

तासभर असा गेल्यावर तो उठला आणि त्यानं स्वच्छतागृह कुठे आहे, असं विचारलं. मी म्हटलं, ''हॉलच्या बाहेर गेल्यावर लगेच.''

तो बाहेर गेल्यावर मी टेबलामागे उभा राहिलो. मी त्याची बॅग उघडली, आत तपासलं आणि तो जे बघत होता ते पाकीट बाहेर काढलं. मी ते माझ्या समोरच्या पॅडखाली लपवलं आणि त्यावर कोपरे टेकून बसलो.

किटामी परत येईपर्यंत माझ्या मनात वेगळेच विचार आले. मला माझे बॉय स्काऊटमधील दिवस आठवले. मी ईगल स्काऊटच्या परीक्षा मंडळात होतो. प्रामाणिकपणा आणि सचोटीसाठी मुलांना बॅज आणि पदके देत होतो. वर्षातून दोनदा-तीनदा मी काही मुलांना अप्रामाणिकपणाबद्दल दटवायचो आणि आज मी इथे दुसऱ्या व्यक्तीच्या बॅगमधून कागदपत्रं चोरतोय! मी नक्की कुमार्गावर चाललो होतो. कुठे जाणार ते माहीत नव्हतं. या कृतीबद्दल लगेच जे परिणाम होतील ते टाळणं मला अशक्य होतं. कंपनीच्या आढावा समितीच्या पुढील बैठकीतून मला नक्कीच बाहेर जावं लागणार होतं.

त्या पाकिटात काय आहे हे जाणून घ्यायची, प्रत्येक कागदाचा फोटो घेऊन वुडेलबरोबर चर्चा करण्याची मला कमालीची उत्सुकता होती. किटामी थोड्या वेळानं परत आला. त्यानं आम्हाला विक्रीसंबंधी झाडणं चालूच ठेवलं. त्याचं संपल्यावर मी आमची बाजू मांडली. मी शांतपणे म्हणालो की, आम्ही अजून बूट मागवले तर ब्लू रिबन अधिक विक्री करू शकेल; आमच्याकडे अधिक आर्थिक बळ असेल, तर आम्हाला अधिक बूट मागवता येतील, आम्ही अधिक हमी दिली तर बँक अधिक पैसे देऊ शकेल आणि त्याचा अर्थ ओनित्सुकानं जास्त मुदतीचा करार केला, तर बँकेला जास्त खात्री वाटू शकेल. तो पुन्हा हात झटकत म्हणाला, 'निव्वळ सबबी आहेत!''

काही महिन्यांपूर्वी मी निशो इवाईसारख्या जपानी व्यापारी कंपनीच्या माध्यमातून ऑर्डर पाठवून निधीची व्यवस्था करण्याचा प्रस्ताव दिला होता, ती कल्पना मी पुन्हा एकदा मांडली. तो म्हणाला, ''वा! या व्यापारी कंपन्या! त्या प्रथम पैसे देतात, नंतर आपली माणसं पाठवतात. कंपनी ताब्यात घेतात. तुमच्या कंपनीत शिरतात आणि मग पूर्ण ताबा घेतात.''

भाषांतर : ओनित्सुका एकूण बुटांपैकी फक्त पाव हिस्सा स्वतः बनवत असे आणि उरलेला ७५% माल बाहेरून तयार करून घेत असे. किटामीला शंका होती की, निशो ओनित्सुकाच्या या दुय्यम कंपन्यांचा शोध घेइल, मग ओनित्सुकाला बाजूला सारून स्वतःच उत्पादक संस्था सुरू करेल आणि ओनित्सुकाला निष्क्रिय करेल.

किटामी उठून उभा राहिला. तो म्हणाला की, त्याला हॉटेलवर जाऊन विश्रांती घ्यायची होती. मी म्हटलं की, कुणीतरी तुला सोडायला येईल आणि नंतर हॉटेलच्या बारमध्ये कॉकटेलसाठी आपल्याला भेटता येईल.

तो गेल्याबरोबर मी वुडेलला शोधलं आणि त्याला काय झालं ते सांगितलं. हात उंचावून किटामीचं ते पाकिट दाखवलं, ''मी हे त्याच्या बॅगमधून चोरलं.'' तो ओरडला, *''काय केलंस?''* त्याला धक्का बसला; पण त्यालाही त्या पाकिटात काय आहे हे जाणून घेण्याची उत्सुकता होती. आम्ही दोघांनी ते पाकीट उघडलं, टेबलावर ठेवलं आणि त्यात काय आहे हे पाहिलं. त्यात इतर गोष्टींबरोबर खेळाच्या बुटांचे वितरण करणाऱ्या अमेरिकेतील अठरा वितरकांची नावं आणि त्यापैकी निम्म्या लोकांच्या भेटीचं वेळापत्रक होतं.

हेच त्याचं लिखित सत्य होतं. काही लोक म्हणतात... हेच 'काही लोक' ब्लू रिबनला नावं ठेवत होते, किटामीला आमच्याविरुद्ध भडकावत होते, ते आमचे स्पर्धक होते आणि तो त्यांना भेटायला चालला होता. एक मार्लबोरोचा माणूस गेला आणि वीस नवीन राक्षस उभे राहिले.

मला अर्थातच खूप चीड आली; पण दुःखही वाटलं. सात वर्षं आम्ही टायगर बुटांसाठी खर्च केली होती. आम्ही अमेरिकेला त्यांची ओळख करून दिली, आम्ही या बुटांचं अमेरिकेत पुनरुज्जीवन केलं. बॉवरमन आणि जॉन्सन यांनी ओनित्सुकाला अधिक चांगले बूट कसे तयार करता येतील हे दाखवलं. त्यांची डिझाइन्स आता खपत होती, विक्रीचे विक्रम मोडत होती, या उद्योगाचा चेहरामोहरा बदलून टाकत होती आणि ते आम्हाला अशी परतफेड करत होते? मी वुडेलला म्हटलं, ''आता आपल्याला त्यांच्या या देवाला कॉकटेलमध्ये भेटलंच पाहिजे.''

नंतर मी सहा मैल पळायला गेलो. मी इतकं जोरात कधी पळालो होतो की नाही किंवा धावताना मनानं कधी इतका दूर गेलो होतो ते मला आठवत नाही. प्रत्येक पावलागणिक मी झाडांकडे बघून, त्यांना लटकणाऱ्या कोळ्यांच्या जाळ्यांकडे बघून ओरडत होतो; पण त्याचा चांगला परिणाम झाला. मी शॉवर घेऊन कपडे करून किटामीला भेटायला हॉटेलवर गेलो तोवर खूप शांत झालो होतो. कदाचित, मला धक्का

बसला असावा. त्या सकाळी किटामी काय बोलला, मी काय म्हणालो - काहीही आठवत नव्हतं. मला आठवतं ते हे - किटामी ऑफिसमध्ये आला, तेव्हा मी आणि वुडेल एक खेळी खेळलो. कुणीतरी किटामीला कॉफीच्या खोलीत घेऊन गेलं तेव्हा वुडेलनं माझ्या ऑफिसचं दार व्हीलचेअरनं अडवून ठेवलं आणि मी हळूच ते पाकीट त्याच्या बॅगमध्ये ठेवून दिलं.

किटामीच्या भेटीच्या शेवटच्या दिवशी मोठ्या डिनर पार्टीच्या आधी मी बॉवरमन आणि त्याचा वकील जाक्का यांच्याबरोबर चर्चा करायला युजीनला गेलो. नंतर मी पेनीला सांगितलं की, किटामीला विमानतळावर सोडून ये. मनात आलं आणखी काय वाईट होणार आहे?

नंतर पेनी विस्कटलेल्या केसांनी, वंगण तेलानं माखलेल्या कपड्यात बॉवरमनच्या घरासमोर उतरली. ती गाडीतून कशीबशी बाहेर आली, तेव्हा मला वाटलं की किटामीनं तिच्यावर हल्ला केला की काय? तिनं मला बाजूला घेऊन सांगितलं की, तिच्या गाडीचं टायर पंक्चर झालं होतं. ती म्हणाली, *''हा हलकट माणूस गाडीतच बसून राहिला आणि मला हायवेवर ते टायर बदलायला लागलं.''*

मी तिला घेऊन आत आलो. दोघांनाही काही तरी प्यायला हवं होतं.

अर्थात ते अवघड होतं. बॉवरमनची बायको ख्रिश्चन धर्माची एक कट्टर पुरस्कर्ती होती आणि तिला घरात दारू चालत नव्हती; पण आजच्या खास दिवशी ती नियमाला अपवाद करायला तयार होती; पण तिनं मला आधीच बजावलं की, सगळ्यांनी चांगलंच वागायचं आणि दारू जास्त घ्यायची नाही. पेनी आणि मला दोघांनाही स्ट्राँग डोस हवा होता तरी मी छोट्या पेगवर भागवलं.

बॉवरमनच्या बायकोनं सगळ्यांना हॉलमध्ये बोलावलं. ती म्हणाली, ''आजच्या खास पाहुण्यांसाठी आज आपण देत आहोत एक खास भेट - माई ताई!''

टाळ्या!

किटामी आणि माझ्यात किमान एक गोष्ट सारखी होती, दोघांनाही माई ताई आवडायचं-खूपच! त्यात असं काही होतं की, आम्हाला दोघांनाही हवाईची आठवण झाली. अमेरिकेचा पश्चिम किनारा आणि जपानमधील ते मस्त बेट जिथे नवीन आठवडा सुरू करण्याआधी आपण एकदम आरामात निश्चिंत होत असतो; पण आम्ही दोघेही एका पेगवरच थांबलो. मिसेस बॉवरमनच्या भीतीनं बाकीचेही तिथेच थांबले. फक्त बॉवरमन सोडून! तो तसा पिणारा नव्हता आणि माई ताईची चव तर त्यानं कधीच घेतली नसणार; पण त्याच्यावर दारू चढू लागली तसे आम्ही थक्क होऊन बघतच राहिलो. क्युराकाओ, लिंबू, अननस आणि रमच्या त्या मिश्रणात असं काही होतं की, बॉवरमनला बरोबर झटका बसला. तीन माई ताईनंतर तो वेगळाच माणूस झाला.

तिसरे पेय तयार करताना तो मोठ्यानं म्हणाला, ''बर्फ संपला आहे का?'' कुणीच उत्तर दिलं नाही. मग तोच म्हणाला, ''काही हरकत नाही.'' तो गॅरेजमध्ये मोठ्या फ्रीझरकडे गेला आणि त्यातून त्यानं गोठलेल्या ब्लू बेरीची एक मोठी पिशवी बाहेर काढली. ती त्यानं फाडली आणि सगळ्या ब्लू बेरी इकडेतिकडे उडाल्या. मग त्यानं काही गोठलेल्या ब्लू बेरी आपल्या ग्लासमध्ये टाकल्या. तो म्हणाला, ''हे फार छान लागतं'' आणि हॉलमध्ये परत आला. तो इकडेतिकडे फिरत सर्वांच्या ग्लासमध्ये गोठलेल्या ब्लू बेरी घालू लागला.

मग तो खाली बसला आणि एक नटखटशी गोष्ट सांगू लागला. ती गोष्ट कायम लक्षात राहील इतक्या उच्च कोटीला पोहोचली. त्या गोष्टीचा शेवट आमच्या आकलनाच्या बाहेर होता. बॉवरमन नेहमी अगदी स्पष्ट आणि बिनचूक बोलत असे; पण त्याचे शब्दही शेवटी शेवटी अस्पष्ट होत गेले.

मिसेस बॉवरमननं माझ्याकडे रोखून बघितलं; पण मी काय करू शकत होतो? मी नुसते खांदे उडवले. मनात आलं, 'तूच त्याच्याशी लग्न केलं ना?' पण मग मला वाटलं, 'जरा थांबू या.' मी थोडी वाट पाहिली.

बॉवरमननं जेव्हा १९६४ला जपान ऑलिंपिक्समध्ये भाग घेतला होता, तेव्हा मिसेस बॉवरमन नाशी पेअर्स या फळाच्या प्रेमात पडली होती. ही लहान सफरचंदासारखीच फळं असतात; पण हिरव्या रंगाची आणि अधिक गोड असतात. हे झाड अमेरिकेत नसतं म्हणून तिनं काही बिया पर्समध्ये लपवून आणल्या आणि बागेत लावल्या. ती किटामीला म्हणाली की, काही ठरावीक वर्षांनी या झाडांना बहर येतो, तेव्हा जपानच्या सर्व आवडत्या गोष्टींवरचं तिचं प्रेम उफाळून येतं. तिच्या बोलण्यानं तोही मोहित झालेला दिसला. बॉवरमन मात्र वैतागून म्हणाला, ''ओह, हे जपानी लोक...!''

मी डोळे झाकून घेतले.

ही पार्टी आता आवाक्याबाहेर चालली आहे, असं वाटलं तेव्हा खरोखर पोलिसांना बोलवावं की काय, असा विचार मला येऊन गेला. मी पलीकडे पाहिलं तर जाक्वा आपल्या बायकोबरोबर बसलेला दिसला, ती किटामीकडे रोखून बघत होती. मला ठाऊक होतं की जाक्वा युद्धामध्ये फायटर विमानाचा पायलट होता. त्याचा जवळचा मित्र असलेल्या सहकाऱ्याला जपानी झीरो तोफेनं विमानातून पाडून खलास केलं होतं. जाक्वा आणि त्याच्या पत्नीनं आपल्या पहिल्या मुलाला त्या सहकाऱ्याचंच नाव दिलं होतं. जाक्वाला किटामीच्या पाकिटाच्या चोरीबद्दल सांगितलं म्हणून मला जरा पश्चात्ताप झाला. मला जाक्वा आतून पेटल्यासारखा वाटला आणि ती आग आता बाहेर पडेल की काय असं वाटलं. मला खरंच वाटलं की, बॉवरमनचा वकील, जवळचा मित्र आणि शेजारी आता उभा राहणार आणि समोर येऊन किटामीच्या मुस्काटात मारणार.

पण तिथे जर कोणाला खूप मजा येत होती तर ती किटामीला! बँकेतला चिडलेला, माझ्या ऑफिसमध्ये आम्हाला ओरडणारा किटामी कुठल्या कुठे गेला होता. बडबड करत, गुडघ्यावर हात आपटत तो इतका खेळकरपणे वागत होता की मला वाटलं, फर्स्ट नॅशनलमध्ये न्यायच्या आधी मी त्याला माई ताई पाजली असती तर काय झालं असतं कोण जाणे.

रात्री उशिरा त्याची नजर खोलीतील एका वस्तूकडे गेली–तिथे एक गिटार होतं. ते बॉवरमनच्या तीन मुलांपैकी एकाचं गिटार होतं. किटामी तिथे गेला, त्यानं गिटार उचललं आणि तारा छेडायला सुरुवात केली. बॉवरमनचा हॉल खालच्या बाजूला होता. तिथून जेवणाच्या खोलीकडे जाणाऱ्या काही पायऱ्या होत्या. वरच्या पायरीवर उभे राहून किटामी गिटार वाजवत गाऊ लागला.

सगळ्यांच्या माना तिकडे वळल्या. ते पाश्चिमात्य वाटणारं एक लोकगीत होतं; पण किटामीनं ते जपानी लोकसंगीताप्रमाणे वाजवलं. बक ओवेन्सनं कोटो हार्पवर वाजवावं तसं ते संगीत वाटलं. अचानक त्यानं गाणं बदललं : तो 'ओ सोले मियो' गाऊ लागला. मला शंका आली – खरंच तो हे गाणं म्हणत होता का?

तो मोठ्यानं म्हणू लागला, 'ओ सोले मियो! स्ता फ्रंते आ ते! ओ सोले मियो, ओ सोले मियो स्ता फ्रंते आ ते!'

एक जपानी व्यापारी पाश्चिमात्य गिटार घेऊन आयरिश आवाजात इटालियन पोवाडा म्हणतो आहे! सगळं काही अद्भुत होतं. अद्भुताच्याही पलीकडे! 'ओ सोले मियो'ला इतकी कडवी आहेत हे मला ठाऊकच नव्हतं. नेहमी अस्वस्थ आणि चुळबुळ करणारे ओरेगॉनचे लोक एका खोलीत इतका वेळ शांत बसलेले मी कधीच पाहिले नव्हते. त्यानं गिटार खाली ठेवलं. आम्ही सर्वांनी एकमेकांची नजर टाळून जोरदार टाळ्या वाजवल्या. मी बराच वेळ टाळ्या वाजवत होतो आणि मग मला कळलं, किटामीसाठी अमेरिकेची ट्रिप, बँकेला भेट, माझ्याबरोबरची बैठक, बॉवरमनकडचं जेवण हे सारं ब्लू रिबनसाठी नव्हतंच किंवा ओनित्सुकासाठीही नव्हतं. ते फक्त आणि फक्त किटामीसाठीच होतं.

दुसऱ्या दिवशी किटामीनं आता अजिबात गुप्त न राहिलेल्या हेतूसाठी पोर्टलँड सोडलं. ब्लू रिबनला बाजूला फेकण्यासाठी केलेल्या त्याच्या अमेरिकन ट्रिपचा पहिला भाग संपला होता. मी त्याला कुठे जाणार म्हणून विचारलं, त्यानं उत्तर दिलं नाही. मी म्हटलं, "योई ताबी दे आरिमासु यो ने... शुभ यात्रा!"

अलीकडेच मी प्राइस वॉटर हाउसमधला माझा माजी बॉस हेज याला ब्लू रिबनसाठी सल्लागाराचं काही काम दिलं होतं. मी त्याला भेटलो आणि किटामी परत यायच्या आत आपली चाल काय असावी, याची चर्चा केली. आम्हाला दोघांनाही वाटलं की, समझोता करावा, किटामीनं आम्हाला सोडू नये म्हणून त्याला पटवावं.

मला खूप दुःख झालं होतं हे खरं असलं तरी मला मान्य करायलाच हवं होतं की, ओनित्सुकाशिवाय ब्लू रिबन काहीच नव्हतं. हेज म्हणाला की, ओळखीच्या सैतानाबरोबर टिकून राहणंच सध्या योग्य ठरेल आणि ओळखीच्या सैतानाबरोबर त्यानं राहावं म्हणून *त्याला* पटवावं.

त्या आठवड्यात शेवटी शेवटी तो परत आला. घरी जाण्याआधी मी त्याला टायगार्डमध्ये पुन्हा एकदा बोलावलं. मी पुन्हा एकदा या सर्व गोष्टींच्या पलीकडे जायचा प्रयत्न केला. मी त्याला बैठकीच्या खोलीत बसवलं. मी आणि वुडेल टेबलाच्या एका बाजूला तर किटामी व त्याचा मदतनीस दुसऱ्या बाजूला. मी चेहऱ्यावर मोठं हसू आणलं आणि म्हणालो की, त्यांना अमेरिकेची ही ट्रिप आवडली असेल अशी मी आशा करतो.

ब्लू रिबनच्या कामगिरीबाबत तो समाधानी नव्हता, असं तो पुन्हा म्हणाला.

पण आता तो म्हणाला की, त्याच्याकडे एक उपाय होता.

मी म्हणालो, ''बोला!''

तो म्हणाला, ''तुमची कंपनी आम्हाला विका.''

तो अगदी हळू आवाजात बोलत होता. माझ्या मनात आलं की, आयुष्यातल्या अत्यंत अवघड प्रसंगी आवाज असा हळुवारच होत असतो.

मी म्हटलं, ''काय म्हणालात?''

''ओनित्सुका कंपनी लिमिटेड ब्लू रिबनमध्ये ५१% भागीदारी घेऊन नियंत्रण ताब्यात घेईल. तुमच्यासाठी आणि तुमच्या कंपनीसाठी हा एक उत्तम सौदा आहे. तो स्वीकारणं शहाणपणाचं ठरेल.''

ते ताबा घेत आहेत! *आक्रमक ताबा!* मी छताकडे बघितलं. *विनोद करतो आहे का* हा माणूस? हा अत्यंत मस्तवाल, उद्धट, कृतघ्न माणूस काय म्हणतो आहे...?

''आणि आम्ही तसं केलं नाही तर?''

''तर मग आम्ही अधिक चांगले वितरक नेमू.''

''अधिक चांगले? हा हा! असं काय? आणि मग आपल्या लेखी कराराचं काय?''

त्यानं नुसतेच खांदे उडवले. करार संपला!

तो जिथे जाणार होता त्या ठिकाणांचा विचार माझ्या मनातून काही जाईना. मला किटामीबद्दल काय वाटतं, त्याच्या ऑफरचं काय करावसं वाटतं हे मी त्याला सांगू शकत नव्हतो. हेजचं बरोबर होतं, मला *अजूनही* त्याची गरज होती. माझ्याकडे दुसरा आधार नव्हता, पर्यायी योजना नव्हती, यातून बाहेर पडण्याचं काही धोरण नव्हतं. ब्लू रिबन वाचवायची असेल, तर ते सावधपणे करायला हवं होतं, माझे ग्राहक आणि वितरक यांना न दुखावता करायला हवं होतं. मला वेळ हवा होता म्हणून ओनित्सुकानं अजून काही काळ बूट पाठवत राहणं माझ्यासाठी योग्य होतं.

आवाजावर नियंत्रण ठेवत मी म्हटलं, ''ठीक आहे, माझा एक भागीदार आहे, कोच बॉवरमन. मला त्याच्याबरोबर तुमच्या ऑफरबद्दल बोलावं लागेल.''

मला ठाऊक होतं की, किटामीला हा केविलवाणा प्रयत्न लक्षात येईल; पण तो उठून उभा राहिला, त्यानं पँट सारखी केली आणि हसून म्हणाला, ''डॉ. बॉवरमनबरोबर बोला आणि मग मला कळवा.''

मला त्याला बदडावंसं वाटलं; पण उलट मी त्याचा हात हातात घेतला. तो आणि इवानो निघून गेले.

किटामी अचानक निघून गेला. मी आणि वुडेल टेबलाच्या लाकडी डिझाइनकडे बघत शांतपणे बसून राहिलो.

मी नवीन कर्जाच्या मागणीसह आमचे आगामी वर्षाचे अंदाजपत्रक फर्स्ट नॅशनलला पाठवलं. मला किटामीच्या वर्तनाबद्दल क्षमायाचना करायची होती; पण मला माहीत होतं की, व्हाइट ते पाहून हसू लागला असता. शिवाय वॉलेसही तिथे नव्हता. व्हाइटला माझी कागदपत्रे मिळाल्यानंतर काही दिवसांनी त्यानं मला चर्चेसाठी बोलावलं.

टेबला समोरच्या एका कडकशा खुर्चीवर बसून मला काही सेकंदच झाली असतील, तेवढ्यात त्यानं ती बातमी दिली, 'फिल, मला वाटतं की फर्स्ट नॅशनल बँक यापुढे ब्लू रिबनबरोबर व्यवहार करू शकणार नाही. आम्ही तुमच्या वतीनं आता पतपत्रे किंवा लेटर्स ऑफ क्रेडिट देऊ शकणार नाही. तुमच्या खात्यावर जी शिल्लक आहे त्यातून आम्ही येऊ घातलेल्या उरलेल्या मालाचे पैसे देऊ - पण शेवटचं बिल दिल्यानंतर आपला संबंध संपुष्टात येईल.'

व्हाइट पांढरा पडला होता, त्यालाही धक्का बसला होता. या निर्णयात त्याचा काही सहभाग नव्हता. हा आदेश वरून आला होता. मी हात आडवे करून म्हटलं, ''हॅरी, आता मी काय करू?''

''दुसरी बँक शोध.''

''आणि मला कोणी मिळालं नाही तर? माझा धंदा आटपला, हो ना?''

त्यानं आपल्यासमोरील कागद नीट ठेवले आणि त्याला एक क्लिप लावली. तो म्हणाला की, ब्लू रिबनबद्दल बँकेच्या अधिकाऱ्यांमध्ये बरेच मतभेद होते. काही जण आमच्या बाजूचे होते, काही विरुद्ध होते. शेवटी निर्णय वॉलेसच्या हातात होता. व्हाइट म्हणाला, ''मला आता या गोष्टीचा कंटाळा आला आहे. इतका वैताग आला आहे की, मी आता आजारपणाची सुटी घेणार आहे.''

माझ्याकडे तो पर्याय नव्हता. मी फर्स्ट नॅशनलमधून कसाबसा बाहेर पडलो आणि सरळ यू.एस. बँकेत गेलो. मी त्यांना आमच्याबद्दल विचार करायची विनंती केली.

ते म्हणाले - 'सॉरी!'

त्यांना फर्स्ट नॅशनलचं विकतचं दुखणं नको होतं.

तीन आठवडे गेले. शून्यापासून सुरुवात केलेली माझी कंपनी १९७मध्ये १३ लाख डॉलरचा व्यवसाय केल्यानंतर शेवटच्या घटका मोजत होती. मी हेजबरोबर बोललो, वडिलांशी चर्चा केली, माझ्या ओळखीच्या प्रत्येक अकाउंटंटशी बोललो. मला एकानं सांगितलं की, बँक ऑफ कॅलिफोर्नियामध्ये अशी एक सुविधा होती की, ज्याद्वारे ओरेगॉनसह तीन पाश्चिमात्य राज्यांत त्या बँकेला व्यवसाय करता येत होता. या बँकेचे ऑफिस पोर्टलँडमध्येच होतं. मी घाईघाईनं तिथे गेलो. त्यांनीही माझं स्वागत केलं, वादळामध्ये थोडा आसरा दिला; एक लहानशी कर्ज सुविधा देऊ केली.

पण हा केवळ अल्पकालीन उपाय होता. तीसुद्धा एक बँक होती आणि बँकांना मूलतःच जोखीम आवडत नाही. आमची विक्री उत्तम असली तरी बँक ऑफ कॅलिफोर्नियाला आमच्या रोख खात्यात शून्य रक्कम असल्याचा धक्का बसणारच होता. मला वाईट दिवसांसाठी तजवीज करायला हवीच होती.

माझ्या मनात सतत त्या जपानी व्यापारी कंपनीचा, निशोचा विचार येत होता. रात्री उशिरा मनात आलं, 'त्यांचा १०० अब्ज डॉलरचा व्यापार आहे... आणि तरी *मला* ते मदत करू इच्छितात. असं का?'

पहिलं म्हणजे निशोची उलाढाल खूप मोठी होती; पण नफ्याचं प्रमाण कमी होतं, त्यामुळे त्यांना आमच्यासारख्या जास्त वेगानं प्रगती करणाऱ्या कंपन्या आवडायच्या. वॉलेस आणि फर्स्ट नॅशनलच्या मते आमच्या कंपनीत सुरुंग पेरलेले होते तर निशोच्या मते आमच्या कंपनीत सोन्याची खाण होती.

म्हणून मी परत त्यांच्याकडे गेलो. जपानमधून सर्वसाधारण वस्तू विभागासाठी त्यांनी पाठवलेल्या टॉम सुमेरागी या माणसाला मी भेटलो. जपानचं हार्वर्ड समजल्या जाणाऱ्या टोक्यो विद्यापीठाचा पदवीधर असलेला सुमेरागी महान सिनेकलाकार तोशिरो मिफुनेसारखाच दिसत असे. तोशिरो हा *द बुक ऑफ फाइव रिंग्ज* या युद्ध आणि आंतरिक शक्तीवर आधारलेल्या अजरामर पुस्तकाचा लेखक आणि प्रसिद्ध सामुराय लढवय्या मियामोटो मुसाशीच्या भूमिकेबद्दल खूप नावाजलेला होता. लकी स्ट्राइक पिताना सुमेरागी अधिकच त्या नटासारखा दिसायचा आणि तो जरा जास्तच घ्यायचा. दारूमुळे उत्तेजन मिळतं म्हणून हेज दारू प्यायचा तर अमेरिकेत एकाकी वाटतं म्हणून सुमेरागी प्यायचा. दररोज काम संपल्यावर तो ब्लू हाउस या जपानी रेस्टॉरंट-बारमध्ये जात असे आणि त्याच्या *मामा सान* बरोबर आपल्या मातृभाषेत बोलत असे, त्यामुळे त्याला जास्तच एकाकी वाटायचं.

तो म्हणाला की, बँकांच्या कर्जावर त्याची कंपनी हमी द्यायला तयार होती. यामुळे माझ्या बँकरना नक्कीच दिलासा मिळाला असता. त्यानं हीदेखील माहिती दिली-निशोनं अलीकडेच कोबेला एक गट पाठवला होता. हा गट आमच्या बूट खरेदीसाठी काही वित्तव्यवस्था होऊ शकेल का हे पाहणार होता आणि ओनित्सुकाला आमचा करार चालू ठेवायला पटवणार होता; पण ओनित्सुकानं या गटाला पळवून लावलं. २५ दशलक्ष डॉलरची कंपनी १०० अब्ज डॉलरच्या कंपनीला धुतकारते?

निशो कंपनी अस्वस्थ झाली आणि खूप चिडली. सुमेरागी हसत म्हणाला, ''आम्ही तुमची गाठ उत्तम बूट बनवणाऱ्या इतरही जपानी कंपन्यांबरोबर घालून देऊ.''

मी विचार केला. मला अजून वाटत होतं की, ओनित्सुकाला शहाणपण सुचेल. आमच्या लेखी करारात लिहिलं होतं की, आम्हाला ट्रॅक व फिल्ड स्पर्धांसाठी इतर कंपन्यांचे बूट आयात करता येणार नाहीत. मी म्हटलं, ''बघू नंतर.''

सुमेरागीनं मान डोलावली. सर्व काही यथावकाश होईलच!

या सर्व नाट्यमय घटनांमुळे मी रोज रात्री खूप दमून घरी यायचो; पण सहा मैल पळाल्यानंतर, गरम पाण्याचा शॉवर घेतल्यावर आणि एकट्यानं लवकर जेवण घेतल्यावर मला पुन्हा ताजंतवानं वाटत असे (पेनी आणि मॅथ्यू चारच्या सुमारास जेवत असत). मी मॅथ्यूला झोपण्याआधी नेहमी एखादी बोधपर गोष्ट सांगत असे. मी मॅट हिस्टरी नावाचं एक काल्पनिक पात्र तयार केलं होतं. हे पात्र मॅथ्यू नाईटसारखंच दिसायचं आणि वागायचं. प्रत्येक गोष्टीत मॅट मुख्य स्थानी असायचा. मॅट हिस्टरी जॉर्ज वॉशिंग्टनबरोबर व्हॅली फोर्जमध्ये होता. तो जॉन ॲडम्स बरोबर मॅसॅच्युसेट्समध्ये होता. ब्रिटिश सैन्य येतंय म्हणून पॉल रेव्हरी उसन्या घेतलेल्या घोड्यावरून जॉन हॅनकॉकला सावध करत होता, तेव्हाही मॅट हिस्टरी तिथेच होता. *रेव्हरीच्या पाठोपाठ ओरेगॉनच्या एका उपनगरातून एक धुरंधर तरुण घोडेस्वारही कूच करू लागला...!*

मॅथ्यूला अशा साहसकथांमध्ये आपलं नाव आलं की, खूप मजा वाटायची आणि तो हसू लागायचा. तो उठून बसत असे आणि आणखी गोष्ट सांग म्हणून मागे लागत असे.

मॅथ्यू झोपला की, मी आणि पेनी दिवसभर काय झालं याची चर्चा करायचो. सगळं जर उलटं झालं तर काय करायचं; ती मला नेहमी विचारत असे. मी म्हणायचो, ''अगदी काहीच नाही तर मी अकाउंटिंगकडे वळू शकतो.'' ते काही मी मनापासून बोलत नव्हतो. कारण, मला खरंच तसं वाटत नव्हतं. मला अशा आपत्तीत अडकायचं नव्हतं.

शेवटी पेनी मान दुसरीकडे करून टीव्ही बघायची, विणकाम करायची, वाचायची आणि मी आरामखुर्चीवर बसून रोजच्यासारखा आत्मशोध घ्यायचो.

तुला काय वाटतं?

मला वाटतं की, ओनित्सुकावर विश्वास ठेवता येणार नाही.

आणखी काय वाटतं?

मला वाटतं की, ओनित्सुकाबरोबर पुन्हा संबंध जोडणं अवघड आहे.

भविष्यात काय होणार?

कधी ना कधी ओनित्सुका आणि ब्लू रिबन विभक्त होणारच. इतर मार्ग शोधेपर्यंत मला त्यांच्याबरोबर राहायला पाहिजे, तरच सगळं व्यवस्थित होईल.

पहिलं पाऊल काय असावं?

ओनित्सुका माझ्या कंपनीच्या जागी जे इतर वितरक नेमू पाहत आहे, त्यांना घाबरवून सोडायला पाहिजे. त्यांनी माझ्या करारात अडचण आणली तर लगेच खटला भरू अशी धमकीची पत्रं पाठवून त्यांना खडबडून जागं करायला पाहिजे.

दुसरं पाऊल काय असावं?

ओनित्सुकाच्याऐवजी आता कोण पुरवठादार, हे शोधायचं.

माझ्या मनात ग्वाडालजारा इथला एक कारखाना आला. १९६८च्या मेक्सिकोतील ऑलिंपिक खेळाच्या वेळी मेक्सिकोतील कर टाळण्यासाठी आदिदासनं तिथे बूट तयार करायला सुरुवात केली होती. मला आठवत होतं की, ते बूट चांगले होते म्हणून मी त्या कंपनीच्या व्यवस्थापकांबरोबर एक बैठक ठरवली.

हा कारखाना जरी मध्य मेक्सिकोमध्ये असला तरी त्या फॅक्टरीचं नाव होतं कॅनडा. असं नाव का म्हणून विचारल्यावर ते म्हणाले की, हे नाव विदेशी, आकर्षक होतं म्हणून ठेवलं. मी हसू लागलो. कॅनडा आणि आकर्षक? आकर्षकपेक्षा विनोदी आणि गोंधळून टाकणारचं नाव वाटलं हे मला. आमच्या देशाच्या दक्षिणेला असलेल्या देशातील कंपनीला उत्तरेकडील देशाचं नाव!

असो, मला नावाशी काही देणं-घेणं नव्हतं. त्यांचा कारखाना पाहिल्यावर, सध्याचे त्यांचे बुटांचे प्रकार पाहिल्यावर, त्यांच्या चामड्यांचा स्टॉक पाहिल्यावर मी प्रभावित झालो. ती फॅक्टरी मोठी, स्वच्छ होती आणि चांगल्या प्रकारे चालवली जात होती. शिवाय आदिदासनं तिला मान्यता दिली होती. मी म्हटलं की, मला एक ऑर्डर द्यायची आहे. मला फुटबॉलसाठी सॉकर खेळाच्या लेदरच्या तीन हजार बुटांची ऑर्डर द्यायची होती. त्यांनी मला माझ्या ब्रँडचं नाव विचारलं. मी नंतर सांगतो असं कळवलं.

त्यांनी माझ्या हातात करारपत्र ठेवलं. माझ्या नावासमोरच्या रिकाम्या जागेकडे बघितलं. हातात पेन धरून मी जरा थांबलो. आता हा प्रश्न अधिकृतपणे माझ्या समोर होता. ओनित्सुकाबरोबर केलेल्या कराराचा हा भंग होता का?

तांत्रिकदृष्ट्या भंग नव्हता. माझ्या करारात म्हटलं होतं की, मी फक्त ट्रॅक व फिल्डचे बूटच ओनित्सुकाकडून घेणार होतो, इतर प्रकारचे बूट नाहीत. दुसऱ्या कोणाचे *फुटबॉल* बूट आयात करण्याबद्दल त्यात काही लिहिलेलं नव्हतं म्हणजे कॅनडाबरोबर केलेल्या करारामुळे ओनित्सुकाच्या कराराचा भंग होत नव्हता; पण करारामागच्या भावनेचं काय?

सहा महिन्यांपूर्वी मी असं कधीच केलं नसतं; पण आता परिस्थिती वेगळी होती. ओनित्सुकानं आधीच आमच्यातल्या करारातील आत्मा दुखावला होता आणि माझा उत्साह धुळीला मिळवला होता. मी पेनचं टोपण काढलं आणि त्या करारावर सही केली. कॅनडाबरोबरच्या करारातून मनातली चीड मी बाहेर काढली, नंतर मी मेक्सिकन जेवण घेण्यासाठी बाहेर पडलो.

आता लोगोचं काय? आदिदास आणि ओनित्सुकाच्या बुटांवरील पट्ट्यांपेक्षा माझे सॉकर कम फुटबॉलचे नवीन बूट वेगळे दिसायला हवे होते. मला पोर्टलँड स्टेटमध्ये भेटलेल्या त्या तरुण चित्रकर्तीची आठवण झाली. काय बरं होतं तिचं नाव? हो, येस, कॅरोलिन डेव्हिडसन. ती अनेकदा ऑफिसमध्ये आली होती, तिनं आमची काही माहितीपत्रके आणि जाहिरातीची चित्रे तयार केली होती. मी ओरेगॉनला परतल्यावर तिला बोलावून घेतलं आणि म्हटलं, ''आम्हाला एक लोगो हवा आहे.'' तिनं विचारलं, ''कशा प्रकारचा?'' मी म्हटलं, ''मला ठाऊक नाही.'' ती म्हणाली, ''मला त्यातून बरंच काही सुचेल, हालचाल दर्शवणारं काही तरी वाटतंय.'' मी म्हणालो, ''येस, मोशन, हालचाल!''

ती गोंधळात पडली. नक्कीच! मी काही तरी बडबडत होतो. मला काय हवंय मलाच ठाऊक नव्हतं; पण मी काही कलाकार नव्हतो. मी तिला एक सॉकर फुटबॉलचा बूट दाखवला आणि म्हणालो, ''हे बघ. आम्हाला यासाठी काही तरी हवं आहे;'' पण काही उपयोग झाला नाही.

ती म्हणाली, ''प्रयत्न करते.''

बाहेर पडताना ती पुटपुटली, ''मोशन? मोशन?''

दोन आठवड्यांनी तिनं काही रफ स्केचेस काढून आणली. एकाच विषयाला धरून तिनं वेगवेगळी चित्रं काढली होती... विजेचे मोठ मोठे लोळ...? जाड जाड... बरोबरच्या खुणा? जाड जाड रेघा? तिच्या चित्रातून भावना दिसत होती; पण माझ्या मते मोशन सिकनेस जास्त होता. तिचं कोणतंच चित्र माझ्याशी बोललं नाही. मला चांगली वाटलेली चित्रं मी बाजूला काढली आणि त्यावर आणखी काम करायला सांगितलं.

काही दिवसांनी... की आठवड्यांनी? कॅरोलिन परत आली आणि तिनं टेबलावर तिच्या चित्रांची दुसरी मालिका मांडली. काही चित्रं भिंतीवरही टांगली. तिनं मूळ विषयाला धरून आणखी वेगळे प्रकार काढले होते, तेही मुक्त हस्ताने, ही चित्रं बरी होती.

वुडेल, मी आणि आणखी काही जणांनी त्यांचं परीक्षण केलं. मला अंधुक आठवतं त्यानुसार जॉन्सनही मुद्दाम वेलस्लीहून आला होता; पण नक्की आठवत नाही. हळूहळू आमच्यात एकमत होऊ लागलं. *हे एक चित्र*... इतरांपेक्षा जास्त चांगलं वाटलं...

आमच्यातला एक म्हणाला, ''हे पंखासारखं वाटतंय.''

दुसरा म्हणाला, ''हा हवेचा झोत वाटतो आहे.''

''असं वाटतं की, कुणी धावपटू आपल्यामागे काही तरी सोडून जात आहे...''

आम्हाला सर्वांना हे चित्र नवीन, ताजंतवानं आणि तरीही प्राचीन काळातील वाटत होतं. तिनं बरंच काम केलं होतं म्हणून आम्ही तिचे मनापासून आभार मानले, तिला ३५ डॉलरचा एक चेक दिला आणि तिचा निरोप घेतला.

ती गेल्यानंतर आम्ही जवळ जवळ निवड केलेल्या आणि आपोआपच ठरवलेल्या त्या लोगोकडे बघत बसलो. जॉन्सन म्हणाला, ''काही तरी चित्तवेधक आहे यात.'' वुडेललाही ते पटलं. माझ्या कपाळावर थोड्या आठ्या आल्या. मी गाल खाजवत म्हटलं, ''तुम्हाला हे माझ्यापेक्षा आवडलेलं दिसतंय; पण आपल्याकडे वेळ नाही, हेच चालेल आता.''

वुडेल म्हणाला, ''तुला आवडलं नाही?''

मी एक सुस्कारा सोडून म्हटलं, ''मला खूप आवडलं नाही. कदाचित, नंतर आवडू लागेल.''

आम्ही तो लोगो कॅनडाला पाठवला.

मला फारसा पसंत न पडलेल्या या लोगोला आता साजेसं नाव शोधायला हवं.

पुढील काही दिवस आम्ही बारा-तेरा सूचनांचा विचार केला आणि दोन कल्पना जास्त पसंत पडल्या.

फाल्कन.

आणि डायमेन्शन सिक्स.

मला दुसरं नाव अधिक आवडलं होतं. कारण, मला ते सुचलं होतं. वुडेल आणि बाकीच्या सगळ्यांना ते काहीतरीच वाटलं होतं. ते म्हणाले की, हे नाव आकर्षक नव्हतं आणि त्याला काही अर्थ नव्हता.

आम्ही आमच्या कर्मचाऱ्यांचं मत घेतलं. सेक्रेटरी, हिशेब तपासनीस, विक्री प्रतिनिधी, किरकोळ व्यवसाय बघणारे साहाय्यक, फायलिंग क्लार्क, गोडाऊनमधील माणसं-प्रत्येकानं एक तरी सूचना करावी, असं आम्ही सांगितलं. फोर्डनं त्यांच्या नवीन माव्हरिक गाडीसाठी एका चांगल्या सल्लागार कंपनीला नाव सुचवण्यासाठी वीस लाख डॉलर दिले होते. 'आमच्याकडे वीस लाख डॉलर नाहीत पण आमच्याकडे पन्नास हुशार लोक आहेत आणि *माव्हरिक* इतकं खराब नाव आम्ही देणार नाही.'

पण फोर्डनं एक मुदत ठरवली नव्हती, आम्ही मुदत दिली होती. त्याच शुक्रवारी कॅनडा उत्पादन हातात घेणार होती.

या आणि त्या नावाचे गुणदोष यांची चर्चा करता करता तासन्तास आरडाओरडा करण्यात गेले. कुणाला बोर्कचं बेंगॉल हे नाव आवडलं. कुणी तरी कॉडॉर नाव सुचवलं. मी नुसतंच गुरगुरलो, ''*प्राण्यांची नावं?* प्राण्यांची नावं? आपण जंगलातल्या जवळ जवळ प्रत्येकाचं नाव घेतलं असावं. घ्यायलाच पाहिजे का प्राण्याचं नाव?''

मी पुन्हा पुन्हा डायमेन्शन सिक्ससाठी प्रयत्न करत होतो. पुन्हा पुन्हा माझे लोक मला सांगत होतं की, ते नाव अगदीच बेकार वाटतं.

मला आठवत नाही; पण कुणीतरी सगळ्या चर्चेचं सार काढलं, 'ही सगळी नावं बंडल आहेत.' मला वाटतं की, तो जॉन्सन असावा; पण जुनी कागदपत्रं चाळून पाहिली तर दिसलं की तो केव्हाच वेलस्लीला गेला होता.

एके दिवशी संध्याकाळी आमची सहनशीलता संपत आली होती आणि आम्ही थकलो होतो. अजून एखाद्या प्राण्याचं नाव ऐकू आलं असतं तर मी खिडकीच्या बाहेरच उडी मारली असती; पण आता उद्या पाहू म्हणून आम्ही ऑफिसमधून बाहेर पडून आपापल्या गाडीकडे निघालो.

मी घरी जाऊन माझ्या आरामखुर्चीत बसलो. माझं मन पुढे मागे हेलकावे खात होतं. फाल्कन? डायमेन्शन सिक्स? आणखी काही? वेगळं?

निर्णय घ्यायचा दिवस आला. कॅनडानं बुटांचं उत्पादन आधीच चालू केलं होतं, काही नमुनं जपानला पाठवण्याची तयारी चालू होती; पण माल पाठवण्याआधी, एक नाव निवडणं आवश्यक होतं. त्याच वेळी मासिकात जाहिरातीही छापायच्या होत्या. जाहिरातीतील चित्रे काढणाऱ्या कलाकारांना बुटाचं नाव सांगायला हवं होतं आणि अमेरिकेतील पेटंट ऑफिसमध्ये नावाची नोंद करणे गरजेचं होतं.

वुडेल माझ्या खोलीत आला. तो म्हणाला, ''वेळ संपत आली आहे.''

मी डोळे चोळत म्हटलं, ''मला माहीत आहे.''

''काय ठेवायचं नाव?''

''मला खरंच कळत नाही.''

माझं डोकं फिरायला लागलं. माझ्या मनात सगळी नावं एकत्र होऊन एकच मोठं नाव येत राहिलं – *फाल्कनबेंगॉल्डायमेन्शनसिक्स!*

वुडेल म्हणाला, ''कुणी तरी... अजून एक सुचवलं आहे.''

''कोणी?''

तो म्हणाला, ''सकाळी जॉन्सनचा फोन आला होता. काल रात्री त्याच्या स्वप्नात एक नाव आलं.''

माझे डोळे चमकू लागले, ''स्वप्न?''

वुडेल म्हणाला, ''तो खरंच गंभीरपणे सांगत होता.''

''तो नेहमीच गंभीर असतो.''

''तो म्हणाला की, मध्यरात्री तो बिछान्यात एकदम उठून बसला आणि त्याला समोर ते नाव दिसलं.''

मनाची तयारी करत मी विचारलं, ''कुठलं नाव?''

''नाइके.''

''हूं?''

''नाइके.''

''स्पेलिंग सांग.''

वुडेल म्हणाला, ''N-I-K-E''

मी पिवळ्या लेजर पेपरवर ते नाव लिहिलं. विजयाचं प्रतीक असलेली ग्रीक देवता, अक्रोपोलीस! पार्थेनॉन! ते देऊळ! माझं मन वेगानं काही काळापुरता मागे गेलं.

मी म्हटलं, ''आपल्याकडे वेळ नाही. नाइके, फाल्कन की डायमेन्शन सिक्स?''

''डायमेन्शन सिक्स कुणालाच *आवडत नाही.*''

''मी सोडून.''

तो थोडा वैतागला आणि म्हणाला, ''तुला पाहिजे ते कर.''

तो निघून गेला.

मी माझ्या पॅडवर नक्षी काढत बसलो. मी नावांची यादी केली, काही नावं खोडली, वेळ जात होता टिक टॉक टिक टॉक!

मला त्या फॅक्टरीला ताबडतोब टेलेक्स पाठवायला हवा होता.

मला घाईघाईनं निर्णय घ्यायला आवडत नाही; पण हल्ली मला तेच करावं लागत होतं. मी छताकडे पाहिलं. निरनिराळ्या पर्यायांवर विचार करायला मी स्वतःला दोन मिनिटं दिली. मग हॉलमधून चालत टेलेक्स यंत्राकडे गेलो. त्या यंत्रासमोर बसून आणखी तीन मिनिटं घालवली.

मी नाखुशीतच ते यंत्र पुढे ओढलं. *नवीन ब्रँडचं नाव आहे...*

डोक्यात कळत-नकळत अनेक विचार चालू होते. पहिली गोष्ट म्हणजे जॉन्सननं म्हटलं होतं की, सगळी गाजणारी नावं लहानशी होती - क्लोरॉक्स, क्लीनेक्स, झेरॉक्स...! त्यात दोन किंवा कमीच शब्दावयव असतात आणि त्यात सहसा एकच कठीण स्वर असतो उदाहरणार्थ, 'क' किंवा 'क्स' आणि असं नाव मनात राहतं. तेच बरोबर वाटतं आणि 'नाइके'मध्ये ते जुळत होतं.

शिवाय मला ते आवडलं होतं. नाइके! विजयाची देवता. मनात आलं, विजयाखेरीज जीवनात आणखी काय महत्त्वाचं असतं?

माझ्या मनात खोलवर चर्चिलचा आवाज ऐकू आला, '*तुम्ही विचाराल - तुमचं ध्येय काय आहे? मी एका शब्दातच सांगीन - विजय!*' मला दुसऱ्या महायुद्धात पराक्रमी वीरांनी मिळवलेली पदकं आठवली, तलवारीचे दोन तुकडे करणाऱ्या अथेना नाइके या देवतेचं चित्र कोरलेलं कांस्य पदक, जे माझ्याकडे अजून असेल. काही वेळा मला वाटलं की, मी स्वतः तो निर्णय घेतला; पण मला खरंच कळत नाही की कशामुळे मी तो निर्णय घेतला? नशीब? अंतःप्रेरणा? की आतला आवाज?

हो!

वुडेलनं मला दिवसअखेर विचारलं, ''मग काय ठरवलंस?'' मी पुटपुटलो, ''नाइके.'' तो म्हणाला, ''हं...!'' मी म्हटलं, ''हो, मला कळतंय!'' तो म्हणाला, ''कदाचित पुढे ते आणखी आवडायला लागेल.''

कदाचित!

* * *

निशोशी आमची ओळख तशी आश्वासक वाटत होती; पण ती नुकतीच झाली होती आणि पुढे काय होणार कुणाला ठाऊक होतं? मला पूर्वी ओनित्सुकाबरोबरची ओळखही आश्वासक वाटत होती; पण आता काय झालं बघा! निशो माझ्यावर पैसा ओतत होती; पण त्यामुळे मला संतुष्ट राहून चालत नव्हतं. मला पैसा मिळवायचे जास्तीत जास्त मार्ग शोधायलाच हवे होते.

त्यामुळे मनात पुन्हा शेअर विक्रीची कल्पना आली. दुसऱ्यांदा शेअर विक्रीचा प्रयोग फसल्याची निराशा मी सहन करू शकेन की नाही असं मला वाटत होतं. या वेळी ते यशस्वी व्हावं म्हणून मी हेजबरोबर चर्चा केली. आमच्या मते पहिल्या वेळी आम्ही पुरेसे आक्रमक नव्हतो. आम्ही प्रयत्नपूर्वक शेअर विकले नव्हते. या वेळी आम्ही शेअर विक्रीसाठी एक पक्का मुरब्बी विक्रेता नेमला.

तसेच आम्ही आता शेअर नाही तर परिवर्तनीय डिबेंचर्स विकायचं ठरवलं.

व्यवसाय हे बंदुकीच्या गोळ्यांशिवायचं युद्ध म्हटलं तर डिबेंचर्स म्हणजे बाँड-युद्ध आहे, असं म्हणता येईल. लोक तुम्हाला पैसे देतात आणि बदल्यात तुम्ही तुमच्या धंद्यातलं अभिरूप भाग भांडवल देता. हे भाग भांडवल अभिरूप असतं. कारण, डिबेंचरधारकांना प्रोत्साहित करून आणि उत्तेजनार्थ काही तरी देऊन त्यांनी पाच वर्षे तरी डिबेंचर विकू नये, यासाठी पटवलं जातं. त्यानंतर डिबेंचरचे शेअर करता येतात किंवा व्याजासह पैसे परतही मिळू शकतात.

आमच्या उत्साही विक्रेत्यासह, नवीन योजनेनुसार जून १९७१मध्ये आम्ही ब्लू रिबन दोन लाख डिबेंचर्स प्रत्येकी एक डॉलरला विकणार अशी घोषणा केली; पण या वेळी त्यांची फटाफट विक्री झाली. आमच्या पहिल्या काही ग्राहकांत केलसुद्धा होता. त्यानं विचार न करता दहा हजार डॉलरचा चेक फाडला, तेव्हा ही रक्कम मोठीच होती.

तो म्हणाला, ''बक, सुरुवातीला मी तुमच्याबरोबर होतो आणि शेवटीही मीच असणार आहे.''

कॅनडानं मात्र निराशा केली. त्यांचा फुटबॉलचा लेदरचा बूट दिसायला चांगला होता; पण थंड हवेत तो फाटायचा आणि त्याला भेगा पडायच्या. विरोधाभास असावा म्हणजे किती! कॅनडा नावाच्या कारखान्यात तयार झालेल्या बुटाला थंडी सहन होत नव्हती! पण इथे आमचीच चूक होती. फुटबॉलसाठी सॉकरचा बूट वापरायचा! आम्हीच ते ओढवून घेतलं होतं.

नॉत्र दाम टीमच्या क्वार्टर बॅक खेळाडूनं आमच्या बुटांची जोडी त्या हंगामात पायात घातली होती. साउथ बेंड स्टेडियमवर त्याला नाइके ती जोडी घालून मैदानात उतरताना पाहून आम्ही रोमांचित झालो; पण ते नाइके बूट तुटेपर्यंतच आमचा आनंद

टिकला (त्या हंगामात आयरिश टीमचीही अशीच वाट लागली), त्यामुळे पहिलं काम म्हणजे थंडीला तोंड देणारे जास्त मजबूत बूट बनवणे.

निशोनं यासाठी मदत करू असं म्हटलं. ते खुशीनं मदत करायला तयार होते. ते त्यांच्या कमोडिटी विभागाची पुनर्रचना करत होते, त्यामुळे सुमेरागीनं जगभरातील कारखान्यांची अफाट माहिती जमवली होती. त्यानं अलीकडेच एक सल्लागार नेमला होता. तो जोनास सेंटरचा शिष्य आणि बुटांच्या बाबतीत एक तज्ज्ञ होता.

मी कधी सेंटरचं नाव ऐकलं नव्हतं; पण सुमेरागी म्हणाला की, तो एक अथपासून इतिपर्यंत 'शू डॉग' म्हणजे बुटांच्या विषयातला किडा होता. शू डॉग हे शब्द मी आधीही ऐकले होते. शू डॉग म्हणजे बूट तयार करण्यास, खरेदी-विक्री करण्यास, बुटांचे डिझाइन बनवण्यास पूर्णपणे वाहून घेतलेले लोक. बुटाच्या व्यवसायात दीर्घकाळ परिश्रम करणारे, फक्त बुटांचाच विचार करणारे लोक! ही एक मन गुंतवून ठेवणारी लक्षवेधक मानसिक विकृती होती. बुटाचे इन सोल, आउट सोल, बुटाला मारलेले खिळे, बुटाचा वरचा भाग, बाजूचा भाग यावर इतका विचार करणारे लोक! पण मी समजू शकत होतो, प्रत्येक माणूस दिवसाला सरासरी ७५०० पावलं टाकतो. दीर्घशा आयुष्यात २७.४ कोटी पावलं टाकतो म्हणजे जगाला सहा फेऱ्या झाल्या... माझ्या मते शू डॉग्जना या प्रवासाचे वाटसरूच व्हायचे असते. बुटांच्या माध्यमातून त्यांचा मानवतेशी संपर्क साधला जातो. शू डॉग्जच्या मते प्रत्येक व्यक्तीला जगाशी जोडणारा दुवा साधण्यासाठी बुटासारखं दुसरं काय असू शकतं?

मला अशा लोकांबद्दल खूप सहानुभूती वाटत असे. माझ्या जीवन प्रवासात मला किती असे लोक भेटले असावेत.

त्या वेळी बुटांची बाजारपेठ आदिदासनं व्यापली होती आणि सेंटरनं ही किमया घडवली होती. तो नॉक ऑफ पद्धतीच्या बुटांचा राजा होता. त्याला आशियातील बुटांच्या सर्व अधिकृत व्यापाराबद्दल खडा न खडा माहिती होती... किती कारखाने, आयात, निर्यात - सर्व काही! त्यानं जपानमधील सर्वांत मोठ्या व्यापारी कंपनीला म्हणजे मित्सुबिशीला बुटांचा नवीन विभाग सुरू करण्यासाठी मदत केली होती. निशो ही कंपनी सेंटरला काही कारणांमुळे स्वतःकडे घेऊ शकली नाही; पण त्यांनी सेंटरचा शिष्य 'सोल'ला आपल्याकडे खेचलं.

मी म्हणालो, ''खरंच? बुटासाठी सोल नावाचा माणूस!''

सोलला भेटण्याआधी आणि निशोबरोबर पुढे जाण्याआधी मी एका सापळ्यात तर सापडत नाही ना अशी शंका मला आली. मी निशोबरोबर भागीदारी केली तर मला त्यांचं बरंच देणं द्यावं लागेल. जर त्यांनी आमच्यासाठी सगळी बूट खरेदी केली, तर मी जितका ओनित्सुकाच्या दबावाखाली होतो, त्यापेक्षाही जास्त दबाव माझ्यावर असेल आणि ते ओनित्सुकासारखेच आक्रमकपणे वागले तर मग सगळं संपणारच होतं!

बॉवरमनच्या सांगण्यावरून मी जाक्काशी बोललो आणि त्याला हा पेच समजला. तो म्हणाला, ''खरंच मोठी गुंतागुंत आहे.'' काय सल्ला द्यावा त्याला सुचेना. त्याचा

मेव्हणा चक रॉबिन्सन हा मार्कोना मायनिंगचा मुख्य अधिकारी होता. या कंपनीचे जगभर संयुक्त व्यवसाय होते. जपानमधील मोठ्या आठ व्यापारी कंपन्यांपैकी प्रत्येक कंपनीचा मार्कोनाच्या खाण व्यवसायात हिस्सा होता, त्यामुळे या सर्व लोकांशी व्यवहार करण्याबाबत पाश्चिमात्य जगात चक हा एक अग्रेसर तज्ज्ञ समजला जाई.

मी चकबरोबर सॅन फ्रॅन्सिस्कोमधील त्याच्या ऑफिसमध्ये एक बैठक ठरवली. त्याच्या दारात पाऊल ठेवल्यापासून माझ्यावर फार मोठं दडपण आलं. त्याच्या ऑफिसचा आकार पाहून मी थक्क झालो. माझ्या घरापेक्षाही मोठं ऑफिस होतं ते आणि तिथून दिसणारं दृश्य! - सॅन फ्रॅन्सिस्कोचा किनारा आणि जगभरातील मोठ्या बंदरातून हळूहळू ये-जा करणारे मोठमोठे टँकर! भिंतीवर मार्कोनाच्या टँकर्सची प्रमाणबद्ध मॉडेल्स. या टँकरमधून जगातील प्रत्येक भागात कोळसा आणि अन्य खनिजांचा पुरवठा होत असे. प्रचंड ताकद आणि बुद्धिमत्ता असलेला माणूसच एवढं साम्राज्य उभारू शकेल.

मी अडखळतच माझं सादरीकरण पूर्ण केलं; पण चकला लगेचच मथितार्थ समजला. त्यानं अगदी थोडक्यात माझ्या गोंधळलेल्या स्थितीचं आकलन केलं. तो म्हणाला, ''जर त्या जपानी कंपनीला पहिल्यापासून या खेळाचे नियम समजले तर ती कंपनी तुमची उत्तम भागीदार होऊ शकेल.''

थोडा धीर आल्यावर आणि आत्मविश्वास वाढल्यावर मी सुमेरागीला माझे नियम सांगितले, ''माझ्या कंपनीत मला कधीच कुणाचं भांडवल नको आहे.''

तो त्याच्या ऑफिसमध्ये गेला आणि त्यानं आपल्या लोकांबरोबर थोडी चर्चा केली. परत आल्यावर तो म्हणाला, ''काहीच हरकत नाही; पण आमची एक अट आहे. आम्ही प्रत्येक उत्पादनामागे आमचा नफा म्हणून चार टक्के घेतो आणि त्याशिवाय मार्केट रेटप्रमाणे व्याजही.''

मी मान डोलावली.

काही दिवसांनी, सुमेरागीनं सोलला माझ्याकडे पाठवलं. त्या माणसाची कीर्ती ऐकली होती, त्यानुसार मला एक पंधरा हात असलेली, प्रत्येक हातात बुटांच्या झाडापासून केलेली जादूची छडी फिरवणारी देवासारखी मूर्ती अपेक्षित होती; पण सोल तर अगदी साधा मध्यमवयीन व्यावसायिक होता, त्याचे उच्चार न्यू यॉर्कमधल्या लोकांसारखे होते आणि त्यानं एक चमकदार सूट घातला होता. माझ्या आवडत्या लोकांमध्ये तो बसत नव्हता आणि मीही त्याच्या पठडीत बसत नव्हतो, तरी आम्हाला समान विषयांवर येताना काही अडचण आली नाही. उदाहरणार्थ - बूट, खेळ आणि किटामीबद्दल तिरस्कार! मी किटामीचं नाव घेतलं तसं सोल म्हणाला, ''तो माणूस गाढव आहे.''

मला वाटलं की, आमच्या दोघांचं नक्की जुळणार.

सोलनं मला किटामीपासून मुक्त करण्याचं, त्याला नमवण्याचं आश्वासन दिलं. तो म्हणाला, ''मी तुझे प्रश्न सोडवतो, मला अनेक फॅक्टरीज माहीत आहेत.'' मी विचारलं,

''नाइके बूट बनवू शकणाऱ्या फॅक्टरीजसुद्धा?'' तो म्हणाला, ''मी तुला लगेच पाच नावं सांगू शकतो.''

तो आपल्या मतांवर अगदी ठाम होता. त्याचा स्वभाव फक्त दोन प्रकारचा वाटला - अगदी ठाम आणि अगदी विरोधी. माझ्या लक्षात आलं की, मला तो पटवत होता, त्याला माझा धंदा हवा होता; पण मलाही त्याचं ग्राहक व्हायचंच होतं, अगदी प्रमाणापेक्षाही जास्त!

त्यानं उल्लेख केलेले पाचही कारखाने जपानमधले होते म्हणून मी आणि सुमेरागीनं १९७१च्या सप्टेंबरमध्ये तिथे जाऊन पाहणी करायचं ठरवलं.

आम्ही निघणार त्याच्या एक आठवडा आधी सुमेरागीचा फोन आला, ''सोलला हार्ट ॲटॅक आला आहे.'' मी म्हटलं, ''अरे बाप रे!'' सुमेरागी म्हणाला, ''तो सुधारत आहे; पण आता त्याला प्रवास करणं शक्य नाही. त्याचा मुलगाही तितकाच हुशार आहे आणि तो आपल्याबरोबर येईल.''

सुमेरागी माझ्याऐवजी स्वतःलाच पटवण्याचा प्रयत्न करत होता.

मी एकटाच जपानला गेलो आणि सुमेरागी व लहानशा सोलला निशोच्या टोक्यो ऑफिसमध्ये भेटलो. सोलचा मुलगा पुढे आला, त्यानं हात पुढे केला तेव्हा मी चकित झालो. मला एक तरुण मुलगा अपेक्षित होता; पण हा तर किशोरवयीन वाटत होता. मला वाटलं होतं की, तोही वडिलांप्रमाणे चमकदार सुटात असेल आणि तो तसाच आला होता. फक्त त्याचा सूट तीन साइझ मोठा होता, बहुतेक वडिलांचाच सूट असावा?

आणि बहुतेक किशोरवयीन मुलांप्रमाणे तो प्रत्येक वाक्याची सुरुवात 'मी'नं करत असे. 'मला असं वाटतं; मला तसं वाटतं-मला... मला...!

मी सुमेरागीकडे एक कटाक्ष टाकला. त्याच्या चेहऱ्यावर गंभीर भाव होता.

आम्हाला प्रथम जो कारखाना बघायचा होता, तो हिरोशिमाच्या बाहेर होता. आम्ही तिघे तिथे ट्रेननं गेलो आणि दुपारी पोहोचलो. हवा छान थंड होती. दुसऱ्या दिवशी कारखान्याला भेट द्यायचं ठरलं होतं आणि बराच वेळ होता, तेव्हा मी तिथल्या संग्रहालयात जायचं ठरवलं. मला एकट्यालाच जायचं होतं. मी सुमेरागी आणि सोलला म्हटलं की, दुसऱ्या दिवशी हॉटेलच्या लॉबीत भेटू या.

संग्रहालयात फिरत सगळ्या वस्तूंचं आकलन करताना मला खूप जड गेलं. जळालेल्या कपड्यातील पुतळे-जळून गेलेले, चमक निघून गेलेले दागिने, भांडीकुंडी? काय होतं ते, नक्की सांगता येत नाही. काही फोटो मला भावनेच्या पलीकडे घेऊन गेले. मी लहान मुलाच्या वितळलेल्या तिनचाकी सायकलकडे डोळे विस्फारून बघत होतो. ज्या मोठ्या इमारतीत एकेकाळी लोक आनंदानं काम करत होते, हसत, खेळत होते,

त्या काळ्या झालेल्या इमारतीचा सांगाडा डोळ्यांसमोर दिसत होता. त्या धमाक्याची तीव्रता आणि आवाज आजमावण्याचा मी प्रयत्न केला.

मी दुसरीकडे वळलो आणि मला कसंतरीच झालं. मला काचेखाली एक जळालेला बूट दिसला आणि त्याच्यावर त्या माणसाच्या पायाचा ठसा तसाच होता.

त्या दुःखद प्रतिमा दुसऱ्या दिवशीही माझ्या मनात जिवंतच होत्या. मला खूप उदास, जड वाटत होतं, तरीही मी सुमेरागी आणि छोट्या सोलबरोबर देशाच्या आतल्या भागात गेलो. त्या फॅक्टरीच्या लोकांनी केलेल्या स्वागतानं मी गलबलून गेलो. आपली उत्पादनं दाखवताना, आम्हाला भेटताना त्यांना खूप आनंद वाटत होता. ते सौदा करायला, अमेरिकेतील बाजारपेठेत शिरायला उत्सुक होते हे त्यांनी प्रांजळपणे सांगितलं.

मी त्यांना कॉर्टेझ बूट दाखवले आणि अशा बुटांची मोठी ऑर्डर पूर्ण करायला किती वेळ लागेल, असं विचारलं.

ते म्हणाले, ''सहा महिने लागतील.''

लहानसा सोल पुढे येऊन म्हणाला, ''हे काम *तीन* महिन्यांत करावे लागेल.''

मी आवंढा गिळला. किटामी सोडला तर मला सर्व जपानी लोक अतिशय मर्यादशील वाटत होते, मग ते गंभीर मतभेद असोत की व्यावसायिक सौदे असोत. मीही तसाच प्रतिसाद देत होतो; पण मला वाटलं की, इथे हिरोशिमामध्ये नम्रपणाची जास्त गरज होती. जगात इतरत्र नसले तरी माणसांनी इथे मात्र प्रत्येकाशी प्रेमानं आणि सौम्यपणे बोलायला हवं आणि हा छोटा सोल अजिबात तसा नव्हता. अमेरिकन लोकांपेक्षाही जास्तीत जास्त खराब!

पुढे परिस्थिती आणखीच बिघडली. आम्ही जपानमध्ये फिरू लागलो तसतसा सोलचा गावंढळपणा, नखरे, तोरा, असभ्यपणा, तुटकपणा अधिकच वाढू लागला, त्यामुळे मी ओशाळलो, सगळ्या अमेरिकन लोकांसाठी ते ओशाळवाणं होतं. सुमेरागी आणि मी अधूनमधून एकमेकांकडे नाराजीनं पाहायचो. आम्हाला त्याला रागवायचं होतं, सोडून द्यायचं नव्हतं; पण आमच्यासाठी त्याच्या वडिलांच्या ओळखी महत्त्वाच्या होत्या. ते कारखाने कुठे आहेत हे दाखवायला आम्हाला या वाह्यात मुलाची गरज होती.

दक्षिणेकडील बेटांमधील बेपूच्या बाहेरच्या अंगाला कुरुमेमध्ये आम्ही एका कारखान्याला भेट दिली. ती फॅक्टरी ब्रिजस्टोन टायर कंपनीच्या मोठ्या औद्योगिक संकुलाचा एक भाग होती. त्या कंपनीचं नाव होतं निपॉन रबर. मी इतकी मोठी बुटांची फॅक्टरी आधी कधी पाहिली नव्हती. कितीही मोठी किंवा गुंतागुंतीची ऑर्डर असो, हा कारखाना ती समर्थपणे पेलू शकत होता. नाश्ता करून आम्ही कंपनीच्या बैठकीच्या खोलीत बसलो होतो. सोल बोलू लागला; पण मी त्याला बोलू दिलं नाही. त्यानं तोंड उघडलं की, मी बोलायला सुरुवात करायचो आणि त्याला मध्येच थांबवायचो.

आम्हाला कसे बूट हवे आहेत हे मी त्या अधिकाऱ्यांना सांगितलं आणि कॉर्टेझचा नमुना दाखवला. त्यांनी शांतपणे मान हलवली. त्यांना बहुतेक कळलं नसावं.

जेवण झाल्यावर आम्ही परत त्या खोलीत आलो आणि तिथे माझ्यासमोर टेबलावर अगदी नवा कोरा, नाइकेच्या पट्ट्या असलेला कॉर्टेझ बूट होता, ताजा ताजा भट्टीतून आताच निघालेला! जादूच जणू!

मला नेमकं काय हवंय ते सांगण्यात मी दुपार खर्च केली. टेनिस, बास्केट बॉलचे बूट, वरचा भाग उंच किंवा बसका असलेले आणि धावण्याच्या इतर अनेक प्रकारच्या बुटांचे वर्णन करून मी सांगितले. त्या अधिकाऱ्यांनी ठामपणे सांगितलं की, त्यांना असे बूट तयार करण्यात काहीच अडचण नाही.

मी म्हटलं, ''ठीक आहे; पण ऑर्डर पाठवण्याआधी मला नमुना बघायला लागेल.'' त्या अधिकाऱ्यांनी काही दिवसांतच निशोच्या टोक्यो कार्यालयात नमुने पाठवतो म्हणून आश्वासन दिलं. आम्ही वाकून नमस्कार केला. मी टोक्योला जाऊन वाट पाहू लागलो.

शिशिर ऋतूमधील थंडीचे अनेक दिवस जात होते. मी गावभर भटकून सापोरो आणि साकीचा आस्वाद घेत याकिटोरी खात होतो आणि बुटांचं स्वप्न बघत होतो. मी पुन्हा एकदा मेइजी बागेला भेट दिली. टोरीच्या दाराच्या बाजूला जिंकोच्या खाली बसलो; स्वर्गाचं ते प्रवेशद्वार होतं.

रविवारी मला हॉटेलमध्ये निरोप आला. ते बूट आले होते. मी निशोच्या ऑफिसमध्ये गेलो; पण ते बंद होतं; पण त्यांनी मला एक पास दिला होता. तो घेऊन मी आत गेलो; तिथे अनेक रिकामी टेबलं होती; पण मी त्या मोठ्या खोलीत ते नमुने तपासत बसलो. मी ते उजेडात धरले, इकडेतिकडे करून पाहिले, तळावरून, बाजूनं किंवा जिथे पट्टा असतो तिथे बोटं फिरवली, ते नमुने अगदी परिपूर्ण नव्हते. काही बुटांवरचा लोगो सरळ वाटत नव्हता, काही बुटांचा मिडसोल अगदी पातळ होता. एखाद्या बुटात अधिक उंची हवी होती वगैरे.

मी त्या कंपनीच्या अधिकाऱ्यांसाठी काही टिपणे काढली.

किरकोळ दोष सोडले तर ते सर्व नमुने छानच होते.

अखेरची गोष्ट म्हणजे वेगवेगळ्या प्रकारांना वेगवेगळी नावं देणे. मी धास्तावलो. आमच्या नवीन ब्रँडसाठी नाव शोधताना मी अगदीच निष्प्रभ ठरलो होतो.

डायमेन्शन सिक्स? ब्लू रिबनमधील प्रत्येकानं माझी चेष्टा केली होती. मी नाइके पसंत केलं. कारण, आमच्याकडे तेव्हा वेळच उरला नव्हता आणि मी जॉन्सनच्या शहाणपणावर विसंबून होतो. आता मी इथे टोक्योमधल्या एका रिकाम्या ऑफिसमध्ये एकटाच निवांत बसलो होतो. मला स्वतःवरच अवलंबून राहायला हवं होतं.

मी टेनिसचा बूट वर धरला; मी त्याला विंबल्डन नाव ठेवलं हे काम तर सोपं होतं.

मी दुसऱ्या प्रकारचा टेनिसचा बूट हातात घेतला आणि त्याला फॉरेस्ट हिल हे नाव दिलं. कारण, अमेरिकन ओपन टेनिस स्पर्धा तिथेच सुरू होते.

मग बास्केट बॉलचा बूट! त्याचं मी ब्लेझर असं नाव ठेवलं, ते माझ्या घरच्या टीमचं नाव होतं.

दुसऱ्या प्रकारच्या बास्केट बॉलच्या बुटाला मी ब्रुईन म्हटलं. कारण, आतापर्यंत सर्वोत्तम बास्केटबॉलची कॉलेज टीम म्हणजे जॉन वुडेनची ब्रुईन टीमच होती. हे नाव फारसं कल्पक नव्हतं; पण ठीक आहे.

आता धावण्याचे बूट हातात होते. अर्थात कॉर्टेझ नाव येणारच. त्या नंतर मॅरेथॉन, ओबोरी, बोस्टन आणि फिनलँड ही नावं. मला छान वाटत होतं. मी आता माझ्या प्रांतात होतो. मी त्या खोलीत नाचू लागलो. मला कुठूनसं संगीत ऐकू यायला लागलं. मी धावण्याचा एक बूट वर धरला. मी त्याला वेट-फ्लाइट नाव दिलं. मी म्हटलं, 'बूम!'

ती नावं कुठून आली हे आजपर्यंत मला उमगलेलं नाही.

सगळ्या बुटांना नावं देण्यात अर्धा तास गेला. कोलरिजला अफूच्या नशेत 'कुबला खान' लिहिताना जसं वाटत असेल तसं मला वाटत होतं. मग मी ही सर्व नावं फॅक्टरीला मेलवर पाठवून दिली.

त्या ऑफिसमधून बाहेर पडून मी टोक्योतील गर्दीच्या रस्त्याला लागलो, तेव्हा अंधार पडला होता. मनात एक अननुभूत भावना निर्माण झाली. मी थकलो होतो; पण मला माझा अभिमान वाटत होता. मी दमलो होतो; पण मस्तीत होतो. दिवसभराच्या कामानंतर जी काही अपेक्षा असते तो सर्व अनुभव मला येत होता. मला एक कलाकार, *निर्माता* झाल्यासारखं वाटत होतं. मी मागे वळून निशोकडे शेवटची नजर टाकली. मनातल्या मनात मी म्हणालो, 'हे पाहा, हे आम्ही तयार केलं आहे.'

मला जपानमध्ये तीन आठवडे झाले, माझ्या अपेक्षेपेक्षा बरेच जास्त दिवस, त्यामुळे दोन प्रश्न उद्भवले. हे जग खूप मोठं आहे; पण बुटांचं विश्व लहानच आहे. ओनित्सुकाला खबर लागली की, मी जवळपास आहे आणि त्यांच्याकडे गेलो नाही तर त्यांना नक्कीच काहीतरी काळंबेरं आहे असं वाटणार. मी त्यांच्याऐवजी दुसरं कोणी शोधतो आहे हे समजायला किंवा तसा अंदाज बांधायला त्यांना फारसा वेळ लागणार नव्हता. मला कोबेला जाऊन ओनित्सुकाची भेट घ्यायलाच हवी होती; पण मुक्काम अजून वाढवणं म्हणजे घरापासून अजून एक आठवडा लांब राहणं अवघड होतं. पेनी आणि मी इतका काळ कधीच दूर राहिलो नव्हतो.

मी तिला फोन केला आणि या शेवटच्या टप्प्यावर तिनंच इकडे यावं म्हणून सांगितलं.

पेनीनं लगेचच ही संधी साधली. ती कधीच आशियामध्ये आली नव्हती. आमचा व्यवसाय आणि पैसा संपून जाण्याआधी ही तिची शेवटचीच संधी होती. तिचं मॅचिंग सामान वापरण्याची ही अखेरची संधी होती आणि मुलाकडे बघायला डॉट होतीच.

विमानाचा प्रवास लांबचा होता आणि पेनीला विमान प्रवास आवडत नसे. मी टोक्यो विमानतळावर तिला घ्यायला गेलो, तेव्हा एका नाजूक बाईला आणायचं आहे हे मनात होतं; पण हानेडा विमानतळ उतारूंच्या किती अंगावर येतं हे तेव्हा माझ्या लक्षात नव्हतं. तिथे माणसं आणि सामान यांची तुफान गर्दी होती. मला हालचाल करणं अवघड झालं होतं आणि मला पेनीही कुठे दिसेना. अचानक मला ती कस्टम्सच्या जवळ सरकत्या काचेच्या दारापाशी दिसली. ती पुढे जायचा, बाहेर पडण्याचा प्रयत्न करत होती. तिच्या बाजूला खूप लोक होते, शस्त्रधारी पोलीसही होते – ती अडकली होती.

दार उघडलं. सगळे लोक पुढे घुसले आणि पेनी माझ्या बाहूत विसावली. मी तिला इतकी थकलेली कधीच पाहिलं नव्हतं, अगदी मॅथ्यूला जन्म देतानासुद्धा. मी तिला विचारलं की, विमानाचं टायर पंक्चर झाल्यावर तू ते काढायला बाहेर तर पडली नव्हतीस ना? आठवतो का *तो विनोद? किटामी? आठवलं?* तिला हसू आलं नाही. तिनं सांगितलं की, टोक्योला पोहोचायच्या दोन तास आधी हवा बिघडली होती आणि विमान सारखं हेलकावे खात होतं.

तिनं पोपटी रंगाचा सुंदर ड्रेस घातला होता; पण तो आता खूप चुरगाळला होता आणि त्यावर डाग पडले होते. तिला गरमागरम शॉवरची, विश्रांतीची आणि स्वच्छ कपड्यांची गरज होती. मी तिला म्हटलं की, फ्रँक लॉइड राइटनं रचना केलेल्या इंपीरियल हॉटेलमध्ये एक खास खोली आपली वाट पाहत आहे.

अर्ध्या तासानं आम्ही हॉटेलवर पोहोचल्यावर ती म्हणाली की, तिला बाथरूममध्ये जायचं आहे. मी चेक इन करेपर्यंत ती महिलांसाठीच्या स्वच्छतागृहात जाऊन येणार होती. मी रिसेप्शनवर गेलो आमच्या खोलीची चावी घेतली आणि लॉबीमध्ये तिची वाट पाहत सोफ्यावर बसलो.

दहा मिनिटे गेली.

पंधरा मिनिटे गेली!

मी महिला स्वच्छतागृहापाशी गेलो आणि दार खाडकन उघडलं.

''पेनी?''

ती म्हणाली, ''मी गोठले आहे.''

''काय?''

''मी महिलांच्या खोलीत जमिनीवर पडली आहे आणि गोठलेली आहे.''

मी आत गेलो, तर ती थंडगार फरशीवर आडवी पडली होती. काही बायका तिच्या भोवती गलका करत होत्या. ती घाबरून गेली होती. पायात सारखे गोळे

येत होते. लांबचा विमान प्रवास, विमानतळावरचा गोंधळ, किटामीमुळे झालेला त्रास... सगळं तिला खूप जड गेलं होतं. मी शांतपणे तिला म्हटलं, ''सगळं ठीक होईल.'' हळूहळू ती शांत झाली. मी तिला उठून उभं केलं, वरच्या मजल्यावर जायला मदत केली आणि हॉटेलमध्ये कुणाला तरी एका मालिश करणारीला पाठवा म्हणून सांगितलं.

ती कपाळावर थंड ओला रुमाल घेऊन बिछान्यात पडली होती. मला थोडी चिंता वाटत होती; पण चिंतेतून सुटल्यासारखंही वाटत होतं. मी अनेक आठवडे, महिने त्रस्त मनःस्थितीत होतो; पण पेनीला इथे पाहून मला कुणीतरी उत्साहाचं इंजेक्शन दिल्यासारखं वाटत होतं. कुणी तरी एकानं स्थिर राहायला हवं होतं, निदान मॅथ्यूसाठी तरी! आणि आता माझी पाळी होती.

दुसऱ्या दिवशी ओनित्सुकाला फोन करून मी आणि माझी पत्नी जपानमध्ये आलो आहोत, असं सांगितलं. ते म्हणाले, 'या भेटायला.' तासाभरातच आम्ही कोबेला जाणाऱ्या गाडीत बसलो.

किटामी, फूजिमोटो आणि स्वतः ओनित्सुका आम्हाला भेटायला बाहेर आले. जपानला येण्याचं काय प्रयोजन? मी म्हटलं आम्ही सुटीवर आलो आहोत. तत्क्षणी जे सुचलं ते बोललो. ओनित्सुका म्हणाले, ''फार छान, फार छान!'' त्यांनी पेनीची बरीच चौकशी केली आणि आम्ही घाईघाईनं ठरवलेल्या एका चहापान समारंभासाठी गेलो. गप्पाटप्पा, कसं काय वगैरे बोलता बोलता आणि हसता हसता, आमच्यात युद्ध चालू आहे हे क्षणभर विसरायला झालं.

ओनित्सुकांनी एक गाडी आणि ड्रायव्हर देऊन पेनी आणि मला कोबे दाखवण्याची व्यवस्थाही केली. मीही ते मान्य केलं. किटामीनं रात्री आम्हाला जेवायला बोलावलं आणि आम्ही नाखुशीतच हो म्हटलं.

फूजिमोटोही आला होता, त्यामुळे गुंता जरा वाढलाच होता. मी टेबलावर नजर टाकली आणि मनात आलं की, मी, माझी पत्नी, एक शत्रू आणि एक गुप्तहेर! वा काय माहोल आहे! संभाषणातील सूर मित्रत्वाचा होता तरी मला प्रत्येक वाक्यात दडलेला गर्भितार्थ जाणवत होता. मागच्या बाजूला एखादी तुटलेली तार आवाज करत असावी, असं भासत होतं. खरं तर किटामीनं तो विषय काढावा, ब्लू रिबन विकत घेण्याच्या त्याच्या प्रस्तावाचं उत्तर जाणून घेण्यासाठी माझ्यावर दबाव टाकावा याची मी वाट पाहत होतो; पण किटामी तिकडे वळलाच नाही.

नऊच्या सुमारास तो म्हणाला की, त्याला घरी जायला पाहिजे. फूजिमोटो म्हणाला की, तो थंबणार आहे आणि आमच्याबरोबर एखादं ड्रिंक घेणार आहे. किटामी गेल्याबरोबर लगेच फूजिमोटोनं आम्हाला ब्लू रिबनला कटाप करण्याविषयी त्याला जे माहिती होतं ते सांगितलं. अर्थात किटामीच्या पाकिटात मला जे सापडलं

होतं त्यापेक्षा ते फारसं वेगळं नव्हतं, तरीही एका मित्राबरोबर बसून थोडी दारू पीत गप्पा मारण्यात आनंद होता. शेवटी फूजिमोटोनं घड्याळाकडे नजर टाकली आणि तो दचकून म्हणाला, ''अरे बाप रे! अकरा वाजून गेले. गाड्या बंद झाल्या.''

मी म्हटलं, ''काही हरकत नाही, आमच्याबरोबर राहा आज.''

पेनी म्हणाली, ''आमच्या खोलीत एक मोठी सतरंजी आहे , तू झोपू शकतोस तिथे.''

फूजिमोटोनं अनेकदा वाकून या ऑफरचा स्वीकार केला. पुन्हा एकदा त्यानं सायकलबद्दल माझे आभार मानले.

तासाभरानं आम्ही तिघे काहीच झालं नाही, अशा आविर्भावात एका लहान खोलीत एकत्र झोपलो होतो.

सूर्योदय होताच, फूजिमोटोचा उठून घसा खाकरून आळस दिल्याचा आवाज आला. तो बाथरूममध्ये गेला, पाणी सोडलं, दात घासले, रात्रीचे कपडे घातले आणि निघून गेला. मला झोप लागली; पण थोड्याच वेळात पेनी बाथरूममध्ये गेली. ती परत आली तेव्हा मोठ्यानं आवाज करत होती... मी वळून पाहिलं. ती पुन्हा प्रचंड वैतागली होती. ती म्हणाली, ''त्यानं... वापरला.'' मी विचारलं, ''काय?'' उशीवर डोकं घासत ती म्हणाली, ''त्यानं... माझा टूथब्रश वापरला!''

मी ओरेगॉनला पोहोचल्यावर लगेचच बॉवरमनला, पोर्टलँडला येऊन मला आणि वुडेलला भेटायची विनंती केली, धंदा कसा चालू आहे ते बोलायचं होतं.

नेहमीच्या बैठकीसारखीच बैठक झाली.

आमच्या संभाषणात, माझ्या आणि वुडेलच्या लक्षात एक गोष्ट आली की, ट्रेनिंगच्या बुटांचा खालचा तळ पन्नास वर्षांत बदलला नव्हता. बुटाच्या तळावर खाचा होत्या किंवा लाटांसारखी नक्षी होती. वरच्या भागात कुशनिंग आणि नायलॉनमुळे कॉर्टेझ आणि बोस्टनमध्ये नावीन्य आलं होतं; पण महामंदीच्या काळाच्या आधीपासून बाहेरील सोलमध्ये एकही सुधारणा झाली नव्हती. बॉवरमनलाही ते पटलं. त्यानं त्याची नोंद केली; पण त्याला त्यात फारसा रस वाटला नसावा.

मला आठवतं की, नवीन धंद्याविषयी सगळं बोलणं झाल्यानंतर बॉवरमन म्हणाला की, एका श्रीमंत माजी विद्यार्थ्यानं ओरेगॉनला जगातील सर्वोत्तम ट्रॅक बनवण्यासाठी दहा लाख डॉलर दिले होते. या पैशातून त्यानं तयार केलेल्या ट्रॅकचं वर्णन करताना त्याचा आवाज आपोआप वर गेला. १९७२मध्ये म्युनिक इथे झालेल्या ऑलिंपिक स्पर्धांच्या वेळी त्यानंच, तिथला अगदी स्पंजसारखा भासणारा पॉली युरेथेनपासून बनवलेला ट्रॅक तयार केला होता. त्याच वेळी तो अमेरिकेच्या ट्रॅक टीमचा मुख्य कोच बनला होता.

तो त्या डिझाइनवर खूश होता; पण अजून पुरेसा समाधानी नव्हता. त्याच्या धावपटूंना या नवीन ट्रॅकचा पूर्ण लाभ होत नाही, असं त्याला वाटत होतं. नवीन बूट अजून चांगली ग्रिप घेत नव्हते.

यूजीनला परत येताना दोन तासांच्या प्रवासात बॉवरमन, वुडेल आणि मी काय म्हणालो होतो यावर आणि नवीन ट्रॅकबद्दल त्याला वाटणाऱ्या समस्यांवर विचार करत होता. याच दोन प्रश्नांवर विचार करण्यात तो पार गढून गेला होता.

नंतरच्या रविवारी पत्नीबरोबर नाश्ता करत असताना बॉवरमनची नजर तिच्या वॅफल तयार करायच्या ग्रिलवर गेली. तो त्या ग्रिलच्या चौकटींच्या रचनेकडे बघत बसला. काही महिने तो काही तरी शोधत होता. त्याच्या मनात घोळत असलेल्या एका रचनेशी त्या ग्रिलचं साधर्म्य होतं. त्यानं पत्नीला ती ग्रिल काही वेळ घेऊन जाऊ का अशी विनंती केली.

त्याच्या गॅरेजमध्ये ट्रॅकच्या कामातून उरलेल्या युरेथेनची एक वाटी होती. त्यानं ती ग्रिल गॅरेजमध्ये नेऊन त्यातील खोबणीत युरेथेन ओतलं. नंतर ते गरम केलं आणि अर्थातच ती ग्रिल तुटली. कारण, बॉवरमननं युरेथेन वेगळं करणारं रसायन वापरलं नव्हतं. त्याला त्याची माहितीच नव्हती.

दुसरा कोणी असता तर त्यानं तो प्रयोग तिथेच सोडला असता; पण बॉवरमनच्या मनात मात्र सोडून देणारं रसायन नव्हतं. त्यानं अजून एक ग्रिल विकत आणली. या वेळी मात्र आधी प्लॅस्टर लावलं. प्लॅस्टर वाळल्यावर, ग्रिलच्या बाजू सहज उघडल्या. त्यानं तयार झालेला साचा ओरेगॉन रबर कंपनीत नेला आणि त्यांना त्यात वितळलेलं रबर ओतायला सांगितलं.

अजून एक प्रयोग फसला. रबरी साचा खूप ठिसूळ आणि कडक होता. तो लगेचच तुटला.

पण बॉवरमनला वाटत होतं की, आता नक्की जमणार.

त्यानं ग्रिलचा नाद सोडला. त्याऐवजी त्यानं स्टेनलेस स्टीलचा पत्रा घेतला, त्यावर भोके पाडून वॅफलसारखा पृष्ठभाग तयार केला आणि तो नमुना रबर कंपनीत घेऊन गेला. या वेळी तयार झालेला साचा लवचीक होता, त्यावर काम करणं शक्य होतं. बॉवरमनकडे टणक रबराचे पायाच्या आकाराचे दोन चौरस तुकडे होते. घरी येऊन त्यानं ते धावण्याच्या बुटांच्या तळाला जोडले. नंतर त्यानं असे तयार झालेले बूट एका धावपटूला दिले. त्यानं ते पायात घातले आणि तो सशासारखे पळू लागला.

बॉवरमननं मला उत्साहानं फोन केला आणि आपल्या प्रयोगाबद्दल सांगितलं. ते ग्रिलसारखे बूट मी माझ्या एका नवीन कारखान्यात पाठवावे, असं तो म्हणाला. अर्थातच मी मान्य केलं आणि ते नमुने निप्पॉन रबरकडे पाठवले.

अनेक दशकं आपल्या कार्यशाळेत कष्ट करणारा बॉवरमन आणि त्याला मदत करणारी त्याची बायको आठवली की, अंगावर रोमांच येतात. तो मेन्लो पार्कमधला

एडिसन होता, फ्लॉरेन्समधला दा विंची होता, वॉर्डन क्लिफमधला तो टेस्ला होता. त्याला दिव्य दृष्टी होती. तो स्नीकर्स बुटांच्या बाबतीतला डेडॅलस होता, स्वतः इतिहास घडवत होता, एका उद्योगाला नवीन रूप देत होता, धावपटूंच्या अनेक पिढ्यांच्या पळण्याला नवीन आयाम देत होता. त्यानं जे काही करून ठेवलं ते त्यालाही कधी माहीत होतं की नाही मला सांगता येणार नाही. नंतर काय होणार ते त्याला कधी उमजेल का?

मला ते शक्यच नव्हतं.

१९७२

सगळं काही शिकॅगोवर अवलंबून होतं. १९७२मधील आमचा प्रत्येक विचार, प्रत्येक संभाषण शिकॅगोनं सुरू होत होतं आणि संपत होतं. कारण, शिकॅगोला राष्ट्रीय खेळ साहित्य संघाचं वार्षिक प्रदर्शन होतं.

दर वर्षीच शिकॅगो महत्त्वाचं असायचं. देशभरातील अनेक कंपन्यांचे विक्री प्रतिनिधी या खेळ साहित्य प्रदर्शनात येऊन खेळासाठी आलेल्या सर्व नवीन वस्तूंची पाहणी करत असत आणि आपल्या लहान-मोठ्या ऑर्डर्स नोंदवीत असत; पण १९७२चा शो अधिकच महत्त्वाचा होता. या वर्षी हे प्रदर्शनच आमचं सुपर बाऊल, आमचं ऑलिंपिक आणि बार मित्झवा असणार होतं. कारण, इथेच आम्ही आमच्या नाइके बुटाची ओळख साऱ्या जगाला करून देणार होतो. या विक्री प्रतिनिधींना आमचे बूट आवडले तर आम्ही पुढे जगणार होतो. आवडले नाहीत तर आम्ही १९७३च्या प्रदर्शनाला असणार नव्हतो.

मधल्या काळात ओनित्सुकाची नजर शिकॅगोवर होती. हा शो सुरू होण्याच्या आधी ओनित्सुकानं मला न कळवता, जपानी वर्तमानपत्रात ब्लू रिबन ताब्यात घेतल्याचा गवगवा केला होता. या घोषणेमुळे सर्वांना विशेषतः निशोला धक्का बसला. सुमेरागीनं मला पत्रातून विचारलं, 'हे काय चाललंय...?'

मी मोठ्या आवेशात दोन पानी पत्र लिहून त्याला कळवलं की, ओनित्सुकाच्या घोषणेबद्दल मला काही ठाऊक नव्हतं. मी त्याला सांगितलं की, ओनित्सुका आम्हाला कंपनी विकण्यासाठी जोरजबरदस्ती करत होती; पण आता तो भूतकाळ होता. निशो आणि नाइके हेच आमचं भविष्य होतं. शेवटी मी सुमेरागीला म्हटलं की, आपल्यातलं मी काहीही ओनित्सुकाला सांगितलेलं नाही, त्यामुळे आता गप्प बसणे हेच बरोबर! 'मला वाटतं की, ही माहिती पूर्णपणे गोपनीय ठेवावी. नाइकेसाठी आमची वितरण व्यवस्था टिकवून ठेवण्याकरता, ओनित्सुकाकडून एक-दोनदा येऊ

घातलेला माल येईपर्यंत आपण गप्प बसावं, जर त्यांनी ती डिलिव्हरी थांबवली तर खूप नुकसान होईल.'

मला लग्न झालेला माणूस प्रेमाच्या त्रिकोणात अडकल्यासारखं वाटू लागलं. निशो या माझ्या प्रेयसीला मी पटवत होतो की, माझा ओनित्सुका या बायकोशी लवकरच घटस्फोट होणार आहे; पण मधल्या काळात ओनित्सुकाला मी म्हणजे एक प्रेमळ आणि एकनिष्ठ नवरा आहे, असं सांगत होतो. मी सुमेरागीला लिहिलं, 'मला अशा प्रकारे धंदा करायला आवडत नाही; पण अगदी अनिष्ट वृत्तीच्या एका कंपनीमुळे मला असं करणं भाग आहे. *'तेव्हा, डार्लिंग, काळजी करू नकोस, आपण लवकरच एकत्र येऊ. जरा धीर धर!'*

आम्ही शिकॅगोला निघण्याआधी किटामीकडून एक तार आली. त्याला आमच्या नव्या कंपनीसाठी एक नाव सुचलं होतं, 'टायगर शू कंपनी.' त्यानं मला हे नाव शिकॅगोच्या शोमध्ये जाहीर करायला सांगितलं. मी त्याला लिहिलं की, हे नाव छान, सुरेल अगदी काव्यमय वाटतं होतं; पण आता शोसाठी उशीर झाला होता. कारण, सगळे फलक आणि माहितीपत्रकं वगैरे तयार झाली होती.

प्रदर्शनाच्या पहिल्या दिवशी मी कन्व्हेन्शन सेंटरवर गेलो; तिथे जॉन्सन आणि वुडेल आमचा स्टॉल लावत होते. त्यांनी नवीन टायगर बूट व्यवस्थित रांगेत लावले होते आणि नारिंगी रंगाच्या खोक्यातील नाइके बुटांच्या ओळी लावत होते. त्या काळात बुटांची खोकी सहसा पांढरी आणि निळीच असायची; पण मला उठून दिसतील अशी खोकी हवी होती. खेळाच्या साहित्याच्या दुकानात एकदम आकर्षक वाटायला हवीत! म्हणून मी निप्पॉन रबरला सांगितलं की, इंद्रधनुष्यातला एकदम उठून दिसणारा भडक नारिंगी रंग वापरावा. जॉन्सन आणि वुडेलला नारिंगी रंग पसंत होता आणि खोक्याच्या बाजूला लहान अक्षरात छापलेली नाइके ही अक्षरे त्यांना खूपच आवडली होती; पण खोकी उघडल्यावर आणि बूट पाहिल्यावर दोघांनाही धक्का बसला.

निप्पॉन रबरनं तयार केलेल्या पहिल्या लॉटमधील या बुटात टायगरची गुणवत्ता नव्हती किंवा आम्ही पाहिलेल्या नमुन्यांची सर नव्हती. वरचं लेदर चमकत होतं; पण छान दिसत नव्हतं. वेट फ्लाइट बूट न वाळलेल्या रंगामुळे अथवा पॉलिशमुळे खरंच ओलसर दिसत होते. वरच्या भागावर पॉलीयुरेथेन लावलं होतं; पण हा जरा वेगळा चिकट पदार्थ वापरताना निप्पॉनला बॉवरमनचं कौशल्य जमलं नव्हतं. बाजूला कॅरोलिननं काढलेला पंखासारखा दिसणारा आणि आम्ही स्वूश हे नाव दिलेला लोगो वेडावाकडा दिसत होता.

मी डोक्याला हात लावून खालीच बसलो. त्या नारिंगी खोक्यांच्या पिरॅमिडकडे मी बघितलं. माझं मन गिझाच्या पिरॅमिडकडे धावलं. दहा वर्षांपूर्वीच मी तिथे होतो. लॉरेन्स ऑफ अरेबियामध्ये दाखवल्याप्रमाणे वाळूतून उंटावरून मुक्तपणे विहरत होतो आणि आता मोठ्या कर्जाचं ओझं घेऊन एका डळमळणाऱ्या कंपनीचा मालक

शिकॅगोमध्ये खराब कारागिरी आणि वेड्यावाकड्या रेषा असलेल्या बुटाच्या नवीन ब्रँडचं उद्घाटन करू इच्छित होता! हे जग, सगळं काही व्यर्थ आहे!

मी त्या हॉलमध्ये नजर टाकली. हजारो विक्री प्रतिनिधी स्वतःच्या स्टॉल्सवर, इतरांच्या स्टॉल्सवर उभे होते. प्रथमच बाहेर आलेल्या नव्या प्रकारच्या बुटांकडे पाहून अनेक 'आहा, वाहवा'चे आवाज येत होते. विज्ञान प्रदर्शनात आदल्या रात्रीपर्यंत आपल्या प्रॉजेक्टकडे नीट लक्ष न दिलेल्या शालेय मुलासारखी माझी अवस्था झाली होती. काही मुलांनी उद्रेक होणारा ज्वालामुखी केलेला असतो, विजेचा कडकडाट दाखवलेला असतो आणि मी काय आणलं तर आईच्या कोट हँगरला लावलेल्या चेंडूंनी तयार केलेली सूर्यमाला!

छे! इथे दोषपूर्ण बुटांचे प्रदर्शन करणं अगदी चुकीचं होतं आणि असे बूट आमच्यापेक्षा अगदी वेगळ्या लोकांना दाखवणं म्हणजे कहर होता. हे खरेखुरे *विक्रेते* होते. ते अस्सल विक्रेत्याप्रमाणे बोलत होते, चालत होते, तसाच पोषाख घालत होते- कडक पॉली ईस्टरचे शर्ट, सान्स बेल्ट पँटस! ते लोक खूप बहिर्मुख, बडबडे होते. आम्ही अंतर्मुख, अबोल होतो. आम्हाला ते भेटले नाहीत, त्यांना आम्ही भेटलो नाही; पण आमचं भविष्य त्यांच्यावर अवलंबून होतं. हे नाइके बूट विश्वासार्ह होते, उपयुक्त होते आणि त्यांच्या पैशाचं मोल देऊ शकणारे होते ही बाब आता आम्हाला त्यांना पटवून द्यायची होती.

माझा कडेलोट होतो की काय असं मला वाटत होतं. वुडेल आणि जॉन्सनची अवस्था तर अगोदरच तशी झाली होती. त्यांच्याकडे बघितल्यावर मला जाणवलं की, असं खचून जाणं मला परवडण्यासारखं नाही. पेनीप्रमाणे त्यांनी मला आधीच मोठा धक्का दिला होता. मी म्हटलं, 'असं बघा मित्रांनो, कुठलेही बूट यापेक्षा वाईट असूच शकत नाहीत. आपण हे बूट विकू शकलो तर पुढचा मार्ग मोकळा आहे.'

दोघांनीही निराशेनं मान हलवली. *आमच्यापुढे दुसरा काय पर्याय होता?*

आम्ही इकडेतिकडे बघितलं आणि मग ते लोक आले, अनेक विक्रेते झिंगल्यासारखे आमच्या स्टॉलकडे येत होते. त्यांनी ते नाइके बूट वर धरून पाहिले, उजेडात धरले, त्यांनी स्वूशला स्पर्श केला. एक जण दुसऱ्याला म्हणाला, "हे काय आहे?" दुसरा म्हणाला, "मला नाही ठाऊक."

त्यांनी प्रश्नांची फैरच झाडली, *"हे काय आहे?"*

"हे नाइके बूट आहेत."

"नाइके म्हणजे काय?"

"नाइके हे एका ग्रीक देवतेचं नाव आहे."

"ग्रीक काय?"

"विजयाची देवता."

"आणि हे काय आहे?"

''हे स्वूश आहे?''

''आता स्वूश म्हणजे काय?''

माझ्या तोंडून उत्तर आलं, ''कुणी तरी आपल्यामागून पुढे जात असल्याचा आवाज!''

त्यांना ते आवडलं. अगदी खूप आवडलं.

त्यांनी आम्हाला धंदा दिला; खरोखरच *अनेक ऑर्डर्स* दिल्या. दिवसाअखेर आमच्या अपेक्षेपेक्षा खूप काही झालं. त्या प्रदर्शनात आम्हाला घवघवीत यश मिळालं. निदान मला तरी तसं वाटलं.

जॉन्सन मात्र नेहमीप्रमाणे खूश नव्हता. त्याला कायम परिपूर्णतेची आस असायची. तो म्हणाला, ''हे *सगळं विचित्र घडतंय!*'' तो थक्क झाला होता. त्याचे आवडते शब्द – काही तरी विचित्र घडतंय! मी त्याला म्हटलं की, ही विचित्रपणाची भावना आणि आश्चर्याचा धक्का वगैरे दाखवू नको आता; पण त्याच्यात काही फरक पडला नाही. तो पुढे जाऊन त्याच्या एका मोठ्या ग्राहकाला विचारू लागला, ''हे काय चाललं आहे?'' तो माणूस म्हणाला, ''म्हणजे काय म्हणायचंय तुला?'' जॉन्सन म्हणाला, ''मला म्हणायचंय – आम्ही हे नवे नाइके बूट आणले आहेत, त्यांची अजून पुरेशी चाचणी झालेली नाही आणि खरं म्हणजे ते फारसे चांगलेही नाहीत, तरी तुम्ही ते विकत घेत आहात? कशासाठी?''

तो माणूस हसू लागला, ''आम्ही ब्लू रिबनबरोबर अनेक वर्षं धंदा करत आहोत आणि आम्हाला माहीत आहे की, तुम्ही लोक खरं तेच सांगत आहात. बाकीचे लोक काहीही बोलतात; पण तुम्ही सरळ तेच बोलता. तुम्ही सांगितलं की, हे नवे नाइके बूट छान आहेत, तर आम्ही त्यावर विश्वास ठेवणारच.''

जॉन्सन डोकं खाजवत स्टॉलकडे परत आला. तो म्हणाला, ''खरं सांगतो? कुणास ठाऊक?''

वुडेल हसू लागला. जॉन्सनपण हसला. मीही हसलो आणि ओनित्सुकाबरोबर बोललेल्या सर्व सत्य आणि असत्य गोष्टींवर चिंता न करण्याचं ठरवलं.

चांगल्या बातम्या लवकर पसरतात. वाईट बातम्या ग्रेल आणि प्रीफाँटेनपेक्षाही जास्त वेगानं पसरतात; रॉकेटच्या वेगाने! दोन आठवड्यांनी किटामी माझ्या ऑफिसमध्ये अवतरला. आधी काहीच सांगितलं नव्हतं, काही बातमी नव्हती आणि तो सरळ मुद्द्यावर आला, ''काय आहे हे अं; काय? ही नी...के म्हणजे काय?''

मी चेहरा निर्विकार ठेवला, ''नाइके? ओह, काही नाही; आम्ही नुकसान होत असेल तर त्याची भरपाई करण्यासाठी एक दुय्यम व्यवसाय शोधला म्हणजे असं की, ओनित्सुकानं धमकी दिल्याप्रमाणे आमच्या अंगाखालचं अंथरूण खरंच काढून टाकलं तर...!''

या उत्तरानं तो निष्प्रभ झाला आणि व्हायलाच हवा होता. मी या वाक्याचा अनेक आठवडे मनात सराव केला होता. माझं म्हणणं इतकं रास्त आणि योग्य होतं की, किटामीला काय उत्तर द्यावं ते सुचेना. तो लढाईच्या तयारीनं आला होता आणि मी त्याच्या आवेशाला योग्यच प्रतिकार केला होता.

त्यानं विचारलं की, हे नवीन बूट कोणी बनवले. मी त्याला म्हटलं की, जपानमधील वेगवेगळ्या कंपन्यांनी ते तयार केले होते. त्यानं विचारलं की, आम्ही किती नाइके बूट मागवले आहेत? मी म्हटलं, ''काही हजार बूट असतील.''

तो म्हणाला, ''ओह!'' मला त्याचा अर्थ कळला नाही.

मी त्याला सांगितलं नाही की, माझ्या गावातील पोर्टलँड ट्रेल ब्लेझर्सनं एका स्पर्धेत न्यू यॉर्क निक्स टीमला १३३-८६ असं हरवताना नाइके बूट वापरले होते. द *ओरेगॉनियन* या वृत्तपत्रानं जॉफ पेरी फिल जॅक्सन नावाच्या एका निक्सच्या धावपटूला मागे टाकतानाचा फोटो छापला होता आणि पेट्रीच्या पायातले स्वूश बूट स्पष्ट दिसत होते (आम्ही अजून एक दोन ब्लेझर्सबरोबर बूट पुरवण्याचा करार केला होता. *ओरेगॉनियनचा* तिकडे कोबेमध्ये मोठा खप नव्हता म्हणून बरं!).

किटामीनं नाइके बूट अजून आमच्या गोडाऊनमध्ये आहेत का असं विचारलं. मी खोटं बोललो, ''नाहीत.'' त्यानं मला विचारलं की, आमची कंपनी विकण्याच्या करारावर मी कधी सह्या करणार आहे? मी त्याला म्हटलं की, माझ्या भागीदारांनी अजून काही ठरवलं नाही.

आमची बैठक संपली. त्यानं आपल्या कोटाची बटणं उघडून परत लावली आणि म्हणाला की, त्याला कॅलिफोर्नियामध्ये अजून कामं होती; पण तो परत येणार होता. तो ऑफिसमधून निघून गेला आणि मी लगेच फोन लावला. मी लॉस एंजलिसमधील आमच्या दुकानात फोन केला; बोर्कनं फोन घेतला. ''जॉन, आपला जुना मित्र किटामी तिकडे येतोय. मला वाटतं की, तो नक्की तुझ्या दुकानात येईल, तेव्हा नाइकेचे बूट लपवून ठेव.''

''काय?''

''त्याला नाइकेबद्दल माहीती आहे; पण आमच्या गोडाऊनमध्ये ते बूट नाहीत, असं मी त्याला सांगितलं आहे.''

बोर्क म्हणाला, ''तुला नक्की काय हवं आहे; मला कळत नाही.''

तो घाबरला होता आणि वैतागला होता. तो म्हणाला की, त्याला खोटं बोलायला आवडत नाही. मी ओरडून म्हणालो, ''मी तुला फक्त काही बूट लपवायला सांगत आहे'' आणि मी फोन खाली ठेवला.

...आणि किटामी दुपारी परत आलाच. त्यानं बोर्कला पकडलं आणि प्रश्नांचा भडिमार केला, एखाद्या दुर्बळ साक्षीदाराला पोलीस घोळात घेतात तसं केलं. बोर्क गप्प राहिला - निदान मला तरी त्यानं तसं सांगितलं.

किटामीनं त्याला बाथरूम कुठे आहे हे विचारलं, अर्थात ती एक युक्ती होती. त्याला माहीत होतं की, बाथरूम कुठे तरी मागे आहे आणि मागे जाण्यासाठी त्याला सबब हवी होती. बोर्कला ते कळलं नाही किंवा त्यात काही वाटलं नाही. काहीच मिनिटांत किटामी आमच्या गोडाऊनसमोर एका दिव्याखाली शेकडो नारिंगी खोकी बघत उभा होता. जिथे तिथे नाइकेच नाइके!

किटामी गेल्यावर बोर्कनं मला फोन केला. तो म्हणाला, ''संपलं आता.'' मी विचारलं, ''काय झालं?'' ''किटामी जबरदस्तीनं गोडाऊनमध्ये शिरला, आता खेळ खलास, फिल!''

मी फोन खाली ठेवून खुर्चीत बसलो. मी स्वतःलाच म्हणालो, 'हं, आता आपल्याला टायगरशिवाय कसं जगायचं हे शोधायला लागेल.'

आम्हाला आणखीही काही तरी समजलं.

त्यानंतर काही दिवसांनी बोर्क आम्हाला सोडून गेला. मला आठवत नाही की, त्यानं नोकरी सोडली की वुडेलनं त्याला काढलं. असो, लवकरच आम्हाला समजलं की, बोर्कला नवीन नोकरी मिळाली होती.

तो किटामीसाठी काम करत होता.

मी अनेक दिवस आकाशाकडे बघत बसलो, खिडकीतून बाहेर बघायचो, किटामी आता काय करणार याचा विचार करायचो. मी बराच वेळ टीव्हीदेखील पाहत होतो. सारा देश, सारं जग अमेरिका आणि चीनमधील संबंध सुधारत असल्यामुळे चकित झालं होतं. अध्यक्ष निक्सन बीजिंगला गेले होते, माओबरोबर हात मिळवत होते म्हणजे चंद्रावर मानव उतरल्यासारखाच प्रसंग होता हा. मला कधीच वाटलं नव्हतं की, माझ्या आयुष्यात एखादा अमेरिकन राष्ट्राध्यक्ष फरबिडन सिटीमध्ये जाईल, चीनच्या महान भिंतीला स्पर्श करील. हाँगकाँगला गेलो ते दिवस मला आठवले. मी चीनच्या किती जवळ गेलो होतो तरीही किती दूर होतो. मला वाटलं की, अशी संधी येणारच नाही; पण आता वाटू लागलं, एखाद्या दिवशी...! कधी तरी?

कधी तरी जाईनही चीनला!

अखेर किटामीनं हालचाल केली. तो ओरेगॉनला परत आला आणि भेटण्याची विनंती केली. भेटीच्या वेळी बॉवरमनही असावा, अशी त्याची इच्छा होती. बॉवरमनच्या सोयीसाठी मी यूजीनमधील जाक्काच्या ऑफिसमध्ये भेटू असं सुचवलं. त्या दिवशी आम्ही सगळे मीटिंगच्या खोलीत जमू लागलो तसं माझा हात धरून जाक्का म्हणाला, ''तो काहीही बोलला, तरी तू शांत राहा.'' मी मान हलवली.

टेबलाच्या एका बाजूला जाक्का, बॉवरमन आणि मी बसलो होतो. दुसऱ्या बाजूला किटामी, त्याचा स्थानिक वकील होता, त्याला तिथे येणं आवडलं नसावं असंच वाटत होतं. शिवाय इवानोही परत आला होता. मला वाटलं की, त्यानं माझ्याकडे बघून अर्धवट स्मित केलं; पण त्याच्या लक्षात आलं असावं की ही मैत्री-भेट नव्हती.

जाक्काची बैठकीची खोली आमच्या टायगार्ड ऑफिसमधील खोलीपेक्षा मोठी होती; पण त्या दिवशी ती खोली खेळातली वाटत होती. किटामीनं बैठक बोलावली होती म्हणून त्यानंच सुरुवात केली. तो उगीच गप्पा मारत बसला नाही. त्यानं जाक्काला एक पत्र दिलं. ओनित्सुकाबरोबर आमचा करार ताबडतोब संपुष्टात आला होता. तो माझ्याकडे आणि नंतर जाक्काकडे बघत म्हणाला, ''मला फार फार वाईट वाटतं.''

जखमेवर मीठ चोळायचं म्हणून की काय त्यानं आम्हाला १७,००० डॉलरचं बिल दिलं. त्यांनी आम्हाला जे बूट पाठवले त्याची किंमत म्हणून त्यानं १६,६३७.१३ डॉलर मागितले होते.

जाक्कानं ते पत्र बाजूला सारलं आणि तो म्हणाला की, जर किटामी असं बेताल वागणार असेल, आम्हाला असं तोडणार असेल तर आम्ही खटला भरू.

किटामी म्हणाला, ''हे तुम्हीच केलं आहे... नाइके बूट तयार करून ब्लू रिबननं ओनित्सुकाबरोबर केलेल्या कराराचा भंग केला आहे आणि मला कळत नाही की तुम्ही अशी फायदेशीर भागीदारी का तोडली? हे हे... *नाइके* काय सुरू केलं?'' हे आता माझ्या सहनशक्तीच्या बाहेर जाऊ लागलं होतं. मी म्हणू लागलो, ''मी सांगतो का ते...'' पण जाक्का माझ्याकडे वळून म्हणाला, ''गप्प बस बक.''

जाक्का किटामीला म्हणाला की, अजूनही आपण मार्ग काढू शकू. कोर्टात गेलो तर दोन्ही कंपन्यांचं खूप नुकसान होईल. समझोता म्हणजे सुबत्ता! पण किटामी समझोत्याच्या मूडमध्ये नव्हता. त्यानं त्याच्या वकिलाला आणि इवानोला निघण्याची खूण केली. दारापाशी गेल्यावर तो थांबला, त्याचा चेहरा निवळला. तो काही तरी समजुतीचं बोलण्याच्या तयारीत दिसला, त्याला तह करायचा असावा. त्याच्याविषयीच्या माझ्या भावना आता सौम्य झाल्या होत्या. तो म्हणाला; ''पण बॉवरमन हे आमचे सल्लागार राहिले तर ओनित्सुकाला आवडेल.''

मी कान टवकारले. मी बरोबरच ऐकलं होतं. बॉवरमननं नकारार्थी मान हलवून जाक्काकडे पाहिलं. तो म्हणाला की, यापुढे बॉवरमन किटामीला आपला स्पर्धकच समजेल, खरं तर कट्टर शत्रूच! आणि त्याला कुठल्याही प्रकारची मदत करणार नाही.

किटामीनं मान डोलावली. त्याला व इवानोला कुणीतरी विमानतळावर सोडावं, अशी त्यानं विनंती केली.

मी जॉन्सनला लगेच विमान पकड म्हणून सांगितलं. तो म्हणाला, ''कुठलं विमान?'' मी म्हटलं, ''*या नंतरचं* विमान!''

तो दुसऱ्या दिवशी आला. आम्ही धावायला गेलो आणि त्यादरम्यान दोघे गप्पच होतो. मग ऑफिसमध्ये आलो आणि सर्वांना बैठकीच्या खोलीत बोलावलं. तिथे तीस लोक असावेत. मला बावरल्यासारखं होईल, असं वाटलं, इतरांनाही तसंच वाटलं. अशा परिस्थितीत कुठल्याही दिवशी मी बावरलो असतो; पण का कोण जाणे मला आता शांत वाटत होतं.

कंपनीला तोंड द्यावं लागलेल्या परिस्थितीचं मी वर्णन केलं. ''मित्रहो, आपण एका मोठ्या वळणावर आहोत. काल आपला मुख्य भागीदार ओनित्सुका आपल्याला सोडून गेला.''

मी प्रतिक्रियेची वाट पाहिली, सर्वांचे चेहरे उतरले होते.

मी म्हटलं, ''आपण त्यांच्यावर नुकसानीचा खटला भरू म्हणून सांगितलं आहे आणि त्यांनीही कारारभंगाबद्दल आपल्याला तशीच धमकी दिली आहे. त्यांनी जपानमध्ये खटला भरला तर आपल्यालाही त्यांच्यावर अमेरिकेत केस करावी लागेल आणि तेही लगेचच. आपण जपानमध्ये केस जिंकणार नाही म्हणून आपणच आधी केस करून इथे निर्णय मिळवला पाहिजे आणि त्यांना केस मागे घ्यायला लावली पाहिजे.

''पण हे सगळं निस्तरेपर्यंत आपण आता सर्वस्वी स्वतःवर अवलंबून आहोत. आपण आता आपले स्वतंत्र आहोत, आपल्याकडे ही नवीन उत्पादनं आहेत - नाइके! शिकॅगोमधील विक्रेत्यांना ती आवडली; पण खरं तर आपल्याकडे आता तेवढंच आहे आणि तुम्हाला ठाऊक आहे की, या बुटाच्या गुणवत्तेत काही त्रुटी आहेत. आपल्याला हवे तसे बूट झालेले नाहीत. निप्पॉन रबरबरोबर आपले संबंध चांगले आहेत आणि निशोचे लोक दर आठवड्याला फॅक्टरीत जातील आणि सुधारणा करतील; पण हे किती लवकर होऊ शकेल याचा आपल्याला अंदाज नाही. लवकरात लवकर झालं तर बरं, कारण, आपल्याकडे वेळ नाही आणि चुकीसाठी क्षमा नाही.''

मी टेबलावर नजर टाकली. सगळे जण किंचित निराशेनं खाली झुकले होते. मी जॉन्सनकडे पाहिलं, तो समोरच्या कागदपत्रांकडे बघत होता. त्याच्या देखण्या चेहऱ्यावर मला आधी कधीच न दिसलेली भावना दिसली, शरणागतीची भावना! तेथील प्रत्येकाप्रमाणे तोही परिस्थितीला शरण गेल्यासारखा दिसत होता. देशाची अर्थव्यवस्था गाळात चालली होती, मंदी येऊ घातली होती. गॅस लाइन्स, राजकीय पेचप्रसंग, वाढती बेरोजगारी, निक्सन हा निक्सनच असल्यामुळे व्हिएतनामचा प्रश्न... आता प्रलयाची वेळ आली असं वाटत होतं. खोलीतला प्रत्येक जण सध्या घरभाडं, विजेचं बिल कसं भरायचं याची आधीच चिंता करत होता आणि वर आता हे!

मी घसा साफ केला आणि म्हटलं, ''म्हणजे दुसऱ्या शब्दांत सांगायचं तर -'' मी पुन्हा घसा खाकरला, माझं पिवळं पॅड बाजूला सरकवलं आणि म्हटलं, ''मला हे असं म्हणायचं आहे की, आपण त्यांना बरोबर कोंडीत पकडलं आहे.''

जॉन्सननं भुवया उंचावल्या. टेबलावरच्या सगळ्यांच्या नजरा वरती आल्या. ते ताठ बसले.

मी म्हटलं, ''हाच तो क्षण-याचीच आपण वाट पाहत होतो. आपला क्षण! आता दुसऱ्याचा ब्रँड विकायचा नाही. दुसऱ्यासाठी काम करायची गरज नाही. ओनित्सुकानं आपल्याला अनेक वर्षं दाबून ठेवलंय. त्यांनी माल पाठवायला केलेला उशीर, मालात केलेली सरमिसळ, आपल्या सूचना आणि डिझाइन्स ऐकण्यास नकार... त्यांचा कंटाळा आला नाही, असं आपल्यात कुणी असेल? तेव्हा आता वस्तुस्थितीकडे पाहायची वेळ

आली आहे. आपल्याला आता यशस्वी किंवा अपयशी व्हायचं असेल तर ते आपल्या बळावर, आपल्या स्वतःच्या कल्पना घेऊन; आपला स्वतःचा ब्रँड घेऊन. आपण गेल्या वर्षात वीस लाख डॉलर्सचा व्यवसाय केला आणि त्याचं श्रेय ओनित्सुकाला अजिबात जात नाही. आपली कल्पकता आणि परिश्रमांमुळेच हे साध्य झालं म्हणून हे एक संकट आहे, असं समजू नका. ही आपली मुक्ती आहे, असं समजा. आपला स्वातंत्र्य दिन!''

''होय, हा रस्ता कठीण आहे. मी तुमच्याशी खोटं बोलणार नाही. आपण युद्धावर चाललो आहोत; पण आपल्याला मार्ग माहिती आहे. आपल्याला आता जपानमध्ये कसं वागायचं ते ठाऊक आहे म्हणून मला मनापासून वाटतं की, आपण हे युद्ध जिंकणार आणि हे युद्ध जर आणि जेव्हा जिंकलं तर मला विजयानंतर पुढे अनेक लाभ दिसतात. आपण अजून जिंदा आहोत, मित्रहो, आपण अजून जिंदा आहोत!''

माझं बोलणं थांबलं आणि थंड वाऱ्याचा झोत यावा, तशी आनंदाची लहर मला टेबलावर दिसू लागली. सर्वांनाच ते जाणवलं. पिंक बकेटच्या शेजारी जे ऑफिस होतं तिथे घुमणाऱ्या वाऱ्यासारखी ही झुळूक होती. माझ्या सहकाऱ्यांची कुजबूज, आनंदी आवाज ऐकू येऊ लागले, माना डुलू लागल्या. त्यानंतर आम्ही तासभर, पुढे कसं जायचं, नवीन कारखान्यांशी कसा संपर्क करायचा, उत्तम दर्जा आणि किंमत मिळवण्यासाठी त्यांच्यात स्पर्धा कशी लावायची यावर चर्चा केली आणि नवीन नाइके बूट कसे बनवायचे? कुणाला काही नवीन कल्पना?

अत्यंत आनंदात, उत्साहात बैठक संपली.

जॉन्सन म्हणाला, ''हा तुझ्या आयुष्यातला अत्यंत महत्त्वाचा क्षण आहे.'' तो मला कॉफी पाजणार होता.

मी त्याला म्हटलं, ''धन्यवाद.'' मी त्याला सांगितलं, मी फक्त खरं तेच बोललो, जसा तो शिकॅगोमध्ये बोलला होता. खरं बोलत होतो? कोण जाणे!

* * *

जॉन्सन लगेच वेलस्लीला गेला आणि आम्ही १९७२मध्ये प्रथमच आमच्या जवळ म्हणजे यूजीनमध्ये होणाऱ्या ऑलिंपिकच्या ट्रॅक व फिल्ड स्पर्धांच्या चाचणीवर लक्ष केंद्रित केलं. आम्हाला या चाचणीमध्ये यश मिळवायचं होतं म्हणून आम्ही सर्व इच्छुक धावपटूंना हवे त्याप्रमाणे आमचे बूट देण्यासाठी एक टीम अगोदरच तिथे पाठवली. आम्ही आमच्या दुकानात खास विभागही काढला, हॉलिस्टर त्याचं काम छान बघत होता. चाचण्या सुरू झाल्या, आम्ही सगळे यूजीनमध्ये पोहोचलो. आम्ही दुकानच्या मागच्या बाजूला एक सिल्क स्क्रीन मशिन उभं केलं. आम्ही नाइकेचे टी शर्ट बनवले आणि पेनीनं ते हॉलोवीनच्या गोळ्यांप्रमाणे वाटले.

एवढी तयारी केल्यावर आम्हाला यश मिळालं नसतं तरच नवल... आणि खरोखरच. यूएससीचा गोळफेक खेळाडू डेव्ह डेव्हिस आमच्या दुकानात पहिल्याच दिवशी आला. आदिदास किंवा प्यूमा काहीच मोफत गिफ्ट देत नव्हते म्हणून तक्रार करत होता, त्यामुळे त्यानं आनंदानं आमचे बूट घेतले आणि पायात घातले. नंतर तो त्या स्पर्धेत चौथा आला. हुर्रे! आणि एवढंच नाही, तर तो त्याचं नाव मागे छापलेला पेनीचा टी शर्ट घालून मैदानात नाचलादेखील (अर्थात डेव्ह काही उत्तम मॉडेल आहे असं म्हणता येत नव्हतं; त्याचं पोट जरा सुटलं होतं आणि आमचे टी शर्ट जरा लहान होते, त्यामुळे त्याचं पोट आणखीच उठून दिसायचं. आम्ही लक्षात ठेवलं, आता बारीक खेळाडूंनाच जाहिरातीत घ्यायचं किंवा टी शर्ट मोठे बनवायचे).

उपांत्य फेरीतील आणखी काही खेळाडूंनीही आमचे स्पाइकचे बूट घातले होते. त्यात आमचा कर्मचारी जिम गॉरमनही होता; त्यानं दीड मैलाच्या शर्यतीत भाग घेतला होता. मी गॉरमनला म्हटलं की, तो आपल्या कंपनीवर जरा जास्तच निष्ठा दाखवत होता! आमचे बूट फार काही चांगले नव्हते; पण त्याला ते हवेच होते आणि मॅरेथॉनमध्ये आमचे नाइके बूट घातलेले धावपटू चौथे, पाचवे, सहावे आणि सातवे आले. कुणालाच ऑलिंपिक टीममध्ये संधी मिळाली नाही; पण तरीही अगदीच काही वाईट कामगिरी नव्हती.

त्या वेळी मुख्य स्पर्धा अर्थात शेवटच्या दिवशी होती – महान ऑलिंपिक खेळाडू जॉर्ज यंग आणि प्रीफाँटेन यांच्यामधील शर्यत! तेव्हा प्रीफाँटेनला सगळे जण 'प्री' या नावानं ओळखू लागले होते. तो म्हणजे कल्पनेपलीकडील खेळाडू होता, आधीच सुपर स्टार झाला होता. जेसी ओवेन्स नंतर ट्रॅक व फिल्ड स्पर्धात त्याचंच नाव घेतलं जायचं. क्रीडाविषयक लेखक त्याची तुलना अनेकदा जेम्स डीन आणि मिक जॅगरशी करत असत. *रनर्स वर्ल्डनं* तर त्याची तुलना मोहम्मद अलीशी केली होती. तो तसाच दबाव टाकणारा, तोऱ्यात राहणारा खेळाडू होता.

माझ्या मते या तुलनाही त्याच्या बाबतीत कमीच होत्या. का ते सांगता येत नाही; पण देशात जन्मलेल्या खेळाडूंपेक्षा प्री अगदी वेगळा होता. त्याच्याविषयी विचार करत, त्याचं कौतुक करत आणि त्याच्या एकूण व्यक्तिमत्त्वाचं विश्लेषण करत मी बराच वेळ घालवला होता. माझ्याकडूनच नव्हे तर अनेक लोकांकडून त्याला अशा प्रकारचा प्रतिसाद का मिळतो, त्याच्यात असं काय आहे याविषयी मला मोठा अचंबा वाटे; पण मला याचं रहस्य कधीच उलगडलं नाही.

त्याच्या कौशल्यापेक्षाही त्याच्यात आणखी काही तरी वेगळं होतं. इतरही कुशल धावपटू होते; पण त्याच्यामध्ये इतर धावपटूंपेक्षा वेगळाच तोरा होता.

काही जण म्हणायचे की, तो देखणा होता. प्री त्याच्या उडणाऱ्या केसांच्या झुलुपांमुळे अधिक तरल, काव्यमय दिसत असे आणि त्याची छाती कल्पनेच्या बाहेर रुंद होती. त्याचे पाय बारीक असले तरी स्नायू पिळदार होते.

बहुतेक धावपटू अंतर्मुख असतात; पण प्री अगदी मस्त, बडबडा होता. त्याच्यासाठी धावणं हे नुसतं धावणं नव्हतं, तर तो एक मोठा शो होता आणि त्याला कायम उजेडात राहायला आवडायचं.

प्रीचा मनस्वी ध्यास हे त्याच्या यशाचं रहस्य आहे, असं मला काही वेळा वाटत असे. शर्यतीची शेवटची फीत गाठताना मेलो तरी चालेल; पण पहिलं आलं पाहिजे, अशी त्याची जिद्द होती. बॉवरमननं सांगितलेलं असो की त्याचं शरीर सांगत असो, प्री कधीच आपला वेग कमी करत नसे, शांत राहत नसे. तो स्वतःला पराकोटीला नेऊन ताणायचा. बऱ्याचदा हे धोरण उलटायचं. काही वेळा तर मूर्खपणा वाटायचा, तर काही वेळा ते धोरण घातकही ठरत असे; पण प्रेक्षक मात्र उत्साहित होत असत. खेळ कुठलाही असो, त्यात जीव ओतून केलेला प्रयत्न लोकांचं मन जिंकतो.

अर्थात ओरेगॉनच्या लोकांना तो 'आपला माणूस' म्हणून आवडत असे. तो आमच्या भूमीतच जन्माला आला, इथल्या पावसाळी जंगलात वाढला आणि लहान असल्यापासून तो आमचा लाडका होता. तो अठरा वर्षांचा असताना त्यानं आमच्या डोळ्यांदेखत दोन राष्ट्रीय विक्रम मोडले होते. एनसीएएच्या भव्य स्पर्धेतील त्याची प्रत्येक प्रगती आम्ही पाहिली होती. ओरेगॉनच्या प्रत्येकाची त्याच्या कारकिर्दीत भावनिक गुंतवणूक होती.

ज्या ब्लू रिबनमध्ये आमच्या भावना गुंतल्या होत्या तिथे आम्ही पैशाची गुंतवणूक करायला तयार होतो. आम्हाला माहीत होतं की प्री चाचणीच्या थोडं आधी बूट बदलणार नाही. त्याला आदिदासची सवय होती; पण आम्हाला खात्री होती की, कालांतरानं तो नाइकेचा खेळाडू होईल. कदाचित, एक लक्षवेधक नाइके खेळाडू होईल.

मनात असे विचार चालू असताना मी आगटे स्ट्रीटवर हेवर्ड फिल्डच्या दिशेनं चालत होतो, तेव्हा मला सगळीकडून टाळ्या, आरडाओरडा ऐकू येत होता - जेव्हा ग्लॅडिएटर आणि सिंहांना मैदानात मोकळं सोडलं होतं, तेव्हा रोमचं कलॉयझियमही इतक्या मोठ्यानं हादरलं नसेल. प्री धावण्याच्या तयारीचे व्यायाम करत होता; आम्ही वेळेवरच आत पोहोचलो. त्याच्या प्रत्येक हालचालीबरोबर प्रेक्षकांमध्ये उत्साहाची नवीन लाट उठत होती. प्रत्येक वेळी तो मैदानाच्या कडेनं धावण्याचा सराव करायचा, तेव्हा जवळच्या त्या भागातले चाहते वेडेच व्हायचे. त्यातील निम्म्या लोकांच्या टी शर्टवर ***लीजंड*** असे छापले होते.

अचानक लोकांमधून दीर्घ गुरगुर सुरू झाली. त्या वेळी लांब अंतराच्या शर्यतीतील जगातील सर्वोत्तम समजला जाणारा धावपटू जेरी लिंडग्रेन ट्रॅकवर आला होता. त्याच्या टी शर्टवर लिहिलं होतं ***प्री, थांब आता.*** प्री नवशिका होता, तेव्हा लिंडग्रेन ज्येष्ठ खेळाडू होता. त्याला वाटत होतं की, सर्वांना, विशेषतः प्रीला हे दाखवावं; पण प्रीनं त्याच्याकडे आणि त्याच्या टी शर्टकडे पाहिल्यावर फक्त मान हलवली आणि एक मंद हास्य केलं. चेहऱ्यावर कुठलाही दबाव दिसला नाही, फक्त उत्साह ओसंडत होता.

सर्व धावपटू सुरुवातीच्या रेषेवर आले. एक विचित्र शांतता पसरली आणि शर्यत सुरू करण्याच्या पिस्तुलाचा नेपोलियनच्या तोफेसारखा आवाज झाला.

प्रीनं सहज आघाडी घेतली. यंग लगेच मागे होता. काहीच सेकंदात इतरांना मागे टाकून दोघं पुढे गेले आणि शर्यत त्या दोघांमध्येच उरली (लिंडग्रेन कुठेच नव्हता). प्रत्येकाचं धोरण स्पष्ट होतं. यंगला शेवटच्या फेरीपर्यंत प्रीच्या बरोबरीनं पळायचं होतं आणि शेवटच्या फेरीत आपली सर्व ताकद लावून पुढे जाऊन जिंकायचं होतं; पण प्रीला सुरुवातीलाच खूप वेग ठेवायचा होता म्हणजे शेवटच्या फेरीपर्यंत आल्यावर यंगचे पाय थकून जावेत, असा त्याचा डाव होता.

दोघांमध्ये अकरा फेऱ्यापर्यंत अर्ध्या पावलाचा फरक होता. आता लोक आरडाओरडा करत होते, किंचाळत होते आणि दोघांनी शेवटची फेरी सुरू केली. मला बॉक्सिंगच्या सामन्याची आठवण झाली किंवा बैलांची झुंज असते ना तशी! आमच्या जिवाची घालमेल सुरू झाली – शेवटचा क्षण समीप आला होता. प्री पुढं आला, पुढचा स्तर गाठला आणि मग त्याचा पराक्रम आम्ही या डोळ्यांनी पाहिला. तो एक, दोन तीन–पाच यार्ड पुढे गेला. यंगचं तोंड वाकडं झालं होतं. प्रीला गाठणं आता शक्य नाही हे त्याला दिसत होतं. मी मनात म्हटलं, 'हे विसरू नकोस, अजिबात विसरू नकोस. हा ध्यास, ही तळमळ – यापासून आपल्याला किती तरी शिकायचं आहे, मग तुम्ही एखाद्या शर्यतीत धावत असाल किंवा कंपनी चालवत असाल.'

शेवटची फीत ओलांडली तेव्हा आम्ही घड्याळ पाहिलं, दोघांनीही अमेरिकन विक्रम मोडला होता, प्रीनं काही जास्त सेकंदांनी मोडला होता; पण तो अजून थकला नव्हता. त्याला कोणी तरी 'प्री थांब'चा टी शर्ट हवेत फिरवताना दिसला. तो तिकडे धावला, तो टी शर्ट खेचून घेऊन आपल्या डोक्यावर गोल गोल फिरवू लागला. त्यानंतर झालेला टाळ्यांचा जो कडकडाट झाला तो मी आयुष्यात कधी ऐकला नव्हता आणि मी माझं सगळं आयुष्य स्टेडियममध्ये घालवलं आहे.

त्या शर्यतीसारखा प्रसंग मी कधीच अनुभवला नव्हता. मी ती शर्यत फक्त पाहिलीच नव्हती तर त्यात भाग घेतला होता. काही दिवसांनी माझ्या पायाचे आणि मांड्यांचे स्नायू दुखू लागले! मला तेव्हा कळलं खेळ म्हणजे काय आणि खेळातून काय होऊ शकतं. पुस्तकांप्रमाणेच खेळही माणसाला दुसऱ्याचं जीवन जगल्याचा अनुभव देतात, इतरांच्या विजयात आणि पराजयात सहभागी झाल्याचा अनुभव देतात. जेव्हा खेळाला जास्तीत जास्त रंग चढतो तेव्हा चाहते आणि खेळाडूंच्या आत्म्यात एकात्म्य येतं आणि त्यालाच साधुसंत निर्वाण म्हणत असावेत.

परत आगटे स्ट्रीटवरून जाताना मला जाणवलं की, ही शर्यत माझ्या आयुष्याचा एक भाग झाली आहे. ती तशीच राहणार आहे आणि ब्लू रिबनमध्येही हीच भावना असणार आहे, असं मी ठरवलं. ओनित्सुका किंवा इतर कोणाबरोबरच्या भावी युद्धात आम्ही प्री सारखे लढणार. आपलं जीवन त्यावर अवलंबून आहे, या भावनेनं लढणार.

आणि आमचे लोक खरोखरच तसे लढले.

नंतर आम्ही ऑलिंपिकचा विचार सुरू केला. आमचा बॉवरमन ट्रॅक टीमचा मुख्य कोचच असणार नव्हता, तर आमच्या गावचा प्री त्यात मुख्य हिरो असणार होता. चाचणी स्पर्धेतील त्याच्या कामगिरीनंतर हा काही प्रश्न होता का?

प्रीला तर शंकाच नव्हती. त्यानं *स्पोर्ट्स इलस्ट्रेटेडमध्ये* लिहिलं 'तिथे नक्कीच फार मोठं दडपण असणार आणि आमच्यासमोर अतिशय अनुभवी स्पर्धक असणार. कदाचित, आम्हाला जिंकण्याचा हक्कच नसेल; पण मला ठाऊक आहे की, मी काळानिळा पडेपर्यंत धावतो, कोणी तरी मला हरवतं, तरी मी त्या स्पर्धकाला सर्वस्व पणाला लावायला लावतो, तेव्हा तो माझ्यापेक्षा वरचढ आहे, असं का म्हणायचं?''

प्री आणि बॉवरमन जर्मनीला जायच्या आधी मी बॉवरमनच्या वॅफल प्रकारच्या बुटासाठी पेटंटचा अर्ज केला. अर्ज क्र. २८४७३६मध्ये त्या बुटाच्या वर्णनात, 'एकात्मिक चौकोनी, आयतकृती किंवा त्रिकोणी असे बहुभुजाकृती स्टँड लावलेले सुधारित तळ असलेले... अनेक सपाट पृष्ठभागांमुळे पाय धरून ठेवणाऱ्या कडा असलेले आणि पळण्यास मदत करणारे...' असं लिहिलं होतं.

आमच्या दोघांसाठी तो अभिमानाचा क्षण होता.

माझ्या जीवनातला सुवर्णक्षण!

नाइकेची विक्री ठीक चालू होती. माझा मुलगा तब्येतीनं छान होता. मी माझं कर्ज व्यवस्थित फेडू शकत होतो म्हणजे एकूण पाहिलं तर त्या ऑगस्टमध्ये मी बऱ्यापैकी मनःस्थितीत होतो.

आणि नंतर ते प्रकरण सुरू झालं. ऑलिंपिक खेळ सुरू झाल्यानंतर दुसऱ्या आठवड्यात आठ बंदूकधाऱ्यांनी ऑलिंपिकच्या गावाच्या भिंतीवर चढून अकरा इस्रायली खेळाडूंना पळवून नेलं. आम्ही टायगार्डच्या ऑफिसमध्ये टीव्ही पाहत होतो आणि कुणालाच काम सुचत नव्हतं. आम्ही दिवसामागून दिवस काही न बोलता नुसते टीव्ही बघत होतो, अनेकदा तोंडावर हात धरून बघत बसलो. जेव्हा ती भयंकर बातमी आली की सगळे अकरा खेळाडू बळी पडले, त्यांचे मृतदेह विमानतळावर फेकून देण्यात आले, तेव्हा आम्हाला दोन्ही केनेडी आणि डॉ. किंगच्या हत्येची आठवण झाली. केंट स्टेट विद्यापीठातील विद्यार्थ्यांची आठवण झाली आणि व्हिएतनामधील हजारो शहिदांची आठवण झाली. आम्ही एका भयंकर रक्तबंबाळ युगात राहत होतो आणि दिवसातून एकदा तरी मनात यायचं, 'हे सारं कशासाठी?'

बॉवरमन परत आला आणि मी त्याला भेटायला थेट यूजीनला गेलो. अनेक दशके झोप लागली नसावी, असा तो दिसत होता. तो म्हणाला की, तो आणि प्री त्या हल्ल्यापासून अगदी जवळ होते. आतंकवाद्यांनी त्या इमारतीचा ताबा घेतल्यानंतर अनेक इस्रायली खेळाडू बाजूच्या दारातून, खिडकीतून उड्या मारून निसटले. एक खेळाडू बॉवरमन आणि प्री राहत होते त्या शेजारच्या इमारतीत घुसला. बॉवरमनच्या दारावर थाप पडली, त्यानं दार उघडलं आणि त्याला तो भीतीनं थरथरत असलेला धावपटू दिसला. तो बुरखा घातलेल्या बंदूकधारी माणसांविषयी काही तरी बोलत होता.

बॉवरमननं त्याला आत ओढलं आणि अमेरिकन कॉन्सलला फोन केला. तो फोनवर ओरडला की, 'आपल्या सैनिकांना पाठवा.'

...आणि त्यांनी खरंच सैनिक पाठवले. सैनिकांनी बॉवरमन आणि अमेरिकन खेळाडू राहत होते, त्या इमारतीला लगेच वेढा घातला.

अवास्तव प्रतिक्रियेबद्दल ऑलिंपिकच्या अधिकाऱ्यांनी बॉवरमनवर खूप टीका केली. ते म्हणाले की, त्यानं आपल्या अधिकारांचं उल्लंघन केलं आणि त्यांनी त्या आवेशात बॉवरमनला आपल्या मुख्य कार्यालयात बोलावलं. नशीब थोर म्हणून 'हिटलर'ला हरवणारा, जर्मन ऑलिंपिकचा हिरो जेसी ओवेन्स बॉवरमनबरोबर होता. त्यानं बॉवरमनच्या कृतीचं समर्थन केलं आणि म्हणून ते अधिकारी नमले.

मी आणि बॉवरमन बराच वेळ न बोलता नदीकडे बघत बसलो. त्याचा आवाज घोगरा झाला. तो म्हणाला की, हे ऑलिंपिक सामने आयुष्यातले सर्वांत कठीण दिवस होते. त्याला असं बोलताना, असं दिसताना, पराभूत झालेलं मी कधीच पाहिलं नव्हतं.

माझा त्यावर विश्वास बसत नव्हता.

भित्रे लोक कधीच पुढे आले नाहीत, दुर्बळ लोक मात्र वाटेत मेले आणि आम्ही शिल्लक राहिलो.

काही दिवसांनंतरच कोच म्हणून निवृत्त होत असल्याची घोषणा बॉवरमननं केली.

कठीण दिवस! आकाश नेहमीपेक्षा काळसर दिसत होतं आणि ते खूप खाली आलं होतं. शिशिर ऋतू आलाच नाही. आम्ही जागे झालो आणि हिवाळाच सुरू झाला. एका रात्रीत सारी झाडं पर्णहीन झाली. पाऊस थांबतच नव्हता.

पण अखेर एक चांगली बातमी आली. आम्ही ऐकलं की, काहीच तास उत्तरेला असलेल्या सिॲटलमध्ये रेनियर आंतरराष्ट्रीय स्पर्धेत एक रुमानियाचा खेळाडू वाटेतल्या प्रत्येक स्पर्धकाला नामोहरम करत होता आणि तो पायात नवे कोरे नाइके मॅच पॉइंट बूट घालत असे. त्या रुमानियन खेळाडूचं नाव होतं इलि नस्तात्से, नॅस्टी! आणि प्रत्येक वेळी जेव्हा तो त्याचा ठरावीक फटका मारायचा, जेव्हा चवड्यावर उभा राहून परत न करण्याजोगी सर्व्हिस करायचा तेव्हा साऱ्या जगाला आमचे स्वूश बूट दिसायचे.

आम्हाला बऱ्याच दिवसापासून ठाऊक होतं की, खेळाडूंकडून आपले बूट पुरस्कृत होणं महत्त्वाचं असतं. जर आम्ही आदिदासशी स्पर्धा करणार असू, शिवाय प्यूमा, गोला, डियाडोरा, हेड, विल्सन, स्पॅल्डिंग, कार्हू, एटॉनिक, न्यू बॅलन्स आणि १९७०च्या सुमारास वर येणाऱ्या सर्व ब्रँडबरोबर स्पर्धा करणार असू तर आम्ही उत्तमोत्तम खेळाडूंना आमचे बूट घालायला लावले पाहिजे, त्याविषयी बोलायला लावले पाहिजे; पण आमच्याकडे त्यांना देण्यासाठी इतके पैसे नव्हते (आमच्याकडे आधीपेक्षाही कमी पैसे होते). आम्हाला त्यासाठी काय करायला पाहिजे, आमचे बूट कसे छान आहेत

हे कसे पटवायला पाहिजे, त्यात आणखी सुधारणा करणार आहोत, आमचा पुरस्कार करताना जरा सवलत मिळाली पाहिजे... वगैरे... काहीच माहीत नव्हते आणि इथे एक खेळाडू *आधीच* नाइके बूट घालत होता आणि ते घालून जिंकत होता. त्याला पटवणं कितपत कठीण असेल?

मी नस्तात्सेच्या एजंटचा नंबर मिळवला. त्याला फोन करून एक ऑफर दिली. मी म्हटलं की, मी ५,००० डॉलर देईन. हे बोलताना माझी बोबडी वळली होती; पण तो आमचे बूट घालणार होता. त्यानं १५,००० डॉलर मागितले. मला सौदा करणं *अजिबात आवडत नाही.*

आम्ही १०,००० डॉलरवर सौदा केला. मला वाटलं, मला लुटतोय हा.

नस्तात्से त्या आठवड्यात ओमाहा इथे एक स्पर्धा खेळणार होता. मी तिथे कराराचे कागदपत्र घेऊन जावं, असं त्या एजंटनं सुचवलं.

नॅस्टी आणि त्याच्या पत्नीला मी ओमाहामधील एका रेस्टॉरंटमध्ये शुक्रवारी रात्री भेटलो. डोमिनिक, त्याची पत्नी अतिशय सुंदर होती. त्यानं सही केल्यावर मी ती कागदपत्रं माझ्या बॅगमध्ये टाकली आणि तो दिवस साजरा करण्यासाठी आम्ही जेवण मागवलं. एक वाईनची बाटली–अजून एक...! मध्येच कधीतरी मी रुमानियन उच्चारात बोलू लागलो आणि का कोण जाणे तोच मला नॅस्टी म्हणून हाक मारू लागला आणि का कोण जाणे मला वाटलं की, त्याची सुपर मॉडेल बायको माझ्यासह सगळ्यांकडे मोहक नजर टाकत आहे. रात्री उशिरा मी अडखळत माझ्या खोलीकडे येत होतो, तेव्हा मला एक टेनिस चँपियन, एक उद्योगपती आणि एक किंगमेकर झाल्याचा भास होत होता. मी बिछान्यावर पडून आमच्यातील कराराकडे बघत होतो–दहा हजार डॉलर! मी मोठ्यानं म्हणालो – दहा हजार...!

ही फार मोठी रक्कम होती; पण नाइके बुटांसाठी एक महान पुरस्कर्ता मिळाला होता.

ती खोली गोल गोल फिरायचं थांबावी म्हणून मी डोळे मिटले; पण परत डोळे उघडले. कारण, मला ती खोली अजून गोलगोल फिरायला हवी होती.

किटामी! हे घे किटामी! मी त्या छताला, सर्व ओमाहाला म्हणालो, *हे घे!*

त्या काळात ओरेगॉन विद्यापीठाचे डक्स आणि ओरेगॉन स्टेट विद्यापीठाचे बीव्हर्स यातील स्पर्धा एकतर्फी होती. डक्स सहसा हरायचेच आणि खूप मोठा फरकानं हरायचे. उदाहरणार्थ, १९५७मध्ये दोन्ही टीम्स सर्वोच्च पदासाठी स्पर्धा करत असताना ओरेगॉनचा जिम शॅनले शेवटच्या टप्प्यावर होता, तेव्हा तो एका यार्डाच्या अंतरावर अडखळला. ओरेगॉन १०–७नं हरली.

१९७२मध्ये डक्स हे बीव्हर्सबरोबर सतत आठ वेळा सरळ सरळ हरले आणि सतत आठ वेळा मला निराश केलं; पण आता या खळबळजनक वर्षात डक्स टीम

नाइके बूट घालणार होती. हॉलिस्टरनं ओरेगॉनच्या मुख्य कोच डिक एनराइटला आमच्या वॅफलच्या आकाराचे बूट 'सिव्हिल वॉर' या मोठ्या स्पर्धेत घालण्यासाठी पटवलं.

कॉर्नव्हालिसमध्ये ही स्पर्धा होणार होती. सकाळपासून मधून मधून पाऊस पडत होता आणि खेळ सुरू होइपर्यंत मोठ्या धारा पडू लागल्या. पेनी आणि मी आमच्या भिजलेल्या पाँचोमध्ये तिथेच बाकावर कुडकुडत पावसाकडे बघत उभे होतो. तेवढ्यात स्पर्धा सुरू झाल्याची शिटी हवेत घुमली. पहिल्या दिवशी ओरेगॉनचा जाडजूड क्वार्टरबॅक डॅन फाउट्स यानं चेंडू डॉनी रेनॉल्ड्सकडे टाकला. त्यानं आपल्या नाइके वॅफल्स घातलेल्या बुटांनी एक फटका मारला आणि *तो सरळ गोलमध्ये गेला.* स्कोअर होता – डक्स ७, नाइके ७ बीव्हर्स ०!

कॉलेजमध्ये चमकणारा फाउट्स त्या दिवशी वेगळ्याच मूडमध्ये होता. त्यानं चेंडू ३०० यार्ड पास केला आणि एकदा ६० यार्डावर आपल्या सहकार्याच्या हातात अलगद फेकला. प्रतिस्पर्धी गारद होऊ लागला. पहिल्या शिटीनंतर डक्स बरोबर ३०–३नं पुढे होते. मी त्यांना नेहमी *माय* डक्स म्हणायचो; पण आता खऱ्या अर्थानं ते माझे होते, त्यांनी माझे बूट घातले होते. त्यांचं प्रत्येक पाऊल, प्रत्येक फटका अंशतः माझा होता. खेळ नुसता पाहणं वेगळं आणि खेळाडूच्या ठिकाणी स्वतःला बघणं वेगळं! प्रत्येक चाहत्याला तसाच भास होत असतो. खेळाडू तुमचे बूट घालून खेळत असतात तो अनुभवच वेगळा!

गाडीकडे जाताना मी खूप हसत होतो, वेड्यासारखा हसत होतो.अगदी पोर्टलँडला जाईपर्यंत हसत होतो. मी पेनीला सारखं म्हणत होतो; मला १९७२चा शेवट अगदी *असाच* हवा होता, विजयी होऊन हवा होता. कुठलाही विजय सुखदच असतो; पण हा विजय, बाप रे – भलताच ग्रेट!

१९७३

१९७२ च्या ऑलिंपिकनंतर प्री पूर्वीसारखा राहिला नाही. त्या आतंकवादी हल्ल्यामुळे तो चिडला होता, अस्वस्थ झाला होता. त्याच्या स्वतःच्या कामगिरीमुळेही तो नाराज होता, त्याला वाटत होतं की, आपण सगळ्यांची निराशा केली. तो चौथा आला.

आम्ही त्याला म्हटलं की तुझ्या नेहमीच्या अंतराच्या गटामध्ये जगात चौथा नंबर येण्यात काय वाईट आहे; पण प्रीला आपण त्यापेक्षा जास्त चांगले आहोत हे माहीत होतं. जर तो इतका आडमुठा नसता तर त्यानं आणखी चांगली कामगिरी केली असती, असं त्याला वाटत होतं; पण त्याला धीर नव्हता, त्याच्याकडे धोरण नव्हतं. तो पुढे पळणाऱ्याच्या सतत मागे राहून शेवटी रजत पदक नक्कीच मिळवू शकला असता; पण ते त्याच्या स्वभावाच्या विरुद्ध होतं म्हणून तो पहिल्यापासून जीव तोडून धावायचा आणि मग शेवटच्या शंभर यार्डात दमून जायचा आणि वाईट गोष्ट म्हणजे त्याचा कट्टर प्रतिस्पर्धी फिनलँडचा लासे वीरेन सुवर्णपदक पटकावून जायचा.

आम्ही प्रीचं नीतिधैर्य उंचावण्याचा खूप प्रयत्न केला. आम्ही त्याला म्हटलं की, सगळं ओरेगॉन त्याच्यावर अजूनही प्रेम करतं. यूजीन गावाचे सरकारी अधिकारी एका रस्त्याला त्याचं नाव देणार होते. प्री म्हणाला, 'वा! ते त्याला काय नाव देणार चौथ्या नंबरचा रस्ता!' तो अनेकदा विलिमेट नदीच्या काठावर आपल्या व्हॅनमध्ये स्वतःला कोंडून घ्यायचा आणि नंतर काही आठवडे तो बाहेर येत नसे.

कालांतरानं रिकाम्या रस्त्यावर खूप चकरा मारल्यावर, आपल्या जर्मन शेफर्ड लोबोबरोबर खूप खेळल्यानंतर आणि बरीच बिअर घशाखाली घातल्यानंतर प्री यातून बाहेर आला. मी ऐकलं की, एके दिवशी तो पहाटे आपली दहा मैलाची धाव पूर्ण करत असताना लोबो त्याच्या पाठीमागे अगदी जवळून पळत होता.

सहा महिने लागले; पण नंतर प्रीच्या पोटातली आग पुन्हा जागृत झाली. ओरेगॉनमधील त्याच्या शेवटच्या शर्यतीत तो चमकला. त्यानं एनसीएएची तीन मैलाची शर्यत सतत चार वर्षे जिंकली तीही १३.०५.३ मिनिटांत! तो स्कँडिनेव्हियाला गेला आणि त्यानं सगळ्यांना ५००० मीटरमध्ये मागे टाकलं आणि १३.२२.४ मिनिटांत अमेरिकन विक्रम मोडला आणि मुख्य म्हणजे त्यानं यासाठी नाइके बूट घातले होते. बॉवरमननं अखेर त्याला आमचे बूट घालायला लावले (निवृत्तीनंतरही बॉवरमन प्रीला कोचिंग करत होता, वॅफल बुटांच्या रचनेत शेवटचे बदल करत होता. ते बूट लवकरच बाजारात येणार होते. तो कामात इतका कधीच व्यस्त नव्हता) आणि अखेर आमचे बूट प्रीच्या योग्यतेचे झाले. अगदी बरोबर जोडी जमली. त्याला हजारो डॉलरची प्रसिद्धी मिळत होती. आमचा ब्रँड रूढ कल्पनांना धक्का देत नवक्रांतीचं प्रतीक बनला होता आणि आम्ही त्याला वर यायला मदत करत होतो.

१९७६च्या माँट्रियल येथील ऑलिंपिक सामन्याबद्दल प्री बॉवरमनशी बोलत होता. तो बॉवरमनला आणि काही जवळच्या मित्रांना म्हणाला की, त्याला पापातून मुक्ती हवी होती. म्युनिकमध्ये हुकलेलं सुवर्णपदक त्याला मिळवायचंच होतं.

पण त्याच्या मार्गात काही मोठे अडथळे होते. उदाहरणार्थ, व्हिएतनाम. प्री आणि माझ्यासह प्रत्येकाचं आयुष्य स्पर्धेत कितवा नंबर आला याभोवती फिरत होतं. सक्तीच्या सैनिकी सेवेतून माफीच्या संदर्भात त्याचं नशीब उलटं फिरलं. त्याला पदवी मिळाल्याबरोबर सैन्यात भरती व्हायला लागणार होतं. वर्षभरात तो मशिनगनचा सामना करत कुठल्यातरी भयाण जंगलात लढत असता. त्याचे सुवर्णस्पर्शी पाय कदाचित युद्धात नाहीसेही होऊ शकले असते.

आणि बॉवरमनचाही एक वेगळाच प्रश्न होता. प्री आणि त्याचा कोच, दोघात सारखी भांडणं व्हायची. दोघंही पळण्याची शैली आणि प्रशिक्षण पद्धतीबाबत आपापल्या कल्पनांवर ठाम होते. बॉवरमन दूरचा विचार करत असे. लांब अंतराचा धावपटू वयाच्या विशीच्या शेवटी उत्तम फॉर्ममध्ये असतो, त्यामुळे त्याला वाटायचं प्रीनं मधून मधून विश्रांती घ्यावी आणि निवडक शर्यतीतच भाग घ्यावा. बॉवरमन त्याला नेहमी सांगत असे, स्वतःची ऊर्जा वाचव; पण प्री अर्थातच नाही म्हणायचा. तो म्हणायचा की, मी पराकोटीचा जोर लावणारच. त्यांचे परस्परसंबंध माझे जसे बँकेशी होते तसे होते. प्रीला कधीच हळूहळू पळण्यात रस नव्हता. जोरात पळावं नाही तर मरावं! मला त्यात खोट दिसली नाही, मी त्याच्या बाजूनं होतो. आमच्या कोचच्या विरुद्ध जाऊनही!

मुख्य म्हणजे प्री अगदी कडका होता. त्या वेळी काहीही माहिती नसलेले आणि हुकूमशाही पद्धतीनं वागणारे लोक अमेरिकन क्रीडा क्षेत्रावर अधिकार गाजवत होते. त्यांनी हुकूम सोडला की, ऑलिंपिक खेळाडू पुरस्कृत रक्कम किंवा सरकारी अनुदान घेऊ शकत नाहीत. याचा अर्थ असा होता की, आमचे सर्वोत्तम जलतरणपटू किंवा धावपटू भिकेला लागणार होते. जिवंत राहण्यासाठी प्री अधूनमधून यूजीनच्या बारमध्ये काम करत होता. काही वेळा युरोपमधील काही शर्यतीत धावून तो प्रवर्तकांकडून

बेकायदेशीरपणे पैसे घ्यायचा. अर्थात या अतिरेकी शर्यतींचा ताण पडत होता. त्याचं शरीर विशेषतः पाठ कुरकुरू लागली होती.

ब्लू रिबनमध्ये आम्हाला प्रीविषयी नेहमी काळजी वाटायची.आम्ही त्याच्याविषयी अनेकदा बोलत असायचो. अखेर आम्ही एक योजना आखली. स्वतःचं नुकसान करून घेण्यापासून त्याला वाचवण्यासाठी आणि त्यानं भिकेची झोळी घेऊन हिंडणं थांबवावं म्हणून आम्ही त्याला आमच्याकडेच नेमलं. १९७३मध्ये आम्ही त्याला वार्षिक पाच हजार डॉलरवर नोकरी दिली आणि केलच्या लॉस एंजलिसमधील बीच कॉटेजवर राहायची परवानगी दिली. आम्ही त्याला *'राष्ट्रीय संचालक, जन संपर्क'* म्हणून एक ओळखपत्रही दिलं. लोक भुवया आकुंचित करून याचा अर्थ काय म्हणून विचारत असत आणि मीही माझे डोळे बारीक करून म्हणत असे की, 'याचा अर्थ तो जोरात पळू शकतो.'

त्याचा अर्थ असाही होता की, तो आमच्यासाठी एक सुप्रसिद्ध पुरस्कर्ता होता.

प्रीनं हा मोठा लाभ मिळाल्यानंतर प्रथम काय केलं तर स्वतःसाठी एक बटरस्कॉच एमजी गाडी घेतली. तो ती गाडी सगळीकडे चालवायचा. ती माझ्या जुन्या एमजीसारखी दिसायची. मला उगीचच खूप अभिमान वाटायचा. मला वाटायचं, 'आपणच ती विकत घेतली.' माझ्या मनात यायचं की, आम्ही जे निर्माण करू पाहत होतो त्याचं प्री हे जिवंत, खरंखुरं प्रतीक आहे. जेव्हा लोक प्रीला तुफान वेगानं ट्रॅकवर किंवा त्याच्या एमजीतून जाताना बघत असत - तेव्हा मला वाटे की, त्यांनी त्याचे नाइके बूट बघावेत आणि कुणी नाइकेची जोडी खरेदी केली की, मला वाटे, त्यांनी प्रीला पाहावं.

मी त्याच्याशी फारच कमी वेळा बोललो असेन; पण त्याच्याविषयी माझ्या भावना तीव्र होत्या. आमच्यातल्या बोलण्याला संभाषणही म्हणता येणार नाही. मी त्याला ट्रॅकवर किंवा ब्लू रिबनमध्ये बघत असे तेव्हा मी गप्पच व्हायचो. मी स्वतःला अनेकदा पटवण्याचा प्रयत्न करायचो की, प्री हा कूज बेमधला केवळ एक लहानसा, केस विस्कटलेला आणि वात्रट मिशी असलेला मुलगा आहे; पण मला लगेच खरं ते कळायचं. त्याच्याबरोबर एक दोन मिनिटांतच त्याचं खरं रूप कळायचं.

त्या काळात जगातील सर्वांत प्रसिद्ध ओरेगॉनियन म्हणजे केन केसी. त्याची *वन फ्ल्यू ओव्हर द ककूज नेस्ट* ही १९६२मधील कादंबरी तुफान गाजली. त्याच वर्षी मी माझ्या जगप्रवासाची सुरुवात केली होती. ओरेगॉन विद्यापीठापासून मी केसीला ओळखत होतो. तो कुस्ती खेळायचा, मी धावायचो. पावसाळ्यात आम्ही दोघे एकाच व्यायामशाळेत व्यायाम करायचो. त्याची पहिली कादंबरी जेव्हा प्रकाशित झाली, तेव्हा ती वाचून मी थक्क झालो होतो. कारण, तो शाळेत असताना त्यानं लिहिलेली नाटकं काही तरीच होती; पण अचानक तो साहित्यातला एक शिरोमणी झाला, न्यू यॉर्कचा हिरो झाला; पण प्रीच्या समोर मी जसा चकित व्हायचो तसा केसी समोर कधीच झालो नव्हतो. १९७३मध्ये मला वाटू लागलं की, प्री हा केसी इतकाच किंवा जास्तच मोठा कलाकार होता. प्री स्वतःच म्हणायचा, 'शर्यत म्हणजे

एक कलाविष्कार होय, लोक आपापल्या आकलनानुसार प्रत्येक शर्यतीकडे बघतात आणि प्रभावित होतात.'

माझ्या लक्षात आलं की, प्रत्येक वेळी प्री ऑफिसमध्ये यायचा तेव्हा फक्त माझीच शुद्ध हरपायची असे नव्हते. प्रत्येक जण थक्क होत असे, पुरुष, स्त्री कोणीही असो, सगळ्यांचा बक नाइट होत असे अगदी पेनीचाही! मी पेनीला प्रथम ट्रॅक व फिल्ड शर्यतींची आवड लावली; पण प्रीमुळे ती या प्रकाराची खरी चाहती झाली.

हॉलिस्टर मात्र याला अपवाद होता. त्याचं आणि प्रीचं छान जमत असे. ते भावभावांसारखे होते. हॉलिस्टर माझ्याशी किंवा इतरांशी जसं वागे तसाच प्रीबरोबरही वागायचा. हॉलिस्टर प्रीबरोबर अगदी सहज गप्पा मारत असे, त्यामुळे आम्ही प्रीच्या जवळ जाऊ शकत होतो आणि याच्या उलटही होत असे. आम्ही बैठकीच्या खोलीत जेवणाची व्यवस्था केली होती.

वुडेल आणि मी नेहमी चुकायचो, त्याप्रमाणे आम्ही त्याच दिवशी हॉलिस्टरला त्याच्या कामात आम्ही बदल करत आहोत, असं सांगणार होतो आणि *तो येऊन खुर्चीत बसताच* आम्ही त्याला हे सांगितलं. या बदलामुळे त्याच्या वेतनात फरक पडणार होता, फार फरक नव्हता; पण त्याला वेगळ्या प्रकारे वेतन मिळणार होतं. आम्ही काही स्पष्टीकरण द्यायच्या आत त्यानं त्याचा रुमाल टेबलावर फेकला आणि तो रागारागानं निघून गेला. आता प्रीशी बोलणं सुरू करण्यासाठी आमच्याकडे कोणीही नव्हतं. आम्ही शांतपणे सँडविच खायला सुरुवात केली.

पहिल्यांदा प्री बोलू लागला, ''जॉफ परत येतोय का?''

मी म्हटलं, ''मला नाही वाटत.''

दीर्घ शांतता.

प्री म्हणाला, ''मग मी त्याचं सँडविच खाऊ का?''

आम्ही सगळे हसू लागलो. प्री एकदम मर्त्यलोकातला माणूस वाटू लागला आणि ते जेवण आमच्यासाठी अनमोल ठरलं.

त्यशनंतर आम्ही हॉलिस्टरला शांत केलं आणि त्याच्या कामात पुन्हा बदल केला. आम्ही म्हटलं की, आता तू प्रीबरोबर आमचा कायमचा प्रतिनिधी. प्रीचा विषय तू बघायचा, त्याला कुठेही घेऊन जायचं; प्रीची चाहत्यांशी ओळख करून द्यायची. आम्ही त्याला सांगितलं की, प्रीला घेऊन देशभर लांब फिरायला जा. सगळ्या शर्यतींना जा, राज्य स्पर्धांना जा, शाळा कॉलेजांमध्ये जा; सगळीकडे जा. हवं ते आणि नको ते कर!

काही वेळा प्री धावण्याविषयीची शिबिरं भरवायचा, प्रशिक्षण आणि पळताना होणाऱ्या दुखापतींबद्दल बोलायचा. काही वेळा फक्त सह्या द्यायचा आणि फोटोसाठी पोज द्यायचा. त्यानं काहीही केलं; हॉलिस्टर त्याला कुठेही घेऊन गेला तरी श्रद्धाळू चाहते त्यांच्या निळ्या फोक्सवॅगन बसभोवती एकच गर्दी करत असत.

प्रीला दिलेल्या पदाला निश्चित असा अर्थ नव्हता; पण त्याची भूमिका आणि नाइकेवर त्याचा विश्वास अस्सल होता. जिथे जाईल तिथे तो नाइकेचे टी शर्ट घालून जात असे आणि बॉवरमनच्या प्रयोगांचा शेवट त्याच्या पायातच होत असे. प्री नाइकेचा गुरूमंत्र सर्वांना देत असे आणि त्याच्यामुळे आमच्या पुनरुज्जीवनाला हजारो लोकांची साथ मिळाली. तो सर्वांना, 'हा खाचा असलेला नवीन ब्रॅन्ड वापरून पाहा,' असं सांगत असे, अगदी त्याच्या प्रतिस्पर्धांनादेखील! तो अनेकदा आपल्या सहकारी धावपटूंना नाइके बुटांचे जोडे पाठवून त्याबरोबर चिठीत लिहीत असे, 'हे घालून पाहा, तुला निश्चित आवडतील.'

प्रीमुळे जास्तीत जास्त प्रभावित झालेल्या लोकांमध्ये जॉन्सनचा समावेश होता. पूर्व किनाऱ्यावरील आमचे बस्तान नीट बसवताना, जॉन्सननं १९७२मधील बराच काळ एका बुटाच्या डिझाइनवर बरेच कष्ट घेतले आणि त्याला 'प्री-मॉन्ट्रियल' असे नाव दिले. हे बूट म्हणजे एक प्रकारे स्वतः प्रीला आणि येऊ घातलेल्या अमेरिकन द्विशताब्दी सोहळ्याला दिलेला सन्मानच होता. दिलेल्या प्रकल्पावर खूप कष्ट घेतले. स्वेड लेदरचा निळा अंगठा, नायलॉनची लाल रंगाची मागची बाजू आणि पांढरा स्वूश यामुळे आमच्या सर्व बुटातील *हा* जोड एकदम उठून दिसत असे. आम्हाला जाणीव होती की, बुटाच्या दर्जावर आमचं जीवन-मरण अवलंबून होतं आणि स्पाइक्सच्या बुटांची आमची गुणवत्ता तोपर्यंत यथातथाच होती. या डिझाइनद्वारे जॉन्सन तो दर्जा ठीकठाक करणार होता.

पण मी ठरवलं की, तो हे काम ओरेगॉनमध्येच करणार, बोस्टनमध्ये नाही.

मी जॉन्सनबद्दल बरेच महिने विचार करत होतो. तो आता एक उत्तम डिझाइनर बनला होता आणि त्याच्या कौशल्याचा पूर्ण विनियोग करणं गरजेचं होतं. पूर्व किनाऱ्यावर सगळं काही ठीक चाललं होतं; पण आता त्याच्यावर व्यवस्थापनाच्या कामाचा बोजा पडत होता. आता तिथं सर्व सुरळीत करायची, पुनर्रचनेची गरज होती. जॉन्सनच्या कल्पकतेचा आणि वेळेचा सध्या नीट उपयोग होत नव्हता. हे काम दुसरा कोणी तरी बरोबर सांभाळू शकेल...वुडेल?

दिवसामागून दिवस जात होते. रोज सहा मैलाची दौड करताना मी या परिस्थितीवर विचार करत असे. माझ्याकडे दोघे जण अयोग्य ठिकाणी अयोग्य काम करत होते आणि यावर सुचणारं सहज उत्तर दोघांनाही रुचलं नसतं. प्रत्येकाला आपण राहतो ती जागा पसंत असते. दोघेही एकमेकांचे दोष काढत असत; पण दोघांनाही ते कबूल नव्हतं. मी वुडेलला व्यवस्थापक म्हणून नेमलं तेव्हा जॉन्सनचं पद त्याच्यापेक्षा कनिष्ठ झालं, वुडेलनं जॉन्सनच्या कामावर देखरेख करावी, त्याच्या पत्रांना उत्तरं द्यावी, असा त्याचा अर्थ होत होता. वुडेल ती पत्रं सविस्तर वाचून काढण्याची, सर्वांना उत्तर देण्याची चूक करत होता, त्यामुळे दोघात एक बोचरा, वर्मी लागणारा संवाद होत असे.

उदाहरणार्थ, एकदा वुडेल माझ्या ऑफिसमध्ये आला आणि म्हणाला, "हे अगदीच निराशाजनक आहे. जेफ *सतत* मालाची साठवण, खर्चाच्या भरपाईबद्दल,

माहिती न दिल्याबद्दल तक्रार करत असतो. तो म्हणतो की, त्याला खूपच काम पडतं आणि आपण इकडे आराम करतो. खरं तर आपली विक्री आता दुप्पट होत आहे म्हणून जास्त काम करावं लागतं; पण तो ऐकतच नाही.''

वुडेल म्हणाला की, त्याला जॉन्सनबरोबर जरा वेगळा मार्ग स्वीकारावा असं वाटतं.

मी त्याला म्हटलं, ''हो, काही हरकत नाही.''

त्यानं जॉन्सनला एक मोठं पत्र लिहिलं आणि त्यात मान्य केलं की, आम्ही सगळे नकळत त्याच्याविरुद्ध वागत होतो आणि त्यामुळे त्याला त्रास होत असावा. त्यानं लिहिलं, 'अर्थात तुला जेवढं काम पडतं तेवढं आम्ही करत नाही. दिवसातून तीनच तास कामाचे असल्यामुळे सगळं काही पूर्ण होऊ शकत नाही हे खरं आहे. ग्राहक आणि अन्य व्यावसायिक यांच्या संदर्भात तुला माझ्यामुळे कधी गोंधळात पडल्यासारखं झालंही असेल. अनेक वेळा बिलं भरायची वेळ येते आणि मी कमी पैसे पाठवल्यामुळे तुला वसुली करणाऱ्या संस्था आणि कोर्टकचेऱ्यांना भेटी द्याव्या लागत असतील. तुझ्या दुष्कीर्तीचं श्रेय मला जातं असं मला वाटतं.'

वगैरे वगैरे...!

जॉन्सननं उलट टपाली लिहिलं, 'अखेर तिकडच्या कुणाला तरी माझं म्हणणं समजतंय!'

मी जे काही सुचवणार होतो, त्याचा काही उपयोग होईल, असं वाटत नव्हतं.

मी प्रथम जॉन्सनकडे गेलो. मी विचारपूर्वक वेळ निवडली–आम्ही जपानला गेलो होतो, निप्पॉन रबरला भेट दिली होती आणि मॉंट्रियलच्या पूर्व तयारीचा विचार करत होतो. रात्री जेवणाच्या वेळी मी त्याला समजावून सांगितलं, आपण एक मोठी भयंकर लढाई लढत आहोत, आपण एका वेढ्यात अडकलो आहोत. आपल्या सैनिकांना रसद मिळावी आणि शत्रूला रोखता यावं म्हणून आपण शक्य ते करत आहोत. विजय मिळवण्यासाठी, यातून सुखरूप बाहेर पडण्यासाठी बाकी सर्व गोष्टींचा त्याग करण्याची, सगळं काही बाजूला सारण्याची गरज आहे. 'आणि ब्लू रिबनच्या जीवनातील या महत्त्वाच्या क्षणी, नाइके बूट बाजारात आणताना – सॉरी, पण मला वाटतं की तुम्ही दोघांनी जागेची अदलाबदल करावी.'

तो कुरकुर करू लागला. अर्थात परत सँटा मोनिकाची आठवण!

पण हळूहळू तो राजी झाला.

आणि वुडेलही.

१९७२च्या अखेरीस दोघांनीही आपल्या घराच्या चाव्या एकमेकांना दिल्या आणि १९७३च्या सुरुवातीस त्यांनी एकमेकांची जागा घेतली. सांघिक भावना! हा खरोखरच मोठा त्याग होता आणि मी दोघांचा आभारी होतो; पण माझ्या स्वभावाला धरून आणि ब्लू रिबनच्या परंपरेप्रमाणे मी आभार व्यक्त केले नाहीत, कृतज्ञतेचा एक

शब्दही काढला नाही. खरं तर माझ्या अनेक मेमोमध्ये मी या बदलाचा, 'ऑपरेशन डमी स्विच' असा उल्लेख करायचो.

१९७३मध्ये उन्हाळ्याच्या अखेरीस मी आमच्या नवीन गुंतवणूकदारांना म्हणजे डिबेंचरधारकांना दुसऱ्यांदा भेटलो. पहिल्या वेळी त्यांनी माझं स्वागत केलं होतं. का करणार नव्हते? ब्लू रिबनची विक्री जोमात वाढत होती, अनेक नामवंत खेळाडू आमच्या बुटांना पुरस्कृत करत होते. हो, आमच्याकडे ओनित्सुका नव्हती आणि कोर्टात आमची लढाई चालू होती; पण तरीही आम्ही योग्य मार्गावर होतो.

या वेळी मात्र गुंतवणूकधारकांना सांगणं माझं कर्तव्य होतं की, नाइके बुटांची विक्री सुरू केल्यापासून ब्लू रिबनला प्रथमच नुकसान झालं होतं.

यूजीनमध्ये व्हॅली रिव्हर इनमध्ये ही बैठक झाली. बैठकीच्या हॉलमध्ये तीस स्त्री-पुरूष जमा झाले होते, मी टेबलाच्या अग्रस्थानी बसलो होतो. एक गडद रंगाचा सूट परिधान करून मी आत्मविश्वास दाखवण्याचा प्रयत्न करत ही दुःखद बातमी सांगितली. वर्षभरापूर्वी मी ब्लू रिबनच्या कर्मचाऱ्यांना उद्देशून जे भाषण केलं तेच इथेही बोललो. *आपण शत्रूला हवं त्या ठिकाणी गाठलं आहे... वगैरे!* पण या गटातील लोकांना अशा गप्पा चालणार नव्हत्या. त्यात अनेक विधवा आणि विधुर होते, निवृत्त आणि पेन्शनर होते. मागील वर्षी माझ्याबरोबर बॉवरमन आणि जाक्वा होते; पण दुर्दैवानं ते या वर्षी कामात गर्क होते.

मी एकटाच होतो.

भाषणाच्या अर्ध्या तासानंतर तीस भयभीत चेहरे माझ्याकडे बघत होते. मी सुचवलं की, आपण आता जेवण घेऊ. मागच्या वर्षी मी जेवणाच्या आधीच सर्वांना आमचा आर्थिक अहवाल दिला होता. या वर्षी मी नंतर अहवाल द्यायचं ठरवलं होतं; पण काही उपयोग झाला नाही. पोट भरल्यावर आणि चॉकलेट कुकी देऊन*ही* आमचे आकडे फार चांगले दिसत नव्हते. ३२ लाख डॉलरची विक्री होऊनही आम्हाला ५७,००० डॉलर निव्वळ तोटा झाला होता.

मी बोलत असताना काही गटांमध्ये खाजगीत कुजबूज सुरू झाली. त्यांच्या समोर हा त्रासदायक ५७,००० डॉलरचा आकडा नाचत होता आणि वारंवार त्याचाच उल्लेख होत होता. मध्येच कधी तरी मी *स्पोर्ट्स इलस्ट्रेटेडच्या* मुखपृष्ठावर आलेल्या, नाइके बूट घातलेल्या ॲन कॅरिस या तरुण धावपटूच्या फोटोचा उल्लेख केला. लोकहो, *आपण एक नवीन क्रांती घडवत आहोत!* कुणीच ऐकलं नाही, कुणालाच त्याचं काही वाटलं नाही. त्यांना फक्त शेवटची ओळ दिसत होती, *त्यांच्या* अखेरची ओळ!

मी सादरीकरणाचा शेवट केला. कुणाला काही प्रश्न आहेत का म्हणून विचारलं. तीस हात वर गेले. एक वृद्धसा माणूस उठून म्हणाला, 'हे पाहून मी अगदी *निराश* झालो आहे.' 'अजून काही प्रश्न?' एकोणतीस हात वर गेले. अजून एक म्हणाला, 'आम्ही अजिबात *खूश* नाही आहोत.'

मी म्हटलं की, मला तुमच्याबद्दल सहानुभूती आहे, पण त्यामुळे ते अधिकच वैतागलेले दिसले.

त्यांचा तो हक्कच होता. त्यांनी माझ्यावर आणि बॉवरमनवर विश्वास टाकला होता आणि आम्ही अपयशी ठरलो होतो. आम्हाला टायगरकडून अशी फसवणूक होईल, असं अजिबात वाटलं नव्हतं; पण या लोकांना मात्र खूप त्रास होत होता. त्यांच्या चेहऱ्यावर ते दिसत होतं आणि मला जबाबदारी घ्यायलाच हवी होती. सगळं ठीकठाक करण्यासाठी मी या लोकांना काही तरी सवलत द्यायचं ठरवलं.

त्यांना दिलेल्या समभागात एक सूत्र ठरवलेलं होतं आणि ही सवलत दर वर्षी वाढत असे. पहिल्या वर्षी प्रत्येक शेअरमागे १.०० डॉलर, दुसऱ्या वर्षी १.५० डॉलर... वगैरे. या वाईट कामगिरीनंतर मी त्यांना सांगितलं की, हे डिबेंचर पाच वर्षे त्यांच्याकडे असतील आणि त्या पाचही वर्षांत मी सर्वांना एकाच दरानं सवलत देईन.

त्यांचं थोडंफार समाधान झालं. यूजीन सोडताना मला कळत होतं की, त्यांचं माझ्याबद्दल आणि नाइकेबद्दल फारसं चांगलं मत नव्हतं. मी हेही ठरवलं की, यापुढे मी माझी कंपनी कधीच पब्लिक लिमिटेड करणार नाही. जर तीसच लोक मला इतकी पोटदुखी देणार असतील तर हजारो भागधारकांना तोंड देण्याचा मी विचारच करू शकत नव्हतो.

निशो आणि बँकेकडून पैसा मिळवणंच जास्त बरं होतं.

म्हणजे पैसा पुरवण्याजोगं काही असलं तर...! आम्हाला वाटलं त्याप्रमाणे ओनित्सुकानं आमच्यावर जपानमध्ये खटला भरला होता. आता आम्हाला अमेरिकेत त्यांच्याविरुद्ध करारभंग आणि ट्रेड मार्क कायद्याचं उल्लंघन यासाठी खटला भरणं भाग होतं.

मी माझा मामेभाऊ हाउझरकडे केस सोपवली. ते फारसं काही कठीण नव्हतं. विश्वास, नातं, रक्ताचे संबंध वगैरे वगैरे! शिवाय त्याचा आत्मविश्वास! तो दोनच वर्षांनी मोठा होता; पण हाउझर आमच्यापेक्षा फारच परिपक्व होता. तो मोठ्या आत्मविश्वासानं सर्वत्र, विशेषतः न्यायाधीश आणि ज्यूरींसमोर वावरत असे. त्याचे वडील एक उत्तम विक्रेते होते आणि हाउझरला ग्राहकाचं म्हणणं पटवायचं कसं हे चांगलं ठाऊक होतं.

शिवाय तो अत्यंत चिकाटीचा स्पर्धक होता. लहान असताना हाउझर आणि मी तासन्‌तास त्याच्या घराच्या मागच्या अंगणात अत्यंत चुरशीनं बॅडमिंटन खेळायचो. एका उन्हाळ्यात आम्ही ११६ गेम खेळलो. ११६ का? कारण, हाउझरनं मला ११५ वेळा सतत हरवलं होतं. मी जिंकल्याशिवाय थांबायला तयार नव्हतो आणि त्यालाही त्याबद्दल काही हरकत नव्हती.

पण मी त्याची निवड केली. कारण, माझी गरिबी. कायदेशीर सल्ल्यासाठी माझ्याकडे पैसे नव्हते. हाउझरनं आकस्मिकपणे त्याच्या कंपनीला माझी केस घ्यायला लावली.

१९७३ मधला बराच काळ हाउझरच्या ऑफिसमध्येच गेला. विविध कागदपत्रं वाचण्यात, अनेक मेमोंचा आढावा घेण्यात, माझ्याच वाक्यांना आणि शब्दांना दोष देण्यात वेळ गेला. हाउझर म्हणाला की, मी तो गुप्तहेर नेमण्याबद्दल एक मेमो लिहिला होता, कोर्टाला हे रुचणार नव्हतं. मी किटामीच्या बॅगमधून पाकीट उचलल्याचं प्रकरण? न्यायाधीश त्याला चोरी नाही तर काय म्हणणार? मला मॅक आर्थरचं वाक्य आठवलं *'माणूस जे नियम तोडतो त्यासाठीच लक्षात राहतो.'*

ते दुखावलेले चेहरे कोर्टापासून दूर ठेवायचा मी प्रयत्न केला. शेवटी एकच गोष्ट राहिली होती. सरळ वागणे. तेच योग्य आणि बरोबर होतं. मी केवळ आशा करू शकत होतो की, किटामीचं पाकीट मी फक्त स्वसंरक्षणासाठी घेतलं होतं.

जेव्हा मी हाउझरबरोबर या केसचा अभ्यास करत नव्हतो, तेव्हा लोक माझा अभ्यास करत होते. दुसऱ्या शब्दांत सांगायचं तर मला बाजूला हटवलं जात होतं. मला वाटायचं की, धंदा म्हणजे बंदुकीच्या गोळ्यांशिवायचं युद्ध; पण मला बैठकीच्या खोलीत पाच वकिलांनी घेरलं, तोवर बैठकीच्या युद्धातला त्वेष जाणवला नव्हता. मी ओनित्सुकाबरोबरच्या कराराचा भंग केला, असं मी म्हणावं म्हणून त्यांनी शर्थीचा प्रयत्न केला. त्यात त्यांनी अनेक फसवे प्रश्न विचारले, आक्रमक प्रश्न विचारले, गर्भित प्रश्न विचारले, सटकू प्रश्न विचारले. प्रश्नातून काम झालं नाही, तर ते माझ्या उत्तरातून उलटा अर्थ काढायचे. अपमानित होणं दुःखदच असतं; पण एखाद्या बुजऱ्या माणसासाठी ते दिव्य असतं. अनेक प्रकारे छळ झाल्यावर, मार खाल्ल्यावर आणि कुचेष्टा झाल्यावर शेवटी मी अगदी दीनवाणा झालो. मला हे फार चांगलं जमत नाही हे हाउझरनं वारंवार सांगितल्यामुळे माझी मनःस्थिती अधिकच दीनवाणी झाली.

या कठीण दिवसात रात्री सहा मैलाची दौड केल्यामुळे मी वाचलो आणि नंतर पेनी आणि मॅथ्यूबरोबर जे काही क्षण मिळायचे त्यामुळे मी टिकून राहिलो. मॅथ्यूला झोपताना गोष्ट सांगण्यासाठी मी मुद्दाम थोडा वेळ आणि ऊर्जा शिल्लक ठेवायचो. *'हे बघ, स्वातंत्र्याचे घोषणापत्र लिहिण्यात थॉमस जेफरसन मग्न होता, योग्य शब्द शोधत होता आणि तेव्हा मॅट हिस्टरीनं त्याला एक पिसांचं पेन दिलं आणि त्यातून जादूसारखे शब्द पाझरू लागले...!'*

मी गोष्ट सांगत असताना मॅथ्यू नेहमी हसू लागे. मला त्याचं खळखळतं हसू ऐकायला खूप आवडायचं. कारण, अनेकदा तो मूडी आणि गंभीर असायचा. हा जरा काळजीचाच विषय होता. तो उशिरा बोलायला लागला आणि त्याच्या स्वभावात आक्रमकता होती. मी स्वतःलाच दोष दिला. मी घरी जास्त वेळ दिला असता तर तो कमी आक्रमक झाला असता.

बॉवरमन मॅथ्यूबरोबर बराच वेळ थांबत असे. त्यानं मला चिंता करू नकोस असं सांगितलं. तो म्हणाला, ''मला त्याची ही वृत्ती आवडते, या जगाला अशाच बंडखोर लोकांची गरज आहे.''

त्या वर्षी आमच्या या बंडखोरासाठी, नवीन भावंडाची एक काळजी आम्हीच निर्माण केली. पेनी पुन्हा गर्भवती होती. आता *आम्हाला* हे कसं जमणार, याचीच मला काळजी वाटत होती. १९७३च्या अखेरीस दोन मुलं आणि काम नाही अशी परिस्थिती असेल, असं मला वाटू लागलं.

मॅथ्यूच्या बिछान्याजवळचा दिवा मालवल्यावर मी सहसा हॉलमध्ये पेनीबरोबर बसत असे. आम्ही दिवसभर काय झालं, याची चर्चा करायचो म्हणजे त्या केसविषयी चर्चा. मोठी होत असताना पेनीनं तिच्या वडिलांच्या अनेक केसेस ऐकल्या होत्या आणि तिला कोर्टातल्या घटनांबद्दल खूप आकर्षण असायचं. टीव्हीवरचा कुठलाही कोर्टकचेरीचा कार्यक्रम ती सोडत नसे. *पेरी मॅसन* तिचा खूप आवडता होता आणि मी तिला मॅसनची बिनधास्त साहाय्यक डेला स्ट्रीट असं नाव ठेवलं होतं. तिच्या उत्सुकतेबद्दल मी तिची थट्टा करत असे; पण मलाही त्यातून मजा येत असे.

दररोज रात्री शेवटचं काम म्हणजे वडिलांना फोन करणं. आता माझी झोपण्याआधीची गोष्ट! तेव्हा त्यांनी वर्तमानपत्रातली नोकरी सोडली होती. निवृत्तीनंतर त्यांच्याकडे जुन्या केसेस आणि सुनावण्यांच्या कथा शोधायला भरपूर वेळ होता. हाउझरला बाजू मांडायला उपयोग होईल, अशा अनेक कथा त्यांच्याकडे होत्या. त्यांना न्यायाची चाड होती, ब्लू रिबनचं बरोबर आहे, असा पक्का विश्वास होता, त्यामुळे त्यांची या प्रकरणातील मानसिक गुंतवणूक मला सुखद वाटत होती.

नेहमी हेच घडायचं, वडील मला मॅथ्यू आणि पेनीविषयी विचारत असत, मी आईविषयी विचारत असे आणि मग ते मला कायद्याच्या पुस्तकात काय नवीन सापडलं हे सांगत असत. मी पिवळ्या लेजर पेपरवर काळजीपूर्वक टिपणे काढत असे. फोन ठेवायच्या आधी मला ते सांगायचे की, त्यांना आमच्याच विजयाची जास्त संधी वाटते. *'आपण नक्कीच जिंकणार, बक!'* ते नेहमीच जादूसारखं काम करणारं 'आपण' हे सर्वनाम उच्चारत; त्यामुळे मला फार बरं वाटत असे. आम्ही इतके जवळ कदाचित कधीच आलो नसू. कारण, आमचे संबंध अगदी प्राथमिक स्तरावर आले होते, ते वडील होते, मी मुलगा होतो आणि माझी जीवन-मरणाची झुंज चालू होती.

विचार केला तर असं वाटतं की, त्यांना आणखी काही तरी होत असावं. माझ्या खटल्यामुळे माझ्या वडिलांच्या मनात चाललेल्या भावनांना वाट मिळत असावी. कायद्यासंबंधी माझ्या अडचणी, रात्रीचे फोन यामुळे ते नेहमी सजग राहत होते आणि घरी बसत असावेत. नंतर त्यांचे क्लबमधून रात्री उशिरा घरी जाणे कमी झाले होते.

एके दिवशी हाउझर मला म्हणाला, ''मी आपल्या टीममध्ये अजून एकाला सामील केलंय. तरुण वकील रॉब स्ट्रॅसर. तुला तो आवडेल.''

तो नुकताच कॅलिफोर्निया विद्यापीठाच्या बर्कले विधिमहाविद्यालयातून बाहेर पडला होता आणि त्याला कशाचीही माहिती नव्हती, निदान अजून तरी; पण हाउझरला

त्याच्याविषयी आतून काही तरी वाटत होतं. त्याच्या मते रॉबमध्ये पुढे यायची खूप शक्यता होती आणि स्ट्रॅसरमध्ये आमच्यात मिसळणारं व्यक्तिमत्त्व होतं. हाउझर मला म्हणाला, ''स्ट्रॅसरनं या केसची माहिती वाचल्याबरोबर तो म्हणाला की, ही केस म्हणजे एक धर्मयुद्ध आहे.''

मला हे शब्द आवडले म्हणून नंतर मी हाउझरच्या ऑफिसमध्ये गेलो, तेव्हा या स्ट्रॅसरच्या खोलीत डोकावलं. तो तिथे नव्हता. ऑफिसमध्ये अंधार होता. पडदे ओढलेले, सगळे दिवे बंद! मी निघालोच होतो आणि मग आवाज आला 'हॅलो'. मी वळून पाहिलं. अंधारातून एक आकृती हलू लागली, ती आकृती मोठी झाली, काळ्याशार समुद्रातून डोंगर वर यावा तशी...

ती आकृती माझ्याकडे सरकली. मला एक मानवी आकार दिसू लागला. सहा फूट तीन इंच उंच, २८० पौंड वजन आणि जरा जास्तच रुंद खांदे! आणि ओंडक्यासारखे जाडजूड हात! हा काही अंशी सास्क्वाच होता, काही अंशी स्नफ्ल्यूपॅगस होता; पण जास्त चपळ होता. तो सरसावून पुढे आला आणि त्यानं आपले हाताचे ओंडके माझ्यासमोर पसरले. मी पुढे गेलो आणि हातात हात घेतला.

आता मला त्याचा चेहरा दिसू लागला. लालबुंद चेहरा, स्ट्रॉबेरीच्या रंगाची दाढी आणि कपाळावर चमकणारा घाम (म्हणून अंधार पडला असावा. त्याला शांत, कमी उजेड असलेली जागा आवडायची आणि त्याला सूट घालणं पसंत नव्हतं). त्याचं सगळं काही माझ्यापेक्षा, मी ओळखत असलेल्या कुणापेक्षाही वेगळं होतं आणि तरीही मला त्याच्याविषयी लगेच आगळी ओढ वाटू लागली.

तो म्हणाला की, माझ्या केसवर काम करायला मिळाल्यामुळे तो उत्साहित होता, सन्मानित होता! त्याच्या मते ब्लू रिबनवर भयंकर अन्याय झाला होता. मैत्री म्हणजेच प्रेम! मी म्हणालो, ''हो, आपल्यात प्रेम आहे.''

काही दिवसांनी स्ट्रॅसर टायगार्डला एका बैठकीसाठी आला होता. त्या वेळी पेनी ऑफिसमध्ये होती आणि स्ट्रॅसरनं तिला हॉलमधून जाताना पाहिलं, तेव्हा त्याचे डोळे मोठे झाले. त्यानं दाढी खाजवली आणि तो म्हणाला, ''बाप रे! ही पेनी पार्क्स होती का?''

मी म्हटलं, ''ती आता पेनी नाइट झाली आहे.''

''तिनं माझ्या जवळच्या दोस्ताशी डेटिंग केलं!''

''हे जग फार लहान आहे.''

''हो, तू माझ्या आकाराचा असल्यामुळे हे जग आणखीच लहान वाटतं.''

नंतरच्या काही आठवड्यांत स्ट्रॅसरला आणि मला आमच्या जीवनात आणि मानसिकतेत खूप साधर्म्य आढळलं. तो मूळचा ओरेगॉनचा होता आणि त्याला त्याचा – आमच्या गावरान पद्धतीचा खूप अभिमान होता. त्याला सिॲटल, सॅन

फ्रॉन्सिस्को आणि जवळच्या अन्य गावांबद्दल मनात एक किंतू होता. बाकीचे लोक या गावांना आमचा शत्रू मानत असत. त्याच्या प्रचंड आकारामुळे आणि साधेपणामुळे त्याचा न्यूनगंड अधिकच वाढला होता. त्याला नेहमी वाटायचं की, आपल्याला जगात काही स्थान नाही आणि आपण कायमच असे बहिष्कृत राहणार. माझंही तसंच होतं. अनेक वेळा तो मोठ्यानं आणि उपहासानं बोलून त्यावर मात करायचा प्रयत्न करत असे; पण बहुधा तो तोंड उघडत नसे, इतरांना नाराज करण्यापेक्षा आपली बुद्धिमत्ता दाखवत नसे. माझंही असंच होतं.

अर्थात स्ट्रॅसरसारखी बुद्धिमत्ता लपवणं अवघड होतं. मला भेटलेल्या लोकांपैकी त्याच्याकडे अधिक विचारशक्ती होती. तो एक चांगला वक्ता, सौदापटू, बोलका आणि शोधकवृत्तीचा मुलगा होता. त्याचं मन नेहमी भिरभिरत असे, समजून घेण्यासाठी आणि जिंकण्यासाठी. त्याला जीवन ही एक लढाई वाटत असे आणि अनेक पुस्तकात त्याच्या मते या मताला दुजोरा असायचा. माझ्याप्रमाणेच तो अगदी मुद्दाम युद्धावरची पुस्तकं वाचत असे.

माझ्याप्रमाणेच त्याचं जीवन-मरण स्थानिक टीम्सच्या कामगिरीनुसार ठरायचं. विशेषतः डक्स टीमबरोबर! त्या वर्षी ओरेगॉनचा बास्केटबॉल कोच डिक हार्टर होता आणि फुटबॉल कोच डिक एनराइट होता. यावरून आम्ही दोघे खूप हसत असू. ओरेगॉन राज्य स्पर्धांच्या वेळी एक लोकप्रिय घोषणा होती – 'इफ यू कांट गेट युअर डिक इन राइट, गेट युअर डिक हार्डर.' इंग्रजीत याचा एक चावट अर्थ होतो! पहिलं हसणं थांबल्यावर स्ट्रॅसर पुन्हा जोरात हसू लागला. त्याच्या हसण्याचा आवाज मला चकित करत असे; त्याच्या आकाराच्या माणसाकडून असं उंच स्वरात, खळखळून हसणं आश्चर्यकारक वाटायचं.

इतर कुठल्याही गोष्टीपेक्षा वडिलांबरोबरच्या नात्यामुळे आमचं चांगलं जमलं. तो एका यशस्वी उद्योजकाचा मुलगा होता आणि त्यालाही आपण वडिलांच्या अपेक्षांना उतरू की नाही, असे वाटत असे. त्याचे वडील स्वभावानं फारच कडक होते. स्ट्रॅसर त्यांच्या बऱ्याच गोष्टी सांगायचा. एक गोष्ट माझ्या चांगली लक्षात राहिली. जेव्हा स्ट्रॅसर सतरा वर्षांचा होता, तेव्हा एकदा त्याचे आई-वडील शनिवार-रविवारी बाहेर गेले होते. स्ट्रॅसरनं ही संधी साधून एक पार्टी ठेवली. त्या पार्टीत पोरांनी धुमाकूळ घातला. शेजाऱ्यांनी पोलिसांना बोलावलं, पोलीस आले आणि त्याच वेळी त्याचे आई-वडीलही परत आले. ते जरा लवकरच परतले होते. स्ट्रॅसर मला म्हणाला की, त्याच्या वडिलांनी आल्यावर पाहिलं – सगळ्या घरात पसारा होता, मुलाच्या हातात बेड्या होत्या आणि ते शांतपणे पोलिसांना म्हणाले, 'त्याला घेऊन जा.'

मी एकदा स्ट्रॅसरला विचारलं की, ओनित्सुकाविरुद्ध आपल्याला किती संधी आहे? तो म्हणाला, 'आपण जिंकणार.' विचार न करता, मी त्याला नाश्त्याला बोलवावं तसं त्यानं 'हो' म्हणून उत्तर दिलं. एखाद्या टीमचा चाहता पूर्ण विश्वासानं पुढच्या वर्षी नक्की जिंकणार, असं सांगतो तसं तो बोलला. माझे वडील रोज रात्री

माझ्याशी बोलायचे तसं मला वाटायचं, तेव्हाच मी ठरवलं की स्ट्रॅसर हा माझ्या काही निवडक भावांप्रमाणे होता. जॉन्सन, वुडेल आणि हेजसारखा. बॉवरमन, हॉलिस्टर आणि प्रीसारखा. तोही 'ब्लू रिबन' होता अगदी शंभर टक्के!

मी जेव्हा त्या केसविषयी विचार करत नसायचो, तेव्हा माझ्या मनात विक्रीचे विचार घोळायचे. रोज मला आमच्या दुकानातून विक्रीचा आकडा मिळत असे. शाळा, किरकोळ दुकानदार, कोच, व्यक्तिगत विक्री, टपाल विक्री – एकूण पाठवलेला माल किती ते रोज कळत असे. अकाउंटिंगच्या नियमाप्रमाणे एक जोड पाठवला म्हणजे एक जोड विकला, त्यामुळे रोज पाठवलेल्या जोडांची संख्या माझा मूड, अन्नपचन, रक्तदाब ठरवत असे. कारण, त्यावरच ब्लू रिबनचं नशीब अवलंबून होतं. जर आम्ही आमच्या मागच्या ऑर्डरमधील सर्व बूट वेळेवर विकले नाहीत आणि रोख रक्कम जमा केली नाही, तर अर्थातच मोठी समस्या होती. रोजच्या या ताळ्यातून मला आपण योग्य मार्गावर आहोत की नाही हे कळत असे.

जवळजवळ रोज मी वुडेलला म्हणत असे, ''काय, आज मॅसॅच्युसेट्स ठीक दिसतंय, यूजीनही बरं आहे–मेंफिसमध्ये काय झाल?''

तो उत्तर द्यायचा की, 'तिथे आज वादळ होतं' किंवा 'मालाचा ट्रक बिघडला.'

त्याच्याकडे वाईट आणि चांगल्या दोन्हीही बातम्या फारसा गवगवा न करता सांगायची हातोटी होती. उदाहरणार्थ, वुडेल आणि जॉन्सनच्या कामाची अदलाबदल झाल्यानंतर वुडेलला फारसं आधुनिक न वाटणाऱ्या एका ऑफिसमध्ये यावं लागलं. ते ऑफिस बुटाच्या एका जुन्या कारखान्याच्या वरच्या मजल्यावर होतं. वरच्या पाण्याच्या टाकीवर कबुतरं शेकडो वर्षं राज्य करत होती. वरच्या छताच्या तुळईमध्ये भेगा होत्या. कारखान्यात बुटांचे भाग तयार होताना डाय कटरचा आवाज झाला की, सगळी इमारत हादरायची. दिवसभर वुडेलच्या डोक्यावर, खांद्यावर, टेबलावर कबुतरांची घाण पडत असे. वुडेल स्वतःच्या शरीरावरची, टेबलावरची घाण हातानं बाजूला करायचा आणि काम पुढे चालू ठेवायचा.

बऱ्याचदा मी वुडेलप्रमाणे झेन भिक्षूसारखी वृत्ती धारण करायचा प्रयत्न केला. बहुधा हे माझ्या क्षमतेच्या पलीकडे होतं. मी निराश होऊन खूप वैतागलो होतो. मला ठाऊक होतं की, जर पुरवठ्यात सतत व्यत्यय नसता तर आमची विक्री खूप जास्त झाली असती. आमच्या बुटांना सातत्यानं मागणी होती; पण आम्ही ते वेळेवर देऊ शकत नव्हतो. ओनित्सुकाकडून उशीर व्हायचा त्याऐवजी आता जास्त मागणीमुळे उशीर होऊ लागला. निशो आणि आमचे कारखाने आपापलं काम करत होते, आम्हाला हवे ते वेळेवर आणि व्यवस्थित मिळू लागलं. बाजार मात्र जोरात होता, त्यामुळे नवीन दडपण येत होतं आणि बूट कुणाला पुरवायचे ते अचूक ठरवणं अवघड जाऊ लागलं.

धंद्यामध्ये मागणी आणि पुरवठा हा *नेहमीच* मूळ प्रश्न असतो. पूर्वीच्या काळी रोममधील राजेशाहीतील श्रीमंत लोकांचे कपडे रंगवण्यासाठी जांभळं रसायन वापरत. फिनिक्समधील व्यापारी हे रसायन आणण्यासाठी स्पर्धा करत असत, तेव्हापासून हेच सत्य आहे. तेव्हा जांभळा रंग पुरेसा कुठे मिळतच नव्हता. नवीन उत्पादनाची निर्मिती आणि त्याची विक्री करणं अवघड आहेच; पण लोकांना हव्या त्या ठिकाणी हवं तेव्हा ते पुरवणं, त्यासाठी लागणारी वाहतूक आणि इतर तयारी जास्त अवघड असते. त्यातच अनेक कंपन्या संपतात, त्यांना उतरती कळा येते.

१९७३मध्ये, बूट उद्योगात मागणी पुरवठ्याचे प्रश्न अधिकच गुंतागुंतीचे झाले होते, ते सोडवणं अशक्यप्राय वाटत होतं. सगळं जग धावण्याचे बूट मागत होतं आणि पुरवठा अनियमित तर होताच; पण अगदी हळूहळू होत होता. बुटांची निर्मिती पुरेशी दिसतच नव्हती.

आमच्याकडे या समस्येवर काम करणारी अनेक हुशार मंडळी होती; पण खूप मोठी जोखीम घेतल्याशिवाय पुरवठा कसा करायचा हे कुणालाच कळत नव्हतं. आदिदास आणि प्यूमालाही हेच प्रश्न भेडसावत होते हे खरं होतं; पण त्यातून आम्हाला काही समाधान मिळत नव्हतं. या *सर्व* समस्यांमुळे आम्ही दिवाळखोरीतच गेलो असतो. *आमची* दुःस्थिती अगदी टोकाला पोहोचली होती आणि कशीबशी हातमिळवणी करणाऱ्या लोकांप्रमाणे आम्हीही कड्याच्या टोकावर उभे होतो. जहाज उशिरा आलं की, आमची विक्री खाली यायची. विक्री कमी झाली की, आम्ही निशो आणि बँक ऑफ कॅलिफोर्नियाला वेळेवर पैसे देत नसू, त्यांना वेळेवर पैसे दिले नाहीत तर आणखी कर्ज मिळत नसे आणि कर्ज मिळालं नाही तर पुढची ऑर्डर द्यायला उशीर होत असे.

हे चक्र असंच चालू होतं.

आणि मग नको ती घटना घडली, बंदरावरच्या कामगारांचा संप! आमचा माणूस बोस्टनच्या बंदरावर माल सोडवायला गेला आणि तिथे कुलूप होतं. त्या कुंपणामागे, सारं जग ज्याची मागणी करत होतं त्या बुटांची खोकीच खोकी त्याला दिसत होती; पण ती बाहेर काढण्याचा मार्ग नव्हता.

आम्ही खोदून खोदून पैसे जमवले आणि निप्पॉनला चार्टर विमानानं ११०,००० बुटाचे जोड तातडीनं पाठवण्याची ऑर्डर दिली. आम्ही विमान वाहतुकीचा खर्च आपापसात वाटून घेतला. बूट वेळेवर बाजारात न आणण्यापेक्षा इतर *काहीही* करणं चांगलंच होतं.

१९७३मध्ये आमची विक्री ५० टक्क्यांनी वाढली आणि ४८ लाख डॉलरवर गेली. मी हा आकडा पहिल्यांदा पाहिला तेव्हा मीही चकित झालो. आम्ही अलीकडेच फक्त ८०० डॉलरची विक्री केली नव्हती का? पण आम्ही हे यश साजरं करू शकलो नव्हतो! आमच्या कोर्ट केसेस आणि पुरवठ्याचे प्रश्न यामुळे आमचा धंदा कधीही बंद होऊ शकला असता. रात्री उशिरा पेनी आणि मी घरी बसलो असताना, तिनं मला असंख्य वेळा विचारलं की ब्लू रिबन कोसळली तर आपण काय करणार? पुढची काय

योजना होती? आणि मी तिला तितक्याच वेळा आशा दाखवली आणि समजावलं; पण माझाच माझ्या शब्दांवर विश्वास नव्हता.

त्या हिवाळ्यात मला एक कल्पना सुचली. आमच्या सर्वांत मोठ्या वितरकांकडे जाऊन त्यांना सांगायचं की, जर त्यांनी लेखी आणि खात्रीशीर आश्वासन देऊन सहा महिनं आधी मोठ्या आणि अपरिवर्तनीय ऑर्डर्स दिल्या, तर आम्ही त्यांना बरीच मोठी म्हणजे ७ टक्क्यांपर्यंत सवलत देऊ, त्यामुळे मालाच्या फेऱ्या कमी होतील, मागणी निश्चित पूर्ण करायला वेळ मिळेल आणि बँकेत रोख शिल्लक राहण्याची शक्यता बरीच वाढेल. शिवाय नॉडस्ट्रॉम, किनी, ॲथलेट्स फूट, युनायटेड स्पोर्टिंग गुड्स अशा मोठ्या वितरकांच्या दीर्घकालीन आश्वासनांमुळे आम्हाला निशो आणि बँक ऑफ कॅलिफोर्नियाकडून, विशेषतः निशोकडून अधिक कर्ज मिळवता येईल.

हे वितरक याबाबत फारसे उत्सुक नव्हते; पण मी त्यांना खूप विनवणी केली. त्याचाही उपयोग झाला नाही, तेव्हा मी खूप मोठे अंदाज व्यक्त केले. मी त्यांना म्हटलं की, मी ज्याला 'फ्यूचर्स कार्यक्रम' म्हणत होतो, त्याचं आमच्यासाठी आणि इतरांसाठीही खूप उज्ज्वल भविष्य आहे, तेव्हा त्यांनी लवकर या कार्यक्रमात सामील व्हावं. आता नाही तर नंतर!

मी खूप पटवण्याचा प्रयत्न करत होतो. *कारण, मी अगतिक होतो. आपल्या वार्षिक वृद्धीची मर्यादा आणखी वर नेता आली तर...?* पण आमच्या वितरकांचा विरोध होता. अनेकदा ऐकायला मिळायचं, 'तुम्ही नाइकेचे नवीन लोक, तुम्हाला बुटाच्या धंद्याचं काही कळत नाही. ही नवीन कल्पना कधीच चालणार नाही.'

पण आम्ही डोळे दिपवणारे अनेक नवीन बूट बाजारात आणले तेव्हा आमची परिस्थिती एकदम सुधारली. कारण, त्या बुटांना बरीच मागणी येऊ लागली. ब्रुईन मॉडेल, वरचा आणि खालचा भाग एकत्र बनवल्यामुळे पायाला स्थिरता द्यायचा म्हणून ते आधीच लोकप्रिय होते. आता आम्ही एक सुधारित आवृत्ती काढली, ज्यात गडद हिरव्या रंगाच्या स्वेडचा वरचा भाग होता (बोस्टन सेल्टिक्सच्या पॉल सिलासनं हे बूट वापरायचं कबूल केलं) शिवाय कोर्टेझचे लेदर आणि नायलॉन हे दोन नवीन प्रकारचे बूट आमच्या लोकप्रिय बुटांच्या यादीत जाऊन बसले.

अखेर काही वितरकांनी करार केला. या कार्यक्रमाला चालना मिळाली आणि लवकरच नवीन धडपडणारे वितरक या करारात सामील व्हायला उत्सुक झाले.

१३ सप्टेंबर १९७३. आमच्या लग्नाचा पाचवा वाढदिवस. पुन्हा एकदा पेनीनं मला मध्यरात्री उठवून सांगितलं की, तिला बरं वाटत नव्हतं; पण या वेळी तिला इस्पितळात नेताना माझ्या मनात बाळाशिवाय अन्य विचार येत होते. फ्यूचर्स कार्यक्रम; विक्रीची संख्या, कोर्टातली चालू केस-आणि मी त्यातच हरवून गेलो.

मी पुन्हा भानावर आलो. माझ्या कपाळावर घाम येऊ लागला. मी रस्त्यावर वळलो आणि समोरच इस्पितळ दिसू लागलं. देवाची कृपा!

पुन्हा एकदा ते पेनीला आत घेऊन गेले. मी प्रतीक्षाकक्षात वाट बघत बसलो. या वेळी मी काही तरी ऑफिसचं काम करायचा प्रयत्न केला. डॉक्टर आले आणि त्यांनी मला सांगितलं की, मला दुसरा मुलगा झाला आहे. मनात आलं; दोन मुलगे, मुलांचीसुद्धा जोडी!

बस, हीच पराकोटीची जोडी!

मी पेनीच्या खोलीत गेलो आणि माझ्या नवीन बाळाला भेटलो. त्याचं नाव आम्ही ट्राव्हिस ठेवलं. नंतर मी एक विचित्र गोष्ट केली.

पेनी हसत हसत म्हणाली की, डॉक्टरनं तिला मॅथ्यूच्या वेळी तीन दिवस इस्पितळात राहायला सांगितलं होतं; पण या वेळी दोन दिवसांत घरी जायची परवानगी दिली होती. हं, मी म्हटलं, "जरा थांब ना, विमा कंपनी इस्पितळात राहायचे तीन दिवसांचे पैसे देते, मग घाई काय आहे? राहा, आराम कर. या सवलतीचा लाभ घेऊ या."

तिनं मान खाली करून भुवई वक्र करत विचारलं, "कोण खेळतंय आज आणि कुठे आहे सामना?"

मी पुटपुटलो, "ओरेगॉन, अरिझोना स्टेटबरोबर."

सुस्कारा सोडून ती म्हणाली, ठीक आहे, "फिल, जा तू मॅचला!"

१९७४

पोर्टलँडमधील कोर्टात स्ट्रॅसर आणि हाउझरबरोबर मी एका लहानशा लाकडी टेबलाजवळ वरच्या उंच छपराकडे बघत बसलो होतो. मी खोल श्वास घ्यायचा प्रयत्न केला. समोरच्या टेबलावर ससाण्यासारखे डोळे असलेले ओनित्सुकाचे पाच वकील आणि चार इतर वितरक बसले होते. त्या सगळ्यांना माझा सर्वनाश पाहायचा होता.

तो १४ एप्रिल १९७४चा दिवस होता.

आम्ही हा प्रसंग टाळण्याचा शेवटचा प्रयत्न केला होता. खटला सुरू व्हायच्या आधी आम्ही समझोत्याचा प्रस्ताव दिला होता. आम्ही ओनित्सुकाला म्हटलं, ''जपानमधला तुमचा खटला मागे घ्या, आम्ही आमची केस मागे घेऊ आणि सगळे आपापल्या रस्त्यानं जाऊ.'' त्यात काही शक्यता आहे, असं मला वाटत नव्हत; पण हाउझरला वाटलं, प्रयत्न करून बघू.

ओनित्सुकानं हा प्रस्ताव लगेचच फेटाळला आणि आपला उलट प्रस्तावही मांडला नाही.

त्यांना लढायचंच होतं. तेवढ्यात बेलिफ ओरडला, ''कोर्टाची कारवाई सुरू होत आहे.'' न्यायाधीश कोर्टात आले. त्यांनी हातोडा टेबलावर मारला आणि माझ्या काळजात धडधड सुरू झाली. मी म्हटलं, 'आता खरी परीक्षा!'

ओनित्सुकाचा मुख्य वकील वेन हिलियार्डनं सुरुवात केली. या माणसाला आपल्या कामात मजा यायची आणि आपण कायद्यात हुशार आहोत, हे तो जाणून होता. तो ओरडून म्हणत होता, ''या लोकांचे... हात *बरबटलेले* आहेत.'' तो पुन्हा म्हणाला, ''बरबटलेले हात...'' हे शब्द कोर्टात नेहमी वापरले जाणारे होते; पण हिलियार्डच्या तोंडून ते अगदी अश्लील, भयंकर वाटत होते (हिलियार्ड जे काही बोलायचा ते मला भीतिदायक वाटत असे. कारण, तो बुटका होता, त्याचं नाक टोकदार होतं आणि तो पेंग्विनसारखा दिसायचा). तो गुरगुरत म्हणाला, ''ब्लू रिबननं

ओनित्सुकाला फसवलं आहे. फिल नाइट १९६२मध्ये जपानला गेला होता आणि त्यानं ब्लू रिबन नावाची कंपनी असल्याचं ढोंग केलं होतं.'' त्यानंतर त्यानं फसवणुकीसाठी पळवाटा, चोरी, हेरगिरी, जे काही आवश्यक होतं ते सगळं काही केलं.

हिलियार्डचं बोलणं संपलं आणि तो आपल्या चार सहकारी वकिलांबरोबर जागेवर जाऊन बसत होता, तेव्हा मला ओनित्सुकाचं म्हणणं खरं वाटू लागलं होतं. मी खाली बघून स्वतःलाच विचारत होतो, 'या बिचाऱ्या जपानी व्यावसायिकांबरोबर तू अशा भयंकर गोष्टी केल्यासच कशा?'

हाउझर उभा राहिला. त्याच्या देहबोलीतूनच स्पष्ट झालं की, त्याच्यामध्ये हिलियार्डची आग नव्हती. ते त्याच्या स्वभावातच नव्हतं. हाउझर तसा तयारी करून आला होता, मनात संघटित विचारशक्ती होती; पण तो आक्रमक नव्हता. प्रथम माझी थोडी निराशाच झाली. मग मी हाउझरकडे निरखून पाहिलं, तो काय म्हणत होता ते लक्ष देऊन ऐकलं आणि मला त्याचं लहानपण आठवलं. लहान असताना तो बोलण्यात अडखळायचा. 'र' आणि 'ल' उच्चारताना तो गडबडत असे. किशोरवयात तो एक व्यंग्यचित्रच वाटायचा. अजूनही ते जाणवत असलं तरी आता त्यानं त्यामध्ये खूप सुधारणा केली होती. भरलेल्या कोर्टात त्याचं भाषण ऐकल्यावर मला खूप कौतुक वाटलं आणि त्याची निष्ठा जाणवली. हा त्याचा आणि आमचा केवढा मोठा प्रवास होता! तो आमच्याबरोबर आहे याचा मला अभिमान वाटत होता.

शिवाय त्यानं आमची केस अचानक हातात घेतली होती; त्याला वाटलं होतं की, सुनावणीला एक दोन महिनं लागतील; पण दोन वर्षं लागली आणि त्याला अजून एक दमडीही मिळाली नव्हती. त्याला खर्च मात्र बराच करावा लागला होता. नुसतं झेरॉक्सचं बिल हजारोंच्या घरात होतं. मधून मधून हाउझर म्हणत असे की, आमची केस सोडून देण्यासाठी त्याच्या भागीदारांकडून फार दडपण यायचं. एकदा तर त्यानं जाक्काला ही केस स्वतःकडे घ्यायची विनंती केली होती (जाक्का म्हणाला की, नको, थँक्स!). आक्रमकता असो की नसो, हाउझर एक खरा हिरो होता. त्याचं बोलणं संपलं, तो आमच्या टेबलावर येऊन बसला, त्यानं माझ्याकडे आणि स्ट्रॅसरकडे बघितलं आणि मी त्याची पाठ थोपटली. खरा खेळ आता सुरू झाला होता!

* * *

फिर्यादी म्हणून आम्ही आमची बाजू प्रथम मांडली आणि आम्ही पहिला साक्षीदार म्हणून ब्लू रिबनचे संस्थापक आणि अध्यक्ष फिलिप एच. नाइटना बोलावलं. त्या पिंजऱ्यात जाताना मला वाटत होतं की, या द्वेषानं भरलेल्या आणि फसवाफसवीच्या केसमध्ये आणखी कुणा तरी फिलिप नाइटला बोलावत आहेत, दुसराच कोणी फिलिप नाइट हात वर करून शपथ घेत आहे. मला वाटलं माझं शरीर खालच्या बाजूला आहे आणि मी वरून, काय चाललं आहे ते बघत होतो.

मी त्या पिंजऱ्यातल्या करकरणाऱ्या लाकडी खुर्चीत खाली खोल जाऊ लागलो, मी माझा टाय सरळ केला. आतापर्यंतच्या आयुष्याचा अत्यंत महत्त्वाचा अहवाल तू देत आहेस, *त्यात घोळ करू नकोस!*

आणि मी घोळ केलाच. मी सुरुवातीची जबानी देताना जितका खराब बोललो तेवढाच आताही बोललो. कदाचित, आणखी खराब!

हाउझरनं मला मदत करण्याचा, पुढे काय बोलावं सांगण्याचा प्रयत्न केला. त्यानं मला प्रोत्साहन दिलं; प्रत्येक प्रश्नाबरोबर तो छानसं हसला; पण माझं मन भरकटत होतं. माझं लक्षच लागत नव्हतं. मला आदल्या रात्री झोप आली नव्हती. मी सकाळी काही खाल्लं नव्हतं आणि शक्तिवर्धक औषधावर जगत होतो; पण त्यामुळे मला अधिक उत्साह वाटत नव्हता आणि बोलण्यात स्पष्टता मिळत नव्हती. माझ्या मेंदूत फक्त विचारांची दाटी झाली होती. माझ्या मनात, हाउझर कसा माझ्यासारखा दिसतो... यासारखे मनोरंजक विचार येत होते! तो माझ्याच वयाच, माझ्याच उंचीचा होता आणि आमच्या चेहऱ्यातही बरंच साम्य होतं. तोवर आमच्यातलं कौटुंबिक साधर्म्य मला जाणवलं नव्हतं. मनात आलं की, स्वतःचीच उलट तपासणी घ्यायची म्हणजे अगदी विचित्रच होतं.

त्याचे प्रश्न संपले तेव्हा मी थोडा भानावर आलो होतो. औषधाचा परिणाम गेला होता आणि मी ठीकठाक बोलू लागलो होतो; पण आता प्रतिपक्ष माझ्यावर चाल करून येणार होता.

हिलियार्डनं मला खूप प्रश्न विचारले. तो थांबतच नव्हता आणि मी आता कोसळू लागलो होतो. मी प्रत्येक शब्दाला अडखळत होतो, घेरला जात होतो आणि अगदी विचित्र प्रकारे प्रत्येक गोष्ट सांगत होतो. मला मीच खोटा आणि फसवा वाटत होतो. किटामीच्या बॅगबद्दल बोलत असताना मी सांगायचा प्रयत्न केला की, फूजिमोटो हा *खरोखर* एक कॉर्पोरेट हेर होता. मला वाटलं की, कोर्टातले प्रेक्षक आणि न्यायाधीशही संशयग्रस्त होते, मीसुद्धा एक संशयित होतो. अनेकदा मी नजर दूरवर नेली, डोळे वरखाली केले आणि विचार केला, '*खरंच* मी असं केलं?'

मी त्या खोलीत इकडेतिकडे नजर टाकली. मला मदत मिळते का हे शोधत होतो; पण मला सगळे नाराज चेहरेच दिसले. बोर्क सर्वांत निराश दिसत होता. ओनित्सुकाच्या लोकांच्या मागेच तो बसला होता आणि डोळे मोठे करून बघत होता. मधून मधून तो ओनित्सुकाच्या वकिलांकडे बघायचा, ते एकमेकात कुजबुजत काही टिपणे काढत होते. माझ्या मनात आलं – बेनेडिक्ट अरनॉल्ड गद्दार, कदाचित बोर्कनं फितवलं असावं त्याला! हिलियार्ड मला वेगळ्या प्रकारे प्रश्न विचारू लागला, मला मूळ मुद्दाच गवसेना. मी काय बोलत होतो, मलाच कळत नव्हतं.

न्यायाधीशांनी मला एकदा उगीच गोंधळात पाडणारं , वेड्यासारखं बोलू नको म्हणून इशारा दिला होता. ते म्हणाले, ''प्रश्नाची उत्तरे थोडक्यात द्या.'' मी म्हटलं, ''थोडक्यात म्हणजे काय?'' ते म्हणाले, ''वीस किंवा कमी शब्दांत.''

हिलियार्डनं पुढचा प्रश्न विचारला.

मी चेहऱ्यावरून हात फिरवला. मी म्हटलं, ''या प्रश्नाचं उत्तर मी वीस शब्दांत देऊ शकत नाही.''

साक्षीदारांना प्रश्न विचारताना वकिलांनी आपल्या टेबलामागेच उभं राहावं असं न्यायाधीशांनी सांगितलं आणि आजही मला वाटतं की, हे अंतर असल्यामुळेच मी त्या दिवशी वाचलो. जर हिलियार्ड आणखी जवळ असता तर त्यानं माझ्यावर हल्लाच केला असता आणि मला रडायलाच लावलं असतं.

दोन दिवसांच्या उलट तपासणीनंतर मी एकदम मूक झालो होतो, मी रसातळाला पोहोचलो होतो. आता फक्त वरतीच जाणं शक्य होतं. मी उभा राहून काही बोलणार असं वाटलं म्हणून हिलियार्डनं मला तिथेच थांबवायचं ठरवलं असावं. मी पिंजऱ्यातून बाहेर आलो तेव्हा स्वतःला डी मायनस किंवा शून्याखाली गुण दिले. हाउझर आणि स्ट्रॅसरनाही ते पटलं असावं.

आमच्या केसमध्ये माननीय जेम्स बर्न्स हे न्यायाधीश होते, ओरेगॉनमधील ते एक अवघड व्यक्तिमत्त्व होतं. त्यांचा चेहरा लांबट आणि गंभीर होता. ते आपल्या काळ्याभोर भुवयांच्या मागून फिकट करड्या नजरेनं बघत असायचे. त्यांच्या दोन्ही डोळ्यांवर पापण्यांचं दाट छप्पर होतं. त्या काळात मी कारखान्यांचाच जास्त विचार करत असे म्हणून मला कदाचित वाटलं असावं की, ज्या कारखान्यात फाशीची शिक्षा देणारे न्यायाधीश तयार होतात, तिथेच जेम्स बर्न्सची निर्मिती झाली असावी. माझ्या मते त्यांनाही हे कळत असावं आणि त्याबद्दल अभिमान असावा. ते स्वतःला खरोखरच जेम्स द जस्ट म्हणवत असत. आपल्या घनगंभीर आवाजात ते घोषणा करत असत, 'आता तुम्ही जेम्स द जस्ट यांच्या दालनात आहात.'

जेम्स द जस्ट हा माणूस जरा जास्तच नौटंकी करतो आहे, असं म्हणून त्याला हसायला जे धजावतील त्यांना देवच तारू जाणे!

पोर्टलँड तेव्हाही एक लहानसंच गाव होतं – अगदी छोटंसं गाव – आणि आम्ही असं ऐकलं होतं की, कुणी तरी मेन्स क्लबमध्ये जेम्स द जस्ट ना भेटलं, तेव्हा मार्टिनीचा घोट घेता घेता ते बारवरच्या माणसाला आमची केस 'अगदी भयंकर आहे' असं म्हणत होते. कुणीही भेटला तरी ते म्हणायचे, 'फारच भयंकर!' त्यामुळे त्यांनाही आमच्या इतकीच ही केस आवडत नव्हती, हे स्पष्ट होतं. ते अनेकदा कोर्टाची शान बिघडवल्याबद्दल आणि लहानसहान मुद्द्यांवर आमच्यावर राग काढत असत.

माझी पिंजऱ्यातील कामगिरी जरी भयंकर असली तरी हाउझर, स्ट्रॅसर आणि मला वाटायचं की, जेम्स द जस्ट आमच्या बाजूला झुकत आहेत. त्यांच्या वागण्यातून तसं दिसत होतं. आमच्याविषयी ते जरा कमीच उग्र वाटत होते. थोडा अंदाज घेऊन हाउझर, विरुद्ध बाजूच्या वकिलांना म्हणाला की, आमची मूळ ऑफर स्वीकारावी

असा विचार जर ते करत असतील तर आता त्यांनी ते विसरावं. ही ऑफर आता विचारातच नव्हती.

त्याच दिवशी जेम्स द जस्टनी केस मध्येच थांबवली आणि दोन्ही बाजूंना खूप फटकारलं. ते म्हणाले की, स्थानिक वृत्तपत्रात या केसविषयी जे काही येत होतं, त्यामुळे ते व्यथित झाले होते. माध्यमाच्या तमाशात त्यांना रस नव्हता. त्यांनी या केसची न्यायालयाबाहेर कुठे चर्चा करू नका म्हणून सर्वांना खडसावलं.

आम्ही मान डोलावून म्हटलं, 'येस युअर ऑनर!'

जॉन्सन आमच्या टेबलामागे बसला होता आणि हाउझरला काही टिपणे देत होता. मध्ये विश्रांतीच्या वेळी तो एखादी कादंबरी वाचत बसे. रोज कोर्टाचं काम संपलं की, तो गावात एक चक्कर मारून आराम करत असे. त्यात तो खेळसाहित्याच्या दुकानांना भेट देऊन आमच्या मालाची विक्री तपासत असे (कुठल्याही नव्या गावात गेला की तो असंच करत असे).

सुरुवातीच्या काही दिवसांत त्यानं माहिती आणली की, नाइकेचा खप वेड्यासारखा वाढतो आहे, बॉवरमनच्या वॅफल डिझाइनला त्याचं श्रेय होतं. हे बूट नुकतेच बाजारात आले होते आणि सगळीकडे ते जोरात खपत होते. आम्ही ओनित्सुका आणि प्यूमालाही मागे टाकलं होतं. हे बूट इतके लोकप्रिय होऊ लागले की, आता आदिदासशी बरोबरी होऊ शकेल, असं आम्हाला पहिल्यांदाच वाटलं.

जॉन्सन एका दुकानाच्या व्यवस्थापकाला भेटला. तो आमचा जुना मित्र होता. त्याला आमची केस चालू आहे हे ठाऊक होतं. त्यानं विचारलं, 'कसं चाललंय कोर्टात?' जॉन्सन म्हणाला, 'छान चाललंय; इतकं छान की आम्ही समझोत्याची कल्पना रद्द केली आहे.'

आम्ही दुसऱ्या दिवशी कोर्टात जमलो होतो; कॉफीचा आस्वाद घेत होतो, तेव्हा आम्हाला बचाव पक्षाच्या टेबलावर एक नवा चेहरा दिसला. पाच वकील होतेच आणि एक नवीन माणूस होता! जॉन्सननं वळून पाहिलं आणि तो पांढराफटक पडला. तो म्हणाला, 'छे!' आमच्याशी कुजबुजत तो म्हणाला की, हा माणूस म्हणजे *ज्याच्याशी त्यानं नकळत केसची चर्चा केली होती तोच त्या दुकानाचा व्यवस्थापक होता.*

हाउझर आणि स्ट्रॅसरदेखील पांढरेफटक पडले.

आम्ही तिघे एकमेकांकडे बघत बसलो. जॉन्सनकडे बघितलं आणि सगळ्यांनी मिळून जेम्स द जस्टकडे पाहिलं. ते आपला हातोडा आपटून आता वर उसळणारच होते.

त्यांनी हातोडा बाजूला ठेवला. कोर्टात शांतता पसरली. आता ते मोठ्यानं ओरडू लागले. पूर्ण वीस मिनिटं त्यांनी आमची वाट लावली. त्यांनी कुठेही बोलायचं नाही, अशी ताकीद दिल्यानंतर एके *दिवशी,* ब्लू रिबनमधील कुणीतरी एक माणूस स्थानिक दुकानात गेला होता आणि तिथे त्यानं आपलं तोंड उघडलं होतं. आम्ही सरळ समोर बघत बसलो, आपलं तर नाव घेणार नाहीत ना म्हणून खोडकर मुलं जसा निरागस

चेहरा करतात तसा चेहरा करून बसलो; पण न्यायाधीशांनी तोंडसुख घेणं कमी केल्यावर मला त्यांच्या डोळ्यात एक वेगळी छटा दिसली. मला वाटलं की, कदाचित जेम्स द जस्ट हे आता तरी रागावलेले नसून थोडं नाटक करत असावेत.

जॉन्सननं चांगली साक्ष दिली. अगदी बारीक तपशिलासह आणि मुद्देसूदपणे त्यानं बोस्टन आणि कॉर्टेझ बुटांचं वर्णन माझ्यापेक्षाच काय पण जगातील कुणापेक्षाही जास्त चांगलं केलं. हिलियार्डनं त्याला रोखण्याचा खूप प्रयत्न केला; पण त्याला ते जमलं नाही. जॉन्सन अगदी घट्ट झालेल्या सिमेंटसारखा ठाम होता आणि हिलियार्ड त्याच्यासमोर डोकं आपटत होता हे पाहून बरं वाटत होतं. स्ट्रेच विरुद्ध खेकडा लढाई अगदीच एकतर्फी!

नंतर बॉवरमनला पिंजऱ्यात बोलावलं. माझ्या जुन्या कोचविषयी माझ्या खूप अपेक्षा होत्या; पण त्या दिवशी तो नेहमीसारखा दिसत नव्हता. मी त्याला पहिल्यांदाच इतकं निराश, थोडासा दडपणाखाली बघितलं. त्याचं कारण दिसतच होतं, त्यानं आधी पुरेशी तयारी केली नव्हती. ओनित्सुका आणि या एकूणच प्रकाराबद्दल वैतागून त्यानं प्रयत्न सोडून दिला असावा. मला फार वाईट वाटलं, हाउझरही त्रासून गेला. बॉवरमनच्या साक्षीमुळे आम्ही वरचढ ठरलो असतो.

असो! पण तो आमचं नुकसान होईल, असं काही म्हणाला नाही, यातच आम्ही समाधान मानलं.

नंतर हाउझरनं इवानोची जबानी वाचून दाखवली. इवानो म्हणजे किटामीचा साहाय्यक. हा तरुण मुलगा किटामीबरोबर अमेरिकेला दोन वेळा आला होता. सुदैवानं इवानो मला आणि पेनीला सुरुवातीला जितका निरागस वाटला तसाच अजूनही मनानं साधा आणि निरागस होता. त्यानं खरं ते सांगितलं, पूर्ण सत्य सांगितलं आणि त्यानं किटामीचं बोलणं पार खोटं पाडलं. इवानो म्हणाला की, आमचा करार तोडण्याची नक्कीच एक योजना होती, आम्हाला सोडून दुसऱ्यांना नेमायची योजना होती आणि किटामीनं अनेक वेळा त्यावर खुली चर्चा केली होती.

नंतर आम्ही एका अस्थितज्ज्ञाला बोलावलं. तो धावायच्या बुटांचा पायावर, सांध्यांवर आणि पाठीच्या कण्यावर कसा परिणाम होतो यातला तज्ज्ञ होता. ओनित्सुकानं कधीही बनवलेल्या बुटांपेक्षा कॉर्टेझ आणि बोस्टनचे बूट कसे वेगळे होते, हे त्यानं स्पष्ट केलं. तो मुख्यतः असं म्हणाला की, कॉर्टेझ हे पहिलेच बूट असे होते, ज्यामुळे पायाच्या तळव्यावरील ताण कमी होतो, हे बूट क्रांतिकारक होते, सगळा खेळच बदलणारे होते. साक्ष देताना त्यानं अनेक प्रकारचे बूट टेबलावर पसरले; इकडेतिकडे फिरवले, जेम्स द जस्ट जरा रागावला. कारण, न्यायाधीश कोर्टाचा मुख्य असतो, त्याला कोर्टात नेहमी सगळं नीटनेटकं हवं असायचं. त्यानं अनेकदा आमच्या अस्थितज्ज्ञाला पसारा न करण्याची, बूट व्यवस्थित लावण्याची विनंती केली आणि आमच्या तज्ज्ञानं त्याकडे पुन्हा पुन्हा दुर्लक्ष केलं. मी घाबरलो, मला वाटलं की, जेम्स द जस्ट आमच्या तज्ज्ञ साक्षीदाराला आता अपमानित करणार.

शेवटी आम्ही वुडेलला बोलावलं. त्यानं आपली व्हीलचेअर पिंजऱ्यापर्यंत हळूहळू ओढत आणली. मी त्याला प्रथमच कोट आणि टायमध्ये पाहत होतो. त्याला नुकतीच एक मैत्रीण भेटली होती, तिच्याशी त्यानं लग्न केलं होतं. आता तो 'मी खूश आहे' असं म्हणायचा, तेव्हा माझा त्याच्यावर विश्वास बसू लागला होता. आम्ही पहिल्यांदा बीव्हरटनच्या सँडविचच्या दुकानात भेटलो होतो तेव्हापासून तो किती बदलला यावर मी एक मिनिट विचार केला. मग मलाच वाईट वाटलं. कारण, मीच त्याला या अवघड प्रकारात ओढलं होतं. तो तिथे माझ्यापेक्षा जास्त बावरलेला, बॉवरमनपेक्षा जास्त घाबरलेला दिसत होता. जेम्स द जस्टनी त्याला त्याच्या नावाचं स्पेलिंग विचारलं आणि आठवत नसल्याप्रमाणे तो अडखळू लागला, 'अं... डब्ल्यू... डबल ओ, डबल डी... ' अचानकपणे तो हसू लागला. त्याच्या नावात डबल डी नव्हता; पण काही मुलींच्या नावात डबल डी असायचे, छे छे! आता त्याला जोरात हसू आलं. तो अर्थात गोंधळला होता; पण जेम्स द जस्टला वाटलं की, तो कोर्टाची थट्टा करतो आहे. त्यानं वुडेलला आठवण करून दिली की, तो जेम्स द जस्टच्या कोर्टात उभा आहे. त्यावर वुडेल आणखीच मोठ्यानं हसला.

मी डोळे मिटून घेतले.

ओनित्सुकानं आपली बाजू मांडली, तेव्हा त्यांनी मिस्टर ओनित्सुकांना पहिला साक्षीदार म्हणून बोलावलं. त्यांची साक्ष फार वेळ चालली नाही. ते म्हणाले की, त्यांना किटामी आणि माझ्यातील संघर्षाबद्दल आणि किटामीनं आमच्या पाठीत खंजीर खुपसण्याबद्दल काहीही माहिती नाही. किटामी इतर वितरकांशी बोलत होता? ओनित्सुका म्हणाले, 'त्यानं मला कधीच कळवलं नव्हतं.' किटामी आम्हाला बाजूला करत होता? 'मला माहीत नाही.'

नंतर किटामी आला. तो पिंजऱ्याकडे जात असताना त्यांचा वकील उठला आणि म्हणाला की, किटामीला एक दुभाषी लागेल. मी कान टवकारले. *कोण पाहिजे?* किटामी छान इंग्रजी बोलायचा. रेकॉर्ड्स ऐकून इंग्रजी शिकलो अशी घमेंड करताना मी ऐकलं होतं. माझे डोळे मोठे झाले, मी हाउझरकडे बघितलं. त्यानं फक्त हात आडवे धरून ठीक आहेची खूण केली, शांत राहा!

किटामी दोन दिवस आपल्या दुभाषामार्फत आणि स्वतःच्या शब्दांतून वारंवार खोटंच बोलत राहिला. त्यानं करार तोडायची योजना कधीच केली नव्हती, असं त्यानं निग्रहानं सांगितलं; पण आम्ही नाइके बुटांची निर्मिती सुरू केली हे कळताच त्यानं असं करायचं ठरवलं. त्याचं म्हणणं होतं की, आम्ही पहिले नाइके बूट तयार करण्याच्या आधीपासून तो इतर वितरकांच्या संपर्कात होता; पण तेव्हा तो फक्त बाजारपेठ संशोधन करत होता. तो म्हणाला की, हो, ब्लू रिबन ओनित्सुकानं विकत घेण्याबद्दल काही बोलणं झालं होतं; पण *त्याची सुरुवात फिल नाइटनं केली होती.*

हिलियार्ड आणि हाउझर यांनी अखेरचं निवेदन केल्यावर मी मागे वळून जमलेल्या प्रेक्षकांचे आभार मानले. मग हाउझर, स्ट्रॅसर आणि मी कोपऱ्यावरच्या बारमध्ये गेलो आणि टाय मोकळे करून बऱ्याच थंडगार बिअर घशात घातल्या. काय करता आलं असतं, केस कशी पुढे नेता आली असती यावर आम्ही बराच ऊहापोह केला. हं! असं केलं असतं तर... तसं केलं असतं तर...!

आणि नंतर आम्ही सगळे आपापल्या कामाला लागलो.

बरेच आठवडे गेले. सकाळी सकाळी मला ऑफिसमध्ये हाउझरचा फोन आला. तो म्हणाला, ''न्यायाधीश जेम्स द जस्ट अकरा वाजता निर्णय देणार आहेत.''

मी धावतच कोर्टाकडे गेलो आणि त्याला व स्ट्रॅसरला भेटलो. आश्चर्य म्हणजे कोर्ट रिकामं होतं, कुणीच प्रेक्षक नव्हते. विरोधी वकील नव्हते; फक्त हिलियार्ड होता. त्याच्या बरोबरच्या वकिलांना इतक्या कमी वेळात तिथे येणं शक्य झालं नव्हतं.

जेम्स द जस्ट बाजूच्या दारातून आले आणि खुर्चीवर बसले. त्यांनी समोरच्या कागदांची चाळवाचाळव केली आणि स्वगत बोलावं तसं हळू आवाजात बोलायला सुरुवात केली. ते दोन्ही बाजूंबद्दल चांगलं बोलले, मी मान हलवली. ते ओनित्सुकाविषयी चांगलं कसं बोलू शकतात? हे चिन्ह बरोबर नाही, दुश्चिन्ह आहे...नक्कीच! बॉवरमननं अधिक चांगली तयारी केली असती तर? मी दडपणाखाली वितळून गेलो नसतो तर..? त्या अस्थितज्ज्ञानं बूट व्यवस्थित मांडले असते तर...?

न्यायाधीशांनी आमच्याकडे बघितलं. त्यांचे शोधक डोळे आधीच्या पेक्षा जास्त लांबट आणि भयंकर दिसू लागले. ते म्हणाले की, ते आता ओनित्सुका आणि ब्लू रिबन यातील कराराबाबत निर्णय देणार नव्हते.

मी पुढे झुकलो.

तर ते फक्त ट्रेड मार्कच्या विषयावर निर्णय देणार होते. ते म्हणाले, ''हे स्पष्ट आहे की, ही केस म्हणजे... इथे दोन परस्परविरोधी कथा आहेत आणि या कोर्टाचं मत आहे की, ब्लू रिबनचं म्हणणं जास्त पटण्यासारखं आहे.''

ते म्हणाले, ''ब्लू रिबन संपूर्ण खटल्यामध्ये पुराव्यानुसारच नव्हे तर कोर्टातही जास्त खरं बोलत होते. शेवटी जे सत्य असेल त्यावरच मला या केसचं भवितव्य ठरवायचं आहे.''

त्यांनी इवानोच्या साक्षीचा उल्लेख केला. असं वाटतं की, किटामी खोटं बोलत होते. किटामीनं दुभाषाचा वापर केल्याचा त्यांनी उल्लेख केला. किटामीची साक्ष चालू असताना त्यानं अनेकदा मध्येच बोलून दुभाषाच्या भाषांतरात दुरुस्ती केली होती आणि तीही अगदी अचूक इंग्रजीत!

शांतता! जेम्स द जस्टनी कागद पुन्हा चाळले. मग ते म्हणाले, ''म्हणून माझा निर्णय असा आहे की, ब्लू रिबनला कॉर्टेझ आणि बोस्टन नावे राखता येतील. शिवाय,

इथे नुकसानभरपाईचाही प्रश्न येतो. धंद्याचे नुकसान, ट्रेडमार्कचा दुरुपयोग इत्यादी. प्रश्न हा आहे की, अशा नुकसानीचे मोजमाप पैशात कसे करायचे. यासाठी एक तज्ज्ञ नेमणे ही नेहमीची पद्धत आहे आणि काही दिवसांतच मी ही कारवाई करेन.''

त्यांनी आपला हातोडा टेबलावर आपटला. मी हाउझर आणि स्ट्रॅसरकडे वळून बघितलं.

आम्ही जिंकलो?

बाप रे - *आम्ही जिंकलो?*

मी हाउझर आणि स्ट्रॅसरशी हात मिळवले, त्यांच्या खांद्यावर थोपटलं आणि दोघांनाही मिठी मारली. मी हिलियार्डकडे खूप वेळ रोखून बघितलं; पण माझी निराशा झाली. कारण, त्याची काहीच प्रतिक्रिया नव्हती. तो नाकासमोर बघत स्तब्ध बसला होता. ही त्याची स्वतःची लढाई नव्हतीच, तो फक्त पैशासाठी लढत होता. त्यानं शांतपणे आपली बॅग बंद केली, कुलूप लावलं आणि आमच्याकडे न बघता उठून तो कोर्टाबाहेर निघून गेला.

आम्ही कोर्टापासून जवळच असलेल्या बेन्सन हॉटेलमधील लंडन ग्रिलमध्ये गेलो. आम्ही एक डबल डोस मागवला आणि जेम्स द जस्ट, इवानो आणि आमच्याच नावानं एकमेकांना टोस्ट केलं. मी बूथवरून पेनीला फोन केला. हॉटेलमधील लोक काय म्हणतील याची पर्वा न करता मी मोठ्यानं म्हणालो; 'आपण जिंकलो!, विश्वासच बसत नाही-आपण जिंकलो!'

मी वडिलांना फोन करून तेच सांगितलं.

पेनी आणि वडिलांनी आम्ही *काय* जिंकलं म्हणून विचारलं. मी त्यांना सांगू शकलो नाही. मी म्हटलं, 'अजून कळत नाही, एक डॉलर की किती लाख डॉलर? आता हा उद्याचा प्रश्न होता, आज फक्त विजयाचा आनंद घ्यायचा!'

बारमध्ये परत आल्यावर हाउझर, स्ट्रॅसर आणि मी एक मोठा पेग घेतला. मग मी ऑफिसमध्ये फोन करून आजची विक्री किती याची चौकशी केली.

एका आठवड्यानंतर आम्हाला समझोत्याची ऑफर आली; चार लाख डॉलर! ओनित्सुकाला पूर्ण माहिती होतं की, कोर्टानं नेमलेला तज्ज्ञ काहीही आकडा सांगू शकतो म्हणून आपलं कमीत कमी नुकसान व्हावं, यासाठी त्यांना वेळेवर कृती करायची होती; पण मला चार लाख डॉलर कमी वाटले. आम्ही बरेच दिवस हुज्जत घालत होतो; पण हिलियार्ड ऐकत नव्हता.

आम्हाला सर्वांना हे एकदाचं संपवायचं होतं. विशेषतः हाउझरच्या बॉसेसना. कारण, जे पैसे मिळणार होते, त्यातले निम्मे हाउझरला मिळणार होते. त्याच्या कंपनीच्या इतिहासात हीच रक्कम सर्वांत जास्त होती. छान होता हा निकाल!

या पैशाचं तो काय करणार, असं मी हाउझरला विचारलं. तो काय म्हणाला हे मी विसरलो. आम्हाला मिळालेल्या पैशातून आम्ही फक्त बँक ऑफ कॅलिफोर्नियाकडून जास्त कर्ज मिळवू इच्छित होतो. जहाजावर आणखी काही बूट आले असते, बस!

ओनित्सुकाच्या बाजूनं असणाऱ्या एका नावाजलेल्या कंपनीच्या सॅन फ्रॉन्सिस्कोमधील ऑफिसमध्ये करारावर अधिकृत सह्या होणार होत्या. गावातल्या एका उंच इमारतीत सर्वांत वरच्या मजल्यावर हे ऑफिस होतं. आम्ही सगळे त्या दिवशी अगदी गाजावाजा करत तिथे पोहोचलो. आम्ही चौघे होतो – मी, हाउझर, स्ट्रॅसर आणि केल, तेव्हा केल म्हणाला की, ब्लू रिबनच्या जीवनातील सर्व मोठ्या प्रसंगांना त्याला हजर राहायचं आहे. निर्मितीच्या वेळी आणि आता स्वातंत्र्याच्या वेळी तो हजर हवाच!

कदाचित, मी आणि स्ट्रॅसरनं, युद्धावरची बरीच पुस्तकं वाचली असावीत; पण सॅन फ्रान्सिस्कोला जाताना आम्ही इतिहासातील अनेक प्रसिद्ध तहांवर बोलत होतो. अपोमॅटोक्स, यॉर्कटाउन, रीम्स... आम्हाला पटलं की, हे सगळे तह नाट्यमय होते एकमेकांना विरोध करणारे सेनापती आगगाडीच्या डब्यात, बाजूला पडलेल्या ओसाड फार्म हाउसमध्ये किंवा एखाद्या विमानवाहू नौकेच्या डेकवर भेटत असत. एका बाजूचे लोक निश्चयी; पण सौजन्यपूर्ण तर दुसऱ्या बाजूचे पश्चात्तापदग्ध! मग तहाच्या करारावर फौंटन पेनची शाई झरझरायची. आम्हाला मॅक आर्थरनं आयुष्यातील सर्वांत महत्त्वाचं भाषण देतानाचं यूएसएस *मिसुरी* नौकेवर जपाननं घेतलेली शरणागती आठवली. आम्हाला आता नक्कीच अत्यानंद झाला होता; पण इतिहास आणि युद्धातील विजय त्या दिवसाच्या तारखेमुळे अधिकच महत्त्वाचा वाटत होता. कारण, तो दिवस होता ४ जुलै!

एक कर्मचारी आम्हाला एका हॉलमध्ये घेऊन गेला, तिथे खूप वकील जमले होते. आमचा मूड अचानक बदलला, निदान माझा तरी. कारण, खोलीच्या मध्यभागी किटामी बसला होता. धक्काच होता हा!

तो दिसल्यावर मला आश्चर्य का वाटलं, माहीत नाही. कारण, त्यानंच करारावर सही करायची होती, चेक फाडायचा होता. त्यानं हात पुढे केला, अजूनच मोठं आश्चर्य!

मी हस्तांदोलन केलं.

आम्ही टेबलावर आपापल्या जागा घेतल्या. प्रत्येकासमोर वीस कागदपत्रांचे ढीग होते आणि प्रत्येक कागदपत्रात अनेक रिकाम्या जागा होत्या. आम्ही बोटं दुखेपर्यंत सह्या करत होतो. त्याला एक तास तरी लागला असावा. तिथे खूप तणाव होता, फक्त एक क्षण सोडला तर गंभीर शांतता होती. मला आठवतं की, स्ट्रॅसर मध्येच जोरात हत्तीसारखा शिंकला. मला हेही आठवतं की, त्यानं मोठ्या नाराजीनंच नवा कोरा नेव्ही ब्लू रंगाचा सूट घातला होता. त्याच्या सासूनं तो शिवला होता आणि उरलेलं सगळं कापड तिनं वरच्या खिशात ठेवलं होतं. स्ट्रॅसर पुरुषांचे कपडे शिवायला विरोध करणाऱ्या चळवळीचा जगातला सर्वांत प्रसिद्ध पुरस्कर्ता होता.

त्यानं खिशात हात घातला आणि आतून कोटाच्या कापडाचा मोठा तुकडा काढून आपलं नाक शिंकरलं.

अखेर एका कर्मचाऱ्यानं ते कागदपत्रं गोळा केले, आम्ही पेनला टोपण लावलं. हिलियार्डनं किटामीला चेक द्यायला सांगितलं.

किटामी आश्चर्यानं म्हणाला, 'माझ्याकडे चेक नाही.'

मला त्याच्या चेहऱ्यावर दिसलं ते काय होतं? चीड? पराभव? मला सांगता येत नाही. मी नजर वळवली आणि टेबलावरच्या लोकांचे चेहरे न्याहाळले. त्यांच्या चेहऱ्यावर सरळ दिसत होतं की, सगळ्या वकिलांना धक्का बसला. हा माणूस चेकशिवायच समझोता करायला येतो?

कुणीच काही बोललं नाही. किटामीलाच लाज वाटली असावी, त्याचं चुकलं हे त्याला उमजलं असावं. तो म्हणाला, 'जपानला परतल्यावर मी चेक पाठवून देईन.'

हिलियार्ड रागावून आपल्या अशिलाला म्हणाला, 'शक्य तितक्या लवकर पाठव.'

मी माझी बॅग उचलली आणि हाउझर व स्ट्रॅसरच्या पाठोपाठ हॉलमधून बाहेर पडलो. माझ्या मागून किटामी आणि इतर वकील येत होते. आम्ही लिफ्टची वाट बघत होतो. दार उघडल्यावर आम्ही खांद्याला खांदा लावून एकच गर्दी केली. स्ट्रॅसरला एकट्यालाच निम्मी जागा लागली. रस्त्यावर उतरेपर्यंत कोणीच बोललं नाही. कुणीच श्वास घेतला नव्हता. फक्त 'चमत्कारिक' या शब्दानं त्या स्थितीचं वर्णन होणार नाही, असं मला तरी वाटलं. वॉशिंग्टन आणी कॉर्नवालिसला यॉर्कटाउनमधून एकाच घोड्यावर जायला कुणी सांगितलं नव्हतं.

त्यानंतर काही दिवसांनी स्ट्रॅसर निरोप घ्यायला, सामान आवरायला ऑफिसमध्ये आला. आम्ही त्याला घेऊन बैठकीच्या खोलीत गेलो, सगळे जण सभोवती जमले आणि त्याच्यासाठी जोरदार टाळ्या वाजवल्या. त्याच्या डोळ्यांत अश्रू होते, त्यानं हात वर करून सर्वांच्या अभिवादनाचा आणि टाळ्यांचा स्वीकार केला.

कुणी तरी म्हणालं, 'भाषण!'

तो गदगदून म्हणाला, 'मला इथे खूप जवळचे मित्र मिळाले, मला सर्वांची खूप आठवण येईल आणि या केसवर काम केल्याची पण आठवण राहीलच. आपण नेहमी *सत्याच्याच* बाजूनं काम केलं.'

टाळ्या.

'या मस्त ग्रुपचा कोर्टात बचाव केल्याचं मी कधीच विसरणार नाही.'

वुडेल, हेज आणि मी एकमेकांकडे पाहिलं. आमच्यातला एक जण म्हणाला, 'मग तू इथेच का नाही काम करत?'

स्ट्रॅसरचा चेहरा लाल झाला आणि तो हसू लागला. त्याच्या हास्यातला निरागस खळखळाट मला पुन्हा जाणवला. आम्ही थट्टा करत असल्यासारखा हात त्यानं हलवला.

पण आम्ही गंमत करत नव्हतो. थोड्याच वेळानं मी स्ट्रॅसरला बीव्हर्टनमधील स्टॉक्पॉट इथे जेवायला बोलावलं. आता हेजही ब्लू रिबनसाठी पूर्ण वेळ काम करत होता, मी त्याला बरोबर घेऊन गेलो आणि स्ट्रॅसरनं आमच्याकडे यावं म्हणून जोरदार प्रयत्न केला. आतापर्यंत केलेल्या प्रयत्नात इथे मी सर्वांत जास्त काळजीपूर्वक तयारी आणि सराव केला होता. कारण, मला स्ट्रॅसर हवा होता. मला ठाऊक होतं की, त्याच्याकडून बराच विरोध होईल. हाउझरच्या कंपनीत किंवा इतर कुठल्याही त्याच्या पसंतीच्या कंपनीत तो अगदी सहज वरच्या पदाला जाऊ शकला असता. फार प्रयत्न न करता तो फर्मचा भागीदार होऊ शकला असता. सुरक्षित, प्रतिष्ठेचं, सुसंधींचं जीवन जगू शकला असता. हे सगळं अगदी स्पष्ट होतं आणि आम्ही त्याला अज्ञाताकडे बोलवत होतो. हेजनं आणि मी अनेक दिवस काय बोलायचं, स्ट्रॅसरला काय उत्तर द्यायचं, एकमेकांच्या भूमिकेत जाऊन बोलायचं - अशी बरीच तयारी केली होती.

मी सुरुवातीला स्ट्रॅसरला म्हटलं, ''आता हे ठरलंच आहे. तू आमच्यातलाच एक आहेस.'' *आमच्यातला एक!* या शब्दांचा अर्थ त्याला कळत होता. आम्ही कुठलाही कॉर्पोरेट निरर्थकपणा सहन न करणारे लोक होतो, आम्हाला काम व्हायला हवं होतं. अर्थपूर्ण काम! आम्हाला गोलियाथला मारायचं होतं आणि स्ट्रॅसर दोन दोन गोलियाथपेक्षाही मोठा असला तरी मनातून तो डेव्हिडच होता. मी म्हटलं की, आम्ही एक नवीन ब्रँड निर्माण करत आहोत, एक संस्कृती निर्माण करत आहोत. आम्ही प्रस्थापित, कंटाळवाणं, तोच तो पणा याविरुद्ध लढत होतो. केवळ एक नवीन वस्तू नव्हे तर आम्ही एक नवीन कल्पना, एक वेगळी अनुभूती लोकांना देऊ इच्छित होतो. आम्ही कोण आहोत आणि काय करत होतो याचं भानच मी विसरलो होतो आणि स्ट्रॅसरशी दिवसभर तेच तेच बोलत होतो.

तो मान डोलवत होता. तो खायचा थांबला नाही; पण मान मात्र सतत हलवत होता. त्याला माझं म्हणणं पटलं. तो म्हणाला की, ओनित्सुकाबरोबर आमची महा-लढाई संपल्यावर तो आपल्या कंपनीत अनेक फालतू विमा केसेसवर नाराजीनं काम करू लागला होता. त्याला वाटलं की, आपलं मनगट कापून घ्यावे. तो म्हणाला, ''मला ब्लू रिबनची आठवण येत राहते. मला ती कामातली स्पष्टता हवी आहे, मला रोज जिंकल्याची ती भावना हवी आहे. तेव्हा तुझ्या ऑफरसाठी धन्यवाद.''

पण अजूनही तो 'हो' म्हणत नव्हता. मी विचारलं, ''मग, काय नक्की?''

तो म्हणाला, ''मला वडिलांना विचारायला हवं.''

मी हेजकडे बघितलं, आम्ही दोघेही हसू लागलो, ''वडिलांना?''

स्ट्रॅसरला घेऊन जा असं पोलिसांना सांगणारे तेच वडील? मी मान फिरवली. हेजनं आणि मी अशा उत्तराची अपेक्षा केली नव्हती. वडिलांची ओढ चिरंतन असते हेच खरं.

मी म्हटलं, ''ठीक आहे, वडिलांशी बोल आणि आम्हाला कळव.''

काही दिवसांनी वडिलांचा आशीर्वाद घेऊन स्ट्रॅसरनं ब्लू रिबनचा पहिलाच अंतर्गत वकील म्हणून काम करायचं मान्य केलं.

आमचा कोर्टातला विजय साजरा करायला आणि आराम करायला जेमतेम दोन आठवडे मिळाले. नंतर क्षितिजावर एक नवीन संकट दिसू लागलं. जपानी येन! येनची किंमत वाटेल तशी बदलत होती आणि ती अशीच बदलत राहिली तर आमचं काम तमाम झालं असतं.

१९७२च्या आधी येन आणि डॉलरमध्ये एकच ठरलेला निश्चित दर होता. एक डॉलर म्हणजे ३६० येन आणि उलटही तसाच दर होता. रोज सूर्योदय जसा निश्चितपणे होतो, त्याप्रमाणे तुम्ही या दरावर भरोसा ठेवू शकत होता; परंतु अध्यक्ष निक्सन यांना येनचे मूल्य प्रत्यक्षापेक्षा कमी वाटत होते. त्यांना वाटले की, अमेरिका आपले सर्व सोनं जपानला पाठवत होते म्हणून त्यांनी येनला सुटं केलं; येन बाजारभावाप्रमाणे ठरू लागला आणि आता येन विरुद्ध डॉलर दररोजच्या हवामानाप्रमाणे बदलू लागला. रोज वेगळा दर, त्यामुळे जपानशी व्यवहार करणाऱ्या कुणालाही उद्याचे नियोजन करता येईना. सोनीच्या प्रमुखांनी जाहीर तक्रार केली, 'हे म्हणजे गोल्फ खेळताना प्रत्येक होलपाशी हँडिकॅप बदलण्यासारखं आहे.'

त्याच वेळी जपानमधील मजुरीचे दर वाढू लागले. बदलत्या दराचा येन आणि वाढती मजुरी यामुळे जपानमध्ये उत्पादन करून घेणाऱ्या प्रत्येक कंपनीचं जिणं अवघड झालं. आता आमचे सर्व बूट जपानमध्येच तयार होतील, अशी कल्पना मी करू शकत नव्हतो.

आम्हाला नव्या देशात नवीन कारखाने उघडणं भाग होतं, तेही लवकरात लवकर.

माझ्या दृष्टीनं तैवानमध्ये उत्पादन ही पुढची योग्य पायरी होती. जपानचा कोसळता डोलारा पाहून तैवानीज अधिकारी ही पोकळी भरून काढण्यासाठी झपाट्यानं काम करत होते. ते अतिवेगानं नवीन कारखाने उभारत होते आणि तरीही ते आमचं काम पूर्ण करू शकले नसते. शिवाय त्यांची गुणवत्ता फारशी चांगली नव्हती. तैवान पूर्णपणे तयार होईपर्यंत आम्हाला तात्पुरती सोय करायला हवी होती, सर्व काही ठीक होईस्तोवर!

आम्ही प्युर्टो रिकोचा विचार केला. आम्ही तिथे आधीपासूनच बूट तयार करत होतो; पण तेही फार चांगले नव्हते. १९७३मध्ये जॉन्सन तिथे पाहणी करायला गेला होता आणि त्यानं लिहिलं होतं की, न्यू इंग्लंडमध्ये जसे मोडकळीस आलेले कारखाने होते, त्यापेक्षा तिथे परिस्थिती वेगळी नव्हती.

१९७४ हे वर्ष लांबत गेलं; पण आम्ही त्या वर्षी अशी योजना ठरवली होती. ती अमलात आणण्यासाठी मी चांगली तयारी केली. मी सर्व गृहपाठ केला होता. मी पूर्व किनाऱ्याकडील भागाला भेट देऊन आलो, कुठल्या फॅक्टरीज आम्ही लीजवर घेऊ शकतो, याची पाहणी केली – प्रथम केलबरोबर आणि नंतर जॉन्सनबरोबर.

पहिल्यांदा गेलो, तेव्हा गाडी भाड्यानं देणाऱ्या कंपनीच्या कारकुनानं माझं क्रेडिट कार्ड घ्यायला नकार दिला आणि ते जप्तच केलं. केलनं स्वतःचं क्रेडिट कार्ड देऊन समजावण्याचा प्रयत्न केला तर तो त्याचंही कार्ड घेईना. कारण, मी त्याच्या बरोबर होतो. संगतीचा दुष्परिणाम!

कसोटीचे क्षण असेच असतात. मी केलच्या नजरेला नजर लावू शकत नव्हतो. स्टॅन्फर्डमधून बाहेर पडून आम्हाला बारा वर्षं झाली होती. तो आता एक यशस्वी व्यावसायिक होता आणि मी अजून माझं तोंड पाण्याबाहेर ठेवण्यासाठी धडपडत होतो. त्याला ठाऊक होतं की, माझी धडपड चालू आहे; पण आता त्याला त्याचा अर्थ नेमका कळला असावा. मी घाबरलो होतो. आमच्या विजयी क्षणात तो आमच्याबरोबर नेहमी असायचा; पण अशा अपमानास्पद ठिकाणी त्याला माझी खरी किंमत कळेल.

आम्ही त्या कारखान्यात पोहोचलो, तेव्हा तो मालक आमच्याकडे बघून हसला. तो म्हणाला, 'आम्ही कधी ऐकलंच नाही अशा आलतू फालतू कंपनीबरोबर काम करणार नाही – *ओरेगॉनच्या कंपनीचं तर नावच सोडा.*'

दुसऱ्या वेळी मी जॉन्सनला बोस्टनमध्ये भेटलो. मी त्याला *फूटवेअर न्यूजच्या* ऑफिसपासून बरोबर घेतलं. तिथे तो संभाव्य वितरक शोधत होता. आम्ही बरोबरच न्यू हँपशायरमधील एक्सेटर इथे एका जुन्या मोडकळीस आलेल्या कारखान्यात गेलो. अमेरिकन क्रांतीच्या काळात स्थापन झालेला हा कारखाना खलास झाला होता. तिथे एके काळी एक्सेटर शू अँड बूट कंपनी होती; पण आता तिथे उंदीरच उंदीर होते. आम्ही दारं उघडली आणि मासेमारांच्या जाळ्या एवढी कोळ्याची जाळी बाजूला केली तेव्हा अनेक कीटक, प्राणी आमच्या पायावरून गेले आणि काही कानावरून उडत गेले. आणखी, फरशीत मोठमोठे खड्डे होते. एक पाऊल चुकलं तर पाताळातच गेलो असतो.

तो मालक आम्हाला तिसऱ्या मजल्यावर घेऊन गेला, त्या मजल्याचा वापर करता आला असता. तो म्हणाला की, तो हा मजला भाड्यानं देऊ शकत होता किंवा तो सगळी जागाच विकायला तयार होता. तो म्हणाला की, ती जागा व्यवस्थित साफ करायला आणि माणसं नेमायला आम्हाला मदत लागेल. त्यानं आम्हाला बिल गियाम्पेट्रो नावाच्या स्थानिक माणसाचं नाव संगितलं.

आम्ही गियाम्पेट्रोला दुसऱ्या दिवशी एक्सेटरमधील एका हॉटेलमध्ये भेटलो. काही मिनिटांतच मला कळलं की, हा माणूस आपल्या उपयोगाचा आहे. तो खरा बूट तज्ज्ञ, शू डॉग होता. तो पन्नाशीचा होता; पण त्याचे टोकदार काळे केस अजून पांढरे झाले नव्हते. त्याचे उच्चार पक्के बोस्टनवासियांसारखे होते. बुटांपलीकडे तो त्याची लाडकी बायको आणि मुलांविषयीच बोलत असे. तो अमेरिकेतल्या पहिल्या पिढीतला होता. त्याचे आई-वडील इटलीतून आले होते, तिथे त्याचे वडील चांभारकाम करत असत. कारागिराची असते, तशी त्याची मुद्रा गंभीर होती आणि त्याच्या हाताला भेगा होत्या. त्याच्या अंगावर सराईत कारागिराचा गणवेष होता. डाग पडलेला, कोपऱ्यापर्यंत

बाह्या वळवलेला डेनिमचा शर्ट, डाग पडलेली पँट. तो म्हणाला की, आयुष्यात त्यानं चांभारकाम सोडून काही केलं नव्हतं आणि करणारही नव्हता. तो म्हणाला, 'कुणालाही विचारा, ते तुम्हाला सांगतील.' न्यू इंग्लंडमधील प्रत्येक जण त्याला गप्पेटो म्हणत असे. कारण, प्रत्येकाला वाटायचं आणि अजूनही वाटतं की पिनॉचिओचे वडील चांभार होते (खरं तर ते सुतार होते).

आम्ही स्टेक आणि बिअर मागवली. मी माझ्या बॅगमधून एक कॉर्टेझ बूट बाहेर काढला. मी विचारलं, ''तू एक्सेटरच्या कारखान्यात असे बूट तयार करण्यासाठी आवश्यक ती सामग्री व्यवस्थित लावू शकशील का?'' त्यानं ते बूट हातात धरून बघितले, ताणून पाहिले, त्याची जीभ ओढून पाहिली. बूट टेबलावर ठेवून तो म्हणाला की, त्यात काहीच प्रश्न नाही!

'खर्च किती?' त्यानं डोक्यातच गणित केलं. कारखान्याचं भाडं, एक्सेटर कारखान्याची डागडुजी, कामगार, कच्चा माल, इतर साहित्य... त्यानं अंदाज केला २५०,००० डॉलर्स!

मी म्हटलं, ''करू या हे काम.''

नंतर मी आणि जॉन्सन धावायला गेलो असताना त्यानं मला विचारलं, ''गियाम्पेट्रोच्या स्टेकसाठी पैसे देताना आपल्याला अडचण येत होती, आपण अडीच लाख डॉलर कुठून आणणार?'' वेड्या माणसाच्या चेहऱ्यावर असतात तसे शांत भाव ठेवत मी त्याला सांगितलं, ''मी निशोला हे पैसे भरायला सांगणार आहे.'' त्यानं विचारलं, ''आता निशो तुला एक कारखाना चालवायला कशाला पैसे देईल?'' मी म्हटलं, ''सोपं आहे. मी त्यांना सांगणारच नाही.''

मी धावता धावता थांबलो. हात गुडघ्यावर ठेवले आणि जॉन्सनला म्हटलं की, मी *त्यालाच* ती फॅक्टरी चालवायला सांगणार आहे.

त्यानं आ वासला आणि तोंड बंद केलं. वर्षापूर्वी मी त्याला जागा बदलून ओरेगॉनला पाठवलं होतं. आता परत पूर्वेला जायचं? तेही त्या गियाम्पेट्रोच्या सहवासात? आणि वुडेलचं काय? त्याच्याबरोबर तर जॉन्सनचं खूपच गुंतागुंतीचं नातं होतं. तो म्हणाला, ''आतापर्यंत असा वेडेपणा मी कधी ऐकला नव्हता. गैरसोय सोड. सगळं सामान घेऊन परत पूर्व किनाऱ्याला जायचा वेडेपणा सोड; पण मला कारखाना चालवण्याविषयी काय कळतं? मी अगदी चक्रमच होईन.सगळं माझ्या डोक्यापलीकडचं आहे!''

मी जोरजोरात हसू लागलो. मी म्हटलं, ''डोक्यापलीकडचं? तुझ्या *डोक्यापलीकडचं?* आपल्या *सगळ्यांच्या* डोक्यापलीकडचं आहे हे! *पार* पलीकडचं!''

तो कुरकुरू लागला. थंडीत गाडी सुरू होत नसली की आवाज करते, तसाच त्याचा आवाज येत होता.

मी वाट पाहिली. मला वाटलं, थोडा वेळ जाऊ द्यावा.

त्यानं नकार दिला, तो चिडला, सौदा करू लागला, निराश झाला; पण नंतर त्यानं मान्य केलं. जेफ–आयुष्यातील पाच अवस्था! अखेर त्यानं दीर्घ सुस्कारा सोडला आणि म्हणाला की, हे एक मोठं काम आहे हे त्याला कळलं होतं आणि माझ्याप्रमाणेच त्यालाही हे काम दुसऱ्या कुणाला द्यायला आवडलं नसतं. त्याला कळत होतं की, जेव्हा ब्लू रिबनचा प्रश्न येतो, तेव्हा प्रत्येक जण आपण जिंकावं म्हणून शक्य तेवढे प्रयत्न करणारच 'शक्य ते' आमच्या मर्यादेपलीकडे असेल, तर गियाम्पेट्रो म्हणतो त्याप्रमाणे 'त्यात काही प्रश्नच नाही.' त्याला कारखाना कसा चालवायचा हे ठाऊक नव्हतं; पण तो प्रयत्न करायला, शिकायला तयार होता.

मला वाटलं की, आमच्या कंपनीमध्ये अपयशाच्या भीतीमुळे आम्ही कधीच खाली कोसळणार नाही. आमच्यापैकी कोणी कधी अपयशी *होणार नाही,* असं नाही. खरं तर प्रत्येकाला वाटायचं की, अपयश *येणारच;* पण जेव्हा कधी असं झालं तेव्हा आम्ही त्यातून वर येऊ, त्यातून शिकू आणि त्यातून अधिक चांगले होऊ, असा आम्हाला विश्वास होता.

जॉन्सननं नापसंती दाखवली, मान हलवली; पण तो म्हणाला, ''ओके ठरलं तर!''

आणि जेव्हा आम्ही १९७४च्या शेवटाकडे आलो, तेव्हा जॉन्सन एक्सेटरमध्ये पक्का रुजला होता. रात्री अनेकदा माझ्या मनात त्याचा विचार येत असे आणि मी मनात म्हणायचो, 'जुना मित्र, ही तर देवाचीच करणी!'

आता तूच गियाम्पेट्रोची समस्या असशील.

बँक ऑफ कॅलिफोर्नियामध्ये पेरी हॉलंड नावाच्या माणसाशी आमचा संबंध यायचा, तो बऱ्याच प्रमाणात फर्स्ट नॅशनलच्या हॅरी व्हाइटसारखा होता. मनमिळाऊ, मैत्रीपूर्ण, कार्यनिष्ठ; पण आमच्यासाठी कुचकामी होता. कारण, तिथे कर्ज मंजुरीसाठी अत्यंत काटेकोर मर्यादा होत्या आणि आमची मागणी नेहमीच जास्तीची असे. व्हाइटच्या बॉसप्रमाणे त्याचे वरिष्ठही आम्हाला गति कमी करायला सांगत असत.

आम्ही गतिवर्धकावर जोरात पाय दाबून १९७४मध्ये वेग वाढवला. आमच्या विक्रीचं लक्ष्य ८० लाख डॉलर होतं आणि त्यापासून आम्हाला कुणीच रोखू शकणार नव्हतं. बँकेच्या सांगण्याला न जुमानता आम्ही आणखी अनेक दुकानांबरोबर करार केले, आमची स्वतःची दुकानं उघडली आणि आम्हाला परवडत नव्हतं तरी अनेक सुप्रसिद्ध लोकांचा पुरस्कार घेत राहिलो.

त्याच वेळी, प्री नाइकेचे बूट घालून अमेरिकेचे सर्व विक्रम मोडत होता. जगातला सर्वोत्तम टेनिस खेळाडू नाइकेचे बूट घालून रॅकेट्स तोडत होता. त्याचं नाव होतं जिमी कॉनर्स. जेफ जॉन्सन हा त्याचा सर्वांत मोठा चाहता होता. जॉन्सन मला सांगायचा की, कॉनर्स हा प्रीची टेनिसमधील प्रतिकृती होता. बंडखोर आणि रूढी न

पाळणारा. जॉन्सननं मला कॉनर्सला भेटून लगेच त्याला पुरस्कार द्यायची गळ घातली. १९७४च्या उन्हाळ्यात मी कॉनर्सच्या मध्यस्थाला फोन करून माझी ऑफर सांगितली. आम्ही नस्तात्सेला दहा हजार डॉलर दिले होते आणि या मुलाला त्याच्या निम्मे द्यायला तयार होतो.

त्या मध्यस्थानं ते आनंदानं मान्य केलं.

कॉनर्स कागदपत्रांवर सह्या करणार तेवढ्यात त्याला विंबल्डनला जावं लागलं आणि सर्वांच्या अपेक्षांना धक्का देऊन तो विंबल्डन *जिंकला.* तेही आमचे बूट घालून! नंतर तो घरी आला आणि अमेरिकन ओपन जिंकून त्यानं जगाला पुन्हा मोठा धक्का दिला. मला चक्करच आली. मी त्या मध्यस्थाला फोन केला आणि कॉनर्सनं त्या कागदांवर सही केली की नाही, असं विचारलं. आम्हाला लगेच त्या बुटांची जाहिरात सुरू करायची होती. मध्यस्थानं विचारलं, 'कुठले कागदपत्र?'

'अं-म्हणजे ते कागद-आपला करार झाला होता, आठवतं?'

'हो का? मला नाही आठवत असा करार. तू सांगतोस त्याच्या तिप्पट रकमेचा करार आम्ही आधीच कुणाशी तरी केला होता; पण तोही मला आठवत नाही.'

निराशा! आम्ही सगळे निराश झालो; पण ठीक आहे.

शिवाय, आम्ही म्हटलं, 'आपल्याकडे अजून प्री आहे.'

प्री नेहमीच आमच्याकडेच असणार होता.

१९७५

निशोचे पैसे पहिल्यांदा देऊन टाका. हाच माझा सकाळचा मंत्र होता, रात्रीची प्रार्थना होती, माझं पहिलं प्राधान्य होतं. माझ्या बुच कॅसिडीसाठी जो 'सन डान्स किड' होता, त्या हेजला हा माझा रोजचा आदेश होता. बँकेचे पैसे द्यायच्या आधी, कुणाचेही पैसे द्यायच्या आधी, *निशोला पैसे द्या...*

हे आमचं धोरण नव्हे तर गरज होती. निशो आमच्यासाठी भांडवलासारखी होती. बँकेकडे आमचं दहा लाख डॉलरचं कर्ज-खातं होतं; पण आम्हाला निशोकडूनही दहा लाख डॉलरची उधारी मिळायची आणि परतफेडीसाठी त्यांना दुसरा अग्रक्रम मान्य होता, त्यामुळे आमच्या बँकेला अधिक सुरक्षित वाटे. निशो नसती तर हे सगळं अशक्यच होतं, त्यामुळे आम्हाला निशोला खूश ठेवणं गरजेचं होतं म्हणून नेहमी, सतत, अगदी नेहमी, निशोचे पैसे प्रथम द्या.

अर्थात निशोला प्रथम पैसे देणं सोपं नव्हतं. कुणालाच पैसे देणं सोपं नव्हतं. आमच्या मालमत्तेत आणि मालाच्या साठ्यात प्रचंड वाढ होत होती आणि त्यामुळे आमच्याकडच्या गंगाजळीवर खूप ताण पडत होता. जोरात वाढ होत असलेल्या कंपनीपुढे हीच समस्या असते. आमची वाढ सर्वसाधारण कंपन्यांपेक्षा, मला माहीत असलेल्या, वर येणाऱ्या कुठल्याही कंपनीपेक्षा खूप जास्त वेगानं होत होती. आमच्यापुढे अभूतपूर्व समस्या होत्या, निदान मला तसं वाटत होतं.

अर्थात अंशतः हा माझाच दोष होता. मी *साठा कमी करायचा* विचारच करू शकत नव्हतो. मला वाटत असे - काहीही होवो; वाढ करा नाही तर रसतळाला जा! जर तुम्हाला आतून वाटतंय की, पन्नास लाख डॉलरची मागणी आहे, तर मग आपण आपली ऑर्डर तीस लाखांवरून दोन लाख डॉलरवर का आणायची? म्हणून मी माझ्या पारंपरिक, सनातनी बँकांना अगदी टोकापर्यंत खेचत होतो, त्यांच्याशी खेळत होतो. आम्हाला अगदी पराकोटीचे प्रयत्न करावे लागतील इतके बूट मी मागवायचो आणि

बँकेला ते अगदी वेडेपणाचे वाटत असे. मी अगदी शेवटच्या क्षणी कसेबसे तेवढे पैसे भरत असे त्याचप्रमाणे शेवटच्या क्षणी मी इतर बिलेही भरत असे. बँकांनी आम्हाला लुटू नये म्हणून अगदी मोजकेच पैसे बँकेकडून घेत असे आणि महिन्याच्या अखेरीस मी सारं खातं रिकामं करून निशोचे पैसे देऊन पुन्हा शून्यापासून सुरुवात करत असे.

बहुतेक व्यावसायिक तज्ज्ञांना धंदा करण्याची ही पद्धत अत्यंत धोकादायक, बेफिकीर वाटेल; पण मला खात्री होती की, बुटांची एकूण मागणी आमच्या वार्षिक विक्रीपेक्षा नक्कीच जास्त होती आणि आमच्या फ्यूचर्स या कार्यक्रमामुळे दहापैकी आठ ऑर्डर्स अगदी शुद्ध सोन्यासारख्या अस्सल होत्या, त्यामुळे गाडी सुसाट सुटली होती.

निशोला घाबरायचं काही कारण नव्हतं असं काही जण म्हणू शकले असते. अखेर, ती कंपनी आमची दोस्त होती. आम्ही त्यांना पैसा मिळवून देत होतो, त्यामुळे ते चिडले तर कितीसे चिडणार आमच्यावर? आणि शिवाय, माझी सुमेरागीशी चांगली मैत्री होती.

पण अचानक १९७५मध्ये, निशोमध्ये सुमेरागीचं खातं बदललं. आमचा व्यवहार त्याच्या पदाच्या मानानं खूप वाढला होता, त्यामुळे आमचं खातं त्याच्या एकट्याकडे राहिलं नाही. आता पश्चिम किनाऱ्यावरील उधारी व्यवस्थापक चिओ सुझुकीकडे आमची जबाबदारी होती. तो लॉस एंजलिसमध्ये बसायचा आणि पोर्टलँड ऑफिसमधील ताडायुकी इटो खाली काम करायचा.

सुमेरागी सहजप्राप्य आणि मैत्रीपूर्ण असा माणूस होता; पण इटो स्वभावतःच एकलकोंडा होता. असं वाटायचं की, त्याच्यावर प्रकाशही वेगळ्याच रंगात पडतो. प्रकाश त्याच्यावरून परावर्तित होत नसे, तर प्रकाश त्याच्यात ब्लॅक होलसारखा शोषला जात असे. ब्लू रिबनमधील प्रत्येकाला सुमेरागी आवडत असे – आम्ही त्याला ऑफिसमधील प्रत्येक पार्टीला बोलवायचो; पण इटोला कधी बोलावल्याचं मला आठवत नाही.

मनातल्या मनात मी त्याचं नाव आइस मॅन असं ठेवलं.

मला अजूनही लोकांच्या डोळ्याला डोळा भिडवणं जमत नसे; पण इटो मला दृष्टी दुसरीकडे हलवूच देत नसे. तो थेट माझ्या डोळ्यात, माझ्या आत्म्यात नजर लावत असे आणि त्याचा संमोहनासारखा परिणाम होत असे. विशेषतः त्याची बाजू अधिक भक्कम असताना! आणि बहुधा त्याचीच बाजू वरचढ असे. मी एकदा-दोनदा त्याच्याबरोबर गोल्फ खेळायला गेलो होतो. जरी त्यानं खराब शॉट मारला तरी तो टी वरून निघून, ज्या पद्धतीनं वळून थेट माझ्याकडे बघत असे, त्यामुळे मी गार व्हायचो. तो फारसा चांगला गोल्फ खेळाडू नव्हता; पण त्याच्यात इतका आत्मविश्वास होता की, जणू त्याचा चेंडू ३५० यार्डावर फेअरवेच्या मध्यभागी गवतावर अचूक पडला आहे.

...आणि मला ही गोष्ट लख्ख आठवते. त्याचा गोल्फचा ड्रेस, त्याच्या ऑफिसच्या पोषाखापेक्षा अधिक व्यवस्थित होता. माझा ड्रेस अर्थातच तसा नव्हता.

एकदा हवा थंड असताना, आमचा सामना चालू होता, तेव्हा मी एक गबाळा लोकरीचा स्वेटर घातला होता. मी पहिल्या टीकडे जात होतो, तेव्हा इटोनं मला नंतर स्कीइंगसाठी जायचा विचार आहे का असं विचारलं. मी थांबून गाडी पुढे नेली. त्यानं माझ्याकडे बघून अर्धवट स्मित केलं. आइस मॅननं विनोद करण्याचा हा प्रयत्न मला पहिला आणि शेवटचाच वाटला.

या माणसाला खूश ठेवायलाच हवं होतं आणि ते सोपं नव्हतं; पण मी विचार केला, त्याला बरं वाटेल तेच नेहमी करावं म्हणजे आपली कर्ज मर्यादा वाढू शकेल, ब्लू रिबनची प्रगती होईल. त्याची मर्जी राखा आणि सगळं ठीक होईल. नाही तर...?

मला आमची वाढ कमी होऊ द्यायची नव्हती आणि निशोला, इटोला खूश ठेवण्यासाठी माझी धडपड चालू होती, त्यामुळे ऑफिसमध्ये वेड्यासारखं वातावरण निर्माण झालं होतं. बाकी देणेकऱ्यांना, बँक ऑफ कॅलिफोर्नियाला पैसे देताना आमच्या नाकीनऊ यायचे; पण महिन्याच्या शेवटी निशोचं पेमेंट करताना मात्र मुतखडा काढावा अशी हालत व्हायची. आम्ही जमेल तेवढी रक्कम गोळा करत असायचो, त्यातून शक्य होईल तितके चेक लिहायचो आणि मग घाम फुटायचा. काही वेळा निशोचं देणं इतकं मोठं असायचं की, आम्ही एक-दोन दिवस पूर्णपणे निर्धन होत असू. बाकीच्या देणेकऱ्यांनी वाट बघावी!

मी हेजला म्हणायचो, ''त्यांचं दुर्दैव!''

तो म्हणायचा, ''मला माहीत आहे, मला माहीत आहे; पण *निशोचे पैसे पहिल्यांदा दे.*''

हेजला ही परिस्थिती आवडत नसे. त्याला ते सहन होत नसे. मी त्याला विचारायचो, ''मग, तुला काय करायचं आहे, आपला वेग कमी करायचा?'' त्यावर तो फक्त एक अपराधी स्मित देत असे, काही तरी वेडगळ प्रश्न?

कधी कधी आमची गंगाजळी अगदीच तळाला जायची, बँकेतलं खातं शून्यापेक्षाही खाली जाऊन ओव्हरड्राफ्ट होत असे. मग मी आणि हेज बँकेत जाऊन हॉलंडला परिस्थिती समजावून सांगत असू. आम्ही सगळे आर्थिक अहवाल दाखवायचो, आमची विक्री दुपटीनं वाढते आहे, याकडे त्यांचं लक्ष वेधायचो, सगळा माल फटाफट बाहेर जात आहे हे दाखवायचो. आम्ही सांगायचो की, सध्याची आमची 'रोखीची अडचण' अगदी तात्पुरती आहे.

अर्थात आम्हाला कळत होतं की, अशा तरत्या खात्यावर व्यवसाय करणं ही काही योग्य पद्धत नाही; पण आम्ही स्वतःलाच नेहमी सांगायचो - ही स्थिती तात्पुरती आहे आणि सगळे लोक असंच तर करतात. अमेरिकेतील काही अत्यंत मोठ्या कंपन्या अशाच प्रकारे चालतात. बँकांची खातीही अशीच असतात. हॉलंडनं हे मान्य केलं. तो मान हलवून म्हणायचा, 'मित्रहो, ठीक आहे, मला कळलं.' जोवर आम्ही त्याला सामोरे जात होतो, जोवर आमच्या कारभारात पारदर्शकता होती, तोवर त्याला आमच्याबरोबर काल करण्यात काही समस्या नव्हती.

मग तो दुर्दैवी दिवस आला. १९७५मधील बुधवारची दुपार होती. हेज आणि मी शून्यात नजर लावून बसलो होतो. आम्ही निशोला दहा लाख डॉलर देणं लागत होतो. ते आमचं पहिलंच इतकं मोठं देणं होतं आणि... आमच्याकडे दहा लाख नव्हते. ७५००० डॉलर कमी पडत होते.

मला आठवतं, आम्ही खिडकीच्या काचेवरून खाली येणारे पावसाचे थेंब बघत माझ्या ऑफिसमध्ये बसलो होतो. मधूनच आम्ही आमची हिशेबपुस्तके बघायचो, ते आकडे बघून तोंड वाकडं करायचो आणि पुन्हा पावसाकडे बघत बसायचो. मी शांतपणे म्हटलं, ''आपल्याला निशोला पैसे द्यावेच लागतील.''

हेज म्हणाला, ''हो, हो, हो! पण इतकी मोठी रक्कम? आपल्याला आपली *सगळी* बँक खाती रिकामी करावी लागतील. पूर्ण खडखडाट होईल!''

''हो.''

आमची बर्कले लॉस एंजलिस, पोर्टलँड, न्यू इंग्लंडमध्ये दुकानं होती, प्रत्येकाचं स्वतंत्र बँक खातं होतं. आम्हाला ती सगळी रिकामी करून ही रक्कम आमच्या मुख्य खात्यात एक दोन दिवसांसाठी भरावी लागणार होती. शिवाय जॉन्सनच्या एक्सेटर कारखान्यातील पै न् पै काढावी लागली असती. सगळी भरपाई करेपर्यंत स्मशानभूमीत चालत असल्याप्रमाणे आम्हाला श्वास रोखून धरायला हवा होता आणि तरीही आम्ही निशोसाठी इतका मोठा चेक लिहू शकत नव्हतो. आमच्या काही ग्राहकांकडून एक दोन देणी येणं गरजेचं होतं, नशिबाची थोडी साथ आवश्यक होती.

हेज म्हणाला, ''चक्राकार फंडिंग करू या.''

मी म्हटलं, ''जादूई बँकिंग करू या.''

हेज म्हणाला, ''काय बेकार माणूस आहे हा! पुढच्या सहा महिन्यांचा आमचा रोख प्रवाह पाहिला तर आमची स्थिती उत्तम आहे हे दिसेल. निशोला द्यायची ही एकच रक्कम सगळा घोळ करत आहे.''

मी म्हटलं, ''हो, हे एक पेमेंट आपण करू शकलो की मग मोकळे होऊ.''

''पण हे फार मोठं पेमेंट आहे ना?''

''आपण नेहमीच एक-दोन दिवसांत निशोसाठीची रक्कम जमा करत होतो; पण या वेळी आपल्याला किती - तीन-चार दिवस लागतील?''

हेज म्हणाला, ''मला माहीत नाही, खरंच मला माहीत नाही.''

मी काचेवरून पडणारा थेंबन् थेंब मोजत होतो. मला आठवलं : *तुम्ही जे नियम मोडता त्यासाठी ओळखले जाता.* मी म्हटलं, ''पडू दे कितीही बॉम्ब! निशोचे पैसे आधी द्या.''

हेजनं मान डोलावली. तो उभा राहिला. आम्ही एक सेकंद एकमेकांकडे बघितलं. तो म्हणाला की, तो आमच्या मुख्य हिशेबनीसला म्हणजे कॅरोल फिल्डसला आपण काय ठरवलं आहे ते सांगेल. ती लगेच पैशाची फिरवाफिरव सुरू करेल.

शुक्रवारीच तो तिला निशोचा चेक फाडायला सांगेल.

मला वाटलं – हेच ते क्षण!

दोन दिवसांनी जॉन्सन त्याच्या एक्सेटरमधील नवीन ऑफिसमध्ये काम करत होता आणि अचानक अनेक चिडलेले कामगार त्याच्या दाराशी जमा झाले. ते म्हणत होते की, त्यांच्या पगाराचे चेक बँकेनं परत पाठवले. त्यांना कारण हवं होतं.

यावर जॉन्सनकडे अर्थातच उत्तर नव्हतं. तो म्हणाला, ''जरा थांबा, काही तरी चूक झाली असेल.'' त्यानं ओरेगॉनला फिल्डला फोन करून विचारलं, ''काय चाललं आहे?'' त्याला वाटलं की ती सांगेल की, हे एका मोठ्या गैरसमजुतीमुळे, हिशेबातील चुकीमुळे झालं आहे; पण ती कुजबुजली, 'ओह, अरे बापरे!' आणि तिनं फोन खाली ठेवला.

फिल्डच्या आणि माझ्या ऑफिसच्यामध्ये एक पार्टिशन होतं. ती पलीकडून धावत माझ्या टेबलापाशी आली, ''मला वाटतं तुम्ही जरा खाली बसा.''

''पण मी खालीच बसलो *आहे.*''

ती म्हणाली, ''ते सगळे उडून चालले आहे!''

''काय?''

''सगळे आपले चेक, सगळेच्या सगळे चेक!''

मी हेजला बोलावलं, तेव्हा त्याचं वजन ३३० पौंड होतं; पण फिल्डनं जॉन्सनच्या फोनमधील प्रत्येक शब्द ऐकवल्यावर तो आमच्यासमोर लहान लहान होताना दिसू लागला. तो म्हणाला, ''आपण या वेळी फार वांधे केले आहेत असं दिसतंय.'' मी म्हटलं, ''आता काय करायचं?'' हेज म्हणाला, ''मी हॉलंडला फोन करतो.''

काही मिनिटांनी हेज हात वर करत माझ्या ऑफिसमध्ये आला. ''हॉलंड म्हणाला, ठीक आहे, काळजी करू नको, त्याच्या बॉसशी बोलून सर्व काही ठीक करील.''

मी सुस्कारा सोडला; संकट टळलं होतं.

पण मधल्या काळात जॉन्सन आमच्या उत्तराची वाट बघत बसला नव्हता त्यानं आपल्या स्थानिक बँकेला फोन केला. त्याला कळलं की काय कोण जाणे, त्याचं खातं पार रिकामं झालं होतं. त्यानं गियाम्पेट्रोला बोलावलं. तो खोकी बनवणाऱ्या आपल्या एका जुन्या मित्राला भेटायला गेला. गियाम्पेट्रोनं त्याला पाच हजार डॉलर रोख उसनं मागितले. काही तरीच मागणी! पण त्या खोकी बनवणाऱ्या माणसाची कंपनी ब्लू रिबनवरच अवलंबून होती. आमचा धंदा थांबला तर त्याचाही संपणार होता म्हणून तो खोकीवाला आमचा दाता आणि त्राता ठरला. त्यानं शंभर डॉलरच्या पन्नास कोऱ्या करकरीत नोटा काढून दिल्या.

गियाम्पेट्रो लगेच कारखान्यात आला आणि प्रत्येक कामगाराचा पगार त्यानं रोख देऊन टाकला म्हणजे जिमी स्टीवर्टनं बेली ब्रदर्सची बिल्डिंग अँड लोन कंपनी जशी जिवंत ठेवली तसाच हा प्रकार होता.

हेज धडपडत माझ्या ऑफिसमध्ये आला, ''हॉलंड म्हणाला की, आपण ताबडतोब बँकेत यायला पाहिजे, अगदी लगेच!''

काही क्षणांतच आम्ही बँक ऑफ कॅलिफोर्नियाच्या बैठकीच्या खोलीत बसलो होतो. टेबलावर एका बाजूला हॉलंड आणि दोन अनामिक लोक सुटाबुटात बसले होते. ते बहुधा अंडरटेकर्स असावेत. दुसऱ्या बाजूला मी आणि हेज होतो. हॉलंड गंभीर मुद्रेनं म्हणाला, ''जंटलमेन,''

माझ्या मनात आलं, 'जंटलमेन ? बाप रे, इथे आम्ही आहोत!'

''तर जंटलमेन, आम्ही ठरवलं आहे की, आम्हाला आमच्या बँकेत तुमचं खातं नको आहे.''

हेज आणि मी एकमेकांकडे बघत राहिलो.

हेजनं विचारलं, ''म्हणजे याचा अर्थ तुम्ही आम्हाला हाकलून देत आहात?''

हॉलंड म्हणाला, ''होय. खरंच तसा अर्थ आहे.''

हेज : ''पण तुम्ही असं करू शकत नाही.''

हॉलंड : ''आम्ही तसं करू शकतो आणि तेच करत आहोत. आम्ही तुमचे खाते गोठवणार आहोत. या खात्यातून आता तुमचे कुठलेही चेक वटणार नाहीत.''

हेज : ''आमचं खातं गोठवत आहात? माझा विश्वासच बसत नाही यावर!''

हॉलंड : ''आता विश्वास ठेवा.''

मी काहीच बोललो नाही. मी छातीवर हात ठेवून मनात विचार केला, 'हे बरोबर नाही, हे बरोबर नाही.'

हॉलंडनं आम्हाला हाकलून दिलं तर होणारी लाजिरवाणी परिस्थिती, सगळा त्रास आणि एकापाठोपाठ होणारे त्याचे परिणाम तर होतेच; पण माझ्या मनात निशोचेच विचार होते. ते काय म्हणतील? इटोची प्रतिक्रिया कशी असेल? माझ्या मनात चित्र आलं : मी आमच्या आइस मॅनला सांगतो आहे की, आम्ही त्याला दहा लाख डॉलर देऊ शकत नाही आणि मी मनातून थिजून गेलो.

ती बैठक कधी संपली, मी बँकेतून बाहेर पडून चालू लागलो, रस्ता ओलांडला, लिफ्टमध्ये बसून वरच्या मजल्यावर पोहोचलो – मला काहीच आठवत नाही. फक्त आठवतं की, मी थरथरत होतो. मि. इटोशी बोलण्यासाठी फोन कर म्हणून सांगितलं तेव्हा असाच कापरा झालो होतो.

मला आठवतं की, इटो आणि सुमेरागी मला आणि हेजला बैठकीच्या खोलीत घेऊन गेले. त्यांना आमची नाजूक स्थिती समजत होती. त्यांनी आम्हाला खुर्चीवर

बसवलं आणि मी बोलत असताना ते जमिनीकडे बघत राहिले. केई अर्थात खूपच केई! मी म्हटलं, ''हं, मला एक वाईट बातमी सांगायची आहे – आमच्या बँकेनं आम्हाला हाकलून दिलं आहे.''

इटो म्हणाला, ''का?''

त्याचे डोळे मोठे झाले; पण त्याचा आवाज अगदी शांत होता. मला माउंट फूजीवरून वाहणारा वारा आठवला. मेइजी बागेत जिंकोच्या पानातून सळसळणारा मंद वारा आठवला. मी म्हटलं, ''मिस्टर इटो, तुम्हाला ठाऊक असेलच की, अनेक मोठ्या कंपन्या आणि बँका फ्लोटरवर, तरत्या लाटेवर जगत असतात. ब्लू रिबनमध्ये आम्हालाही मधून मधून तसं करावं लागतं. विशेषतः मागच्या महिन्यात तसं झालं आणि खरी गोष्ट ही आहे की, आम्ही फ्लोट सांभाळू शकलो नाही म्हणून बँक ऑफ कॅलिफोर्नियानं आमचं खातं रद्द करायचं ठरवलं आहे.''

सुमेरागीनं एक लकी स्ट्राइक पेटवली. एक झुरका, दोन झुरके घेतले.

इटोनंही तसंच केलं. एक दोन झुरके! पण त्याचा धूर तोंडातून नाही तर आतून कुठून तरी, शर्टच्या कॉलरमधून, कफमधून येत आहे असं मला भासलं. त्यानं माझ्या डोळ्यांत थेट रोखून बघितलं. तो म्हणाला, ''तुम्ही असं करायला नको होतं.''

माझ्या हृदयातील हालचाल मध्येच थांबली. इटोचं बोलणं जवळ जवळ सहानुभूतीपूर्ण होतं. मी हेजकडे, इटोकडे पुन्हा बघितलं. मी विचार करू लागलो, 'कदाचित.. कदाचित.. आपण यातून सुटून जाऊ शकू...'

मग माझ्या लक्षात आलं की, मी अजून मुख्य वाईट बातमी सांगितलीच नव्हती. मी म्हटलं, ''मिस्टर इटो, हे खरं आहे की त्यांनी आम्हाला काढून टाकलं आणि त्याचा अर्थ असा आहे की, आता आमच्याकडे कुठली बँक नाही आणि माझ्याकडे आता पैसे नाहीत. मला पगार द्यायचे आहेत, इतर देणी द्यायची आहेत आणि मी ती फेडू शकलो नाही, तर आज माझा धंदा बंद होणार आहे, त्यामुळे सर, मी तुमचे दहा लाख डॉलर तर देऊ शकत नाहीच; पण मला अजून दहा लाख डॉलर उसनं घ्यावे लागतील.''

इटो आणि सुमेरागींनी एकमेकांकडे अर्धा सेकंद बघितलं आणि मग ते माझ्याकडे वळले. खोलीतली सगळी हालचाल थांबली. धुळीतले कण, हवेतील तंतू मध्येच थबकले. इटो म्हणाला, ''मिस्टर नाइट, तुम्हाला अजून पैसे द्यायच्या आधी मला तुमच्या हिशेब वह्या बघाव्या लागतील.''

मी निशोच्या ऑफिसमधून घरी आलो तेव्हा रात्रीचे नऊ वाजले होते. पेनी म्हणाली, ''हॉलंडचा फोन आला होता.''

मी म्हटलं, ''हॉलंडचा फोन?''

ती म्हणाली, ''होय, त्यानं सांगितलं की, घरी येताच फोन करा. त्यानं आपला नंबर दिला आहे.''

हॉलंडनं लगेचच फोन उचलला. त्याचा आवाज... वेगळाच होता. सकाळी बॉसचा आदेश पाळताना त्याचा आवाज कठोर होता; पण आता त्याचा स्वर मानवी वाटला, एखाद्या दुःखी, तणावग्रस्त व्यक्तीसारखा! तो म्हणाला, ''फिल, मला तुला सांगणं भाग आहे की, आम्हाला एफबीआयला हे प्रकरण कळवावंच लागेल.''

मी फोन जोरात पकडला. मी पुटपुटलो, ''पुन्हा बोल. पेरी, पुन्हा सांग.''

''आमच्यापुढे पर्यायच नव्हता.''

''काय सांगतो आहेस?''

''म्हणजे हा फसवणुकीचा प्रकार वाटतो त्यांना...''

मी स्वयंपाकघरात गेलो आणि खुर्चीवर कोसळलो. पेनी म्हणाली, ''काय झालं?''

मी तिला सांगितलं. दिवाळखोरी, घोटाळा, विनाश–सगळं काही...

तिनं विचारलं, ''आता काहीच आशा नाही का?''

''आता ते निशोवर अवलंबून आहे.''

''टॉम सुमेरागीवर?''

''आणि त्याच्या बॉसवर.''

''मग काही प्रश्न नाही. सुमेरागीला तू आवडतोस.''

ती उभी राहिली. तिला विश्वास होता. काहीही होवो, ती त्यासाठी तयार होती. तिची तुरुंगात जायचीही तयारी होती.

मी मात्र तयार नव्हतो. मी रात्रभर जागा होतो. अशी जोखीम घेतल्याबद्दल स्वतःला दोष दिला. मनात हजारो विपरीत शक्यता दिसू लागल्या.

अखेर रात्री अंथरुणावर पडलो, तरी माझं मन थांबतच नव्हतं. अंधारात पडल्या पडल्या मी पुन्हा पुन्हा विचार करत राहिलो. मला तुरुंगात जावं लागेल का?

मी? आणि तुरुंगात?

मी उठलो, ग्लासभर पाणी प्यालो, मुलांकडे बघितलं. दोघेही पोटावर झोपले होते, जगापासून दूर! त्यांचं काय होणार? काय करतील ते? मग मी माझ्या स्टडी रूममध्ये गेलो, कायद्याची पुस्तकं वाचली. एफबीआय घरावर ताबा घेऊ शकत नव्हती, हे वाचून तेवढंच बरं वाटलं. ते बाकी सगळं नेऊ देत; पण हे माझं सोळाशे चौरस फुटांचं घरटं नको न्यायला.

मी सुस्कारा सोडला; पण हा दिलासा फार काळ टिकला नाही. मी माझ्या गत जीवनावर विचार करू लागलो. मी मागे गेलो, आतापर्यंत मी घेतलेल्या प्रत्येक निर्णयावर स्वतःलाच प्रश्न विचारू लागलो. जर ज्ञानकोश विकण्यातच पुढे प्रगती चालू ठेवली असती तर... सगळं काही बदललं असतं.

मी स्वतःलाच एक प्रश्न मालिका विचारू लागलो.

तुला काय येतं?

पण मला खरं तर काहीच ठाऊक नव्हतं. आरामखुर्चीत बसून मला ओरडावंसं वाटत होतं, – *मला काहीही येत नाही.*

माझ्याकडे पूर्वी प्रत्येक प्रश्नाला एक उत्तर असायचं, काही तरी उत्तर असायचं; पण त्या रात्री माझ्याकडे उत्तर नव्हतं. मी उठलो, पिवळ्या लेजर पेपरचं पॅड घेऊन मी त्यावर एक यादी करू लागलो; पण माझं मन भरकटत होतं, मी पॅडवर बघितलं तर तिथे फक्त रेघोट्या होत्या, बरोबरच्या खुणा, विजेचे लोळ, वेड्यावाकड्या रेषा होत्या.

चंद्रप्रकाशात त्या सगळ्या आकृती मला रागावलेल्या, आव्हान देणाऱ्या स्वूशसारख्या दिसू लागल्या.

एक दिवस झोपू नकोस; तुला हवं ते तुझ्यासमोर येईल.

मी तास-दोन तास कसाबसा झोपलो. रविवारची ती भेदक सकाळ मी फोनवरच काढली. अनेक लोकांना सल्ला विचारत होतो. सगळे म्हणत होते; सोमवार महत्त्वाचा दिवस आहे, कदाचित आयुष्यातला सर्वांत महत्त्वाचा दिवस. मला लगेच, न घाबरता कृती केली पाहिजे म्हणून मी रविवारी दुपारी एक बैठक बोलावली.

आम्ही ब्लू रिबनच्या बैठकीच्या हॉलमध्ये जमलो. वुडेल बोस्टनहून पहिलं विमान पकडून आला असावा; हेज, स्ट्रॅसर आणि केल लॉस एंजलिसवरून विमानानं आले. कुणी तरी डोनट्स आणले, कुणी तरी पिझ्झा मागवला. कुणी तरी जॉन्सनला फोन करून स्पीकर फोन चालू केला. त्या खोलीत जरा गंभीर वातावरण होतं. कारण, माझा मूड गंभीर होता; पण माझी टीम, माझे दोस्त जवळ होते म्हणून मला बरं वाटलं. मी निवळलो तसे तेही निवळू लागले.

आम्ही संध्याकाळी उशिरापर्यंत बसलो होतो आणि आमच्यात एकाच गोष्टीवर एकमत झालं की, या प्रश्नाला काही सोपं उत्तर नव्हतं. साधारणपणे एफबीआयला कळवलं जातं, तेव्हा उत्तर नसतंच किंवा बँकेनं तुम्हाला पाच वर्षांत दुसऱ्यांदा हाकलून दिलेलं असतं तेव्हा उत्तर नसतं.

बैठक संपत आली, तेव्हा तिथला मूड परत बदलला. खोलीतली हवा जड, निराश दिसू लागली. पिझ्झाही विषारी वाटू लागला. सर्वांच्यात एकमत होऊ लागलं. या समस्येचं उत्तर काहीही असलं तरी ते दुसऱ्यांच्या हातात होतं.

आणि त्यामध्ये, निशो हीच आमची खरी आशा होती.

आम्ही सोमवारी सकाळी वेगवेगळ्या रणनीतींचा विचार केला म्हणजे तेव्हा निशोचे लोक येणार होते. इटो आणि सुमेरागी आमचे अहवाल पाहणार होते. त्यांना आमच्या आर्थिक व्यवहाराबद्दल काय वाटेल हे सांगता येत नसलं तरी एक गोष्ट मात्र निश्चित होती. त्यांना हे नक्की दिसलं असतं की, त्यांनी दिलेल्या पैशाचा एक मोठा हिस्सा आम्ही परदेशातून बूट खरेदीसाठी नाही, तर एक्सेटरमधील एक गुप्त कारखाना

विकत घ्यायला वापरला होता. जास्तीत जास्त बरं काय होईल, तर ते चिडतील. जास्तीत जास्त वाईट म्हणजे त्यांचं डोकं फिरेल. त्यांना आमच्या हिशेबात हातचलाखी किंवा बेमालूम फसवणूक आढळली तर ते आम्हाला बँकेपेक्षा जास्त वेगानं दूर फेकून देतील. परिणामी आमचा धंदा बंद होईल, दुसरं काय!

आम्ही तो कारखाना त्यांच्यापासून लपवायचा प्रयत्न केला; पण टेबलावरच्या प्रत्येकानं आपण इथे सरळ वागलं पाहिजे, असंच ठरवलं. ओनित्सुकाच्या खटल्याप्रमाणे, पूर्ण सत्य उघड करणे, पूर्ण पारदर्शकता हाच एक मार्ग होता. त्यातच नैतिक आणि धोरणात्मक शहाणपण होतं.

आमची बैठक चालू असताना फोन सारखा वाजत होता. या किनाऱ्यापासून त्या किनाऱ्यापर्यंत अनेक देणेकरी काय चाललंय विचारत होते, आमचे चेक सुपरबॉलसारखे उलट का येत आहेत म्हणून विचारत होते. त्यातले दोन देणेकरी जास्तच चिडले होते. एक म्हणजे बोस्टोनियन शूज कंपनीचा मुख्य बिल शेस्की. आम्ही त्याला पाच लाख डॉलर देणं लागत होतो. तो सांगत होता की, पैसे वसूल करायला तो विमानानं लगेच ओरेगॉनला येत होता. दुसरा म्हणजे मॅनो इंटनशनल या न्यू यॉर्कमधील एका व्यापारी कंपनीचा मुख्य बिल मॅनोविट्झ. त्याला एक लाख डॉलर द्यायचे होते आणि तोही ओरेगॉनला निर्णायक मुकाबल्यासाठी, वसुलीसाठी येत होता.

बैठक संपली आणि मी एकटाच उरलो होतो. मी कसा तरी गाडीपाशी पोहोचलो. आयुष्यात मी दुखणाऱ्या पायांनी, कुरकुरणाऱ्या गुडघ्यांनी, शक्तिहीन अवस्थेत अनेक शर्यती पूर्ण केल्या होत्या; पण त्या रात्री माझ्यात शेवटपर्यंत पोहोचण्याइतकी शक्ती आहे की नाही याची शंका होती.

इटो आणि सुमेरागी अगदी वेळेवर आले. सोमवारी सकाळी बरोबर नऊ वाजता त्यांनी आमच्या इमारतीपाशी गाडी उभी केली. दोघांनी गडद रंगाचा टाय आणि सूट घातला होता आणि हातात काळ्या रंगाची बॅग होती. मी सामुरायचे जे सिनेमे पाहिले होते, निंजाबद्दल जी पुस्तके वाचली होती, त्यांचे विचार मनात आले. सिनेमात दुष्ट खलनायक शोगुनला खलास करण्याआधी असंच दृश्य असायचं.

ते सरळ लॉबीतून चालत आमच्या बैठकीच्या हॉलमध्ये आले आणि टेबलावर बसले. उगीच गप्पा न मारता, आम्ही आमची हिशेब पुस्तकं त्यांच्यासमोर ठेवली. सुमेरागीनं एक सिगारेट पेटवली, इटोनं पेनचं टोपण काढलं. त्यांनी कामाला सुरुवात केली. कॅल्क्युलेटरवर बोटं फिरवीत, अनेक कप कॉफी व ग्रीन टी रिचवीत त्यांनी आमच्या कमकाजाचे पापुद्रे न् पापुद्रे तपासून पाहिले.

मी आत-बाहेर करत होतो, दर पंधरा मिनिटांनी त्यांना काही हवं का म्हणून विचारत होतो. त्यांना कधीच काही लागलं नाही.

बँकेचा ऑडिटर आमच्या रोखीच्या पावत्या घ्यायला लगेचच आला. युनायटेड स्पोर्टिंग गुड्स कंपनीकडून आलेला पन्नास हजार डॉलरचा चेक टपालात खरंच दिसत

होता. आम्ही त्याला तो दाखवला, तो फिल्डच्या टेबलावरच पडला होता. या चेकमुळे सगळे काही जुळून येत होते. शिवाय त्या दिवसाच्या कमाईतून आम्हाला कमी पडत होती ती रक्कम पुरी होत होती. बँकेच्या ऑडिटरनं लॉस एंजलिसमधल्या युनायटेड स्पोर्टिंग गुड्सच्या बँकेला फोन करून हा चेक लगेच वटवायला सांगितला आणि पैसे आमच्या बँक ऑफ कॅलिफोर्नियामधील खात्यात लगेच पाठवायला सांगितले. लॉस एंजलिसच्या बँकेनं नकार दिला. कारण, युनायटेड स्पोर्टिंग गुड्सच्या खात्यात पुरेसे पैसे नव्हते.

युनायटेड स्पोर्टिंग गुड्ससुद्धा आमच्याप्रमाणे फ्लोट वर जगत होते.

माझं डोकं आधीच प्रचंड दुखत होतं, मी तसाच बैठकीच्या खोलीत गेलो. मला तिथल्या हवेचा अंदाज आला. आम्ही त्या निर्णायक क्षणी पोहोचलो होतो. आमचे हिशेब चाळता चाळता इटोला आपण काय पाहतो आहे हे लक्षात आलं आणि त्यानं हळूहळू ते परत वाचलं. एक्सेटर, एक गुप्त कारखाना! आणि आपला बकरा केल्याचं त्याला कळलं आहे हे माझ्या लक्षात आलं. आपणच त्या कारखान्यासाठी पैसे दिले आहेत हे त्याला समजू लागलं होतं.

त्यानं माझ्याकडे पाहिलं. मान जरा पुढे केली. तो जणू मला विचारत होता, ''खरंच?''

मी मान डोलावली.

आणि नंतर तो हसू लागला. अर्धवट हास्य, लोकरी स्वेटरसारखं हास्य! पण त्यातून सर्व काही अर्थ निघत होता.

मी त्याला अर्धवट हसून प्रत्युत्तर दिलं आणि त्या निःशब्द संभाषणात अनेक भविष्यं दडली होती.

* * *

मध्यरात्र उलटून गेली होती, इटो आणि सुमेरागी अजूनही कॅल्क्युलेटर आणि कागदपत्रं घेऊन तिथेच बसले होते. काम संपवून परत जाताना, सकाळी लवकर येतो, असं सांगून गेले. मी घरी आलो, पेनी जागीच होती. आम्ही जेवणाच्या खोलीत बोलत बसलो होतो. मी तिला हकिकत सांगितली. आम्हाला कळत होतं की, निशोनं त्यांची पाहणी पूर्ण केली होती, त्यांना हवं ते त्यांनी दुपारच्या आधीच पाहिलं होतं. आता काय होणार आणि पुढे काय होणार, तर फक्त आम्हाला शिक्षा! पेनी म्हणाली, ''त्यांच्यासमोर असे निष्प्रभ होऊ नका.''

मी म्हटलं, ''काय विनोद करते आहेस का? आता ते मला हवं तसं वळवतील; पण माझी एकमेव आशा तेच आहेत.''

ती म्हणाली, ''निदान आता अजून काही धक्के बसणार नाहीत.''

मी म्हटलं, ''हो, आता आणखी काही बूट वरून अंगावर कोसळणार नाहीत.''

इटो आणि सुमेरागी दुसऱ्या दिवशी सकाळी ९ वाजता आले आणि बैठकीच्या खोलीत आपल्या जागेवर बसले. मी ऑफिसमध्ये जाऊन सगळ्यांना सांगितलं, ''आता जवळ जवळ संपत आलं आहे. थोडा वेळ थांबा, फक्त थोडासा वेळ थांबा. आता इथे त्यांना आणखी काही सापडण्यासारखं नाही.''

ते आल्यानंतर काही वेळातच सुमेरागी उठून उभा राहिला, त्यानं शरीराला ताण दिला. असं वाटलं की, बाहेर जाऊन तो एक झुरका घेणार. त्यानं मला खूण केली. बोलायचं होतं? आम्ही हॉलमधून आमच्या ऑफिसमध्ये आलो. तो म्हणाला, ''मला वाटतं हे ऑडिट परीक्षण तुम्हाला वाटतं त्यापेक्षा भयंकर आहे.'' मी म्हणालो, ''का? काय...?'' तो म्हणाला, ''कारण, मी मुद्दाम उशीर केला... काही वेळा मी तुमची बिलं वेळेवर बाहेर काढली नाहीत.'' मी म्हटलं, ''काय केलं नाही?''

ओशाळलेल्या सुमेरागीनं स्पष्ट केलं; त्याला आमची चिंता वाटत होती आणि त्यानं आम्हाला मदत व्हावी म्हणून निशोची बिलं तशीच टेबलाच्या खणात ठेवून दिली. आमच्याकडे बिलं भरण्याइतके पुरेसे पैसे आले आहेत, असे वाटेपर्यंत त्यानं ती आपल्या हिशेब खात्याकडे न पाठवता दडवून ठेवली, त्यामुळे निशोकडे आमची उधारी प्रत्यक्षात होती, त्यापेक्षा कमीच भासत असे म्हणजे असं की, आम्ही इकडे निशोला वेळेवर पैसे भरायला धडपडत होतो; पण खरं तर कधीच वेळेवर पैसे देत नव्हतो. कारण, सुमेरागी आम्हाला *मदत* करण्यासाठी लगेच बिलं पाठवत नव्हता. मी म्हटलं, ''हे तर आणखीच वाईट झालं.'' तो लकी स्ट्राइक पेटवत म्हणाला, ''हो, फार वाईट, अगदीच खराब परिस्थिती!''

मी त्याला बैठकीच्या खोलीत परत घेऊन गेलो आणि इटोला हे सांगितलं. हे ऐकून तो अर्थातच चकित झाला. सुरुवातीला त्याला वाटलं की, सुमेरागी आमच्या सांगण्यावरून असं करत होता, त्याचं बरोबरच होतं. यामागे कटकारस्थान ही शक्यता बरोबर वाटत होती. त्याच्या जागी मी असतो, तर तसाच विचार केला असता. सुमेरागी इटोपुढे साष्टांग दंडवत घालील की काय असं वाटत होतं, त्यानं शपथ घेऊन सांगितलं की, तो स्वतःच्या मनानंच असं वागला, त्याचीच चूक होती.

इटोनं विचारलं, ''तू असं का केलंस?''

सुमेरागी म्हणाला, ''कारण, मला वाटलं की ब्लू रिबन खूप यशस्वी होऊ शकेल, दोनशे कोटींचा टप्पा गाठू शकेल. मला अनेक वेळा महान खेळाडू प्री फाँटेनबरोबर, बिल बॉवरमनबरोबर हात मिळवता आला. मी अनेकदा फिल नाइटबरोबर ट्रेल ब्लेझर सामन्यांना गेलो होतो. अनेकदा मी स्वतः गोडाऊनमध्ये बुटांचं पॅकिंग केलं आहे. नाइके हे माझं *व्यावसायिक अपत्य* आहे आणि आपलं *व्यावसायिक अपत्य* मोठं होत असताना नेहमीच आनंद वाटतो.''

इटो म्हणाला, ''म्हणजे तुला हे *लोक आवडतात* म्हणून तू त्यांची बिलं लपवलीस?''

अत्यंत ओशाळलेल्या चेहऱ्यानं, मान खाली घालून सुमेरागी म्हणाला, *''हाइ, हाइ!''*

इटो पुढे काय करेल मला सांगता येत नव्हतं; पण मी तिथे फार वेळ थांबू शकलो नाही. अचानक आणखी एक प्रश्न उभा ठाकला. माझे दोन सर्वांत जास्त चिडलेले देणेकरी आले होते. बोस्टोनियनचा शेस्की आणि मॅनोचा मॅनोवित्झ! दोघेही पोर्टलँडमध्ये उतरून आमच्या दिशेनं येत होते.

मी पटकन सर्वांना ऑफिसमध्ये बोलावलं आणि शेवटचे आदेश दिले, 'मित्रांनो, आपल्याला लाल सिग्नल मिळाला आहे. आता लवकरच या साडेचार हजार चौरस फुटांच्या इमारतीला आपले देणेकरी वेढा घालणार आहेत. काहीही करून आपण त्यांना एकमेकांना भेटू द्यायचं नाही. आपण त्यांचं देणं लागतो हे तर आहेच; पण एक दुःखी देणेकरी दुसऱ्या दुःखी देणेकऱ्याला इथे भेटला आणि त्यांनी आपली कहाणी एकमेकांना सांगितली तर ते लोक नक्कीच पिसाळतील. ते एकत्र येतील आणि आपापसात मिळून वसुलीचा एक कार्यक्रम ठरवतील आणि आपल्यासाठी तो प्रलय ठरेल.''

आम्ही एक योजना तयार केली. आम्ही प्रत्येक देणेकऱ्यासाठी एक कर्मचारी ठरवला. त्यानं त्या देणेकऱ्यावरच सतत लक्ष द्यायचं, अगदी बाथरूमला जातानासुद्धा आणि आम्ही एकाला समन्वयक म्हणून नेमलं, विमानतळावर उड्डाण नियंत्रक असतो ना तसा! त्यानं हे बघायचं की, सगळे देणेकरी आणि त्यांचे सोबती प्रत्येक वेळी वेगवेगळ्या ठिकाणी असतील आणि मी एका खोलीतून दुसऱ्या खोलीत फिरत त्यांची माफी मागत, गुडघे टेकत फिरत राहीन.

काही वेळा तिथला तणाव असह्य होत होता, काही वेळा मार्क्स ब्रदर्सच्या एखाद्या खराब सिनेमासारखं वाटायचं; पण अखेर, सगळं काही जमून आलं. एकही देणेकरी दुसऱ्याला भेटला नाही. शेस्की आणि मॅनोवित्झ दोघेही मनाची खात्री पटून संध्याकाळी निघून गेले आणि जाताना ते ब्लू रिबनबद्दल छान छान बोलतही होते!

तासाभरानं निशोचे लोक गेले. इटोनं मान्य केलं होतं की, सुमेरागीनं एकांगी निर्णय घेतला होता, त्याला न कळवता आमची बिलं लपवून ठेवली होती. त्यानं माझा गुप्त कारखाना आणि माझ्या सर्व पापांना क्षमा केली होती. तो म्हणाला, ''महत्त्वाकांक्षेपेक्षाही जगात आणखी घातक गोष्टी असू शकतात.''

एकच समस्या उरली होती आणि तुलनेनं तीच तर मोठी समस्या होती, एफबीआय!

दुसऱ्या दिवशी मी आणि हेज गावात गेलो होतो. गाडीत बसल्यावर, निशोच्या ऑफिसच्या लिफ्टकडे जाताना कुणीच बोलत नव्हतं. इटो आम्हाला बाहेरच भेटला आणि तो काहीच बोलला नाही, त्यानं वाकून आदर दाखवला. आम्हीही वाकलो आणि मग आम्ही तिघेही पुन्हा लिफ्टमधून खाली उतरलो आणि शांतपणे रस्ता ओलांडू

लागलो. त्या आठवड्यात मला इटो हा एखाद्या गूढ, हिरेजडित तलवार उपसणाऱ्या सामुरायप्रमाणे भासत होता; पण या वेळी तो माझ्या रक्षणार्थ लढणार होता?

तुरुंगात गेल्यावर त्याच्या आधारावर मला राहता येईल ना?

आम्ही खांद्याला खांदा लावून बँक ऑफ कॅलिफोर्नियात गेलो. हॉलंडला भेटायचं आहे, असं सांगितलं. तिथल्या स्वागतिकेनं आम्हाला बसायला सांगितलं.

पाच मिनिटे गेली.

दहा मिनिटे गेली!

हॉलंड बाहेर आला. त्यानं इटोशी हात मिळवले, माझ्याकडे आणि हेजकडे बघून मान हलवली आणि आम्ही बैठकीच्या खोलीत गेलो, जिथे त्यानं काहीच दिवसांपूर्वी आम्हाला झोडून काढलं होतं. हॉलंड म्हणाला की, लवकरच तिथे ... हा आणि ... तो असे कोणी येणार होते. आम्ही आवाज न करता, कुठल्या तरी भुयारातून प्रकट होणाऱ्या त्याच्या सहकाऱ्यांची वाट पाहत होतो. अखेर ते आले आणि त्याच्या दोन्ही बाजूंना बसले, कुणी प्रथम बोलावं हे ठरत नव्हतं. हा फार मोठा खेळ होता. इथे फक्त एक्के किंवा वरचे पत्ते चालणार होते!

इटोनं हनुवटी खाजवली आणि आपणच सुरुवात करावी, असं ठरवलं. तो सरळ मुद्द्यावर आला. फक्त हॉलंडला उद्देशून बोलता असला तरी तो म्हणाला, ''जंटलमेन, मला असं समजलं आहे की, तुम्हाला आता ब्लू रिबनचं खातं नको आहे.''

हॉलंड मान हलवत म्हणाला, ''हो, हो, बरोबर आहे, मिस्टर इटो.''

इटो म्हणाला, ''मग असं असेल तर, निशो ब्लू रिबनचं देणं भरून द्यायला तयार आहे... संपूर्ण देणं!''

हॉलंड बघत राहिला, *''संपूर्ण...?''*

इटोनं हुंकार दिला. मी डोळे मोठे करून हॉलंडकडे बघितलं. मला म्हणायचं होतं, *'मी काही तोतरं बोलत होतो का?'*

इटो म्हणाला, ''हो, किती रक्कम आहे?''

हॉलंडनं त्याच्या पॅडवर एक आकडा लिहून तो कागद त्याच्यापुढे सरकवला. इटोनं पटकन त्यावर नजर टाकली. इटो म्हणाला, ''हो, तुमच्या लोकांनी मला आधी हेच सांगितलं आहे. आणि म्हणून...'' त्यानं आपल्या बॅगमधून एक पाकीट बाहेर काढून हॉलंडकडे सरकवलं, ''हा पाहा पूर्ण रकमेचा चेक.''

हॉलंड म्हणाला, ''हा चेक उद्या सकाळीच बँकेत भरला जाईल.''

इटो म्हणाला, *''हा चेक आताच भरला जाईल!''*

हॉलंड अडखळत म्हणाला, ''ठीक आहे, आज भरला जाईल.''

त्याचे सहकारी एकदम बावरले!

इटोनं खुर्ची गोल फिरवली, सगळ्यांना आपल्या दृष्टीत सामावून घेतलं. तो म्हणाला, ''अजून एक. मी ऐकलं आहे की, तुमच्या बँकेला सॅन फ्रान्सिस्कोमध्ये निशोची बँक व्हायचं आहे आणि त्यासाठी ती बोलणी करत आहे?''

हॉलंड म्हणाला, ''हो, बरोबर आहे.''

''ओह, मला सांगायलाच हवं की, ही बोलणी पुढे चालवण्यात वेळ घालवू नका.''

हॉलंड म्हणाला, ''काय?''

''मला खात्री आहे.''

आइस मॅन येत आहे!

मी हेजकडे नजर टाकली. मी न हसण्याचा प्रयत्न केला. खूप प्रयत्न केला; पण जमलं नाही.

मग मी थेट हॉलंडकडे बघितलं. त्याच्या ताठरलेल्या नजरेत सगळं काही दिसत होतं. त्याला कळलं की, बँकेनं, बँकेच्या अधिकाऱ्यांनी जरा जास्तच अधिकार गाजवला. त्या क्षणी मला समजलं की, आता एफबीआयची चौकशी होणार नाही. त्याला आणि बँकेला हे प्रकरण कायमचं मिटवायचं होतं. त्यांनी एका चांगल्या ग्राहकाला खराब वागणूक दिली होती आणि त्यांना त्याबद्दल कुणाला उत्तर द्यायचं नव्हतं.

आम्ही त्यांचं नाव परत कधी ऐकणार नव्हतो.

मी हॉलंडच्या दोन्ही बाजूला बसलेल्या सूटवाल्यांकडे पाहून म्हटलं, ''जंटलमेन,''

जंटलमेन...! काही वेळा त्याचा व्यावसायिक भाषेत अर्थ होतो *'घ्या तुमची एफबीआय आणि xxx!'*

आम्ही बँकेच्या बाहेर आलो. मी इटोला वाकून अभिवादन केलं. मला त्याचं चुंबन घ्यायचं होतं; पण मी फक्त खाली वाकलो. हेज ही खाली वाकला. मला क्षणभर वाटलं की, आधीच्या तीन दिवसांच्या ताणतणावामुळे तो पुढे झुकला असावा. मी इटोला म्हटलं, ''धन्यवाद, तू आम्हाला वाचवलंस; तुला याचा कधीच पश्चात्ताप होणार नाही, याची आम्ही खात्री देतो.''

त्यानं टाय सरळ करत म्हटलं, ''काय मूर्खपणा!''

मला पहिल्यांदा वाटलं की, तो माझ्याविषयी बोलत आहे. मग माझ्या लक्षात आलं की, तो बँकेबद्दलच बोलत होता. तो म्हणाला, ''मला मूर्खपणा आवडत नाही, लोक उगीचच आकड्यांना जास्त महत्त्व देतात.''

भाग दोन

तो डेनला म्हणाला, ''बैठकीच्या खोलीत कधीच उत्तम कल्पना जन्म घेत नाहीत.'' स्टाहर म्हणाला, ''पण अनेक मूर्ख कल्पना मात्र तिथेच संपतात.''

– एफ. स्कॉट. फिटझेराल्ड, द लास्ट टायकूनमधून.

१९७५

जिंकल्याची पार्टी, नाचगाणी वगैरे नव्हतं. हॉलमध्ये विजयाचे आवेश, हातवारेही नव्हते. वेळच नव्हता. आमच्याकडे कुठली बँक नव्हती आणि प्रत्येक कंपनीला बँक तर हवीच.

हेजनं जास्तीत जास्त ठेवी असलेल्या ओरेगॉनमधील बँकांची एक यादी तयार केली. त्या सगळ्या बँका, फर्स्ट नॅशनल किंवा बँक ऑफ कॅलिफोर्नियापेक्षा खूप लहान होत्या; पण म्हणतात ना, गरजवंताला...!

पहिल्या सहा बँकांनी साफ नकार दिला. सातवी बँक म्हणजे फर्स्ट स्टेट बँक ऑफ ओरेगॉननं नकार दिला नाही. ही बँक मिलवॉकीमध्ये होती. बीव्हरटनपासून अर्ध्या तासाच्या अंतरावरचं एक लहान गाव. मी प्रथम फोन केला, तेव्हा त्या बँकेच्या अध्यक्षांनी म्हटलं, ''या, या इकडे.'' त्यांनी मला दहा लाख डॉलरची उधारी मंजूर केली. त्या बँकेची तीच कमाल मर्यादा होती.

आम्ही त्याच दिवशी आमचं खातं हलवलं.

त्या दिवशी दोन आठवड्यांनंतर प्रथमच मी उशीवर डोकं टेकून झोपलो.

दुसऱ्या दिवशी नाश्त्याच्या वेळी मी पेनीबरोबर लगेचच येणाऱ्या मेमोरियल डेच्या सुटीबद्दल बोलत होतो. मी तिला म्हटलं की, मला कधीच सुटीची इतकी गरज भासली नव्हती. मला विश्रांती हवी होती, छान झोप आणि चांगलं जेवण हवं होतं - आणि मला प्रीला पळताना बघायचं होतं. ती माझ्याकडे बघून निराशेनं हसली-विश्रांतीबरोबर नेहमी कामही चालूच!

अपराधी भावना!

त्या दिवशी प्री यूजीनमध्ये एक स्पर्धा आयोजित करत होता. त्यानं त्याचा फिनलंडमधील कट्टर प्रतिस्पर्धी विरेन याच्याबरोबरच जगातल्या उत्तम धावपटूंना

आमंत्रित केलं होतं. विरेननं शेवटच्या क्षणी माघार घेतली असली तरी स्पर्धेत बरेच अफाट खेळाडू होते. त्यांच्यात एक फ्रँक शॉर्टर नावाचा उद्धटसा वाटणारा मॅरेथॉन धावपटू होता. त्यानं आपल्या जन्मगावी म्यूनिक इथं १९७२मध्ये सुवर्णपदक मिळवलं होतं. तो एक हुशार, कसलेला वकील होता आणि तेव्हा कोलोराडोला राहत होता. शॉर्टर प्री इतकाच प्रसिद्धीस येत होता, ते दोघे चांगले मित्र होते. त्या दोघांचा पुरस्कार मिळावा, असं मला मनातून फार वाटायचं.

शुक्रवारी रात्री मी आणि पेनी आपल्या गाडीनं यूजीनला गेलो आणि प्रीला उत्तेजन देणाऱ्या, आरडाओरडा करणाऱ्या सात हजार चाहत्यांमध्ये जाऊन बसलो. ती ५००० मीटरची शर्यत खूपच चुरशीची, रोमांचकारी झाली. प्री सर्वोत्तम आवेशात नव्हता, हे दिसतच होतं. शेवटच्या फेरीत शॉर्टर पुढे गेला; पण शेवटच्या क्षणी, शेवटच्या दोनशे यार्डात प्रीनं तो नेहमी करतो तेच केलं. त्यानं जोर केला आणि १३.२३.८ मिनिटांत शर्यत पूर्ण केली. त्याच्या विक्रमापेक्षा हा वेळ १.६ सेकंदांनी कमी होता.

प्रीचं एक वाक्य खूप प्रसिद्ध होतं, 'कुणी तरी मला हरवू शकेल - पण त्यासाठी त्याला आपलं रक्त सांडावं लागेल.' १९७५च्या मे महिन्यात शेवटच्या शनिवार-रविवारी त्याला धावताना पाहताना मला त्याचं जितकं कौतुक वाटलं किंवा त्याच्याशी जितकी जवळीक झाली, तसा अनुभव मला आधी कधीच आला नव्हता. मी स्वतःला म्हटलं, कुणी तरी माझ्यावर मात करू शकेल, कुणी बँकर, स्पर्धक किंवा देणेकरी मला थांबवू शकेल; पण ते मला कधीच रक्त सांडायला लावणार नाहीत.

शर्यतीनंतर हॉलिस्टरच्या घरी पार्टी होती. मला आणि पेनीला जायचं होतं; पण आम्हाला दोन तास गाडी चालवत पोर्ट्लंडला जायचं होतं. मुलं घरीच होती. आम्ही प्री, शॉर्टर आणि हॉलिस्टर यांचा निरोप घेतला.

दुसऱ्या दिवशी पहाट व्हायच्या आधीच फोन वाजला. अंधारात चाचपडत मी फोन हातात घेतला, ''*हॅलो,*''

''बक?''

''कोण बोलतंय?''

''बक, मी एड कँपबेल - बँक ऑफ कॅलिफोर्निया - आठवलं?''

''बँक ऑफ कॅलिफोर्निया...?''

मध्यरात्री याचा फोन? मला नक्कीच वाईट स्वप्न पडलं असणार. ''काय हे? आता आपल्यात काही व्यवहार नाही - तुम्ही आम्हाला हाकलून दिलं होतं ना?''

तो पैशासाठी फोन करत नव्हता. त्यानं फोन केला. कारण, त्याला कळलं होतं - 'प्री गेला!'

''गेला? हे अशक्य आहे. आम्ही आताच त्याला शर्यतीत पळताना पाहिलं काल संध्याकाळी.''

''गेला!'' कॅपबेलनं ते शब्द पुन्हा उच्चारले. माझ्या डोक्यावर हातोडा पडत होता – ''गेला – प्री *गेला*...?'' तो पुटपुटला, ''अपघातच म्हणायचा. बक, आहेस का तू फोनवर? बक?''

मी कसा तरी दिवा लावला. मी हॉलिस्टरला फोन केला. त्याचीही प्रतिक्रिया माझ्यासारखीच होती... ''नाही, शक्य नाही.'' तो म्हणाला, ''आता इथे होता प्री! तो ठीक असणारच – थांब, मी तुला फोन करतो.''

काही मिनिटांनी त्याचा फोन आला, तेव्हा तो हुंदके देत होता.

जी माहिती होती त्याप्रमाणे, प्री पार्टीनंतर शॉर्टरला घरी पोहोचवायला गेला होता. त्याला घरी सोडल्यानंतर काहीच मिनिटांनी त्याचं गाडीवरचं नियंत्रण सुटलं. ब्लू रिबनच्या पहिल्या चेकमधून त्यानं घेतलेली सुंदर बटरस्कॉच एमजी गाडी रस्त्यावर एका मोठ्या दगडावर आदळली, गाडी हवेत उंच उडाली आणि प्री बाहेर फेकला गेला. तो पाठीवर पडला आणि एमजी गाडी त्याच्या छातीवर कोसळली.

त्यानं पार्टीमध्ये एक दोन बिअर घेतल्या असतील; पण ज्या कुणी त्याला बाहेर पडताना पाहिलं ते सांगत होते की, तो तेव्हा अगदी व्यवस्थित होता.

तो चोवीस वर्षांचा होता. कार्टरबरोबर मी हवाईला गेलो, तेव्हा अगदी याच वयाचा होतो म्हणजे तेव्हा माझ्या आयुष्याची सुरुवात होती ती! चोविसाव्या वर्षी मला माझी ओळख पटली नव्हती आणि प्रीला केवळ स्वतःची ओळख होती, असं नव्हे तर सारं जग त्याला ओळखत होतं. २,००० ते १०,००० मीटरपर्यंत, दोन मैल ते सहा मैलापर्यंत धावण्याचे सगळे अमेरिकन विक्रम त्याच्या नावावर होते, अर्थात त्यानं खरोखरच काही जिंकलं असेल, काही पकडून ठेवलं असेल आणि कधीच ज्यापासून दूर होणार नसेल तर ते होतं आमचं मन!

त्याच्या शोकसभेतील भाषणात बॉवरमन प्रीच्या खेळातील कौशल्यावर बोललाच; पण तो म्हणाला की, प्रीचं जीवन आणि त्याच्या अन्य कथा यापेक्षाही महान होत्या. बॉवरमन म्हणाला, ''हो, प्रीला जगातला सर्वोत्तम धावपटू व्हायचं होतं आणि त्याला त्यापेक्षाही जास्त काही करायचं होतं. त्याला संकुचित नोकरशहा आणि पैसे मोजणाऱ्या लोकांनी धावपटूंच्या पायात घातलेल्या बेड्या तोडायच्या होत्या. त्याला, हौशी खेळाडूंना मागे ठेवणारे आणि त्यांना गरीब करणारे, आपल्या कौशल्याचा सर्वतोपरी वापर करायला प्रतिबंध करणारे सारे निरर्थक नियम तोडायचे होते.'' बॉवरमन भाषण संपवून मंचावरून खाली उतरला आणि अचानक तो मला वृद्ध, अगदी क्षीण झालेला दिसू लागला. त्याला अडखळत खुर्चीकडे परत जाताना पाहून मला वाटलं की, त्याच्यामध्ये तेवढं भाषण करण्याची शक्तीसुद्धा कशी राहिली असेल?

पेनी आणि मी अंत्ययात्रेतून दफनभूमीपर्यंत गेलो नाही, जाऊ शकत नव्हतो. आम्ही पार तुटलो होतो. आम्ही बॉवरमनशी बोलू शकलो नाही आणि नंतर आम्ही

प्रीच्या मृत्यूबद्दल त्याच्याशी कधी बोलल्याचंही मला आठवत नाही. दोघांनाही ते सहन करणं अशक्य होतं.

नंतर मी ऐकलं की, जिथे प्री वारला तिथे काही तरी वेगळं घडत होतं. ती जागा एक मंदिर बनू पाहत होती. लोक रोज तिथे येऊन फुलं, पत्रं, चिठ्ठ्या, भेटवस्तू – नाइकेचे बूट ठेवून जायचे. मला वाटलं कुणी तरी या वस्तू गोळा करून एका सुरक्षित ठिकाणी ठेवाव्यात. १९६२मध्ये मी भेट दिलेल्या अनेक पवित्र जागांची मला आठवण झाली. कुणी तरी प्रीचं स्मारक बनवायला हवं आणि मी ठरवलं की ते कुणी तरी म्हणजे आपणच असावं. आमच्याकडे त्याकरता लागणारे पैसे नव्हते; पण मी जॉन्सन आणि वुडेलशी यासंबंधी बोललो. आम्ही मिळून ठरवलं की, जोवर आम्ही व्यवसायात आहोत तोवर या कामासाठी *नक्कीच* पैसा मिळवू.

१९७६

आमच्यावरचं बँकेचं संकट टळल्यानंतर, आता तुरुंगात जाणार नाही याची बऱ्यापैकी खात्री झाल्यावर मी स्वतःला काही महत्त्वाचे प्रश्न विचारू लागलो. आपण इथे काय निर्माण करत आहोत? आपल्याला कशा प्रकारची कंपनी हवी आहे?

बहुतेक इतर कंपन्यांप्रमाणे आमचेही काही आदर्श होते. उदाहरणार्थ, सोनी सर्वांसाठी त्या काळातली ॲपल कंपनी होती. फायदेमंद, कल्पक, कार्यक्षम... आणि ही कंपनी आपल्या लोकांना चांगलं वागवत असे. मला कुणी विचारलं तर मी सांगत असे मला सोनीसारखं व्हायचं आहे; पण मनात मात्र माझी आशा आणि ध्येय सोनीपेक्षाही मोठं होणं हेच होतं.

मी मनाचा आणि हृदयाचा शोध घेत होतो, तेव्हा एकच शब्द समोर यायचा – जिंकणे! ते फार काही तरी मोठं होतं असं नाही; पण दुसऱ्या पर्यायापेक्षा अधिक सुखकर होतं. काहीही होवो, मला हरायचं नव्हतं. हार म्हणजे मृत्यू! ब्लू रिबन माझं तिसरं अपत्य होतं, सुमेरागीच्या शब्दांत व्यावसायिक अपत्य होतं आणि मी त्याच्या अंताची कल्पनाही करू शकत नव्हतो. ब्लू रिबन जगलीच पाहिजे, मी स्वतःला बजावत होतो, ब्लू रिबन जगलीच पाहिजे. मला तेवढंच कळत होतं.

१९७६च्या सुरुवातीच्या महिन्यात मी वुडेल आणि हेज बरोबर सँडविच आणि सोडा घेत आमच्या अंतिम ध्येयाबद्दल चर्चा करायचो. जिंकणं आणि हरणं-मोठाच प्रश्न! आमच्यासाठी पैसा हे ध्येय नव्हतं, तेच अंतिम उद्दिष्ट नव्हतं आणि त्याबाबतीत आमचं एकमत होतं; पण उद्दिष्ट किंवा ध्येय काहीही असो, तिथे पोहोचण्यासाठी पैसा हेच साधन होतं. सध्या हातात होता त्यापेक्षा जास्त पैसा.

निशो आम्हाला लाखो डॉलर उधार देत होती आणि आमच्यातलं नातं नुकत्याच निपटलेल्या संकटानंतर अधिकच चांगलं झालं होतं. *यापेक्षा उत्तम भागीदार कसे हवेत?* चक रॉबिन्सनचं बरोबर होतं. मागणी पूर्ण करण्यासाठी, वाढ सतत चालू ठेवण्यासाठी

आम्हाला लाखो डॉलर्स हवे होते. आमची नवी बँक आम्हाला पैसे देत होती, ते ठीक होतं; पण ती बँक लहान असल्यामुळे आम्ही त्यांची निर्धारित कर्ज मर्यादा कधीच गाठली होती. १९७६मध्ये कधी तरी वुडेल, हेज आणि स्ट्रॅसर बरोबर चर्चा करताना आम्ही सहज पटेल अशा सरळ उत्तराचा विचार करू लागलो, भावनिकदृष्ट्या ते अत्यंत कठीणही होतं.

कंपनी पब्लिक लिमिटेड करायची!

एका पातळीवर ही कल्पना अगदी अर्थपूर्ण होती. पब्लिक लिमिटेड केल्यानं, एका क्षणात प्रचंड पैसा एकत्र होऊ शकेल; पण त्यात धोकाही होता. कारण, पब्लिक लिमिटेड कंपनी म्हणजे नियंत्रण गमावणं. त्याचा अर्थ दुसऱ्यांसाठी काम करणं, भागधारकांचं, शेकडो, हजारो अनोळखी लोकांचं उत्तरदायित्व स्वीकारणं. त्यामध्ये अनेक मोठ्या गुंतवणूक कंपन्याही असू शकतील.

पब्लिक लिमिटेड झाल्यानं आयुष्यभर ज्यापासून आम्ही दूर पळालो, तेच पुन्हा नशिबात येणार होतं.

माझ्यासाठी आणखी एक कारण होतं - शाब्दिक कारण! मी स्वतः खूप बुजरा, एकलकोंडा होतो, त्यामुळे मला पब्लिक लिमिटेड हे शब्दच नकोसे वाटायचे- *लोकांकडे* जायचं? नको, धन्यवाद!

कधी कधी मी रात्री धावायला जायचो, तेव्हा स्वतःला विचारायचो की, तुझं सगळं आयुष्य नाती कशी जोडायची याचा शोध घेण्यातच गेलं नाही का? बॉवरमनसाठी धावणं, जगभर हिंडणं, एक कंपनी स्थापन करणं, पेनीशी लग्न करणं. सगळी जवळची माणसं ब्लू रिबनमध्ये एकत्र आणणं... हे सगळं एका अर्थानं लोकांशी संपर्क साधणं नव्हतं का?

पण शेवटी मी ठरवलं - *आम्ही* ठरवलं, पब्लिक लिमिटेड करणं योग्य नाही, आमच्यासाठी योग्य नाही. मी म्हणालो; आम्ही म्हणालो - नाही, कधीच नाही!

बैठक संपली.

मग आम्ही पैसे उभे करण्यासाठी वेगळे मार्ग शोधू लागलो.

मग एक मार्ग आम्हालाच शोधत आला. फर्स्ट स्टेट बँकेनं आम्हाला दहा लाख डॉलरच्या कर्जासाठी अर्ज करायला सांगितला, त्याला अमेरिकन लघुउद्योग प्रशासनाची हमी असणार होती. लहान बँकांना आपली कर्ज मर्यादा वाढवून घेण्यासाठी ही एक पळवाट होती. कारण, त्यांना जेवढं थेट कर्ज देता येत होतं त्यापेक्षा हमी दिलेल्या कर्जांची मर्यादा जास्त होती. आम्ही त्यांचं जीवन सुकर करण्यासाठी हे स्वीकारलं!

नेहमी होतं त्याप्रमाणे ही कर्ज प्रक्रिया वाटलं होतं, त्यापेक्षा जास्त गुंतागुंतीची होती. फर्स्ट स्टेट बँक आणि लघुउद्योग प्रशासन यांना बहुसंख्य भागधारक म्हणून बॉवरमन आणि माझी कर्जासाठी व्यक्तिशः हमी हवी होती. आम्ही हे फर्स्ट नॅशनल आणि बँक ऑफ कॅलिफोर्नियासाठी पूर्वी केलं होतं, त्यामुळे मला त्यात अडचण वाटली नाही. मी गळ्यापर्यंत कर्जात बुडालो होतो, त्यात एका हमीनं काय होणार होतं?

बॉवरमन मात्र अडून बसला. निवृत्तीनंतर स्थिर उत्पन्नावर अवलंबून असलेला, गेल्या काही वर्षांतील घटनांमुळे निराश झालेला आणि प्रीच्या निधनामुळे खचलेला बॉवरमन आणखी काही जोखीम घेऊ इच्छित नव्हता. आपलं घर जाईल की काय अशी त्याला भीती वाटत होती.

व्यक्तिगत हमी देण्याऐवजी त्यानं ब्लू रिबनमधील त्याचा २/३ हिस्सा मला सवलतीच्या दरात विकण्याची ऑफर दिली, तो कंपनीतून बाहेर पडत होता.

मला ते नको होतं. माझ्याकडे त्याचा हिस्सा विकत घेण्याइतके पैसे नव्हते ही गोष्ट वेगळी; पण मला माझ्या कंपनीचा आधारस्तंभ, माझ्या मनाला स्थैर्य देणारा गमवायचा नव्हता; पण बॉवरमन अडून बसला. मला वाद करणं जमत नव्हतं म्हणून आम्ही हा सौदा पक्का करण्यासाठी जाक्काकडे गेलो. जाक्का अजूनही बॉवरमनचा जवळचा मित्र होता; पण मीही त्याला जवळचा मित्र मानत होतो. अजून माझा त्याच्यावर पूर्ण विश्वास होता.

मी त्याला म्हटलं, ''आपली भागीदारी पूर्णपणे संपवायला नको.'' मी बॉवरमनचा हिस्सा नाखुशीनंच घ्यायचं मान्य केलं (कमी रकमेचे हप्ते, पाच वर्षांची मुदत). मी त्याला थोडा हिस्सा स्वतःकडे ठेवायची, आमच्या संचालक मंडळावर उपाध्यक्ष म्हणून यायची विनंती केली.

तो म्हणाला, ''ठरलं तर!'' आम्ही सर्वांनी हात मिळवले.

आम्ही कंपनीतला हिस्सा आणि डॉलर्सचा मेळ घालत होतो, तेव्हा डॉलरची किंमत मात्र खाली खाली येत होती. जपानी येनच्या समोर डॉलर मृत्युपंथाला लागला की काय असं वाटत होतं. जपानमधील मजुरीच्या दरांप्रमाणेच हाही आमच्या अस्तित्वाला नवा धोका होता. आम्ही बुटांच्या उत्पादनासाठी आमचे स्रोत वाढवले होते, त्यात वैविध्य आणलं होतं. आम्ही न्यू इंग्लंड आणि प्युर्टो रिकोमध्ये नवीन कारखाने उघडले होते; पण आमचं मुख्य उत्पादन अजून चंचल अशा जपानमध्येच, मुख्यतः निप्पॉन रबरमध्येच होत होतं. मालाचा अचानक मोठा तुटवडा ही खरीखुरी शक्यता होती. विशेषतः बॉवरमनच्या वॅफल बुटांच्या मागणीमध्ये एकदम वाढ झालेली दिसत होती.

या बुटाचा तळ आगळावेगळा होता आणि मिडसोलला छान उशीसारखं कुशन होतं. बाजारातील अन्य बुटांपेक्षा किंमत कमी असल्यानं (२४.९५ डॉलर) वॅफल ट्रेनर बुटांनी अभूतपूर्व लोकप्रियता मिळवली होती. या बुटांचा स्पर्श, फिटिंग हेच फक्त छान होतं, असं नाही तर ते दिसायचेही भारी. अगदी एकदम भारी! वरचा भाग लाल भडक, जाडसर शुभ्र स्वूश-पादत्राण-सौंदर्यातील ही एक क्रांती होती. या बुटांच्या रूपामुळे हजारो ग्राहक नाइकेकडे आकृष्ट होत होते आणि अत्यंत उपयुक्त असल्यमुळे लोकांची त्यावरची निष्ठादेखील वाढू लागली होती. बाजारातील इतर कुठल्याही बुटांपेक्षा या बुटाचं ट्रॅक्शन आणि कुशन मस्त होतं.

१९७६मध्ये हे बूट लोकप्रिय साधनापासून एक सांस्कृतिक ओळख बनू लागले हे पाहून माझ्या मनात विचार आला, *लोक आता हे बूट शाळेत, कॉलेजमध्येही घालून जाऊ शकतील.*

आणि ऑफिसमध्ये.

आणि दुकानात जाताना...

आणि दैनंदिन आयुष्यात सगळीकडे...!

ही जरा भारदस्तच कल्पना होती. आदिदासनं खेळाच्या बुटांना, विशेषतः स्टॅन स्मिथ आणि कंट्री रनिंग बुटांना, रोजच्या वापरात स्थान मिळवून देण्यात मर्यादित यश मिळवलं होतं; पण त्यातील कुठलाच बूट वॅफल ट्रेनर इतका आगळावेगळा, आकर्षक नव्हता म्हणून मी आमच्या कारखान्यांना वॅफल ट्रेनर बूट निळ्या रंगात बनवण्याचा आदेश दिला, असे बूट जीन्सवर छान दिसतात म्हणून ते लगेच लोकप्रिय झाले.

आम्ही पुरेसे बूट बनवू शकत नव्हतो. आमचे विक्रेते जास्तीत जास्त वॅफल ट्रेनर बूट पाठवा म्हणून हात जोडून विनंती करत होते. तुफान विक्रीमुळे आमची कंपनी आणि एकूणच बूट उद्योगाची भरभराट होत होती. आमच्या जीवनात विक्रीचं ध्येयच बदलून टाकणारे आकडे आम्हाला दिसत होते; त्यामुळे आजपर्यंत ज्यापासून आम्ही वंचित होतो ते मिळालं – आमची स्वतंत्र ओळख! नाइके आता एक ब्रँडच उरला नव्हता, तर तो एक रोजच्या वापरातला शब्द झाला होता, इतका की आम्हाला कंपनीचं नावही बदलायला लागलं. आम्हाला वाटलं ब्लू रिबनचं काम झालं आहे; आता नाइके इन्कॉर्पोरेटेड स्थापन करायला हवी.

या नवीन कंपनीला सचेतन ठेवण्यासाठी, वाढ करत राहण्यासाठी, खाली येणाऱ्या डॉलरचं आव्हान पेलण्यासाठी आम्हाला उत्पादन वाढवायला हवं होतं. विक्रेते गुडघ्यावर बसून विनवणी करत आहेत–हे चालणार नव्हतं. आम्हाला जपानच्या बाहेर उत्पादन केंद्रं शोधावी लागणार. आमचे अमेरिका आणि प्युर्टो रिकोमधील कारखाने उपयोगी पडतीलच; पण तेवढे पुरेसे नव्हते. ते खूपच जुने, खर्चिक आणि फारच थोडे कारखाने होते म्हणून १९७६च्या उन्हाळ्यात आम्ही तैवानकडे वळायचं ठरवलं.

तैवानमध्ये आमचा खास माणूस म्हणून मी जिम गॉरमनचा विचार करत होतो. जिम अत्यंत पराकोटीचा ,एकनिष्ठ असा नाइकेचा अनमोल कर्मचारी होता. अनेक अनाथगृहात वाढलेल्या गॉरमनला कधीच न सापडलेलं आपलं कुटुंब नाइकेमध्ये गवसलं असावं. तो नेहमीच खिलाडू आणि सांघिक वृत्तीचा मुलगा वाटत असे. उदाहरणार्थ, १९७२मध्ये जाक्काच्या ऑफिसमधील आमच्यातील शेवटच्या भांडणानंतर गॉरमननंच किटामीला विमानतळावर सोडण्याचं अप्रिय काम केलं होतं आणि तेही बिनातक्रार! गॉरमननंच यूजीनमधील दुकानाचा ताबा वुडेलकडून घेतला होता, हे फारच कठीण काम होतं. गॉरमननंच १९७२च्या ऑलिंपिक चाचणी स्पर्धांमध्ये जरासे निकृष्ट असे स्पाइकचे नाइके बूट घातले होते. प्रत्येक वेळी गॉरमननं फार छान काम केलं होतं आणि कधीच कुरकुर केली नव्हती. आताच्या अशक्य वाटणाऱ्या तैवानच्या कामगिरीसाठी तोच

अगदी योग्य उमेदवार वाटत होता; पण त्याआधी त्याला आशियाविषयी एक झटपट प्रशिक्षण द्यायला हवं होतं म्हणून मी एक सहल ठरवली, फक्त तो आणि मी, दोघेच!

गॉरमनबरोबर विमानातून जाताना मला तो एक अत्यंत उत्सुक विद्यार्थी वाटला, स्पंजप्रमाणे सारं काही शोषून घेणारा. त्यानं माझ्या अनुभवांबद्दल, माझ्या मतांबद्दल, वाचनाबद्दल अनेक प्रश्न विचारले आणि मी जे सांगितलं त्यातला प्रत्येक शब्द लिहून काढला. मला पोर्टलँडमधील कॉलेजमध्ये शिकवायला गेल्यासारखं वाटलं आणि मला ते आवडलं. मला आठवलं की, कुठल्याही विषयाचं ज्ञान पक्कं करण्याचा उत्तम मार्ग म्हणजे ते कुणा बरोबर तरी वाटून घेणं, त्यामुळे मला जपान, कोरिया, चीन आणि तैवानबद्दल जे काही माहिती होतं ते गॉरमनच्या डोक्यात घालून आम्हाला दोघांनाही फायदा झाला.

मी त्याला सांगितलं की, बूट उत्पादक फार मोठ्या प्रमाणावर जपान सोडून जात आहेत. ते आता कोरिया आणि तैवानमध्ये प्रवेश करत आहेत. दोन्ही देशांची कमखर्चिक बूट उत्पादनाबद्दल ख्याती आहे. कोरिया काही खूप मोठे कारखाने उभारणार आहे, तर तैवानमध्ये शेकडो लहान कारखाने असणार आहेत म्हणून आपण तैवानची निवड करत आहोत. आपली मागणी खूप मोठी आहे; पण फार मोठ्या कारखान्यांसाठी ही मागणी फार कमी आहे. लहान कारखान्यांवर आपण वर्चस्व राखू शकतो, सूत्रं हलवू शकतो.

अर्थात कुठलाही कारखाना निवडला तरी त्याची गुणवत्ता सुधारणं हे अधिक मोठं आव्हान होतं.

तिथे सतत राजकीय अस्थिरतेचं सावट होतं. अध्यक्ष चँग कै शेक नुकतेच वारले होते. मी गॉरमनला म्हटलं की, पंचवीस वर्षे त्यांनी सत्ता गाजवल्यावर देशात एक मोठी पोकळी निर्माण झाली होती.

चीनबरोबर त्यांचं पारंपरिक वैरसुद्धा लक्षात घ्यायला हवं होतं.

आम्ही पॅसिफिक महासागरावरून चाललो होतो आणि आमच्या गप्पा खूप रंगल्या होत्या. टिपणे काढता काढता, गॉरमन नवीन कल्पना पुढे आणत होता, त्यामुळे मलाही नवी दृष्टी मिळत होती, विचारासाठी नवीन खाद्य मिळत होतं. आम्ही प्रथम ताईचुंगला थांबलो. तिथे उतरताना मला खूप छान वाटत होतं. या गॉरमनमध्ये खूपच ऊर्जा, नवीन शिकण्याची उत्सुकता होती. त्याचा मार्गदर्शक म्हणून मला अभिमान वाटत होता.

मी मनात म्हटलं की, छान निवड आहे ही!

आम्ही हॉटेलमध्ये पोहोचलो, तेव्हा मात्र गॉरमन दमला होता. ताइचुंग म्हणजे सूर्यमालेच्या दुसऱ्या टोकाला आलो आहोत, असं वाटत होतं. धूर ओकणारे कारखाने, दर चौरस फुटाला हजारो माणसं असं हे प्रचंड महानगर–मी कधीच असं पाहिलं नव्हतं आणि तरी मी सर्व आशियात फिरलो होतो. बिचारा गॉरमन अर्थातच गांगरून गेला होता. आशियात प्रथमच पाऊल ठेवणाऱ्याचं जे होतं तेच मला त्याच्या नजरेत दिसलं – जगाशी फरकत झाल्याचा आणि चक्रावून गेल्याचा भाव. पेनी मला जपानमध्ये भेटली, तेव्हा तिची अगदी हीच अवस्था होती.

मी त्याला म्हटलं, ''दमानं घे. रोज एक कारखाना, एका वेळी एकच! तुझ्या गाइडच्या पाठोपाठ जात राहा.''

नंतरच्या आठवड्यात आम्ही दोन डझन कारखान्यांना भेट दिली, बहुतेक कारखाने अगदी खराब होते. अंधार, सगळीकडे घाण, सर्व कामगार खाली मान घालून मुकाट्यानं हात–पाय हलवत आहेत, डोळ्यात शून्य नजर ! पण ताईचुंगच्या जरा बाहेर दूलिऊ या लहानशा गावात आम्हाला एक कारखाना आश्वासक वाटला. त्याचं नव होतं फेंग टे आणि सी. एच. वाँग नावाचा एक तरुण व्यवस्थापक कारभार बघत होता. तो कारखाना लहान; पण स्वच्छ होता. वाँगही तसाच होता, बुटांना वाहून घेतलेला शू डॉग होता. तो राहायला जागा मिळावी म्हणून काम करत होता आणि त्या जागेतच राहत होता. आम्ही पाहिलं की, कारखान्याला लागून एका खोलीत कुणाला प्रवेश नव्हता. तिथे काय आहे असं विचारलं तर तो म्हणाला, ''ते माझं घर आहे, तिथेच मी बायको आणि तीन मुलांबरोबर राहतो.''

मला जॉन्सनची आठवण झाली. आम्ही फेंग टेला आमच्या तैवान उद्योगाचं मुख्य ठिकाण बनवायचं ठरवलं.

आम्ही जेव्हा विविध कारखान्यांना भेट देत नव्हतो, कारखान्याचे लोक गॉरमन आणि माझा सत्कार करत असत. ते आम्हाला स्थानिक पदार्थ खाऊ घालत. त्यातील काही पदार्थ माओ ताई नावाच्या द्रव्यात शिजवले जात आणि आम्हाला वाढले जात असत. माओ ताई हा ताई माईचाच प्रकार होता; पण त्यात रमऐवजी शू क्रीम घातलं असावं. विमान प्रवास आणि जेट लॅगमुळे गॉरमन आणि माझी सहनशक्ती संपली होती. दोन माओ ताई घेतल्यावर आमचं पोट भरलं. आम्ही सावकाश पिण्याचा प्रयत्न केला; पण आमचे यजमान सतत ग्लास वर करून चिअर्स करत होते.

टु नाइके!

टु अमेरिका!

ताइचुंगमधील आमच्या शेवटच्या डिनरच्या वेळी गॉरमन वारंवार क्षमा मागून स्वच्छतागृहात पळायचा आणि चेहऱ्यावर थंड पाणी मारायचा. प्रत्येक वेळी तो तिकडे गेला की, मी माझं माओ ताई त्याच्या पाण्याच्या ग्लासमध्ये ओतायचो. प्रत्येक वेळी तो तिकडून परत आला की, पुन्हा चिअर्स व्हायचं. गॉरमनला वाटे की, पाण्याचा ग्लास उचलल्यामुळे आपण सुरक्षित आहोत.

टु अवर अमेरिकन फ्रेंड्स!

टु अवर तैवानिं फ्रेंड्स!

त्या पाण्याचा मोठा घोट घेतल्यावर गॉरमन माझ्याकडे भेदरून बघत म्हणायचा, ''मला वाटतं माझी शुद्ध हरपणार.''

मी म्हणायचो, ''थोडं पाणी पी.''

''हे पाणी जरा विचित्र लागतं आहे.''

''नाही नाही.''

माझ्या वाटणीची दारू गॉरमनच्या ग्लासमध्ये ओतली तरी मी माझ्या खोलीकडे गेलो, तेव्हा झिंगतच होतो. मला पलंग सापडेना, बिछान्यावरही नीट झोपता येईना. मी दात घासत असतानाच मला झोप लागली.

मी नंतर कधी तरी उठलो आणि माझे काँटॅक्ट लेन्सेस शोधू लागलो. मला ते सापडले; पण माझ्या हातून ते खाली पडले.

दारावर टक टक झाली. गॉरमन आला होता. तो आत आला आणि त्यानं मला दुसऱ्या दिवसाचा कार्यक्रम विचारला. त्यानं पाहिलं की, मी गुडघ्यावर आणि हातावर बसलो होतो आणि माझ्याच ओकारीत काँटॅक्ट लेन्सेस शोधत होतो.

''फिल, तू ठीक आहेस ना?''

मी पुटपुटलो, ''तुझा गाइड सांगेल तसं वाग.'

त्या दिवशी सकाळी आम्ही राजधानी ताइपेइला गेलो आणि एक दोन कारखाने पाहिले. संध्याकाळी आम्ही झिनशेंग दक्षिण रोडवरील अनेक मंदिरं, चर्च आणि मशिदी पाहिल्या. स्थानिक लोक या रस्त्याला स्वर्गाचा मार्ग असे म्हणत आणि मी गॉरमनला म्हटलं की, झिनशेंग याचा अर्थच होतो *नव-जीवन.* आम्ही हॉटेलमध्ये परतलो तेव्हा एक वेगळाच अनपेक्षित फोन आला. जेरी शे आमचं आदरपूर्वक स्वागत करत होता.

मी शेला आधी भेटलो होतो. आदल्या वर्षी भेट दिलेल्या एका कारखान्यात तो मला भेटला होता. तो मित्सुबिशी आणि त्या महान जोनास सेंटरसाठी काम करत होता. त्याच्या कामातली सचोटी आणि प्रखर कार्यनिष्ठा तसेच त्याचं तारुण्य यामुळे मी प्रभावित झालो होतो. मी अनेक शू डॉग्जना भेटलो होतो; पण हा तरुण होता, विशीतला होता; पण अजूनही लहान दिसत होता, एखाद्या जादा वाढ झालेल्या रांगत्या मुलासारखा.

तो म्हणाला, 'त्याला कळलं की, आम्ही तिथे आलो आहोत.' आणि मग एखाद्या सीआयएच्या हेराप्रमाणे तो म्हणाला, ''मला माहीत आहे तुम्ही इथे का आला आहात.''

त्यानं आम्हाला त्याच्या ऑफिसमध्ये बोलावलं. त्यानं स्वतःच आमंत्रण दिलं होतं म्हणजे तो आता मित्सुबिशीसाठी काम करत नसावा.

मी शेच्या ऑफिसचा पत्ता टिपून घेतला आणि गॉरमनला बरोबर घेतलं. आमच्या हॉटेलमधील मदतनिसानं एक नकाशा काढून दिला; पण तो अगदीच कुचकामी होता. शेचं ऑफिस शहराच्या नकाशात दिसत नव्हतं आणि आणखी खराब गोष्ट म्हणजे मी आणि गॉरमन नाव नसलेल्या, रस्ता क्रमांक न लिहिलेल्या अनेक गल्ल्याबोळांतून हिंडत होतो. रस्त्यावर पाटी होती का? आम्हाला धड रस्ताच दिसत नव्हता.

आम्ही बारा-तेरा वेळा तरी चुकलो असू; पण अखेर ते ऑफिस दिसलं. जुन्या लाल विटांची एक भक्कम इमारत होती; आत एक अत्यंत धोकादायक जिना होता.

आम्ही तिसऱ्या मजल्यावर चढून जात असताना एकदा कठडाच हातात आला. लाखो बूट वरून गेले असल्यामुळे प्रत्येक पायरी भयंकर झिजली होती.

आम्ही दारावर टक टक केल्यावर शे म्हणाला, ''या.'' तो एका प्रचंड उंदराच्या बिळासारख्या वाटणाऱ्या खोलीत मध्यभागी बसला होता. सगळीकडे बूट पसरले होते, बुटांचे भाग होते-बुटांचे तळ, नाड्या, जिभा... शे पटकन उभा राहिला आणि आम्हाला बसण्यासाठी त्यानं जागा केली. त्यानं आमच्यासाठी चहाची तयारी केली. पाणी उकळत होतं, तेव्हा त्यानं आम्हाला माहिती द्यायला सुरुवात केली. *तुम्हाला ठाऊक आहे का की, जगातील प्रत्येक देशात बुटांच्या संदर्भात लोकांच्या अनेक सवयी आणि अंधश्रद्धा आहेत.* त्यानं कप्प्यातील एक बूट उचलून आमच्यासमोर धरला. *तुम्हाला माहीत आहे का की, चीनमध्ये जेव्हा एखादा माणूस लग्न करतो, तेव्हा सगळं काही ठीक व्हावं म्हणून लोक छपरावर लाल बूट फेकतात.* त्यानं पुसटशा उजेडात तो बूट फिरवला. खिडकीवर साठलेल्या धुळीतून त्याची आकृती अस्पष्ट दिसत होती. तो बूट कुठल्या कारखान्यातून आला, तो का चांगला होता, आणखी चांगला कसा करता आला असता वगैरे माहिती त्यानं दिली. *तुम्हाला माहीत आहे का की, काही देशांत कोणी प्रवासाला निघालं तर त्याच्याकडे बूट फेकणं शुभ समजतात.* त्यानं अजून एक बूट उचलला आणि हॅम्लेटनं यॉरिकची कवटी धरावी तसा तो हातात घेतला. त्यानं त्याचं उत्पत्तीस्थान सांगितलं; तो बूट बरोबर नव्हता, तो लगेच कसा तुटून जाईल हे सांगितलं आणि तिरस्कारानं तो बूट त्यानं दूर फेकला. त्याच्या मते एक बूट दुसऱ्यापासून वेगळा दिसतो, याचं नव्वद टक्के कारण मूळ कुठला कारखाना हे असतं. डिझाईन, रंग, बुटाची इतर वैशिष्ट्यं सगळं काही कारखान्यांवर अवलंबून असतं.

मी लक्ष देऊन ऐकलं आणि गॉरमननं विमानात काढली तशी टिपणे काढली. माझ्या मनात आलं, हा एक नाट्याविष्कार आहे, आम्हाला पटवण्यासाठी तो एक शो करत आहे; पण त्याला माहीत नाही की त्याला आमची जितकी गरज आहे, त्यापेक्षा जास्त आम्हाला त्याची गरज आहे.

आता शे पुढे सांगू लागला. त्याचं म्हणणं होतं की, थोडी फार फी घेऊन तो मोठ्या आनंदानं आमची उत्तम कारखान्यांशी ओळख करून देईल.

त्याच्यात फार मोठी व्यावसायिक संभाव्यता होती. प्रत्यक्ष जागेवर, ओळखी करून द्यायला, मार्ग निश्चित करायला, गॉरमनला तिथली सवय करून द्यायला आम्हाला अशा माणसाचा उपयोग नक्की होणार होता म्हणजे आशियातील आमचा गियाम्पेट्रो! प्रत्येक जोडी मागे किती कमिशन यावर आम्ही थोडी मैत्रीपूर्ण घासाघीस केली आणि मग हात मिळवले.

सौदा पक्का? हो, सौदा पक्का!

आम्ही पुन्हा एकत्रित बसून तैवानमध्ये स्थित अशी उपकंपनी स्थापन करण्याचा करार तयार केला. त्याला काय नाव द्यायचं? मला नाइके हे नाव वापरायचं नव्हतं. जर कधी आम्हाला पीपल्स् रिपब्लिक ऑफ चायनामध्ये व्यवसाय करायचा असेल

तर त्याच्या कट्टर शत्रूशी आमचा संबंध दिसायला नको. मला अशी धुरकट आशा होती – हे स्वप्न तसं अशक्यच होतं; पण बुटाला मी अथेना हे नाव निवडलं. *नाइके* घेऊन येणारी ग्रीक देवता अथेना आणि अशा प्रकारे नकाशा नसलेल्या, रस्ता क्रमांक नसलेल्या स्वर्गाच्या मार्गाचं आम्ही रक्षण केलं. निदान त्या शू डॉगची स्वर्गाबद्दल जी कल्पना होती तिचं रक्षण केलं.

चीन म्हणजे दोन अब्ज पाय असलेला देश!

मी गॉरमनला आधी माझ्या घरी पाठवलं. आशिया सोडण्याआधी मी त्याला म्हटलं की, मला मनिलामध्ये व्यक्तिगत कामासाठी थोडं थांबायचं आहे.

मी मनिलामध्ये बुटांच्या एका छानशा कारखान्याला भेट दिली आणि मग जुन्या आठवणी जागवत मॅक आर्थरच्या स्विटमध्ये रात्र काढली.

तुम्ही जे नियम मोडता त्यासाठीच ओळखले जाता.

असेल कदाचित.

नसेलही कदाचित.

ते द्विशताब्दीचं वर्ष होतं. त्या वर्षी अमेरिकेत ३६५ दिवस आत्मपरीक्षण, नागरिक शास्त्राचे धडे आणि जवळ जवळ रात्रभर आतषबाजी हेच चालू होतं. त्या वर्षी १ जानेवारी ते ३१ डिसेंबरपर्यंत, टीव्ही लावला की, प्रत्येक वाहिनीवर जॉर्ज वॉशिंग्टन, बेन फ्रँकलिन, लेक्सिंग्टन किंवा काँकॉर्डवर लघुपट किंवा सिनेमा असायचाच. आणि या सर्व देशभक्तिपर कार्यक्रमात 'द्विशताब्दीविषयी' म्हणून सार्वजनिक सेवाप्रीत्यर्थ एक उपकथानक लावलेलं असे. ज्यात डिक व्हॅन डाइक, ल्यूसिल बॉल किंवा गेब काप्लान त्या दिवशी क्रांतीच्या काळात काय घडलं ते सांगत असत. कधी जेसिका टँदी 'स्वातंत्र्य वृक्षाला' (लिबर्टी ट्री) का पाडलं याबद्दल बोलत असे. दुसऱ्या दिवशी अध्यक्ष जेराल्ड फोर्ड सगळ्या अमेरिकन जनतेला '७६'चा उत्साह जिवंत ठेवण्याचं आवाहन करत असत. हे सगळं खूप भावनिक होतं आणि मन हेलावणारं होतं. वर्षभर देशभक्तीचा पूर लोटल्यानं माझ्या मनातलं देशप्रेम अधिकच उफाळून आलं. न्यू यॉर्क बंदरात उतरणारी उंच उंच जहाजं, स्वातंत्र्याच्या आणि मूलभूत हक्कांच्या सनदेचं वाचन, स्वातंत्र्य आणि न्याय या विषयांवर सतत भाषणं – त्यामुळे मला अमेरिकेविषयी, मी स्वतंत्र असल्याविषयी, तुरुंगात नसल्याविषयी अधिकच कृतज्ञता वाटू लागली.

१९७६च्या ऑलिंपिक चाचणी स्पर्धा जूनमध्ये यूजीनलाच घेण्यात आल्या. चांगली कामगिरी दाखवण्याची ही एक अपूर्व संधी नाइकेला मिळाली होती. टायगरबाबत अशी संधी कधीच नव्हती. कारण, त्याचा दर्जा इतका चांगला नव्हता. नाइकेच्या पहिल्या निर्मितीमध्येही अशी संधी नव्हती; पण आता आमचं स्वतःचं उत्पादन होतं आणि ते

खरंच छान होतं. उच्च दर्जाचे मॅरेथॉन बूट आणि स्पाइक्स. पोर्टलँड सोडताना आम्ही खूप उत्साहात होतो. आम्ही म्हटलं की, आता अखेर नाइके बूट घातलेला धावपटू ऑलिंपिक टीममध्ये नक्की येणार.

हे होणारच होतं.

ते घडण्याची गरज होती.

पेनी आणि मी यूजीनला गेलो, तिथे आम्हाला जॉन्सन भेटला. तो या स्पर्धांचे फोटो काढत होता. चाचणी स्पर्धांबद्दल उत्सुकता तर होतीच; पण आम्ही आपापल्या जागेवर बसलो, तेव्हा बहुतेक वेळ प्रीबद्दलच बोलत होतो. सगळ्यांच्याच मनात प्रीचा विषय होता, सगळीकडून त्याचंच नाव ऐकू येत होतं. त्या धावपट्टीवर त्याचा आत्मा खाली आलेल्या ढगांप्रमाणे वावरत आहे, असं वाटत होतं. कदाचित, त्याचं क्षणभर विस्मरण झालंच तर तिथल्या धावपटूंच्या पायाकडे बघून त्याची आठवण यायचीच. अनेक जण प्री मोंट्रियल बूट घालून पळत होते (अनेकांनी एक्सेटरमध्ये तयार झालेले ट्रायंफ किंवा व्हँकरर हे बूट घातले होते. त्या दिवशी तिथे नाइकेची शो रूम अवतरल्यासारखं वाटत होतं). या चाचणी स्पर्धातून प्रीचं पुनरागमन झालं असतं, असं सर्वांनाच वाटत होतं. म्युनिकमध्ये तो जरी मागे पडला असता तरी तो नक्कीच वर उठणार होता, अगदी इथे, यूजीनमध्ये! प्रत्येक शर्यतीच्या वेळी हेच विचार, हीच प्रतिमा मनात येत असे. प्री सर्वांच्या पुढे घुसला आहे, प्री शेवटची फीत ओलांडत आहे. आम्हाला ते *दिसत* होतं, तो विजयी होऊन आनंद व्यक्त करत आहे हे *दिसत* होतं.

पण आम्हाला दाटलेल्या आवाजात त्याला उत्तेजन देता आलं असतं तर...

सूर्यास्ताच्या वेळी आकाश लालसर पांढरं, काळसर निळं होऊ लागलं; पण १०,००० मीटरच्या शर्यतीसाठी धावपटू सुरुवातीच्या रेषेवर जमा झाले, तेव्हा त्यांचे नंबर वाचण्यापुरता उजेड होता. पेनी आणि मी मन शांत करून हात जोडून प्रार्थनेला उभं राहावं, तसे उभे होतो. आम्ही अर्थातच शॉर्टरवर लक्ष देत होतो. तो धावण्यात खूप प्रवीण होता, प्रीला शेवटचं धावताना पाहणारा तो एकटाच होता – त्यामुळे प्रीची ध्वजा पुढे चालवणारा तोच असणं अगदी योग्यच होतं; पण इलिनॉय विद्यापीठाचा हुशार धावपटू क्रेग व्हर्जिन आणि मिनिसोटाचा गोड दिसणारा गॅरी बॉर्कलंड हे दोघेही नाइकेचे बूट घालून पळणार होते. गॅरीच्या पायाचं हाड तुटलं होतं, त्या शस्त्रक्रियेतून तो नुकताच बाहेर आला होता.

शर्यत सुरू झाली, सगळे धावपटू तत्परतेनं दाटीवाटी करून पुढे धावले. मी आणि पेनीसुद्धा जवळ येऊन त्यांच्या प्रत्येक पावलावर 'आहा ऊहू' करत होतो. अर्ध्या वाटेपर्यंत त्यांच्यामध्ये पुरेसं अंतर होतं. नंतर शॉर्टर आणि व्हर्जिन वेगानं पुढे गेले. त्या गडबडीत व्हर्जिनचा पाय चुकून बॉर्कलंडच्या पायावर पडला आणि त्याचे नाइके बूट दूर उडाले. बॉर्कलंडचा शस्त्रक्रिया केलेला नाजूक पाय आता उघडा पडला आणि त्या कठीण ट्रॅकवर त्याचे अनवाणी पाय घासू लागले; पण तरीही तो थांबला

नाही, अडखळला नाही, किंवा त्यानं वेगही कमी केला नाही. तो पळतच राहिला, जोरात आणखी जोरात आणि त्याच्या या अफाट शौर्यानं लोकांना हेलावून टाकलं. मला वाटतं की, आदल्या वर्षी आम्ही प्रीसाठी जशा टाळ्या वाजवल्या होत्या तशाच टाळ्या आताही वाजवल्या.

शेवटच्या फेरीत शॉर्टर आणि व्हर्जिन पुढे होते. पेनी आणि मी उड्या मारत होतो. 'आपले दोन्ही खेळाडू येणार.' 'आपले दोन्ही खेळाडू येणार.'! आणि आता तिघे आले. शॉर्टर आणि व्हर्जिन पहिल्या आणि दुसऱ्या क्रमांकावर होते; बिल रॉजर्सला मागे टाकून बॉर्कलंड तिसरा आला. मी घामाघूम झालो होतो. तीन-तीन ऑलिंपियन खेळाडू - नाइके घालून!

दुसऱ्या दिवशी हेवर्डला विजयाची दौड न करता आम्ही नाइकेच्या दुकानात थांबलो. जॉन्सन आणि मी ग्राहकांमध्ये मिसळत होतो आणि पेनी मशिनवर नाइकेचे टी शर्ट छापत होती. तिचं टी शर्ट छापण्याचं कौशल्य लक्षणीय होतं. दिवसभर लोक येत होते आणि म्हणत होते की, त्यांनी तो टी शर्ट कोणाच्या तरी अंगावर पाहिला आणि आपणही लगेच तो विकत घ्यावा, असं वाटलं. प्रीचं दुःख मनात असूनही आम्ही आता आनंद साजरा करत होतो. कारण, नाइके बूट कमालीचे यशस्वी होत आहेत हे स्पष्ट दिसू लागलं होतं. त्या स्पर्धांत नाइकेचंच वर्चस्व राहिलं. व्हर्जिन नाइके बूट घालून ५,००० मीटरची शर्यत जिंकला, शॉर्टर नाइके घालून मॅरेथॉन जिंकला. हळूहळू दुकानांमध्ये, गावात लोक म्हणत होते... *नाइके-नाइके-नाइके!* प्री सोडून इतर कोणत्याही खेळाडूंपेक्षा आमचंच नाव घेतलं जात होतं.

शनिवारी दुपारी बॉवरमनला भेटायला हेवर्डला जात होतो, तेव्हा मी कुणी तरी बोलताना ऐकलं, 'वा! नाइके तर आदिदासची *खरोखरच* वाट लावत आहेत.' त्या वर्षातील, त्या आठवड्यातील तोच उच्च बिंदू असावा, त्यानंतर काहीच मिनिटांनी प्यूमाचा एक विक्री प्रतिनिधी अतिशय खिन्न स्थितीत झाडाला टेकून उभा असलेला मी बघितला.

बॉवरमन तिथे केवळ एक प्रेक्षक म्हणून आला होता, हे त्याच्यासाठी आणि आमच्यासाठीही जरा विचित्रच होतं. तरी तो त्याचा नेहमीचा गणवेश घालून आला होता - मळकट स्वेटर, बॉल कॅप...! एकदा त्यानं पूर्वेकडेल ग्रँड स्टँडजवळच्या एका लहान ऑफिसमध्ये एक औपचारिक बैठक बोलावली. खरं तर ते ऑफिस नव्हतं, ती एक छोटी खोली होती, जिथे मैदानाचे कर्मचारी आपले झाडू, वगैरे साहित्य ठेवायचे आणि तिथे काही खुर्च्याही होत्या. आमचा कोच, जॉन्सन आणि माझ्यासाठी तिथे जेमतेम जागा होती. शिवाय आमच्या कोचनं, हॉलिस्टर आणि पायांचा व बुटांचा तज्ज्ञ म्हणून काम करणारा डेनिस व्हिक्सी यांनाही बोलावलं होतं. आम्ही दार बंद केलं आणि बॉवरमन नेहमीसारखा दिसत नसल्याचं माझ्या लक्षात आलं. प्रीच्या अंत्ययात्रेच्या वेळी तो म्हातारा दिसत होता, आता तो हरवल्यासारखा दिसत होता. इकडचं तिकडचं बोलल्यावर तो मुद्द्यावर आला. त्यानं तक्रार केली की, त्याला नाइकेकडून आदर

मिळत नव्हता. आम्ही त्याला घरी एक प्रयोग शाळा बनवून दिली होती आणि लेदर टिकवण्याचं मशिन दिलं होतं; पण तो म्हणाला की, त्याला एक्सेटरकडून हवं ते साहित्य मिळत नव्हतं.

जॉन्सनला धक्का बसला. ''कुठलं साहित्य?''

बॉवरमन म्हणाला, ''मी बुटाचे वरचे भाग मागवले होते आणि कुणी लक्षच दिलं नाही.''

जॉन्सन व्हिक्सीकडे वळून म्हणाला, ''मी तर ते पाठवले होते. व्हिक्सी, तुला मिळाले नाहीत?''

व्हिक्सीही गोंधळला होता, ''हो, मला मिळाले होते.''

बॉवरमननं आपली टोपी काढली, पुन्हा घातली, पुन्हा काढली आणि तो गुरगुरला, ''हो; पण तुम्ही *बाहेरचे तळ* पाठवले नव्हते.''

जॉन्सनचा चेहरा लाल झाला, ''मी तेही पाठवले होते, काय व्हिक्सी?''

व्हिक्सी म्हणाल, ''हो, मला मिळाले होते.''

आम्ही बॉवरमनकडे वळलो, तो येरझारा घालत होता म्हणजे तसा प्रयत्न करत होता. तिथे जागाही नव्हती. तिथे अंधार होता; पण त्या वृद्ध व्यक्तीचा चेहरा लाल होत असल्याचा मला भास झाला. तो ओरडला, ''पण; मला ते वेळेवर मिळाले नाहीत.'' त्या खोलीचे पत्रे थरथरले. त्याची ही कहाणी बुटांच्या तळाबद्दल नव्हतीच, ही कथा त्याच्या निवृत्तीची होती आणि काळ निघून चालल्याची होती. प्री प्रमाणेच काळही बॉवरमनचं *ऐकणार* नव्हता. काळाची *गती कमी* होणार नव्हती. तो गुरगुरला, ''मी असलं आता ऐकून घेणार नाही.'' आणि तो दार उघडंच टाकून बाहेर निघून गेला.

मी जॉन्सन, हॉलिस्टर आणि व्हिक्सीकडे पाहिलं. ते माझ्याकडे बघत होते. बॉवरमनचं बरोबर होतं की चूक हे महत्त्वाचं नव्हतं. आम्हाला त्याची गरज आहे, उपयोग आहे, असं त्याला वाटायला हवं होतं. मी म्हटलं, ''बॉवरमन सुखी नसेल तर नाइके ही सुखी राहणार नाही.''

काही महिन्यांनी, नाइकेच्या भव्य उद्घाटन समारंभासाठी, आमच्या ऑलिंपिक स्वागताची पार्टी दमट अशा माँट्रियलमध्ये ठरवली होती. १९७६च्या खेळांचं उद्घाटन झालं, तेव्हा अनेक मोठ्या कार्यक्रमात खेळाडूंनी नाइके बूट घातले होते; पण आमची सर्वांत मोठी आशा आणि पैसा शॉर्टरवर केंद्रित होता. त्याला सुवर्णपदकाची संधी होती म्हणजे पहिल्यांदाच नाइकेचे बूट इतर सर्व बुटांच्या आधी ऑलिंपिकमधील शर्यतीच्या अंतिम रेषेवर पोहोचणार होते. धावण्याचे बूट तयार करणाऱ्या एखाद्या कंपनीसाठी हा फार मोठा प्रसंग होता. तुमचे बूट घालून एखादा ऑलिंपिक खेळाडू पदक विजेत्याच्या मंचावर चढेपर्यंत तुमची कंपनी धावण्याच्या बुटांची अस्सल कंपनी समजली जात नाही.

मी त्या दिवशी म्हणजे ३१ जुलै १९७६ रोजी लवकर उठलो. सकाळची कॉफी घेऊन मी माझ्या आरामखुर्चीत बसलो होतो. जवळच टेबलावर एक सँडविच होतं, फ्रिजमध्ये थंड पेये होती. किटामी बघत असेल का हे. माझे जुनं बँकर बघत असतील का हे? माझ्या बहिणी आणि आई-वडील बघत असतील का हे? एफबीआय बघत असेल का हे?

धावपटू सुरुवातीच्या रेषेवर आले. त्यांच्याप्रमाणे मीही पुढे झुकलो. शॉर्टरच्या अंगात असेल तेवढा उत्साह माझ्याही अंगात असावा कदाचित. मी शर्यत सुरू होण्याच्या पिस्तुलाच्या आवाजाची आणि शॉर्टरच्या तयारीत असलेल्या पायांच्या फोटोची वाट पाहत होतो. कॅमेरा जवळ गेला, माझा श्वास थांबला. मी आरामखुर्चीतून जमिनीवर घसरलो आणि रांगतच टीव्हीकडे गेलो. 'नाही, नाही;' मी ओरडलो, मी वेदनेनं ओरडलो, 'नाही, नाही!'

त्याच्या पायात *टायगर* बूट होते.

नाइकेची प्रचंड आशा असलेला खेळाडू आमच्या शत्रूचे बूट घालून पळताना मी भयचकित होऊन बघत राहिलो.

मी उभा राहिलो, माझ्या खुर्चीपर्यंत चालत गेलो. शर्यत पुढे जात होती, मी स्वतःशीच बडबडत होतो. घरात हळूहळू अंधार झाला; पण तो अंधार माझ्या मूड इतका नव्हता. नंतर कधी तरी मी पडदे ओढले, दिवे बंद केले; पण टी व्ही बंद केला नाही. मी दोन तास दहा मिनिटे शर्यत संपेपर्यंत टीव्ही पाहणारच होतो.

नक्की काय घडलं मला अजूनही माहीत नाही. असं वाटतं की, शॉर्टरला वाटलं असावं की, नाइकेचे बूट फार नाजूक आहेत आणि सव्वीस मैल टिकणार नाहीत (तरी ऑलिंपिकच्या चाचणीत त्यांनी उत्तम कामगिरी केली होती). कदाचित, त्याच्या मनोधैर्याचा प्रश्न असेल, कदाचित, अंधश्रद्धा असेल-त्यानं नेहमी जे वापरलं तेच वापरायचं असेल. धावपटू तसे विचित्र असतात. असो, अगदी शेवटच्या क्षणी त्यानं १९७२मध्ये सुवर्णपदक मिळवताना जे बूट घातले त्याचीच निवड केली.

मी सोडा सोडून व्होडकाकडे वळलो. अंधारात बसून, हातात एक पेय धरून मी स्वतःला म्हटलं, 'एकूण जगाच्या मोठ्या पडद्यावर हे काहीच नाही. शॉर्टर जिंकलासुद्धा नाही. पूर्व जर्मनीच्या एका खेळाडूनं आश्चर्यकारकरीत्या त्याला मागे टाकलं आणि सुवर्णपदक पटकावलं. अर्थात मी स्वतःशी खोटं बोलत होतो. ही खरोखरच मोठी गोष्ट होती. आम्ही विक्रीची एक मोठी संधी गमावली म्हणून आलेल्या निराशेमुळेच नव्हे तर शॉर्टर माझे बूट न घालता धावला याचं खूप दुःख होतं; पण आता हे अधिकृतपणे सिद्ध झालं होतं की, नाइके हे केवळ बूट नसून त्यापेक्षा जास्त काही होते. मी नाइके बूट निर्माण करत नव्हतो, तर नाइके बूट मला घडवत होते. जर मला एखादा खेळाडू किंवा कोणीही दुसरे बूट निवडताना दिसला तर तो केवळ या ब्रँडलाच नव्हे तर मला नकार होता. मी स्वतःला समजावलं, जगातील प्रत्येक जण नाइके घालून फिरणार

नव्हता, प्रत्येक वेळी माझ्या बुटांऐवजी दुसरे बूट घालून रस्त्यानं जाताना दिसला तर मी लगेच निराश होणार नाही.

आणि हे मनात पक्कं बसलं.

आणि मला त्याची फिकीर नव्हती.

त्या रात्री कधीतरी मी हॉलिस्टरला फोन केला. तोही उद्ध्वस्त झाला होता, त्याच्या आवाजात राग होता. मला बरं वाटलं. माझ्याप्रमाणेच अशी वेदना होणारे, नकारामुळे कासावीस होणारे लोक माझ्याकडे कामाला असायला हवे होते.

सुदैवानं, असे नकाराचे प्रसंग कमी होत गेले. १९७६च्या वित्तीय वर्षाच्या अखेरीस आमची विक्री दुप्पट म्हणजे १४० लाख डॉलरवर गेली. आर्थिक विषयावरील तज्ज्ञांनी या विक्रमी आकड्याची नोंद घेतली आणि त्याविषयी लिहिलंदेखील आणि तरीही आमच्याकडे रोखीची चणचण होती. मी शक्य तेवढे पैसे उसने घेत होतो, ते लगेच व्यवसायात घालत होतो. अर्थात कळत-नकळत माझ्या विश्वासू लोकांचा म्हणजे वुडेल, स्ट्रॅसर आणि हेजचा मला पाठिंबा होता.

१९७६च्या सुरुवातीला आम्ही चौघांनी कंपनी पब्लिक लिमिटेड करण्याची कल्पना मांडली होती. आता १९७६ संपत आलं असताना या कल्पनेचा आम्ही पुन्हा गंभीरपणे विचार सुरू केला. त्यातील जोखिमा, चांगलं-वाईट याचा आम्ही विचार केला आणि पुन्हा ठरवलं, नको, हे नको!

आम्हाला वाटलं, हो, आम्हाला भांडवल मिळालं तर नक्कीच हवं आहे. ओह, पैसे मिळाले तर आपण काय काय करू शकू! किती कारखाने लीजवर घेऊ शकू, किती हुशार माणसं नेमू शकू! पण पब्लिक लिमिटेड झाल्यानं आमची संस्कृतीच बदलेल, आमच्यावर सर्वांची नजर असेल, आम्ही कॉर्पोरेट बनू; पण हे आपलं काम नाही, आमच्या सर्वांमध्ये एकमत झालं.

अनेक आठवड्यांनंतर, पुन्हा पैशाची अडचण आली, बँकेतलं खातं शून्यावर आलं आणि आम्ही पुन्हा या कल्पनेचा विचार केला.

आणि पुन्हा ती कल्पना नाकारली.

हा विषय एकदाच कायमचा संपवण्यासाठी आमच्या द्वैवार्षिक बैठकीमध्ये मी हा विषय अग्रस्थानी ठेवला, या बैठकीला आम्ही बटफेस असं नाव दिलं होतं.

*   *   *

मला वाटतं हे नाव जॉन्सननं ठेवलं होतं. आधीच्या एका बैठकीत तो पुटपुटला होता, ''किती कोट्यधीश कंपन्यांमध्ये आपण 'हाय, बटफेस!' अशी हाक मारल्यावर सगळी व्यवस्थापन टीम लगेच वळून पाहिल?'' सगळे जण हसू लागले आणि मग हे नाव पक्कं झालं. आमच्या बोलीभाषेचा तो एक भागच झाला. बटफेस म्हणजे बैठक

आणि बैठकीला येणारे दोघेही! त्यातून या बैठकीचा खेळकर मूड दिसत असे, जिथे कुठल्याही कल्पनेची अतिपवित्र म्हणून थट्टा होत नसे की कुणालाही अतिमहत्त्वाचा म्हणून हिणवले जात नसे. या नावातून कंपनीचा आत्मा, जीवनकार्य आणि कार्यसंस्कृती व्यक्त होत असे.

सुरुवातीच्या काही बटफेस बैठकी ओरेगॉनमधील वेगवेगळ्या ठिकाणी झाल्या : ऑटर क्रेस्ट, सालिशान इत्यादी. शेवटी आम्ही सनरिव्हर ही जागा निवडली. हे सुंदर ठिकाण मध्य ओरेगॉनमध्ये होतं. साधारणपणे नेहमी वुडेल आणि जॉन्सन पूर्वेकडून विमानानं यायचे आणि आम्ही सर्व जण शुक्रवारी संध्याकाळी गाडीनं निघायचो. आम्ही काही खोल्या, बैठकीचा हॉल बुक करायचो आणि दोन-तीन दिवस प्रचंड आरडाओरडा करत घालवायचो.

मला आठवतं मी टेबलाच्या अग्रस्थानी बसायचो, मोठ्यानं आवाज करायचो, लोक माझ्यावर आवाज करायचे - माझा आवाज बसेपर्यंत ओरडणं चालूच असायचं. आमच्या समोरचे प्रश्न अत्यंत गंभीर, गुंतगुंतीचे, अशक्यप्राय वाटणारे होते आणि तेव्हा परस्पर संपर्क इतका सोपा नव्हता. आम्ही एकमेकांपासून तीन हजार मैल दूर होतो, त्यामुळे हे प्रश्न आणखीच अवघड होते, तरीही आम्ही सतत हसत होतो. काही वेळा हशाचा मोठा स्फोट झाल्यावर टेबलावर नजर टाकताना मला भरून येत असे. मैत्री, कृतज्ञता, निष्ठा - आणि प्रेमही! हो, आमच्यात नक्कीच प्रेम होतं; पण मला आश्चर्यही वाटायचं की, हे लोक मी कसे एकत्र केले होते. हे सगळे खेळाचे *बूट विकणाऱ्या* एका कोट्यधीश कंपनीचे संस्थापक सदस्य होते? एक अपंग माणूस, दोन अतिशय लठ्ठ माणसं, एक कायम सिगारेट ओढणारा माणूस? पण माझ्याशी जास्तीत जास्त साधर्म्य असलेला एक माणूस म्हणजे जॉन्सन या गटात होता ही थोडी समाधानाची बाब होती आणि ते नाकरता येत नव्हतं. प्रत्येक जण हसत होता, दंगा करत होता; पण हा एकटा शहाण्या मुलासारखा टेबलाच्या मध्यभागी शांतपणे पुस्तक वाचत बसला होता.

बटफेसमध्ये सर्वांत मोठा आणि चक्रम आवाज हेजचा असायचा. त्याच्या पोटाच्या घेराप्रमाणे त्याचं व्यक्तिमत्त्वही सतत विस्तारत असे, दर वेळी नवा उत्साह आणि नवीन वेडेपणा! उदाहरणार्थ, हेजला अलीकडे प्रचंड जड यंत्रांचं वेड लागलं होतं. नांगर, बुलडोझर, चेरी पिकर्स, क्रेन...! त्यामुळे तो खूप प्रभावित होत असे, त्यामुळे तो उत्तेजित होत असे - दुसऱ्या प्रकारे याचं वर्णनच करता येणार नाही. मागच्या एका बैठकीनंतर आम्ही एका स्थानिक बारमधून बाहेर पडत होतो, तेव्हा हेजला त्या लॉजच्या मागे शेतात एक बुलडोझर दिसला. त्याला आश्चर्य वाटलं की, त्याला चावी लावलेलीच होती. तो लगेच त्या बुलडोझरवर चढला आणि त्यानं ते शेत नांगरलं, तो पार्किंगच्या जागेतही शिरला आणि अनेक गाड्यांना टक्कर देताना वाचला तेव्हाच तो थांबला. माझ्या मनात आलं, स्वूश प्रमाणे बुलडोजरवरचा हेज *असा* एक लोगो का करू नये?

मी नेहमी म्हणायचो की, वुडेल आमच्या गाडीला वेळेवर चालायला लावायचा; पण हेजनं आमचे रूळ व्यवस्थित बसवले होते. हेजनंच आमच्या कंपनीची हिशेबप्रणाली तयार केली होती आणि ती नसती तर कंपनी खालीच बसली असती. आम्ही हातानं हिशेब लिहीत होतो आणि जेव्हा यंत्रांद्वारे हिशेब सुरू केले, तेव्हा हेजनं अगदी प्राथमिक अकाउंटिंगची यंत्रं आणली होती. हेज ती यंत्रं हाताळत होता, त्यात दुरुस्ती करत होता, आपली जाड जाड बोटं त्यावर आपटत होता; पण तरी ती यंत्रं अचूक स्थितीत ठेवत होता. आम्ही अमेरिकेच्या बाहेर व्यवसाय करू लागलो, तेव्हा विदेशी चलन ही एक अतिशय क्लिष्ट समस्या होती. हेजनं आंतरराष्ट्रीय चलनासंबंधी एक हेजिंगची प्रणाली सुरू केली, त्यामुळे आम्हाला अधिक खात्रीनं एकूण नफ्याचा अंदाज अधिक खात्रीनं येत असे.

आमच्यात अनेक त्रुटी, विचित्रपणा आणि शारीरिक मर्यादा असूनही १९७६मध्ये मला वाटत होतं की, आमची टीम जबरदस्त आहे (अनेक वर्षांनी नाइकेचा अभ्यास करणाऱ्या एका हार्वर्डच्या प्राध्यापकानं हाच निष्कर्ष काढला होता. तो म्हणाला होता, 'साधारणपणे कंपनीतला एक जरी व्यवस्थापक धोरणपूर्वक आणि हुशारीनं विचार करत असेल, तर त्या कंपनीचं भविष्य चांगलं असतं; पण वा! तुम्ही लोक नशीबवान आहात, निम्म्यापेक्षा अधिक बटफेस असाच विचार करू शकतात).

दुरून पाहणाऱ्या कुणालाही आम्ही म्हणजे एक अतिशय विसंवादी, विचित्र गट वाटत असू; पण आमच्यात फरकापेक्षा साम्य अधिक होतं, त्यामुळे आमच्या प्रयत्नात आणि उद्दिष्टांत एक संगती होती. आम्ही बहुतेक सगळे ओरेगॉनचे होतो, ते महत्त्वाचं होतं. स्वतःला सिद्ध करण्याची, आम्ही सोमेगोमे नव्हतो हे दाखवण्याची एक जन्मतःच गरज आम्हाला वाटत असे. आम्ही सगळे अगदी कठोर आत्मनिंदा करणारे होतो, त्यामुळे अहंकार दूर राहत असे. आमच्यात कुणीच स्वतःला अतिशहाणा समजत नसे. हेज, स्ट्रॅसर, वुडेल, जॉन्सन सगळेच कुठेही उठूनच दिसले असते; पण कुणीही आपण स्वतः किंवा आपल्यातले अन्य लोक हुशार आहेत, असं समजत नव्हते. आमच्या बैठकांमध्ये भरपूर तिरकसपणा, उद्धटपणा आणि शिव्यागाळ असायची.

आणि कशा शिव्या! आम्ही एकमेकांना भयंकर नावं ठेवत असू. आम्ही अनेकदा शाब्दिक हल्ले करत होतो. नवीन कल्पना मांडताना, त्या हाणून पाडताना आणि कंपनीला संभावित धोके दाखवताना आम्ही क्वचितच दुसऱ्याच्या भावनांचा विचार करायचो, अगदी माझ्यासुद्धा, विशेषतः माझ्या! माझे बटफेस सहकारी, माझे कर्मचारी मला सतत 'बकी द बुककीपर' असे म्हणत. मी त्यांना कधीच रोखलं नाही. मला कळत होतं; आपण जरा दुबळेपणा, भावनशीलता दाखवली तर मग संपलंच!

मला एक बैठक आठवते, जेव्हा स्ट्रॅसर म्हणाला की, आम्ही व्यवसायात पुरेसे आक्रमक नव्हतो. आपण फारच हिशेब करत बसतो. फारच! तो म्हणाला, ''म्हणून आजची बैठक सुरू होण्याआधी मला सांगायचं आहे की, मी एक *प्रति-अंदाजपत्रक*

तयार केलं आहे.'' त्यानं एक मोठी वही दाखवली आणि म्हणाला, ''आपण आपल्या पैशाचं काय करायचं ते इथं सगळं लिहिलेलं आहे.''

अर्थात प्रत्येकालाच ते आकडे बघायचे होते; पण हेजला खूपच उत्सुकता होती. जेव्हा आम्हाला दिसलं की, त्या हिशेबाचा ताळा जुळत नव्हता, कुठल्याही कलमात जुळत नव्हता तेव्हा आम्ही आरडाओरडा सुरू केला.

स्ट्रॅसरनं ते बोलणं व्यक्तिशः घेतलं. तो म्हणाला, ''मला त्यातला मथितार्थ सांगायचा आहे, प्रत्येक तपशील नाही, फक्त *मथितार्थ!*''

आरडाओरडा अधिकच वाढला. स्ट्रॅसरनं त्याची वही उचलली आणि भिंतीवर फेकून दिली. तो म्हणाला, ''तुम्ही लोक गेला खड्ड्यात!'' त्या वहीची पानं सुटू लागली, सगळीकडे उडू लागली आणि हास्याचा कल्लोळ झाला. स्ट्रॅसरही स्वतःला थांबवू शकला नाही. तोही हसू लागला.

त्यामुळे स्ट्रॅसरचं टोपण नाव रोलिंग थंडर झालं, यात आश्चर्य नव्हतं. हेजचं नाव होतं 'डूम्स डे!' वुडेल होता 'वेट' (डेड वेटमधील वेट) जॉन्सनला नाव दिलं होतं, 'फोर फॅक्टर' कारण तो प्रत्येक वेळी अतिशयोक्ती करत असे, त्यामुळे तो जे काही बोलत असे त्याला चारनं भागायला लागत असे. कुणीच काही व्यक्तिशः घेत नसे. बटफेसमध्ये फक्त एकच गोष्ट कुणालाही आवडत नसे ती म्हणजे टीकेविषयीची अवाजवी संवेदनशीलता!

आणि मग पेयपान! दिवसभर एकमेकांवर ओरडून, खिदळून, प्रश्न सोडवून झाल्यावर घसा बसत असे; आमच्या पिवळ्या पॅडवर अनेक नवीन कल्पना, उत्तरे, उतारे आणि याद्याच याद्या आकार घेत असत. हे सगळं झाल्यानंतर आम्ही त्या लॉजच्या बारवर मुक्काम हलवत असू आणि मग पेयपान करत बैठक पुढे चालू ठेवत असू – भरपूर पेयपान!

त्या बारला 'आउल्स नेस्ट' असं नाव होतं. मला डोळे मिटून आठवावंसं वाटतं की, आम्ही बाकीच्या सर्व ग्राहकांना बाजूला करत आत घुसत होतो किंवा त्यांना मित्र बनवत होतो. आम्ही सर्वांकरता पेय मागवायचो, मग बारचा एक कोपरा ताब्यात घेऊन पुन्हा एखादी समस्या किंवा कल्पना अथवा फालतू योजना घेऊन चर्चा सुरू करायचो. समजा प्रश्न हा होता की, बुटाचा मिडसोल 'अ' बिंदूपासून 'ब' बिंदूपर्यंत पोहोचत नाही, यावर आम्ही गोल गोल चर्चा करायचो, सगळे जण एकदमच बोलू लागायचे. मग एकमेकांना शिव्यागाळ, परस्परांकडे बोटं दाखवणं सुरू होत असे आणि दारूमुळे आवाज स्पष्टपणे आणखी विचित्र, आणखीच वर जात असे. आउल्स नेस्टमधील कुणालाही, कॉर्पोरेट जगातील कुणालाही हे वर्तन गैरलागू, अयोग्य अगदी लज्जास्पद वाटलं असतं; पण बारच्या माणसानं वेळ संपल्याची सूचना देईपर्यंत आम्हाला तो मिडसोल 'अ' बिंदूपासून 'ब' बिंदूपर्यंत *कसा* जाऊ शकेल, हे समजलेलं असायचं. जो कुणी त्याला जबाबदार होतं त्याला पश्चात्ताप होत असे, त्याला बजावलं जात असे आणि आम्हाला एक कल्पक उत्तर मिळालेलं असे.

या मध्यरात्रीच्या जल्लोशात आमच्याबरोबर नसायचा तो फक्त जॉन्सन. तो बहुधा डोकं शांत करण्यासाठी धावायला जात असे, आणि आपल्या खोलीवर येऊन अंथरुणात पडून वाचत असे. मला वाटत नाही की, त्यानं कधी आउल्स नेस्टमध्ये पाऊल टाकलं असेल किंवा त्याला ते कुठे आहे हे माहीत असेल. दुसऱ्या दिवशी सकाळी बराच वेळ आम्ही काय काय ठरवलं हे त्याला सांगत असू.

द्विशताब्दी वर्षात आम्हाला अनेक तणावपूर्ण समस्यांशी संघर्ष करावा लागला. किनाऱ्यावर आणखी एक मोठं दुकान उघडायला हवं होतं. आम्हाला आमचे हॉलिस्टॉन मॅसॅच्युसेट्स इथलं विक्री केंद्र हलवून न्यू हॅंपशायरमधील ग्रीनलॅंड येथील चाळीस हजार चौरस फूट जागेत हलवायचं होतं आणि त्यात वाहतुकीचा यक्षप्रश्न होता. छापील जाहिरातींचा वाढता पसारा सांभाळायला जाहिरात कंपनी शोधायला हवी होती. कामगिरी कमी पडत होती, असे काही कारखाने बंद करायला हवे होते किंवा तिथे चांगले व्यवस्थापन तयार करायला हवे होते. आमच्या भविष्यातील कार्यक्रमातील त्रुटी काढून टाकायच्या होत्या. विक्रीच्या प्रसारासाठी एक संचालक नेमायचा होता. आम्हाला एक व्यावसायिक खेळाडूंचा क्लब तयार करायचा होता, एनबीएच्या उत्तम खेळाडूंकरता एक बक्षीस योजना तयार करून त्यांची नाइकेबद्दलची निष्ठा कायम करायची होती. अर्सेनल्सारखा सॉकर – फुटबॉलसाठी वरचा भाग कातड्याचा, व्हिनाइल फोमची जीभ असा एक नवीन बूट बनवायचा होता. शिवाय बेसबॉल, सॉकर, फुटबॉल, सॉफ्टबॉल आणि फिल्ड हॉकीसाठी उपयुक्त असा बहुपयोगी स्ट्राइकर बूट तयार करायचा होता. एक नवीन लोगो ठरवायचा होता. स्वूशशिवाय आमच्याकडे लहान अक्षरात नाइके लिहिलेला बूट होता –त्यात थोडी अडचण होती. बऱ्याच लोकांना nike हे like सारखं वाटायचं; पण आता कंपनीचं नाव बदलायला फार उशीर झाला होता म्हणून हीच अक्षरं अधिक वाचण्यायोग्य करणं उचित होतं. डेनी स्ट्रिक्लॅंड आमच्या जाहिरात कंपनीचा कल्पक संचालक; त्यानं मोठ्या अक्षरात NIKE तयार केलं आणि ते स्वूशमध्ये घातलं. या गोष्टीवर चर्चा करत आम्ही बरेच दिवस घालवले.

आम्हाला या 'पब्लिक लिमिटेडच्या' प्रश्नावर एकदाच आणि कायमचा तोडगा काढायचा होता. सुरुवातीच्या बैठकांमध्ये एकमत होऊ लागलं होतं. जर आपण सातत्यानं प्रगती केली नाही, तर आपण जगू शकणार नाही; पण अनेक शंका, धोके आणि तोटे दिसत असले तरी पब्लिक लिमिटेड करणं हाच प्रगती टिकवण्याचा उत्तम मार्ग होता.

कंपनीच्या इतिहासातील अत्यंत अवघड वर्षात, या अत्यंत खळबळीच्या चर्चा होऊनही, आमच्या बटफेस बैठकी फक्त आनंदच देत असत. सनरिव्हरमध्ये घालवलेला प्रत्येक क्षण कामाचा कधी वाटलाच नाही. आम्ही विरुद्ध जग असा तो सामना असे आणि आम्हाला जगाबद्दल खूप वाईट वाटायचं म्हणजे जेव्हा आम्ही जगावर खूप चिडलेले नसू त्या वेळी तरी! आमच्यापैकी प्रत्येकाबद्दल गैरसमज होते, प्रत्येकाबद्दल लोकांचं चुकीचं मत झालं होतं, लोकांनी प्रत्येकाला बेकार ठरवलं होतं. आम्हाला

बॉसेसनी दूर केलं होतं; समाजानं धिक्कारलं होतं. रूप आणि अन्य नैसर्गिक देणग्या देवानं वाटल्या, तेव्हा नशिबानं गोता खाल्ला होता आणि आधीच्या या अपयशातून आम्ही तावून सुलाखून निघालो होतो. आम्ही प्रत्येकानं एक आव्हान स्वीकारलं होतं, कशाचा तरी अर्थ लावण्याचा प्रयत्न केला होता आणि त्यात कमी पडलो होतो.

हेज ऑडिट कंपनीत भागीदार होऊ शकला नाही. कारण, तो खूप लठ्ठ होता.

जॉन्सन नऊ ते पाच या चाकोरीबद्ध जगात राहू शकत नव्हता.

स्ट्रॅसर एक विमा कंपनीचा वकील होता; पण त्याला विम्याचा आणि वकिलांचा राग येत असे.

वुडेलनं एका अपघातात आपली तारुण्याची स्वप्नं गमावली होती.

मला फुटबॉल टीममधून काढलं आणि माझा हृदयभंग झाला होता.

बटफेसमधील प्रत्येक हरणाऱ्या व्यक्तीविषयी मला सहानुभूती होती आणि त्यांचंही तसंच होतं; पण एकत्र आल्यावर आम्ही जिंकू शकतो हे मला कळत होतं, तरीही मला जीत म्हणजे हरणं नाही याशिवाय काय ते कळलं नव्हतं; पण या प्रश्नाचं उत्तर जेव्हा निश्चित होईल त्या निर्णायक क्षणाकडे आम्ही जात होतो हे नक्की. कदाचित पब्लिक लिमिटेड बनणं हाच तो क्षण असेल.

कदाचित, पब्लिक लिमिटेड झाल्यानंच नाइके टिकून राहू शकेल.

मला १९७६च्या व्यवस्थापन टीमबद्दल काही शंका असल्याच तर त्या माझ्याबद्दलच होत्या. बटफेसमध्ये मी त्यांना पुरेसं मार्गदर्शन करत होतो का? त्यांनी चांगलं काम केलं की, मी खांदे उडवून माझीच खूप स्तुती करत होतो का? फार काही वाईट नाही! त्यांचं कधी चुकलं तर मी एक-दोन मिनिटं ओरडून नंतर ते झटकून टाकत होतो; पण त्यापैकी कुणालाही माझी अजिबात भीती वाटली नाही. हे ठीक होतं का? *काम कसं करायचं ते लोकांना शिकवू नका, काय करायचंय ते त्यांना सांगा आणि त्यांच्या कामातून तुम्ही चकित व्हाल.* हे तत्त्व पॅटन आणि त्याच्या सैनिकांसाठी बरोबर होतं; पण बटफेसच्या एका गटासाठी ते योग्य होतं का? मला काळजी वाटत होती. कदाचित, मी स्वतः थोडं जास्त काम केलं पाहिजे; कदाचित अधिक शिस्त यायला हवी.

मग मला वाटायचं - मी जे काही करतो आहे ते बरोबर आहे. कारण, आपल्यात फारच कमी वेळा बंडाळी झाली आहे. खरं तर बोर्क सोडला तर कुणीच कशाविषयीही पगार किंवा लाभांविषयी गोंधळ घातला नव्हता आणि लहान-मोठ्या कंपन्यात असं शांत वागणं कधीच ऐकिवात नसतं. सर्व बटफेसना कळत होतं की, मी स्वतः फार पैसे घेत नव्हतो आणि मला शक्य तेवढं मी त्यांना देत होतो, यावर त्यांचा विश्वास होता.

मी जी संस्कृती निर्माण केली होती, ती बटफेसना आवडत होती हे स्पष्ट दिसत होतं. माझा त्यांच्यावर पूर्ण विश्वास होता, मी त्यांच्या पलीकडे कधी बघितलं नव्हतं, त्यामुळे एक आमच्यात दुहेरी निष्ठा होती. प्रत्येक पायरीवर मार्गदर्शनाची गरज असलेल्या लोकांना माझी व्यवस्थापन शैली चालली नसती; पण या गटाला ती शैली

स्वातंत्र्य देणारी, सबळ करणारी वाटली. मी त्यांना स्वातंत्र्य दिलं, काहीही करू दिलं, चुका करू दिल्या. कारण, मलाही लोकांनी तसंच वागवावं, अशी अपेक्षा होती.

बटफेस बैठकीचा शनिवार-रविवार अशाच विचारात आणि चर्चेत गेल्यानंतर मी पोर्टलँडला वेगळ्याच तंद्रीमध्ये जायचो. अर्ध्या वाटेवर तंद्रीतून बाहेर आलो की, पेनी आणि मुलांविषयी मनात विचार यायचे. बटफेसचे लोक कुटुंबासारखेच होते; पण त्यांच्याबरोबर घालवलेला प्रत्येक क्षण माझ्या दुसऱ्या कुटुंबाला, खऱ्या कुटुंबाला वगळून घालवलेला असायचा. मी उघडपणे त्यांचा अपराधी होतो. अनेकदा मी घरी आलो की, मॅथ्यू आणि ट्राव्हिस मला दारातच भेटायचे. ते विचारायचे, 'कुठे गेला होतास तू?' मी त्यांना उचलून घेत म्हणायचो, 'डॅडी मित्रांकडे होते.' ते माझ्याकडे गोंधळून बघत म्हणायचे, 'पण तू तर कामासाठी गेला आहेस, असं मम्मी म्हणत होती.'

त्याच सुमारास नाइकेनं प्रथमच वॉली वॅफल आणि रॉबी रोड रेसर नावाचे मुलांचे बूट बाजारात आणले. मॅथ्यूनं जाहीर केलं की, तो आयुष्यभर कधी नाइकेचे बूट घालणार नाही. माझ्या घरातील अनुपस्थितीचा आणि इतर वैफल्यांचा राग तो काढत होता. पेनीनं त्याला समजावण्याचा प्रयत्न केला की, डॅडी स्वखुशीनं कामावर जात नव्हता; डॅडी काही तरी नवीन करत होता. केवळ त्याला आणि ट्राव्हिसला एक दिवस कॉलेजला जायला मिळावं म्हणून डॅडी काम करत होता.

मी समजावण्याची तसदी घेतली नाही. मी काहीही म्हटलं तरी त्याचा उपयोग नव्हता. मॅथ्यूला कधीच कळत नव्हतं आणि ट्राव्हिसला सगळं कळायचं. दोघेही असे पूर्वग्रहच घेऊन जन्माला आले असावेत. मॅथ्यूला माझ्याबद्दल आतूनच नाराजी होती तर ट्राव्हिस जन्मतःच डॅडीशी एकनिष्ठ होता. थोडेसे शब्द बोलले तर काय फरक पडणार होता? काही तासांनी काय फरक पडणार होता?

माझी बाप बनण्याची शैली - माझी व्यवस्थापन शैली! मी स्वतःला सतत प्रश्न विचारायचो - ही शैली चांगली होती का की बरी होती?

वारंवार मी बदलण्याचा निश्चय करत असे. पुन्हा पुन्हा मी स्वतःला बजावायचो : *मला मुलांना वेळ द्यायचा आहे.* पुन्हा पुन्हा मी हे आश्वासन पाळायचो; पण थोडा वेळच. मग पुन्हा मी माझ्या नेहमीच्या रगाड्यात अडकायचो. कारण, मला तोच एक मार्ग माहीत होता. स्वतः करायचं नाही, असं नाही; पण तरी स्वतः करायचं नाही!

माझ्या बटफेस मित्रांबरोबर विचारमंथन करून मला हा प्रश्न सोडवता आला नाही. मिडसोल 'अ' बिंदूपासून 'ब' बिंदूपर्यंत हलवण्याच्या समस्येपेक्षा तिसरा मुलगा 'क' नायके याला सुरक्षित राखून 'अ' आणि 'ब' या दोघांना खूश कसं ठेवायचं हा प्रश्न फारच जिकिरीचा होता.

१९७७

*त्या*चं नाव होतं एम. फ्रँक रूडी; तो एक माजी अवकाश वैज्ञानिक होता आणि अगदी खरा संशोधक होता. त्याच्याकडे बघितलं की, तो एक वेडा प्राध्यापक असल्याचं लगेच कळायचं; पण मला काही वर्षांनी त्याच्या चक्रमपणाची पूर्ण माहिती कळली (तो आपल्या पोटातील हालचाल आणि कामजीवन याची लक्षपूर्वक दैनंदिनी लिहायचा). त्याचा एक व्यावसायिक भागीदार होता, बॉब बोजर्ट, तोही असाच चक्रम होता. त्यांना एक वेडगळ कल्पना सुचली होती आणि ते दोघे मिळून ती आम्हाला सांगणार होते. मार्च, १९७७मध्ये आम्ही बैठकीच्या टेबलावर एकत्र जमलो, तेव्हा फक्त एवढीच गोष्ट माझ्या लक्षात आली. हे लोक आमच्यापर्यंत कसे पोहोचले किंवा त्यांनी कशा प्रकारे ही बैठक घडवली हेही मला ठाऊक नव्हतं.

मी म्हटलं, ''ओके मित्रांनो, काय म्हणणं आहे तुमचं?''

मला आठवतं, तो एक छान दिवस होता. खोलीच्या बाहेर छान पिवळसर उजेड होता आणि अनेक महिन्यांनंतर आकाश प्रथमच निळं दिसत होतं. वसंत ऋतूसारखं वातावरण होतं म्हणून माझं लक्ष जरा बाहेर गेलं होतं; पण रूडी टेबलाच्या कडेवर आपलं शरीर टेकून, हसून म्हणाला, ''मिस्टर नाइट, आम्ही तुमच्याकडे धावण्याच्या बुटात थोडी हवा भरायला आलेलो आहोत.''

मी गोंधळलो आणि माझ्या हातातून पेन्सिल खाली पडली. मी म्हणालो, ''काय?''

तो म्हणाला, ''बुटात थोडं कुशन वाढवण्याकरता, अधिक आधार देण्याकरता, एकदम मस्त पळण्याकरता...''

मी डोळे रोखून म्हटलं, ''तुम्ही विनोद करत आहात ना?''

मी बुटाच्या व्यवसायात असलेल्या अनेक लोकांचा मूर्खपणा ऐकला होता; पण हे म्हणजे...! बाप रे!

रूडीनं मला एक बुटांची जोडी हातात दिली, ती बाविसाव्या शतकातून आधीच प्रकट झाल्यासारखी दिसत होती. ते थोराड वाटणारे बूट नक्कीच प्लॅस्टिकचे होते आणि आत काय होतं - बुडबुडे? मी ते उलटे करून पाहिले, ''बुडबुडे?''

तो म्हणाला, ''दाब दिलेल्या हवेच्या पिशव्या.''

मी ते बूट खाली ठेवले आणि रूडीकडे माथ्यापासून पायापर्यंत रोखून पाहिलं. तो सहा फूट तीन इंच उंच, सडपातळ होता. काळे विस्कटलेले केस, बाटलीच्या आकाराचा चश्मा, गालावर अर्धवट खळी आणि ड जीवनसत्त्वाचा अतिशय अभाव, असा त्याचा अवतार होता. पुरेसं ऊन खात नसावा बहुतेक! की हा त्या ॲडमच्या हरवलेल्या कुटुंबातला एक होता!

मी त्याचं निरीक्षण करतो आहे हे त्यानं पाहिलं. माझ्या नजरेतला कुत्सितपणा बघितला आणि तरीही तो अजिबात विचलित झाला नाही. तो फळ्याकडे गेला, हातात खडू घेतला आणि फळ्यावर अनेक आकडे, चिन्हं आणि समीकरणं लिहू लागला. थोडी हवा असलेला बूट काम कसं करतो, तो कधीच सपाट का होणार नाही आणि यापुढे तोच कसा महत्त्वाचा ठरणार आहे हे त्यानं स्पष्ट केलं. त्याचं बोलणं संपल्यावर मी फळ्याकडे पाहिलं. एक प्रशिक्षित अकाउंटंट या नात्यानं मी बराच वेळ फळ्याकडे बघत घालवला होता; पण या रूडीचं लिखाण वेगळंच होतं, अनाकलनीय!

शीत युगापासून मानव बूट वापरत आला आहे; पण चाळीस हजार वर्षांत बुटांची मूळ रचना फारशी बदलली नव्हती. १८००च्या दशकाच्या अखेरपर्यंत तसा खरा, नवा आविष्कार दिसलाच नव्हता, तेव्हा बूट निर्माते डाव्या आणि उजव्या टिकाऊ बुटाच्या रचनेत फरक करू लागले होते आणि रबर कंपन्या बुटाचे तळ बनवू लागल्या होत्या. आता इतिहासात इतक्या उशिरा, इतकं नवीन, इतकं क्रांतिकारक काही घडेल, असं अजिबात वाटत नव्हतं. 'एअर शूज' ही कल्पना मला चालणारे फूटपाथ आणि जेट पॅक्ससारखी विचित्र वाटली. फक्त कॉमिक्समध्येच हे असू शकतं!

रूडी अजूनही आशा धरून होता. त्यानं न डगमगता हे चालूच ठेवलं. अखेर त्यानं खांदे उडवून म्हटलं की, 'समजलं आता.' त्यानं आदिदासलाही पटवायचा प्रयत्न केला आणि त्यांनाही शंका होती, अब्रा का डब्रा! बस, मला हेच ऐकायचं होतं.

मी त्याला म्हटलं की, जर मी माझ्या बुटात हवा घालायचं कबूल केलं आणि चाचणी घेतली तर काय होईल?

तो म्हणाला, ''त्या बुटात एखादा ॲडजस्टर नाही, सैल होतील, डुगडुगतील.''

मी म्हटलं, ''मला त्याचं काही वाटत नाही.''

मी ते तळ माझ्या बुटात कोंबले आणि पायात घालून नाडी बांधली. मी वर-खाली उड्या मारत म्हटलं, ''काही वाईट नाहीत.''

मग मी सहा मैल पळायला गेलो. ते खरोखरच डुगडुगत होते; पण ते घालून पळण्याचा अनुभव काही वेगळाच होता.

मी परत ऑफिसमध्ये गेलो. घामानं ओला झालेल्या अवस्थेतच स्ट्रॅसरकडे जाऊन त्याला सांगितलं, ''मला वाटतं, यामध्ये काही तरी आहे, नक्की!''

त्या दिवशी संध्याकाळी स्ट्रॅसर आणि मी रूडीबरोबर आणि बोजर्टबरोबर जेवायला गेलो. रूडीनं एअर शूज मागील विज्ञान स्पष्ट केलं आणि या वेळी मात्र त्यात अर्थ वाटू लागला. मी त्याला म्हटलं की, आपण एकमेकांबरोबर काही व्यवसाय करू शकतो आणि मग मी स्ट्रॅसरला पुढचं हाताळायला सांगितलं.

मी कायदेशीर सल्ल्यासाठी स्ट्रॅसरला नेमलं होतं; पण १९७७च्या अखेरीस मला त्याची खरी हुशारी कळली. तो सौदा करण्यात हुशार होता. खेळाडूंशी करार करताना मी सुरुवातीला काही वेळा त्याला बोलणी करायचं काम दिलं होतं आणि हे जगातलं अत्यंत अवघड काम करताना त्यानं आपलं घोडं चांगलंच पुढे दामटलं होतं. मी चकितच झालो होतो. प्रत्येक वेळी स्ट्रॅसर आमच्या अपेक्षेपेक्षा जास्त यशस्वी होत असे. तो कुणालाच घाबरत नसे. त्याच्या इच्छेविरुद्ध कुणाचेच चालत नसे. १९७७मध्ये मी त्याला प्रत्येक वेळी बोलणी करताना पूर्ण विश्वासानं पाठवत असे. जणू मी त्याला '८२ एअर बोर्न' मिशनवर पाठवत आहे.

मला वाटतं त्याच्या यशाचं रहस्य हेच होतं की, तो आपण काय म्हणतो, कसं म्हणतो किंवा त्याचा काय परिणाम झाला, याची पर्वाच करत नसे. तो पूर्णपणे प्रामाणिक होता. कुठल्याही सौद्यात अशी वृत्ती क्रांतिकारकच म्हणायला हवी. वॉशिंग्टन बुलेट्सच्या मुख्य खेळाडूनं म्हणजे हेजनं आमच्याबरोबर पुन्हा करार करावं असं फार वाटत होतं. त्या वेळी झालेली रस्सीखेच मला अजून आठवते. मध्यस्थ स्ट्रॅसरला म्हणाला, ''तुम्ही एल्व्हिनला तुमची सगळी कंपनीच देऊन टाकायला पाहिजे!''

स्ट्रॅसर आळस देऊन म्हणाला, ''तुला हवी आहे का, घेऊन टाक. आमच्या खात्यात दहा हजार डॉलर शिल्लक आहेत. ही अखेरची बोली आहे. घेणार?''

आणि त्या मध्यस्थानं ती ऑफर स्वीकारली.

आता 'एअर शूज'मधील एकूण आश्वासकता पाहून, स्ट्रॅसरनं त्याला आम्ही विकलेल्या प्रत्येक जोडी मागे दहा सेंट देऊ केले. रूडीनं वीस सेंट मागितले आणि अनेक आठवडे घासाघीस केल्यावरती आम्ही मध्ये कुठे तरी थांबलो. आम्ही रूडी आणि त्याच्या भागीदाराला लगेच एक्सेटरला पाठवलं. कारण, तोच आमचा संशोधन आणि विकास विभाग बनला होता.

अर्थात रूडी जॉन्सनला भेटला, तेव्हा त्याची प्रतिक्रिया अगदी माझ्याप्रमाणेच झाली. त्यानं त्याच्या धावण्याच्या बुटात थोडी हवा भरली आणि सहा मैल जोरात पळाला. त्यानंतर त्यानं मला फोन केला, ''हे काही तरी अफाट होऊ शकेल.''

मी म्हटलं, ''मलाही तेच वाटलं.''

पण जॉन्सनला वाटलं की, त्या बबलमुळे घर्षण होईल. तो म्हणाला की, त्याचा पाय गरम झाला होता आणि फोडही येऊ लागले होते. त्यानं मिडसोलमध्येही संतुलनासाठी हवा भरावी असं सुचवलं. मी म्हटलं की, मला सांगू नको, तुझ्या नव्या दोस्ताला, रूडीला सांग.

रूडीबरोबर यशस्वी सौदा केल्यानंतर आम्ही स्ट्रॅसरला अजून एक अवघड काम दिलं. बास्केटबॉलच्या कोचेसबरोबर करार करण्याचं. एनबीए खेळाडूंमध्ये नाइके बूट खूप लोकप्रिय होते आणि बास्केटबॉलचे बूट भराभर विकले जात होते; पण आमच्याकडे कॉलेजेसच्या टीम्स नव्हत्या. अगदी ओरेगॉन विद्यापीठही नव्हतं, अगम्यच!

कोच डिक हार्टनं आम्हाला १९७५मध्ये सांगितलं होतं की, त्यानं बुटाचा निर्णय खेळाडूंवर सोडला होता आणि टीममध्ये ६-६ असं मतदान झालं होतं म्हणून त्या टीमनं कॉन्व्हर्स बूटच कायम केले.

काय हे?

मी हॉलिस्टरला पुढचे बारा महिने खेळाडूंना हळूहळू पटवायला सांगितलं. त्यानं ते केलंही आणि १९७७मध्ये मतदान नाइकेसाठी १२-० असं झालं!

दुसऱ्याच दिवशी मी हार्टरला जाक्काच्या ऑफिसमध्ये भेटलो आणि तो म्हणाला की, हार्टर अजून सही करायला तयार नव्हता.

का नव्हता?

तो म्हणाला, ''माझे अडीच हजार डॉलर कुठे आहेत?''

मी हार्टरला एक चेक पाठवला. अखेरीस डक्सचे खेळाडू कोर्टावर नाइकेचे बूट घालणार होते ना!

काळाच्या ओघातील याच वेगळ्या क्षणी, बुटाच्या दुनियेतला अजून एक अनोळखी संशोधक आमच्या दाराशी आला. त्याचं नाव होतं, सॉनी व्हकारो. तो फ्रँक रूडी इतकाच विलक्षण होता. गोलमटोल, बुटका, भेदक डोळे, असा सॉनी अमेरिकनाइज्ड इटालियन उच्चारात किंवा इटालियन अमेरिकन उच्चारात बोलत असे. त्याचं मूळ ठिकाण मला ओळखता आलं नाही. तोही नक्कीच एक शू डॉग होता; पण थेट द *गॉडफादर* सिनेमातल्यासारखा दादा किंवा शू डॉग! तो प्रथम नाइके कंपनीत आला, तेव्हा त्यानं स्वतः तयार केलेले नवे बूट बरोबर आणले होते आणि ते पाहून बैठकीत एकच हशा पिकला. हा माणूस रूडीसारखा नव्हता, तरी बोलत असताना त्यानं देशातील प्रत्येक कॉलेजमधील बास्केटबॉल कोचबरोबर आपली दोस्ती असल्याचं सांगितलं. काहीच वर्षांपूर्वी त्यानं डॅपर डॅन क्लासिक नावाची आंतरकॉलेज स्पर्धा सुरू केली होती, ती खूप यशस्वी झाली होती, त्यामुळे त्याची सर्व महान कोचेसशी ओळख झाली होती.

मी त्याला म्हटलं, ''ठीक आहे, आम्ही घेतलं तुला. तू आणि स्ट्रॅसर बाहेर जा आणि तुम्हाला बास्केटबॉलच्या बुटाची बाजारपेठ काबीज करता येते का पाहा.''

यूसीएलए इंडियाना, नॉर्थ कॅरोलिना आणि सगळ्या उत्तम बास्केट बॉल टीम्सचे आदिदास आणि कॉन्व्हर्स बरोबर खूप पूर्वीपासून करार होते. आणखी कोण राहिलं? आणि आम्ही त्यांना काय देऊ शकत होतो? आम्ही प्रो क्लबच्या धर्तीवर घाईघाईनं एक सल्लागार मंडळ तयार केलं, एनबीएसाठी एक बक्षीस प्रणाली बनवली; पण आमची प्रलोभनं अगदीच कमी होती. आता व्हकारो आणि स्ट्रॅसर गोता खाणार, मला एक वर्ष तरी तोंड दाखवणार नाहीत, असं मला खात्रीपूर्वक वाटलं.

महिन्याभरानं स्ट्रॅसर मोठ्या आनंदात ओरडत माझ्या ऑफिसमध्ये उभा होता आणि नावांची यादीच सांगत होता – एडी सटन, अर्कान्सास! अबे लेमन्स टेक्सास! जेरी तार्कानियन यूएनएलजी! फ्रँक मॅकगाइरे, साउथ कॅरोलिना! (मी खुर्चीतून उडीच मारली. मॅकगाइरे महान खेळाडू होता. त्यानं नॉर्थ कॅरोलिनासाठी खेळताना विल्ट चेंबरलेनच्या कन्सास टीमला हरवून राष्ट्रीय विजेतेपद मिळवलं होतं.) स्ट्रॅसर म्हणाला, ''आपल्याला लॉटरी लागली आहे.''

त्यात भर म्हणून त्यानं दोन उदयोन्मुख तरुण खेळाडूंची नावं घेतली – आयोनाचा जिम व्हाल्व्हानो आणि जॉर्ज टाउनचा जॉन थॉम्प्सन.

(एक-दोन वर्षांनंतर त्यानं कॉलेजच्या फुटबॉल टीम्सबाबत हीच किमया केली. त्यात अनेक महान लोक होते – व्हॅन्स डूली आणि राष्ट्रीय विजेते जॉर्जिया बुलडॉग्ज. हो! हर्शल वॉकरही नाइकेच्या बुटात आला होता!)

आम्ही एक वृत्त निवेदन दिलं आणि या कॉलेजेस्नी आमच्याशी करार केल्याचं जाहीर केलं; पण दुर्दैवानं त्या निवेदनात एक छापील चूक झाली होती. आयोनाच्याऐवजी आयोवा असं छापलं गेलं. ल्यूट ऑल्सन, आयोवाचा कोच होता. त्यानं लगेच फोन केला, तो खूप चिडला होता. आम्ही माफी मागितली आणि दुसऱ्या दिवशी चुकीची दुरुस्ती छापून आणली. तो शांत झाला.

तो म्हणाला, ''आता आम्ही वाट पाहू आणि हे *सल्लागार मंडळ* काय आहे?...''

हार्टरचा प्रभाव अजूनही पूर्णपणे दिसत होता.

इतर कंपन्यांकडून समर्थन मिळवताना बराच संघर्ष करावा लागला. टेनिससाठी आम्ही नस्तात्सेबरोबर चांगली सुरुवात केली होती; पण मग कॉनर्सबरोबर जरा अडथळा आला आणि नस्तात्सेनं आम्हाला सोडून दिलं होतं. आदिदासनं त्याला रॅकेट्स, बूट, ड्रेससकट वर्षाला एक लाख डॉलर्स द्यायचं कबूल केलं. आम्हालाही तेवढं द्यायची संधी होती; पण ती शक्यताच नव्हती. मी नॅस्टीच्या मध्यस्थाला आणि जे कोणी ऐकत असतील त्यांना म्हणालो, 'आर्थिकदृष्ट्या आम्हाला हे अशक्य आहे. खेळाच्या सन्मानार्थ कोणी एवढी मोठी रक्कम कधीच देणार नाही.'

त्यामुळे १९७७मध्ये टेनिससाठी आमच्याकडे कोणी नव्हतं.आम्ही एका स्थानिक व्यावसायिक खेळाडूला सल्लागार म्हणून नेमलं. त्या वर्षी मी आणि तो विंबल्डनला

गेलो. लंडनमधील पहिल्या दिवशी आम्हाला अमेरिकन टेनिस अधिकाऱ्यांचा एक गट भेटला. ते म्हणाले, ''आमच्याकडे काही उत्तम तरुण खेळाडू आहेत, इलियट टेशर सगळ्यात चांगला आहे, गॉटफ्रीडही छान आहे. असो, काहीही करा; पण १४ नंबरच्या कोर्टावरच्या खेळाडूपासून दूर राहा.''

''का?''

''कारण, तो गरम डोक्याचा आहे.''

मी सरळ १४ नंबरच्या कोर्टवर गेलो आणि तिथे वेड्यासारखा, न्यू यॉर्कमधील विस्कटलेल्या केसांच्या एका कॉलेजकुमाराच्या प्रेमात पडलो, त्याचं नाव होतं – जॉन मॅकेनरो!

आम्ही अनेक खेळाडू, कोचेस आणि चक्रम प्रोफेसर्स बरोबर करार करत होतो, तेव्हा आम्ही एलडी १००० हे बुटाचं नवीन मॉडेल बाजारात आणत होतो. या बुटात जरा जास्तच उतार होता. इतका की, विशिष्ट कोनातून ती टाच वॉटर स्कीसारखी दिसत असे. अशा टाचेमुळे पाय कमी वळवावे लागतील आणि गुडघ्यावरचा ताण कमी होईल, असा विचार यामागे होता. स्नायूंच्या आणि इतर इजा कमी होतील. बॉवरमननं पायाचा तज्ज्ञ व्हिक्सीच्या सल्ल्यानं हे डिझाइन केलं होतं. ग्राहकांना ते फारच आवडलं.

सुरुवातीला तरी! नंतर अनेक समस्या येऊ लागल्या. जर पाय बरोबर पडला नाही तर त्या टाचेमुळे गुडघ्याच्या समस्या, पाय वाकडे झाल्याच्या आणि अन्य समस्या! आम्ही सगळे बूट परत मागवले आणि लोकांच्या प्रतिक्रियांची वाट पाहत होतो; पण काहीच प्रतिक्रिया आली नाही. उलट कौतुकच ऐकू आलं. दुसरी कुठलीच कंपनी नवीन काही करत नव्हती, तेव्हा आमचे प्रयत्न यशस्वी होवोत की अयशस्वी; दाद मात्र मिळत होती. नवीन कल्पना पुरोगामी, आधुनिक समजल्या जात होत्या. अपयशानं आम्ही निराश झालो नव्हतो आणि आमच्या ग्राहकांची निष्ठाही कमी होत नव्हती.

बॉवरमन मात्र स्वतःबद्दल फार नाराज झाला. मी त्याला समजावण्याचा प्रयत्न केला. 'त्याच्याशिवाय नाइके शून्य आहे म्हणून त्यानं निडरपणे, परिणामांची तमा न बाळगता संशोधन, नवनिर्माण करतच राहायला हवं,' असं मी त्याला सांगितलं. एलडी १००० हे मॉडेल म्हणजे एखाद्या महान लेखकाच्या हातून थोडीशी कमी जमलेली कृती होती, चांगल्या चांगल्या लोकांचं, असं होत असतं म्हणून ते लिहायचं थांबत नाहीत.

माझ्या भाषणाचा काहीही उपयोग झाला नाही. मग आम्ही विकसित करत असलेल्या एअर शूचा उल्लेख माझ्याकडून अनवधानानं झाला. मी बॉवरमनला रूडीच्या हवा भरलेल्या बुटाबद्दल सांगितलं आणि तो रागावला, ''हं. एअर शूज! ते कधीच काम करू शकणार नाहीत, बक!''

त्याच्या बोलण्यात मत्सर होता का?

मला ते चांगलं चिन्ह वाटलं. त्याच्यातली स्पर्धात्मकता पुन्हा जागृत होऊ लागली होती.

कित्येकदा मी दुपारी ऑफिसमध्ये स्ट्रॅसरबरोबर आमच्या विक्री होणाऱ्या आणि फारशी विक्री न होणाऱ्या बुटांविषयी चर्चा करत असे. त्यातून लोकांना आपल्याबद्दल काय वाटतं आणि तसं का वाटतं, असा विचार पुढे आला. आमच्याकडे विशिष्ट विषयावर खास तज्ज्ञ नव्हते, बाजारपेठ संशोधन विभाग नव्हता. आम्हाला ते परवडत नव्हतं म्हणून आम्ही अंतर्मन, दैवी आवाज सांगेल ते करायचो. आम्हाला दिसत होतं की, आमचे बूट लोकांना नक्कीच आवडतात. त्यांना आमची कहाणी आवडली होती. काही धावपटूंनी स्थापन केलेली ओरेगॉनची एक कंपनी. नाइकेचे बूट घातल्यावर इतर लोक काय म्हणतात हे त्यांना आवडत होतं. आम्ही आता केवळ एक ब्रँड राहिलो नव्हतो. आम्ही आगळ्या वेगळ्या व्यक्तिमत्त्वाचे झालो होतो.

याचं काही श्रेय हॉलिवूडला जातं. आमच्याकडे एक माणूस होता जो सगळ्या लहान-मोठ्या, उदयोन्मुख सिनेस्टार्सना नाइकेचे बूट देत असे. टीव्ही लावला की, काही लोकप्रिय कार्यक्रमातील पात्रं आमचे बूट घातलेली दिसायची. उदाहरणार्थः *स्टारस्की अँड हच, द सिक्स मिलियन डॉलर मॅन, द इन्क्रेडिबल हल्क* वगैरे. आमच्या हॉलिवूड संपर्क अधिकाऱ्याच्या प्रयत्नामुळे *चार्लीज एंजल्समधील* फरहा फॉसेटनं १९७७च्या फरहा फॉसेटनं *चार्लीज एंजल्सच्या* १९७७व्या एपिसोडला एका कार्यक्रमात आमचे सिनोरिटा कॉर्टेझ बूट घातले होते. बस, तेवढंच पुरे होतं. फरहानं नाइके घातलेला एक प्रसंग लोकांनी पाहिला आणि दुसऱ्या दिवशी दुपारपर्यंत देशातील सर्व दुकानातील सगळे सिनोरिटा कॉर्टेझ बूट विकले गेले. काहीच दिवसात यूसीएलए आणि यूएससीमधील चिअर लीडर्स या फरहा शूज नावानं ओळखल्या जाणाऱ्या बुटात नाचत, उड्या मारत होत्या.

या सगळ्याचा अर्थ म्हणजे आणखी मागणी आणि मागणी पुरी करण्यात अजून अडचणी. आमचं उत्पादन क्षेत्र तसं विस्तृत होतं, जपानशिवाय आमच्याकडे तैवानमध्ये काही कारखाने होते, कोरियामध्ये दोन लहान कारखाने होते, शिवाय एक्सेटर आणि प्युर्टो रिकोही होतं; पण नवीन कारखान्यांच्या निर्मिती बरोबर आर्थिक ताणही यायचा.

कधी कधी आमच्या समस्या पैशाशी संबंधित नसायच्या. उदाहरणार्थ, कोरियामध्ये पाच कारखाने इतके प्रचंड होते आणि त्यांच्यात इतकी तीव्र स्पर्धा होती की, आम्हाला ते फेकून देतील अशी खात्री होती आणि खरोखरच, एक दिवस मला टपालामध्ये आमच्या नाइके ब्रुइनची आमच्या खास स्वूश सकट अगदी शंभर टक्के नक्कल सापडली, साधी नक्कल होणं ठीक वाटतं; पण ही चोरी होती आणि ती राक्षसी चोरी होती. आमच्या लोकांची कसलीही मदत नसताना त्या बुटातील तपशील आणि कारागिरी अचंबित करणारी होती. मी त्या कारखान्याच्या अध्यक्षांना लिहून कळवलं की, त्यांनी हे लगेच थांबवावं नाही, तर मी त्यांना शंभर वर्षं तुरुंगात टाकीन...

आणि मग पुढे लिहिलं, असो; पण तुम्हाला आमच्याबरोबर काम करायला आवडेल?

१९७७च्या उन्हाळ्यात मी त्या कारखान्याबरोबर करार केला आणि त्या वेळी तरी आमची ही समस्या थोडी कमी झाली. महत्त्वाचं म्हणजे त्यामुळे आम्हाला उत्पादन मोठ्या प्रमाणावर हलवायचं झालं तर ते शक्य होणार होतं.

त्यामुळे आमचं जपानवरचं अवलंबित्व एकदाच आणि कायमचं संपलं.

* * *

माझ्या लक्षात आलं की, हे प्रश्न कधीच संपणार नव्हते; पण आता तरी आमच्याकडे प्रश्नांपेक्षा कामाची गती जास्त होती. त्याचा लाभ घ्यावा म्हणून आम्ही एक नवीन जाहिरात मोहीम सुरू केली. त्या मोहिमेचं आकर्षक घोषवाक्य होतं, 'देअर इज नो फिनिशिंग लाइन' (शर्यतीत खरं तर अंतिम रेषा नसतेच). आमच्या नवीन जाहिरात कंपनीचा मुख्य अधिकारी जॉन ब्राउन याची ही कल्पना होती. त्यानं नुकतंच सिॲटलमध्ये आपलं ऑफिस सुरू केलं होतं, तो तरुण व हुशार होता आणि एखादा खेळाडू असतो त्याच्या अगदी विरुद्ध होता. त्या काळात आम्ही असेच लोक निवडत होतो बहुधा. जॉन्सन आणि मी सोडलं तर बैठं काम करणाऱ्या लोकांसाठी नाइके म्हणजे एक आश्रयस्थान होतं. काहीही असो, ब्राउननं उत्तम जाहिरात मोहीम सुरू केली होती आणि नाइकेचा आत्मा दाखवणारं घोषवाक्य शोधलं होतं.

त्याच्या जाहिरातीत गावाकडच्या एकाकी रस्त्यावर एकच धावपटू आणि भोवती डग्लस मेंढ्यांचा कळप दाखवला होता. अर्थात ओरेगॉनमधीलच हे दृश्य असणार! खाली लिहिलं होतं, 'स्पर्धेत सर्वांवर मात करणं त्या मानानं सोपं असतं; पण स्वतःवर मात करणं ही आयुष्यभराची तपश्चर्या आहे.'

प्रत्येकाला ही जाहिरात नवीन, छान वाटली. त्यात त्या वस्तूवर जास्त लक्ष दिलं नव्हतं, तर त्यामागची कल्पना अधिक महत्त्वाची दाखवली होती आणि ७०च्या दशकात जाहिरातीत असं कुठे दिसलं नव्हतं. या जाहिरातीसाठी लोकांनी आम्ही जग जिंकल्यासारखं माझं अभिनंदन केलं. मी नुसतेच खांदे उडवले. हा माझा विनय नव्हता; मला जाहिरातीतील ताकद अजून पटली नव्हती, अजिबात पटली नव्हती. माझ्या मते एखादं उत्पादनच स्वतःविषयी सांगत असतं. अखेर, वस्तूची गुणवत्ता महत्त्वाची. कुठलीही जाहिरात मोहीम माझं म्हणणं चुकीचं सिद्ध करेल किंवा माझं मत बदलू शकेल, असं मला कधी वाटलं नाही.

आमच्या जाहिरात विभागातील लोकांनी अर्थातच माझं मत चुकीचं आहे, अगदी चुकीचं आहे, शंभर टक्के चुकीचं आहे, असं मला सांगितलं; पण मी पुन्हा पुन्हा त्यांना विचारायचो, 'तुमच्या जाहिरातींमुळे लोक नाइके विकत घेत आहेत, असं तुम्हाला वाटतं का? तुम्ही आकडेवारीतून हे मला दाखवू शकाल का?'

शांतता!

ते म्हणायचे, ''नाही, *नक्की* सांगता येणार नाही.''

मी म्हणायचो, ''मग मला पटणं जरा अवघडच आहे, नाही का?''

मला बऱ्याचदा वाटायचं की, माझ्याकडे वेळ असता तर जाहिरातीच्या फायद्यांबद्दल खुली चर्चा करावी. आमच्या बुटांवर काय बोधवाक्य लिहायचं यापेक्षा आमचे रोजचे प्रश्न सोडवणं अधिक तातडीचं होतं. १९७७च्या उत्तरार्धात आमचे डिबेंचरधारक ही एक समस्या होती. त्यांना अचानक आपले डिबेंचर्स रोखीत परावर्तित करायचे होते. यासाठी समभागांची खुली विक्री करणं हा तोपर्यंत तरी एक उत्तल मार्ग वाटत होता; पण हा काही त्यावर उपाय नाही, असं त्यांना सांगण्याचा आम्ही प्रयत्न केला. त्यांना ऐकून घ्यायचं नव्हतं.

मी पुन्हा एकदा चक रॉबिन्सनकडे वळलो. त्यांनी दुसऱ्या महायुद्धात लढाऊ जहाजावर लेफ्टनंट कमांडर म्हणून उत्तम कामगिरी केली होती. त्यांनी सौदी अरेबियामध्ये पहिली पोलाद फॅक्टरी उभी केली होती. त्यांनी सोव्हिएत रशियाबरोबर धान्य पुरवठ्याच्या करारासाठी मदत केली होती. माझ्या माहितीतील कुणापेक्षाही जास्त चांगला धंदा चकला कळत होता आणि आम्ही बरेच दिवस त्याचा सल्ला मिळावा म्हणून प्रयत्न करत होतो; पण गेली काही वर्षं ते परराष्ट्र खात्यात हेनरी किसिंजरचा नंबर दोन साहाय्यक म्हणून काम करत होते, त्यामुळे जाक्काच्या मते ते माझ्या मर्यादेपलीकडचे होते. आता जिमी कार्टर निवडून आल्यानंतर चक पुन्हा वॉल स्ट्रीटवर सक्रिय झाले होते आणि सल्ला देण्यासाठी उपलब्ध होते. मी त्यांना ओरेगॉनला बोलावलं.

आमच्या ऑफिसमधला त्यांचा पहिला दिवस मी कधीच विसरणार नाही. मी त्यांना गेल्या काही वर्षांतल्या घडामोडींबद्दल सांगितलं आणि जपानी व्यापारी कंपन्यांबद्दलच्या सल्ल्यासाठी त्यांचे आभार मानले. मग मी त्यांना आमचे आर्थिक अहवाल दाखवले, त्यांना हसूच आवरेना. ते म्हणाले, ''एकूण रचना पाहिली तर तुमची कंपनीदेखील एक जपानी व्यापारी कंपनीच वाटते आहे - ९०% कर्जात बुडालेली.''

''मला माहीत आहे.''

ते म्हणाले, ''पण कंपनी अशी कशी चालेल?''

''हो ना, मला वाटतं म्हणून तर तुम्हाला बोलावलं आहे.

पहिलं व्यावसायिक पाऊल म्हणून आम्ही त्यांना आमच्या संचालक मंडळावर आमंत्रित केलं आणि आश्चर्य म्हणजे त्यांनी ते मान्य केलं. मी कंपनी पब्लिक लिमिटेड करण्याविषयी त्यांचं मत विचारलं.

ते म्हणाले, ''पब्लिक लिमिटेड करणं हा एक पर्याय नव्हता तर ते आवश्यकच होतं.'' ते म्हणाले, ''रोखीची समस्या सोडवण्यासाठी या समस्येवर उपाय शोध, शक्य तसे लढ नाही, तर कंपनी हातातून जाईल.'' त्यांचा सल्ला धक्का देणारा होता; पण गरजेचा होता.

आयुष्यात प्रथमच मला कंपनी पब्लिक लिमिटेड करणं अपरिहार्य आहे, असं वाटलं आणि ते उमजल्यावर मला जरा वाईटच वाटलं. अर्थात, आम्हाला यातून बराच पैसा मिळाला असता; पण माझ्या निर्णयप्रक्रियेत श्रीमंतीला फारसं स्थान नव्हतं आणि अन्य बटफेसना तर त्याबद्दल कमीच आस्था होती म्हणून नंतरच्या बैठकीत मी हा विषय काढला आणि चक काय म्हणाले ते सांगितलं. मी चर्चेला सुरुवात केलीच नाही, थेट मतदानच घेतलं.

हेज ठरावाच्या बाजूनं होता.

जॉन्सन विरुद्ध होता.

स्ट्रॅसरसुद्धा विरुद्धच होता. तो पुन्हा पुन्हा म्हणत होता, ''त्यामुळे आपली संस्कृती बिघडेल.''

वुडेल कुंपणावर बसला होता. आमचं एकमत कशावर झालं असेल, तर या बाबतीत कोणतीच अडचण नव्हती यावर! पब्लिक लिमिटेड करण्यामध्ये कुठलाच अडथळा नव्हता... विक्री असामान्य पातळीवर होती, सांगोवांगी चांगलंच मत होतं. खटले, कोर्ट केसेस वगैरे मागे पडले होते. आमच्यावर कर्ज होतं; पण आता तरी ते आवाक्यात होतं. १९७७च्या नाताळच्या हंगामात आमच्या घराच्या जवळपास रंगीबेरंगी रोषणाई होऊ लागली होती. मला आठवतं की तेव्हा रात्री धावायला गेलो असताना, मनात विचार यायचा, सगळं काही बदलणार आहे; थोडा वेळ लागणार आहे इतकंच!

आणि मग ते पत्र आलं.

साधं लहानसं पत्र! नेहमीचं पांढरं पाकीट! त्यावर परतीचा पत्ता होता – *अमेरिकन कस्टम्स विभाग, वॉशिंग्टन डी. सी.* मी ते उघडून पाहिलं आणि माझे हात थरथरू लागले. ते एक बिल होतं – अडीच कोटी डॉलर्सचं!

मी ते पुन्हा पुन्हा वाचलं, मला त्याचा अर्थच कळेना. मला समजत होतं, त्याप्रमाणे सरकार म्हणत होतं की, नाइके कंपनीला गेल्या तीन वर्षांत 'अमेरिकन सेलिंग प्राइस'नुसार इतकं आयात शुल्क देणं भाग होतं. काय? 'अमेरिकन सेलिंग प्राइस?' शुल्क आकारण्याची ही एक जुनी पद्धत होती. स्ट्रॅसरला ऑफिसमध्ये बोलावून ते पत्र त्याच्यासमोर टाकलं. त्यानं ते वाचलं, तो हसत, दाढी खाजवत म्हणाला, ''हे काही खरं नाही!'' मी म्हणालो, ''माझीही हीच प्रतिक्रिया झाली.''

आम्ही ते पत्र एकमेकांकडे देत पुन्हा वाचू लागलो. काही तरी चुकलं होतं, याची आम्हाला खात्री होती. कारण, ते जर खरं असेल, आम्हाला सरकारला अडीच कोटी डॉलर्स द्यायचे असतील तर आमचा धंदा संपलाच होता. अगदी एका क्षणात! आणि मग पब्लिक लिमिटेड करण्याबद्दलची चर्चा अगदी व्यर्थ होती. १९६२पासून सगळा वेळ वायाच गेला होता? शर्यतीत अंतिम रेषा नसते! पण आता इथे, अगदी *या क्षणी* अंतिम रेषा थेट समोर उभी होती!

स्ट्रॅटसनं काही लोकांना फोन केले आणि दुसऱ्या दिवशी तो मला भेटला. या वेळी तो हसत नव्हता. तो म्हणाला, ''हे खरं असू शकेल!'

आणि त्यामागचा हेतू दुष्ट होता. आमचे अमेरिकन स्पर्धक आणि आता या व्यवसायात उरलेले इतर लोक म्हणजे कॉन्व्हर्स, केड्स आणि काही लहान कारखाने, ते सगळे यामागे होते. आमची गति थांबवण्यासाठी त्यांनी वॉशिंग्टनमध्ये राजकीय वर्तुळात प्रचार केला होता आणि तो यशस्वी ठरला, त्यांच्या अपेक्षेपेक्षा यशस्वी ठरला. त्यांनी प्राचीन काळातील स्थानिक उद्योगासाठी संरक्षणाभिमुख असा 'अमेरिकन सेलिंग प्राइस' कायदा उकरून काढला, महामंदीचं हेच कारण होतं, असं एक मत आहे. त्यांनी कस्टम्स अधिकाऱ्यांना फितवून आमचं खच्चीकरण करण्यासाठी हे काम केलं होतं.

मुळात अमेरिकन सेलिंग प्राइस किंवा एएसपी या कायद्यानुसार जर अमेरिकेत कुणी स्पर्धक कंपनी तसेच बूट तयार करत नसेल, तर आयात केलेल्या नायलॉनच्या बुटांवर उत्पादन खर्चाच्या २०% शुल्क लागू होतं. जर असे स्थानिक स्पर्धक असतील, तर त्याच्या विक्रीच्या २०% *कस्टम्स शुल्क* देय असतं, त्यामुळे आमच्या स्पर्धकांचं काम सोपं होतं... अमेरिकेत थोडे फार बूट बनवायचे, ते आयात बुटांप्रमाणेच आहेत असं दाखवायचं, त्याची किंमत अफाट ठरवायची आणि मग धमाका! आम्हाला लागणारं आयात शुल्क आकाशाला भिडवायचं!

आणि त्यांनी नेमकं तेच केलं. एकच दुष्ट कूटनीती वापरली आणि आमचं आयात शुल्क मागील तारखांपासून ४०टक्क्यानं वर गेलं. गेल्या काही वर्षांची थकबाकी मिळून कस्टम्स खात्यानुसार आम्ही अडीच कोटी डॉलर्स देणं लागत होतो. यामागे कारस्थान असो की नसो, स्ट्रॅटस म्हणाला की, कस्टम्स खातं विनोद करत नव्हतं. आम्ही अडीच कोटीचं देणं लागत होतो आणि त्यांना ते ताबडतोब हवं होतं.

मी टेबलावर डोकं टेकलं. काही वर्षांपूर्वी जेव्हा मी ओनित्सुकाशी लढत होतो, तेव्हा मला वाटत होतं की, हा संघर्ष संस्कृतीतील फरकामुळे घडतो आहे. दुसऱ्या महायुद्धाचा माझ्यावर थोडा प्रभाव असल्यामुळे एका जुन्या शत्रूबरोबर संघर्ष झाल्याबद्दल मला काही वावगं वाटलं नव्हतं; पण आता मी जपानच्या जागी होतो आणि अमेरिकेशी – माझ्याच सरकारशी संघर्ष करणार होतो.

मला अशा प्रकारे लढावं लागेल, असं कधी वाटलं नव्हतं, अजिबात नाही; पण तरी ते मी टाळू शकत नव्हतो. इथे हार म्हणजे सर्वनाश होता. सरकार जे मागत होतं म्हणजे अडीच कोटी डॉलर्स – ती तर जवळजवळ आमची १९७७ सालची विक्री होती आणि समजा, आम्ही वर्षभराचं उत्पन्न दिलं असतं तरी पुढे ४०% जास्त कस्टम्स शुल्क देणं आम्हाला शक्यच नव्हतं.

आता एकच गोष्ट करता येण्यासारखी होती. सुस्कारा सोडून मी स्ट्रॅसरला म्हणालो, 'आपल्या सर्व शक्तिनिशी आपल्याला लढायला पाहिजे.'

या संकटाचा माझ्या मनाला इतरांपेक्षा जास्त त्रास का झाला मला सांगता येत नाही. मी स्वतःला पुन्हा पुन्हा समजावण्याचा प्रयत्न केला; आपण वाईट दिवस पाहिले आहेत, आपण यातूनही तरून जाऊ.

पण हे काही तरी वेगळंच वाटत होतं.

मी पेनीशी या विषयावर बोलायचा प्रयत्न केला; पण ती म्हणाली की, मी बोलत नव्हतो, फक्त शून्याकडे बघत बडबडत होतो. ती वैतागून आणि थोडी घाबरून म्हणायची, 'पुन्हा तुझी मूक भिंत झाली.' मी तिला सांगायला हवं होतं की, पुरुष लढत असतात तेव्हा असेच वागतात, ते भिंत उभी करतात; ते झुलता पूल ओलांडतात, खंदकातून पुढे जातात.

पण माझ्या चढत्या भिंतीच्या मागे काय करावं, ते मलाच कळत नव्हतं. १९७७मध्ये माझी बोलण्याची शक्तीच हरवली. मी एक तर गप्प बसत असे किंवा स्वतःवर चिडत असे. रात्री उशिरा, स्ट्रॅसर, हेज, वुडेल किंवा वडिलांशी बोलल्यानंतरही मला कोणताही मार्ग दिसेना. अथक परिश्रमानं उभारलेला धंदा मला बंद करावा लागतो आहे, एवढंच मला दिसत होतं. मग मी टेलिफोनवर भडकायचो. फोन खाली न ठेवता मी तो आपटत असे, पुन्हा पुन्हा... तो फुटेपर्यंत आपटत असे. अनेकदा मी त्या फोनची वाट लावत असे.

मी असं तीन-चार वेळा केलं. नंतर फोन दुरुस्त करणारा कंपनीचा माणूस घरी आला आणि त्यानं फोन बदलला. डायल टोन आल्याची खात्री करून माझ्याकडे बघत तो म्हणाला, ''हा खरंच पोरकटपणा आहे.''

मी फक्त मान हलवली.

तो म्हणाला, ''तू आता मोठा झाला आहेस ना!''

मी पुन्हा मान हलवली.

जर फोन दुरुस्त करणारा माणूस असा उपदेश करत असेल, तर मला वाटलं की, आपल्याच वर्तनात बदल करायला हवा. मी स्वतःशी प्रतिज्ञा केली. मी ठरवलं की, मी रोज ध्यान करेन, मनात आकडे मोजेन, रात्री बारा मैल पळायला जाईन; स्वतःला सावरण्यासाठी आवश्यक असेल ते सर्व काही करेन.

स्वतःला सावरणं आणि चांगला बाप होणं, यात फरक असतो. मी नेहमी स्वतःला बजावायचो की माझे वडील जसे होते, त्यापेक्षा अधिक चांगला बाप मी माझ्या मुलांचा होईन; पण १९७७च्या अखेरीस मी आत्मपरीक्षण केलं. मी मुलांपासून किती काळ दूर राहत होतो ते पाहिलं, तेव्हा मी स्वतःला फारच कमी गुण दिले. आकड्यातच म्हणायचं, तर माझे वडील माझ्यासाठी जितके चांगले होते, त्यापेक्षा मी माझ्या मुलांसाठी फक्त १०% अधिक चांगला होतो.

मी स्वतःला म्हणायचो की, निदान मी मुलांना जास्त गोष्टी पुरवतो.

आणि मी त्यांना रात्री झोपताना गोष्टी सांगतो...

एप्रिल १७७७ बोस्टन! आपल्या आवडत्या चहावर आयात शुल्क वाढवल्याबद्दल चिडलेल्या वसाहत रहिवाशांसह, मॅट आणि ट्राव्हिस हिस्टरी बोस्टन बंदरावर तीन जहाजांत लपून छपून चढले आणि त्यांनी जहाजावरील सर्व चहा समुद्रात ओतून दिला.

त्यांचे डोळे मिटले रे मिटले की, मी त्यांच्या खोलीतून बाहेर येऊन माझ्या आरामखुर्चीवर बसत असे आणि फोन हातात घेत असे, *'हाय डॅड, हो मीच! कसं काय चाललंय? माझं? फारसं नीट नाही चाललंय.'*

गेली दहा वर्षं हेच माझं रात्रीचं पेय होतं, हीच मुक्ती होती; पण आता मात्र त्याची गरज पूर्वीपेक्षा जास्त वाटत होती. वडिलांकडूनच फक्त मिळू शकतील अशा काही गोष्टींसाठी मी आतुर होतो; पण नक्की काय हवंय ते मला शब्दांत सांगणं अवघड होतं.

दिलासा?

होकार?

विश्वास?

९ डिसेंबर १९७७ या दिवशी मला एकदम सगळी उत्तरं मिळाली. अर्थातच, 'खेळ' हेच या मागचं कारण होतं.

त्या दिवशी ह्यूस्टन रॉकेट्स लॉस एंजलिस लेकर्सबरोबर खेळणार होते. दुसऱ्या भागाच्या सुरुवातीला लेकर्सचा गार्ड, नॉर्म निक्सन याचा एक जंपर हुकला आणि त्याच्याच टीममधला केव्हिन कुनेर्ट या सात फूट उंचीच्या खेळाडूनं ह्यूस्टनच्या कर्मिट वॉशिंग्टनचा चेंडू परत मिळवण्यासाठी झटापट केली. त्यात, वॉशिंग्टननं कुनेर्टची हाफ पँट खाली खेचली आणि कुनेर्टनं त्याला कोपर मारलं. वॉशिंग्टननं त्याला डोक्यावर ठोसा दिला. मारामारी सुरू झाली. ह्यूस्टनचा रूडी टोमजॅनोव्हिच आपल्या संघातल्या खेळाडूंच्या बचावासाठी धावला. वॉशिंग्टननं वळून एक शेतीचं अवजार फेकून मारलं; टोमजॅनोव्हिचचा जबडा आणि नाक फुटलं. त्याची कवटी आणि चेहऱ्याची हाडं त्वचेपासून वेगळी झाली. टोमजॅनोव्हिच मशिनगनचा झटका बसावा तसा खाली कोसळला; त्याचं अवजड शरीर मोठा आवाज करून जमिनीवर पडलं. तो आवाज अख्ख्या लॉस एंजलिस फोरममध्ये घुमला. टोमजॅनोव्हिच रक्ताच्या वाढत जाणाऱ्या थारोळ्यात काही सेकंद निश्चेष्ट पडला.

त्या रात्री मी वडिलांशी बोलेपर्यंत मला यातलं काहीच माहीत नव्हतं. त्यांचा श्वास रोखला गेला होता. त्यांनी तो सामना पाहिला होता, याचं मला आश्चर्यच वाटलं. पोर्टलँडमधील प्रत्येक जण त्या वर्षी बास्केट बॉलच्या प्रेमात पडला होता. कारण, आमची ट्रेल ब्लेझर्स टीम आदल्या वर्षाची एनबीएची राष्ट्रीय विजेती होती; पण त्या सामन्यामुळे ते चकित झाले नव्हते. मला त्या मारामारीबद्दल सांगितल्यानंतर ते म्हणाले, 'ओह बक, मी पाहिलेली ती सर्वांत अविश्वसनीय गोष्ट होती.' बराच वेळ थांबून ते पुढे म्हणाले, 'कॅमेरा खेळाडूंच्या अगदी जवळ जात होता आणि आम्हाला टोमजॅनोव्हिचचे बूट स्पष्ट दिसत होते-त्याचे स्वूश! कॅमेरा सतत *स्वूशवर* जात होता.'

माझ्या वडिलांच्या बोलण्यात इतका अभिमान मी कधीच पाहिला नव्हता. हो, हे खरं होतं की, टोमजॅनोव्हिच इस्पितळात जीवनाची लढाई लढत होता, त्याच्या चेहऱ्याची हाडं अगदी डोक्यापर्यंत गेली होती; पण बक नाइटचा लोगो देशाच्या नजरेत भरत होता.

त्याच दिवशी माझ्या वडिलांना स्वूशचा साक्षात्कार झाला असावा. मी आणि आदरास पात्र! त्यांनी 'अभिमान' हा शब्द उच्चारला नाही; पण त्यांनी तेच म्हटलं असावं, असं मला फोन ठेवताना जाणवलं.

त्यामुळेच हा सर्व प्रयत्न सार्थकी लागला असं मला वाटलं.

अगदी जवळजवळ सार्थकी लागला!

* * *

माझ्या व्हॅलियंट गाडीतून मी काही बूट विकले होते. त्यानंतर दर वर्षी विक्री जोरात वाढत होती; पण १९७७च्या अखेरीस - विक्री वेड्यासारखी वाढली... सात कोटी डॉलर्स! मी आणि पेनीनं एक मोठं घर घ्यायचं ठरवलं.

सरकारबरोबर एक प्रचंड लढाई चालू असताना असा निर्णय जरा विचित्रच होता; पण सगळं काही ठीक होणारच, *अशा प्रकारे* वागणं मला आवडत होतं.

म्हणतात ना, दैव शूरवीरांनाच साथ देतं.

आणि मला स्थलांतराची कल्पनाही आवडली.

मला वाटलं कदाचित त्यामुळे नशीब बदलेल.

जुनं घर सोडताना आम्हाला अर्थातच वाईट वाटलं. दोन्ही मुलांनी तिथेच आपली पहिली पावलं टाकली होती आणि मॅथ्यू त्या पोहण्याच्या तलावामुळेच तिथे राहत असे. पाण्यात डुंबताना तो नेहमीच खुशीत असे. पेनी मान हलवीत म्हणत असे, 'एक गोष्ट नक्की की, हा मुलगा कधीच बुडणार नाही.'

पण दोन्ही मुलं मोठी होत होती. त्यांना जागा पुरत नव्हती आणि या नव्या ठिकाणी भरपूर जागा होती. हिल्सबोरोच्या वरच्या बाजूला पाच एकरांवर हे घर होतं; प्रत्येक खोली ऐसपैस होती. भरपूर उजेडाची होती. आम्हाला हवं होतं तसं घर सापडलं हे पहिल्या दिवशीच आमच्या लक्षात आलं. माझ्या आरामखुर्चीसाठीसुद्धा तिथे एक खास कोपरा होता.

या नव्या पत्त्यावर, नवीन सुरुवात करताना मी एक नवीन दिनक्रम ठरवला. मी कुठे बाहेर जाणार नसलो तर मी तरुण मुलांचे सगळे बास्केटबॉल आणि फुटबॉलचे सामनं आणि लिटल लीगचे सामने पाहायला जायचो. शनिवार-रविवार मी मॅथ्यूला बॅट कशी फिरवायची ते शिकवायचो, अर्थात दोघांनाही मी हे का करतो आहे, याचं नवल वाटायचं. तो मागचा पाय स्थिर ठेवतच नसे, ऐकायचाच नाही आणि सतत माझ्याशी वाद घालायचा.

तो म्हणायचा, ''चेंडू हलत असतो, मग मी का नाही हलायचं?''

''कारण, तसं केलं तर चेंडू मारणं अवघड जातं.''

पण त्याला हे कधी पटायचंच नाही.

मॅथ्यू नुसताच बंडखोर नव्हता तर तो कायम विरोधी पक्षातच असायचा. त्याला अधिकारी व्यक्तींचं ऐकणं मान्यच नव्हतं आणि आम्ही प्रत्येक गोष्टीत अधिकार गाजवतो, असं त्याला वाटायचं. त्याच्या मनाविरुद्ध काहीही झालं की, तो त्याला अन्याय वाटायचा आणि लगेच वादालाच सुरुवात व्हायची. उदाहरणार्थ, सॉकर खेळताना तो नेहमी बंड पुकारत असे. तो स्पर्धांपेक्षा खेळाच्या नियमांशी, रचनेशी जास्त लढत असे. खेळताना दुसऱ्या टीमचा कोणी त्याच्याकडे येऊ लागला तर मॅथ्यू खेळ, चेंडू वगैरे विसरून सरळ त्याच्या अंगावर चाल करून जात असे. तो मुलगा खाली पडायचा, त्याचे आई-वडील बाहेर यायचे आणि एकच गोंधळ सुरू होत असे. मॅथ्यू भांडणाला सुरुवात करत असे; पण माझ्याप्रमाणे त्यालाही ते आवडत नसे, हे माझ्या लक्षात आलं होतं. त्याला सॉकर आवडत नव्हतं, खरं तर त्याला खेळाची आवडच नव्हती. तो खेळत असे आणि मी त्याला खेळताना बघत असे, फक्त एक कर्तव्य म्हणून!

काळ गेला तसा त्याच्या वर्तनाचा त्याच्या भावावर उलटा प्रभाव पडू लागला. ट्राव्हिस जात्याच खेळाडू होता आणि त्याला खेळाची आवड होती, मॅथ्यू त्याला मागे ओढत असे. एके दिवशी ट्राव्हिसनं खेळणं सोडूनच दिलं. तो कुठल्याच टीमबरोबर जाईनासा झाला. मी त्याला पुन्हा एकदा विचार करायला सांगितलं; पण मॅथ्यू आणि त्याच्यात एक गोष्ट समान असली तर ती होती आडमुठेपणा. आयुष्यात मी अनेक ठिकाणी सौदे, बोलणी केली; पण माझ्या मुलांबरोबर हे काम फारच अवघड ठरलं.

१९७७च्या शेवटच्या दिवशी, मी माझ्या नवीन घरात रात्री दिवे बंद करत होतो, तेव्हा माझ्या अस्तित्वालाच एक मोठं छिद्र पडलं आहे असं मला वाटलं. माझं सगळं आयुष्य, माझा धंदा खेळाभोवती केंद्रित होता, वडिलांबरोबरचं माझं नातंही खेळांतून जोडलं गेलं होतं आणि माझ्या मुलांपैकी कुणालाही खेळ अजिबात नको होता.

अमेरिकन सेलिंग प्राइसप्रमाणे हाही एक अन्याय होता!

१९७८

स्ट्रॅसर आमचा पंचतारांकित सेनापती होता आणि मी कुठल्याही हल्ल्यात, लढाईत त्याच्या पाठोपाठ जायला तयार होतो. ओनित्सुकाबरोबर संघर्ष झाला होता तेव्हा त्याच्या जोरदार आवेशामुळे मला दिलासा मिळाला होता, मी टिकून राहिलो होतो. त्याचं धाडसी मन हे एक धारदार शस्त्र होतं. सरकारबरोबरच्या या नव्या लढाईत तो अधिकच आवेशात होता. मला वाटलं, बरं झालं. तो एखाद्या चिडलेल्या व्हायकिंग योद्ध्याप्रमाणे ऑफिसमध्ये दाण दाण पावलं टाकत होता आणि त्याच्या पावलांचा आवाज मला संगीताप्रमाणे भासत होता.

आम्हाला दोघांनाही ठाऊक होतं की, नुसता आवेश किंवा स्ट्रॅसर एकटाच कामाचा नाही. आम्ही अमेरिकन संघराज्याशी लढत होतो. आम्हाला त्यासाठी *काही* चांगली माणसं हवी होती, तेव्हा स्ट्रॅसर पोर्टलँडमधील एका तरुण वकिलाकडे गेला, रिचर्ड वेर्शकुल हा त्याचा मित्र होता.

वेर्शकुलबरोबर माझी मुद्दाम ओळख करून दिल्याचं मला आठवत नाही. त्याला कुणी भेटायला सांगितल्याचं किंवा त्याला नेमल्याचंही मला आठवत नाही. मला *अचानक* वेर्शकुल सभोवताली फिरताना जाणवू लागला, तो सतत समोर असल्याचा भास होऊ लागला म्हणजे समोरच्या बागेतला सुतारपक्षी नेहमी जागेवर असतोच किंवा आपलं डोकं जागेवर असतंच तसं मी त्याला गृहीत धरलं होतं.

बहुतेक वेळा वेर्शकुलचं अस्तित्व सुखद वाटत असे. त्याच्याकडे आम्हाला रुचणारी गतिशील चेतना होती आणि आवश्यक ती पात्रता होती. स्टॅनफर्डमध्ये पदवी शिक्षण, ओरेगॉन विद्यापीठातून कायद्याची पदवी. त्याचं व्यक्तिमत्त्वही भारदस्त होतं, रंगानं निमगोरा, लवचीक बांध्याचा खोचक बोलणारा, चष्मा घालणारा वेर्शकुल वेगळ्याच खोल आवाजात बोलत असे, सर्दी झालेल्या डार्थ व्हेडरसारखा! एकूण पाहिलं तर तो एक नियोजनबद्ध माणूस वाटत असे. त्याच्या नियोजनात झोप किंवा शरणागती हे शब्द नव्हते.

दुसरीकडे त्याच्यात एक विक्षिप्त झाक होती. आपण सगळेच लहानपणी गबाळे असायचो; पण वेर्शकुल म्हणजे मॉम हार्टफिल्डनं 'वाइल्ड हेअर' म्हणून उल्लेख केला असता तसा होता. त्याच्या बाबतीत काही तरी न पटण्यासारखं होतं, उदाहरणार्थ, तो मूळचा ओरेगॉनचा होता; पण त्याच्यात पूर्व अमेरिकेचीही झाक होती – निळा ब्लेझर, गुलाबी शर्ट, गळ्यात बो... वगैरे ! काही वेळा त्याच्या उच्चारामुळे न्यू पोर्टमध्ये येल विद्यापीठासाठी नौकानयन करणाऱ्या किंवा तिकडे पोलो खेळणाऱ्या लोकांची आठवण येत असे. विलामेट व्हॅली अथपासून इतिपर्यंत फिरलेल्या माणसाच्या बाबतीत हे जरा विचित्रच होतं. तो खूप विनोदी आणि थिल्लरपणे वागत असे; पण कधी अगदी क्षुल्लक कारणामुळे बदलतही असे आणि एकदम गंभीर होत असे.

नाइके विरुद्ध अमेरिकन कस्टम्स या विषयाशिवाय दुसरं काहीही त्याला इतकं गंभीर करत नसे.

तो एखाद्या विषयात फारच बुडून जात असे आणि नाइकेमधील काही लोकांना त्याची चिंता वाटत असे. मला मात्र ते ठीक वाटायचं. असे वाहून घेणारे लोकच कामासाठी, माझ्यासाठी चांगले आणि उपयुक्त होते. काही लोकांना तो अस्थिर वाटत असे; पण मी म्हणायचो की, तो अस्थिर असला तरी त्याला कोण डिवचणार?

शिवाय, स्ट्रॅसरला तो आवडत असे आणि माझा स्ट्रॅसरवर विश्वास होता. त्यानं सुचवलं की, आपण वेर्शकुलला पदोन्नती देऊ आणि त्याला वॉशिंग्टन डी.सी.ला पाठवू. कारण, तो तिथे राजकीय नेत्यांजवळ राहील आणि आपल्याला राजकारणी लोकांचा आधार लागतो, त्यामुळे मी या प्रस्तावाला अजिबात विरोध केला नाही आणि वेर्शकुलनंही विरोध केला नाही.

वेर्शकुलला वॉशिंग्टनला पाठवलं त्याच सुमारास मी हेजला एक्सेटरला कारखान्यातील स्थिती पाहण्यासाठी आणि वुडेल व जॉन्सन यांचं कसं जमतं हे पाहायला पाठवलं होतं. शिवाय त्याला एक रबर मिल विकत घेण्याची जबाबदारीही दिली होती. रबर मिलमुळे आमच्या बुटांचा बाहेरचा तळ आणि मिडसोल यात सुधारणा होईल असं वाटत होतं. शिवाय, बॉवरमनलाही त्याच्या प्रयोगासाठी रबर मिल हवी होती आणि माझं हेच धोरण होतं, बॉवरमनला जे हवं ते द्यायचंच! बॉवरमननं शेरमन रणगाडा जरी मागितला असता तरी मी वुडेलला सांगितलं होतं, उगीच प्रश्न विचारू नकोस; सरळ पेंटॅगॉनला फोन कर!

पण हेजनं वुडेलला जेव्हा या रबर मिलविषयी आणि ते कुठे मिळेल याबद्दल विचारलं, तेव्हा वुडेलनं मान हलवत म्हटलं, "असं कधी ऐकलं नव्हतं." वुडेलनं हेजला गियाम्पेट्रोचं नाव सांगितलं. कारण, त्याला रबर मिलबद्दल सगळं काही माहिती होतं. काही दिवसांनी हेज गियाम्पेट्रोला घेऊन मेन या राज्यात, साको या लहान गावात आला होता आणि तिथल्या औद्योगिक सामन्याच्या लिलावाला उपस्थित होता.

हेजला त्या लिलावात रबर मिल काही मिळाली नाही; पण तो त्या लिलावाच्या जागेच्या प्रेमात पडला होता. साको नदीमध्ये एका बेटावर लाल विटांनी

बांधलेला हा एक कारखाना होता. स्टीफन किंगच्या लिखाणात असावी तशी ही जागा होती; पण हेज त्यामुळे बिचकला नाही, ती वास्तू त्याच्याशी बोलत होती. अर्थात बुलडोझरकडे आकर्षित होणाऱ्या माणसाला गंजलेल्या जुन्या कारखान्याने भुरळ पाडली नसती तरच नवल! आश्चर्य म्हणजे ती जागा विकाऊ होती, किंमत पाच लाख डॉलर्स. हेजनं त्या मालकाला एक लाख डॉलर देऊ केले आणि शेवटी २ लाख डॉलरवर सौदा झाला.

हेज आणि वुडेलनी दुपारी मला फोन करून म्हटलं, ''अभिनंदन!''

''कशासाठी?''

''कारण रबर मिलच्या किमतीपेक्षा थोडेच पैसे जास्त देऊन तू आता एका संपूर्ण कारखान्याचा मालक झाला आहेस!''

''काय म्हणताय काय तुम्ही?''

त्यांनी मला सर्व हकिकत सांगितली. लहान जॅक जसा आईला जादूच्या शेंगांबद्दल सांगतो, तशी ती हकिकत सांगताना किमतीबद्दल बोलताना ते अडखळले. शिवाय त्या कारखान्याच्या दुरुस्तीसाठी हजारो डॉलर लागणार असल्याचं ते सांगत होते.

ते दोघे दारू पीत होते हे मला कळत होतं. नंतर वुडेलनं सांगितलं की, न्यू हँपशायरच्या सेल लावलेल्या एका दारूच्या दुकानापाशी हेज म्हणाला होता, ''अशी जर सवलत असेल तर *न पिणं* परवडणारच नाही!''

मी खुर्चीतून उठलो आणि उठून ओरडून म्हणालो, ''मूर्खांनो! *साको, मेन मधला एक बंद पडलेला कारखाना* घेऊन मी काय करू?''

ते म्हणाले, ''गोडाऊन! आणि पुढे एक्सेटरच्या कारखान्याला ही जागा पूरक होऊ शकेल.''

मी जॉन मॅकेन्रोचा जास्तीत जास्त आवाज काढून ओरडून म्हटलं, ''तुम्ही खरं बोलताय का? असं कसं करू शकता तुम्ही?''

''फार उशीर झाला आहे. आम्ही ही जागा आधीच खरेदी केली आहे.''

आणि फोन कट झाला.

मी खाली बसलो. मला वेड लागलं नाही. मी वेड लागण्यापलीकडे गेलो होतो. माझ्याकडे अडीच कोटी डॉलर्स नव्हते आणि सरकार त्याची मागणी करत होतं आणि इकडे माझे लोक देशभर भटकत हजारो डॉलर्सचे किंवा जास्त रकमेचे चेक फाडत होते, अनेकदा मला विचारतही नव्हते. अचानक मी शांत झालो. अर्ध-बेशुद्धी! मी स्वतःशी म्हटलं, 'काय होणार आहे? सरकार जेव्हा आमचं सगळं काही ताब्यात घेईल, तेव्हा साको, मेन इथल्या ओसाड पडलेल्या कारखान्याबद्दल काय करायचं हे बघून घेईल.' नंतर हेज आणि वुडेलनी फोन करून सांगितलं की, ते कारखाना विकत घेण्याबद्दल फक्त गंमत करत होते. ते म्हणाले, 'बस, तुझी खेचत होतो; पण तू तो कारखाना घ्यायलाच हवा, अगदी नक्की!'

मी थकून म्हटलं, 'ठीक आहे. तुम्हाला जे योग्य वाटेल ते करा.'

१९७९मध्ये आमची विक्री १४ कोटी डॉलर्सच्या दिशेनं चालली होती, चांगली गोष्ट म्हणजे आमच्या बुटांची गुणवत्ता सतत सुधारत होती. या व्यवसायातील लोक, व्यापारातले तज्ज्ञ अखेर आदिदासपेक्षा चांगले बूट बाजारात आणल्याबद्दल आमच्यावर स्तुतिपर लेख लिहीत होते. माझ्या मते उद्योग तज्ज्ञांच्या हे जरा उशिरा लक्षात आलं होतं. थोड्या फार चुका सोडल्या तर आमची गुणवत्ता अनेक वर्षं उत्तमच राहिली होती आणि आम्ही कल्पकतेत कधीच मागे पडलो नव्हतो (शिवाय, रूडीचे एअर शूज अजून यायचेच होते).

सरकारबरोबरची लढाई सोडली तर आमचं उत्तम चाललं होतं.

म्हणजे हे असं म्हणण्यासारखं होतं की, फाशीची शिक्षा सोडली तर बाकी आयुष्य मस्त होतं.

अजून एक सुचिन्ह होतं – आमचं मुख्यालय विस्तारणार होतं. या वर्षी आम्ही आमच्याच गावात म्हणजे बीव्हरटनमध्ये एका नव्या चाळीस हजार चौरस फूट इमारतीत ऑफिस हलवलं होतं. माझं स्वतःचं ऑफिस मस्तच होतं; पिंक बकेटच्या जवळ असलेल्या आमच्या पहिल्या संपूर्ण मुख्यालयापेक्षा किती तरी मोठं!

आणि ते पूर्णपणे रिकामं होतं. अंतर्गत सजावटतज्ज्ञ महिलेला वाटलं की, इथे जरा जपानची छटा असावी, एक मुक्त भाव, जो सर्वांना अर्थात विनोदी वाटला. तिला वाटलं की, माझ्या टेबलाशेजारी बेसबॉलचा प्रचंड हातमोजा वाटणारी एक लेदरची खुर्ची फार छान वाटेल. ती म्हणाली, ''आता तुम्ही तिथे दिवसभर बसून तुमच्या खेळांविषयी विचार करू शकाल.''

मी त्या मोज्यात एखाद्या फाउल बॉलप्रमाणे बसलो आणि खिडकीतून बाहेर बघितलं. मला त्या क्षणातला विनोद, विरोधाभास जाणवला. शाळेच्या बेसबॉल टीममधून काढून टाकल्याचा क्षण माझ्या जीवनातला सर्वांत दुःखद क्षण होता आणि मी आता एका अत्याधुनिक ऑफिसमध्ये, व्यावसायिक बेसबॉल खेळाडूंना खेळाचं साहित्य विकणाऱ्या कंपनीचा अध्यक्ष म्हणून बेसबॉलच्या एका प्रचंड मोज्यात बसलो होतो; पण आता कुठपर्यंत आलो याचा आनंद साजरा न करता अजून किती जायचं आहे, हा विचार माझ्या मनात आला. खिडकीच्या बाहेर छान देवदार वृक्षांची रांग होती; पण मला त्या झाडांचं जंगल झालेलं दिसत नव्हतं.

त्या क्षणी काय होत होतं हे मला कळलं नव्हतं; पण आता कळतं आहे. अनेक वर्षांचा ताण आता दिसत होता. जेव्हा फक्त समस्याच दिसत असतात, तेव्हा आपली दृष्टी स्पष्ट नसते. ज्या वेळी मला अत्यंत सजग, धारदार राहण्याची गरज होती, त्या वेळी मला थकवा जाणवू लागला होता.

१९७८च्या शेवटच्या बटफेस बैठकीत मी आवेशानं सुरुवात केली. माझ्या सेनेला, खास करून स्वतःलाच प्रोत्साहित करण्यासाठी सुरुवात केली, ''मित्रहो, आपला उद्योग म्हणजे सात बुटके आणि स्नो व्हाइटची कहाणी आहे आणि पुढच्या वर्षी-अखेरीस... एक बुटका स्नो व्हाइटची पँट परिधान करणार आहे!''

ही उपमा अधिक स्पष्ट करण्यासाठी मी सांगितलं की, आपल्या उद्योगात आदिदास म्हणजे स्नोव्हाइट! आणि आता आपला चांगला काळ येऊ घातला आहे मी गरजून म्हणालो.

आधी आम्हाला कपडे विकण्याची सुरुवात करायला हवी होती. एक दिसत होतं की, आदिदास बुटांपेक्षा कपडेच जास्त विकत होती. मानसशास्त्रीयदृष्ट्या कपड्यांच्या व्यवसायामुळे त्यांना आधीच अधिक फायदा मिळत होता. कपड्यांमुळे आदिदासला अनेक मोठ्या खेळाडूंबरोबर मोठे करार करून पुरस्कारासाठी आकर्षित करणं शक्य झालं होतं. आदिदास खेळाडूंना सांगत असे; बघ, आम्ही तुम्हाला काय काय देऊ शकतो- शर्ट, पँट आणि इतर खेळ साहित्य! आणि खेळ साहित्याच्या दुकानातूनही ते हाच संदेश देऊ शकत होते.

शिवाय, आम्ही सरकारबरोबरच्या संघर्षातून बाहेर पडलो आणि जर कंपनी पब्लिक लिमिटेड करायचं ठरलं आणि आम्ही फक्त बुटांचीच कंपनी असतो, तर आम्हाला बाजाराकडून हवा तसा प्रतिसाद मिळाला नसता. आम्हाला वैविध्य आणायला हवं होतं म्हणजे कपड्यांचा एक नवीन व्यवसाय विकसित करणं गरजेचं होतं म्हणजे या व्यवसायातील कोणी तरी तज्ज्ञ शोधणं गरजेचं होतं. बटफेसच्या बैठकीत रॉन नेल्सन हाच तो तज्ज्ञ असेल, असं मी घोषित केलं.

हेजनं विचारलं, ''त्यालाच का निवडलं?''

मी म्हटलं, ''एक म्हणजे तो सीपीए आहे.''

हेजनं हात वर करून म्हटलं, ''बस, हेच आपल्याला हवं आहे-अजून एक अकाउंटंट!''

त्यानं मला बरोबर पकडलं होतं. मी दुसरे कोणी नाही तर हिशेबनीसच नेमत राहिलो होतो आणि वकीलसुद्धा! मला हिशेबनीस आणि वकिलांबद्दल फार प्रेम होतं असं नाही; पण मला हुशार लोकांसाठी आणखी कुठे तपास करावा हे कळत नव्हतं. मी हेज ला पुन्हा एकदा सांगितलं की, बुटांचं कॉलेज किंवा विद्यापीठ नसतं जिथून आपण उमेदवार निवडू शकू. आपल्याला कुशाग्र बुद्धीचे लोक हवे आहेत, तेच आपलं प्राधान्य आहे. अकाउंटंट आणि वकिलांनी निदान सिद्ध केलं होतं की, ते कठीण विषय हाताळू शकतात आणि मोठी अवघड परीक्षा पास होऊ शकतात.

बहुतेकांकडे मूळ आवश्यक ती हुशारी होती. हिशेबनीस नेमला म्हणजे हिशेब बरोबर ठेवणार याची खात्री असते. वकील नेमला म्हणजे तो किंवा ती बरोबर बोलणार याची खात्री असते. आता मार्केटिंगचा तज्ज्ञ किंवा उत्पादन विकसक नेमायचा तर त्यातलं तुम्हाला काय कळतं? काहीच नाही आणि व्यवसाय शिक्षणातला पदवीधर नेमला तर...? याचा अंदाज तुम्हाला करता येत नाही आणि व्यावसायिक शिक्षणातला पदवीधर? त्याला किंवा तिला जीवनाची सुरुवात ही बुटांच्या विक्रीपासून करायला आवडणार नाही. शिवाय त्यांना अजिबात अनुभव नसणार म्हणजे केवळ मुलाखतीतील

कामगिरीवर ठरवायचं आणि फासे टाकायचे! आणि फासे टाकून निवड करून चूक करणं आम्हाला परवडण्यासारखं नव्हतं.

हिशेबनीस म्हणून पाहिलं तर नेल्सन असामान्य होता, तो केवळ पाच वर्षांत व्यवस्थापक पदावर गेला होता; ही अतिशय वेगवान प्रगती होती आणि तो शाळेत पहिला आला होता (आम्हाला नंतर कळलं की, तो पूर्व मोन्टाना मधल्या शाळेत होता, जिथे त्याच्या वर्गात पाचच मुलं होती.)

आणि त्रुटीच दाखवायची तर म्हणता येईल की, तो अतिशय जलदपणे हिशेबनीस बनला होता म्हणजे खूपच तरुण होता. कपड्यांचा नवीन व्यवसाय सुरू करण्यासाठी कदाचित फारच तरुण होता; पण मी मनात म्हटलं – तरुण आहे हे महत्त्वाचं नाही. कपड्यांच्या व्यवसायाला सुरुवात करणं तुलनेनं सोपं होतं. कारण, त्यात काही तंत्रज्ञान किंवा भौतिक शास्त्र नव्हतं. स्ट्रॅसर एकदा म्हणाला होता, ''एअर शॉर्ट्स असं काही नसतंच!''

मी नेल्सनला नेमल्यानंतर आमच्या पहिल्याच भेटीमध्ये माझ्या लक्षात आलं की, त्याला नीटनेटकेपणा माहीतच नव्हता. मी त्याला समोरून, बाजूनं सगळीकडून पाहिलं तेव्हा माझ्या ध्यानात आलं की याच्यापेक्षा गचाळ कपडे घालणारा कोणी असूच शकत नाही अगदी स्ट्रॅसरसुद्धा नाही. एकदा मी पार्किंग लॉटमध्ये नेल्सनची गाडी पाहिली, तीसुद्धा विचित्र तपकिरी रंगाची होती. मी नेल्सनला याबद्दल बोललो तर तो हसू लागला. त्याला उलट अभिमानच वाटत होता की, त्यानं घेतलेली प्रत्येक गाडी अशाच तपकिरी रंगाची होती.

मी हेजला म्हटलं, ''नेल्सनला नेमलं हे कदाचित माझं चुकलंच!''

मी काही फॅशनचा चाहता नव्हतो; पण चांगलासा सूट घालावा एवढं मला कळत होतं. आता माझी कंपनी कपड्यांच्या व्यवसायात शिरत होती म्हणून मी आणि माझ्याभोवतीचे लोक यांनी काय घालावं याकडे मी अधिक लक्ष देऊ लागलो. या दुसऱ्या मोहिमेत मला धक्काच बसत असे. आम्हाला बँकर्स, गुंतवणूकदार, निशोचे प्रतिनिधी यांच्यावर छाप पाडायची गरज होती. ते लोक आमच्या ऑफिसमध्ये आल्यावर जेव्हा स्ट्रॅसरला हवाई शर्ट घालून किंवा हेजला बुलडोझर चालवण्याच्या वेशात पाहत असत, तेव्हा त्यांची मान फिरत असे. काही वेळा आमचा विचित्रपणा गमतीशीर असे (फूट लॉकरमधील एक अधिकारी म्हणाला, 'आम्हाला तुम्ही लोक देवासारखे वाटत होतात-फक्त तुमच्या गाड्या दिसेपर्यंत!'). बहुधा सगळीकडेच लाजिरवाणा आणि नुकसानकारकच प्रसंग घडत असे म्हणून १९७८च्या थँक्सगिव्हिंगच्या वेळी मी पोषाखाचा एक नियम ठरवून दिला.

त्यावर लोकांची फारशी उत्साही प्रतिक्रिया नव्हती. अनेक जण म्हणाले, ''हा तर कॉर्पोरेट मूर्खपणा!'' लोकांनी माझी चेष्टा केली, माझ्याकडे दुर्लक्ष केलं. स्ट्रॅसर तर जास्तच *खराब* कपडे घालू लागला होता, हे कुणालाही जाणवलं असतं. एकदा तो

बीचवरच्या बारकडे जात असल्यासारखा ढगळ बर्म्युडा हाफ पँट घालून कामावर आला तेव्हा मला सहन झालं नाही, तो माझा अवमान होता.

मी त्याला हॉलमध्ये थांबवलं आणि म्हणालो, ''तू कोट आणि टाय घालायला पाहिजे.''

तो ओरडून म्हणाला, ''आपली कोट आणि टायवाली कंपनी नाही.''

''पण आतापासून आहे.''

तो माझ्यापासून दूर निघून गेला.

नंतर काही दिवसांनी स्ट्रॅसर मुद्दाम जाणूनबुजून वेगळे कपडे घालून आला. मी त्याला दंड केला. मी हिशेब खात्याला त्याच्या पुढच्या पगारातून पंच्याहत्तर डॉलर कापून घ्यायला सांगितलं.

अर्थात तो भडकला. त्यानं वेगळंच काही तरी ठरवलं. काही दिवसांनी तो आणि हेज कोट आणि टाय घालून ऑफिसमध्ये आले; पण अगदी विसंगत कोट आणि टाय! पट्टे आणि रेघा असलेले, चौकोनी डिझाइन आणि गोळे गोळे असलेले कोट व टाय! तेही मांजरपाट, रेयॉन आणि पॉली ईस्टरचे! त्यांना विनोद करायचा होता पण त्यांना नागरी असहकार किंवा बंड पुकारलेलं दाखवायचं होतं. दोन फॅशनमधील गांधीवादीचा हा विरोध सहन करण्याच्या मनःस्थितीत मी नव्हतो. मी त्यांना नंतरच्या दोन बटफेस बैठकींना बोलावलंच नाही. मी त्यांना सांगितलं, ''घरी जा आणि प्रौढ माणसासारखं नीट वागणार असाल, व्यवस्थित कपडे घालणार असाल तरच परत या.''

मी स्ट्रॅसरला ओरडलो, ''तुला पुन्हा दंड करणार आहे.''

तोही ओरडला, ''गेलास खड्ड्यात!''

आणि त्याच वेळी मी वळून पाहिलं, तर नेल्सन त्यांच्यापेक्षाही वाईट कपडे घालून माझ्या दिशेनं येत होता. पॉली ईस्टर बेल बॉटम, पोटापर्यंत बटणं उघडलेला गुलाबी रेशमी शर्ट! स्ट्रॅसर आणि हेजची गोष्ट वेगळी होती; पण हा नवीन माणूस माझ्या पोषाखाच्या नियमाला विरोध करत होता? *आणि आत्ता तर त्याला नेमलं होतं!* मी दाराकडे बोट दाखवून त्याला घरचा रस्ता दाखवला. त्याच्या चेहऱ्यावरचा घाबरलेला, गोंधळलेला भाव पाहून माझ्या लक्षात आलं की, तो मुद्दाम विरोध करत नव्हता. तो निसर्गतःच असा बेंगरूळ होता.

आणि हा माझ्या कपडे विभागाचा मुख्य होता!

मी त्या दिवशी माझ्या बेसबॉलच्या मोज्याच्या खुर्चीत येऊन बसलो आणि बराच वेळ खिडकीतून बाहेर बघत बसलो – खेळाच्या गोष्टी...!

मला काय होणार ते दिसत होतं – आणि तसंच घडलं!

काही आठवड्यांनी नेल्सन आमच्यापुढे उभा राहिला आणि त्यानं नाइकेच्या अधिकृत कपड्यांसाठी पहिलं सादरीकरण केलं. मोठ्या अभिमानानं आणि उत्साहानं त्यानं शोधलेला नवा पोषाख टेबलावर मांडला. पाहतो तर काय – मळलेले व्यायामाचे

कपडे, जुनाट टी शर्ट, सुरकुत्या पडलेल्या टोप्या-प्रत्येक कपडा कचऱ्याच्या गाडीत टाकलेला किंवा तिथून उचललेला वाटत होता आणि कमाल म्हणजे नेल्सननं प्रत्येक कपडा एका मळकट तपकिरी कागदाच्या पिशवीतून बाहेर काढला, बाहेरून मागवलेल्या जेवणाची पिशवी असते ना तशी पिशवी!

प्रथमदर्शनी आम्हाला धक्काच बसला. नंतर कोणी तरी चुटकी वाजवली. बहुतेक स्ट्रॅसरनं वाजवली असावी आणि नंतर बहुतेक वुडेल हा हा करून हसला आणि मग सगळ्यांचा बांध फुटला. सगळे खुर्चीत मागे पुढे होऊन खाली पडेपर्यंत खो खो हसू लागले, नेल्सनला काही तरी चुकलं असं वाटलं आणि तो घाबरून ते कपडे त्या कागदी पिशवीत भरू लागला. तेवढ्यात पिशवी फाटली आणि मग लोक आणखीच हसू लागले. मीही इतरांपेक्षा जोरात हसत होतो पण कुठल्यही क्षणी मला हुंदका फुटेल का असं वाटत होतं.

त्यानंतर काहीच दिवसांनी मी नेल्सनला नव्यानं सुरू झालेल्या उत्पादन विभागात पाठवलं. त्याच्या हिशेब शास्त्रातील कौशल्यामुळे तिथे त्यानं चांगलं काम केलं. मग मी वुडेलला कपड्यांच्या विभागात पाठवलं. त्यानं तिथेही अगदी बिनचूक काम केलं. त्यानं लवकरच कपड्यांची एक नवीन मालिका सुरू केली आणि अल्पावधीतच ती मालिका खेळ जगतात लक्षवेधक आणि आदरास पात्र ठरली. मनात आलं, वुडेललाच सगळं काही पाहायला का सांगू नये?

अगदी माझं कामसुद्धा! कदाचित तो पूर्वेकडे जाऊन सरकारचं भूत माझ्या मानेवरून उतरवू शकेल.

हा सगळा गोंधळ चालू असताना आणि भविष्याबद्दल अनिश्चितता कायम असताना आम्हाला नीतिधैर्य वाढवायला हवं होतं आणि १९७८च्या अखेरीस असं काही तरी घडलंही. आम्ही टेलविंड मॉडेल बाहेर आणलं. एक्सेटरमध्ये विकसित केलेलं, जपानमध्ये तयार केलेलं आणि फ्रँक रूडीच्या डोक्यातून आलेलं हे मॉडेल म्हणजे फक्त साधे बूट नव्हते. तो एक आधुनिक कलाविष्कार होता. मोठा आकार, चांदीसारखे चमकदार, रूडीनं पेटंट घेतलेले हवा भरलेले तळ... त्या बुटात बारा नवीन कल्पना अंतर्भूत होत्या. आम्ही त्याचा मोठी जाहिरात करून बराच गवगवा केला. होनोलुलू मॅरेथॉनच्या वेळी त्या बुटांचं उद्घाटन ठरवलं, तेव्हा अनेक धावपटू हे बूट घालणार होते.

सगळे लोक या कार्यक्रमासाठी हवाईला गेले. तिथे दारूचा महोत्सवच साजरा झाला आणि स्ट्रॅसरचा नवीन राज्याभिषेकही. मी त्याला कायदा विभागातून मार्केटिंगमध्ये पाठवलं होतं, त्याच्या नेहमीच्या विभागापासून दूर. लोकांनी त्याच त्याच ठिकाणी सडू नये म्हणून मी अधून मधून असं करत असे. स्ट्रॅसरसाठी टेलविंड हा पहिला मोठा प्रकल्प होता, त्यामुळे त्याला मिडास झाल्यासारखं वाटत होतं. तो म्हणत असे, 'बरोबर नेम लागला!' आणि तो जर अशी छाती पिटणार असेल तर कोण त्याला नाही म्हणणार होतं?

सुरुवातीच्या यशानंतर टेलविंड बूट खरोखर विक्रीचे विक्रम मोडू लागले. दहा दिवसांतच आम्हाला वाटलं की, वॅफल ट्रेनर बुटांच्याही ते पुढे जाणार आणि मग एक एक प्रतिक्रिया येऊ लागल्या. अनेक ग्राहक दुकानात बूट परत करू लागले, तक्रार करत होते की बूट फुगत होते, तुटत होते... परत आलेल्या बुटांचं परीक्षण केल्यावर त्यात काही घातक दोष दिसून आले. चंदेरी रंगातील धातूंचे कण बुटाच्या वरच्या भागावर घासत होते आणि रेझरप्रमाणे बुटाचं कापड फाटत होते. आम्ही बरेच बूट ग्राहकांकडून परत मागवले, पूर्ण पैसे परत केले. टेलविंडच्या पहिल्या उत्पादनातील निम्मे बूट पुनर्निर्मितीसाठी कारखान्यात आले.

नीतिधैर्य वाढवण्याऐवजी या बुटांनी सगळ्यांच्या आत्मविश्वासाला तडाच दिला. प्रत्येकाची प्रतिक्रिया वेगळी होती. हेज आपल्या बुलडोझरमधून वेड्यासारखा चकरा मारू लागला. वुडेल ऑफिसमध्येच बराच वेळ घालवू लागला. मी आळीपाळीनं माझा बेसबॉलचा मोजा आणि आरामखुर्चीत जाऊन बसू लागलो.

कालांतरानं आम्ही स्वतःची समजूत घातली की, यात काही विशेष झालं नाही. आम्ही एक मौल्यवान धडा शिकलो होतो. एकाच बुटात बारा नवीन कल्पना घालू नका, त्यामुळे बुटांवर बराच ताण पडतो आणि डिझाइन करणाऱ्या टीमलाही खूप त्रास होतो. आम्ही स्वतःलाच बजावलं की, 'चला पुन्हा फळ्याकडे' या म्हणीत अर्थ आहे. आम्हाला बॉवरमननं प्रयोगासाठी वाया घालवलेल्या अनेक वॅफल्सची आठवण झाली.

आम्ही म्हटलं, ''पुढच्या वर्षी बघा, एक बुटका नक्कीच स्नोव्हाइट होणार आहे.''

पण स्ट्रॅसरच्या मनातून ते काही जाईना. तो खूप पिऊ लागला, कामाला उशिरा येऊ लागला. आता त्याचा ड्रेस ही माझी चिंता नव्हती. हे कदाचित त्याच्या जीवनातील पहिलं अपयश असेलही. मला आठवतं की, त्या हिवाळ्यातील मलूल वातावरणात तो अगदी सकाळीच टेलविंडबद्दल आणखी एक वाईट प्रतिक्रिया घेऊन अडखळत आला होता. तोही थकत चालल्याची चिन्हं मला दिसत होती.

टेलविंडबद्दल कोणाला काही वाईट वाटलं नसेल, तर ते बॉवरमनला. खरं तर, तो निवृत्तीनंतर जो झोपला होता, तो टेलविंडच्या प्रचंड अपयशामुळे खडबडून जागा झाला. मोठी मजा आल्यासारखं तो आम्हाला म्हणत असे, ''बघा, मी सांगितलं होतं!''

* * *

तैवान आणि कोरियातील आमचे कारखाने छान चालले होते आणि आम्ही त्या वर्षी हेकमाँड्वाइक इंग्लंड इथे आणि आयर्लंडमध्ये नवीन कारखाने उघडले होते. या उद्योगातील लोक आमचे नवीन कारखाने आणि विक्री बघून म्हणत असत; आता यांना थांबवता येणार नाही. कोणालाच कल्पना नव्हती की, आम्ही पार कडके होतो किंवा आमचा विक्री प्रमुख अतिशय खिन्न मनःस्थितीत होता किंवा आमचा अध्यक्ष आणि संस्थापक लांब चेहरा करून बेसबॉलच्या मोज्यात मान खाली घालून बसला होता.

ऑफिसमध्ये थकव्याची लाटच सुरू झाली होती. आम्ही इकडे थकून जात होतो आणि वॉशिंग्टनमधील आमचा माणूस उड्या मारत होता.

वेर्शकुल आम्हाला अपेक्षित ते सर्व काही करत होता. त्यानं अनेक राजकीय नेत्यांना आपलंसं केलं होतं. त्यानं अगदी कळकळीनं, या ना त्या पद्धतीनं आमची तक्रार वरपर्यंत पोहोचवली होती, आमच्या बाजूनं प्रचार केला होता, विनवणी केली होती. तो रोज काँग्रेसच्या दरबारात ये-जा करत असे, नाइकेचे बाजूला स्वूश असलेले बूट मोफत वाटत असे (त्याला ठाऊक होतं की, लोकप्रतिनिधींना ३५ डॉलरपेक्षा जास्त मूल्याची भेट स्वीकारता येत नव्हती, त्यामुळे वेर्शकुल नेहमी ३४.९९ डॉलरचं बिल त्या बुटात घालत असे); पण प्रत्येक नेत्यानं वेर्शकुलला हेच सांगितलं की, मित्रा, मला एक लिखित तक्रार दे, ज्याचा मी अभ्यास करू शकेन, तुझी केस नेमकी काय आहे? वेर्शकुलनं आमची केस लिहायला बरेच महिनं लावले आणि त्यात त्याचंच मनोबल खचलं. थोडक्यात एक कथा लिहायच्याऐवजी त्याची कहाणी मोठा ऐतिहासिक ग्रंथच बनली. 'द डिक्लाइन अँड फॉल ऑफ नाइके एम्पायर' आणि शेकडो पानांचा हा ग्रंथ तयार झाला. तो प्राउस्टपेक्षा, टॉलस्टॉयपेक्षा मोठा होता; पण अजिबात वाचनीय नव्हता. त्या ग्रंथाला त्यानं एक नावही दिलं होतं. विरोधाभासाचा थोडाही भाव न ठेवता त्यानं त्याला नाव दिलं होतं - *वेर्शकुल ऑन अमेरिकन सेलिंग प्राइस, भाग १*

आता विचार करतो, खरंच विचार करतो तेव्हा हा *भाग १*च मनाला भेडसावतो.

मी स्ट्रॅसरला वेर्शकुलला ताब्यात घ्यायला, जमलं तर वेड्यांच्या इस्पितळात दाखल करायला पूर्वेकडे पाठवलं. मी म्हटलं, ''त्याला जरा शांत कर.'' पहिल्या दिवशी ते जॉर्जटाउनमधील एका स्थानिक पबमध्ये एक दोन ड्रिंक्स घेण्यासाठी गेले. रात्र संपत आली तरी वेर्शकुल शांत झाला नव्हता. उलट तो एका टेबलावर चढला आणि त्यानं तिथल्या लोकांना भाषण दिलं. तो अगदी पॅट्रिक हेन्रीसारखं बोलला, 'मला नाइके द्या अन्यथा मृत्यू द्या!' पबचे आश्रयदाते मृत्यूला मत द्यायला तयार होते. स्ट्रॅसरनं वेर्शकुलला टेबलावरून उतरवण्यासाठी प्रयत्न केला; पण तो अधिकच उत्तेजित होत होता. तो ओरडत होता, 'तुम्हाला दिसत नाही का की इथे आपलं स्वातंत्र्य धोक्यात येत आहे? आपलं स्वातंत्र्य! तुम्हाला ठाऊक आहे का की हिटलरचा बाप एक कस्टम्स तपासनीस होता?'

त्यातल्या त्यात बरं म्हणजे वेर्शकुलनं स्ट्रॅसरला घाबरवलं. तो परत आला, तेव्हा जुन्या काळातल्या स्ट्रॅसरसारखा दिसत होता आणि त्यानं मला वेर्शकुलच्या मानसिक स्थितीबद्दल सांगितलं.

आम्ही दोघं खूप हसलो आणि आम्हाला बरं वाटलं. स्ट्रॅससनं मला वेर्शकुलची *ऑन अमेरिकन सेलिंग प्राइस भाग १*ची एक प्रत दिली. वेर्शकुलनं त्याला लेदरचं बाइंडिंगही केलं होतं.

मी त्याचं नाव बघितलं डब्ल्यूएएसपी! वा! अगदी बरोबर! अगदी वेर्शकुल!

स्ट्रॅसरनं विचारलं, 'तू हे वाचणार आहेस का?'

ते टेबलावर ठेवत मी म्हटलं, 'याचा सिनेमा होईपर्यंत मी वाट पाहीन.'

मला तातडीनं वॉशिंग्टन डी. सी.ला जायला पाहिजे, ही लढाई स्वतःच लढली पाहिजे. हे माझ्या ताबडतोब लक्षात आलं. त्यापेक्षा दुसरा मार्गच नव्हता.

कदाचित, माझा थकवा किंवा कुठलाही आजार त्यामुळे दूर होईल. मला वाटलं, 'कुठल्याही थकव्यावर आणखी परिश्रम करणं हाच उपाय आहे.'

१९७९

त्याचं ऑफिस अर्थखात्याच्या इमारतीत एका लहानशा खोलीत होतं, ती खोली माझ्या आईच्या कपड्यांच्या कपाटाएवढीच असावी. तिथे एक सरकारी करड्या रंगाचं टेबल आणि क्वचितच येणाऱ्या पाहुण्यांसाठी खुर्ची यासाठीही पुरेशी जागा नव्हती.

त्यानं त्या खुर्चीकडे बोट करून म्हटलं, ''बसा.''

मी खाली बसलो. सभोवती बघितलं, माझा विश्वासच बसेना. हे त्या माणसाचं ऑफिस होतं जो मला नेमानं अडीच कोटी डॉलरचं बिल पाठवत होता? मी त्या मण्यासारखे डोळे असलेल्या नोकरशहाकडे निरखून बघितलं. त्याला बघून मला कसली आठवण झाली? किडा? नाही! तो किड्यापेक्षा मोठा होता. सापही नाही. तो इतका साधा दिसत नव्हता. मग मला आठवलं - जॉनचा पाळलेला ऑक्टोपस! स्ट्रेच त्या असाहाय्य खेकड्याला आपल्या बिळाकडे घेऊन जात असतानाचं दृश्य मला आठवलं. हो, हा नोकरशहा एक सागरी राक्षस होता, सूक्ष्म राक्षस-सरकारी राक्षस!

हे विचार बाजूला सारत, माझी भीती आणि आक्रमकता दूर ठेवत मी चेहऱ्यावर एक खोटं हसू आणलं आणि समजावून सांगण्याचा प्रयत्न केला की, हा एक फार मोठा गैरसमजुतीतून घडलेला प्रकार होता. अर्थ खात्यातील त्या सरकारी राक्षसाच्या सहकारी वर्गाला आमची बाजू समजत होती, असं मला वाटलं. मी त्यांना एक निवेदन दिलं. मी म्हटलं, ''हे पाहा, यात एक मेमो आहे ज्यात लिहिलं आहे की, अमेरिकेतली विक्रीची किंमत नाइके बुटांना लागू होत नाही आणि हा मेमो तुमच्याच अर्थ खात्याकडून आलेला आहे.''

सरकारी राक्षस म्हणाला, ''हं.'' त्यानं ते कागद पाहून माझ्यापुढे सरकवले. तो म्हणाला, ''पण हा आदेश कस्टम्सला लागू होत नाही.''

"लागू होत नाही?" मी दातओठ खाल्ले. मी म्हणालो, "पण, हे सगळं प्रकरण म्हणजे आमच्या स्पर्धकांनी खेळलेली एक विकृत चाल आहे. आम्हाला आमच्या यशाची शिक्षा भोगावी लागत आहे."

"आम्हाला तसं वाटत नाही."

"आम्ही म्हणजे आम्ही म्हणजे कोण?"

"अमेरिकन सरकार.'

माझा विश्वासच बसला नाही... हा माणूस अमेरिकन सरकारच्या वतीनं बोलतो आहे? पण मी तसं बोललो नाही. मी म्हणालो, "अमेरिकन सरकार मुक्त अर्थ व्यवस्थेला बाधा आणणारं काही करेल यावर माझा विश्वास बसत नाही. मला पटत नाही की, अमेरिकन सरकार अशा फसवणुकीला आणि खोटेपणाला साथ देईल. माझा विश्वास बसत नाही की, अमेरिकन सरकार, माझं सरकार ओरेगॉनमधील एका लहान कंपनीला असा त्रास देईल. सर, मी सारं जग हिंडलो आहे. मी पाहिलं आहे की, अविकसित देशातील सरकार अशा भ्रष्ट प्रकारे वागतात. तिथे काही अनिष्ट लोक चांगल्या, चालू धंद्यांवर उद्धटपणे, बेफिकीरपणे शिरजोरी करतात हे मी पाहिलं आहे; पण माझं आपलं सरकार अशा प्रकारे वागेल यावर माझा विश्वास नाही."

सरकारी राक्षस काहीच बोलला नाही. त्याच्या पातळ ओठांवर एक लहानसं छद्मी हसू आलं. मला लगेच जाणवलं की, तो खूप नाराज होता, सगळे अधिकारी असेच असतात. मी पुन्हा बोलायला लागलो, तेव्हा तो अधिकच अस्वस्थ झाला. तो पुन्हा पुन्हा उठून उभा राहून खाली बसू लागला. आपल्या टेबलाच्या मागे पुढे जाऊ लागला. मग तो खाली बसला आणि पुन्हा तेच सुरू केलं. त्याचं असं वागणं विचारी माणसाचं लक्षण नव्हतं, तर ते पिंजऱ्याता अडकलेल्या श्वापदाप्रमाणे दिसत होतं. तीन आक्रमक पावलं डावीकडे, तीन अडखळणारी पावलं उजवीकडे!

तो खाली बसला आणि मला मध्येच थांबवलं. तो म्हणाला की, मी काय म्हणतो आहे, मला काय वाटतं, हे नैतिकदृष्ट्या 'योग्य आहे' की 'अमेरिकन' आहे याची त्याला पर्वा नव्हती (त्यानं आपल्या हडकुळ्या बोटांनी हवेतच काही वाक्यं लिहिली). त्याला फक्त त्याचे पैसे हवे होते. *त्याचे पैसे?*

मी हाताची घडी घातली. थकायला लागल्यापासून ही सवय अधिकच जाणवू लागली होती. १९७९मध्ये आपलं अस्तित्व स्वतःपासून तुटू नये किंवा उडून जाऊ नये म्हणून मी प्रयत्न करतो आहे, असा मला भास होत असे. मला अजून एक मुद्दा मांडायचा होता, तो राक्षस जे म्हणत होता ते खोडून काढायचं होतं; पण माझा माझ्या बोलण्यावर विश्वास नव्हता. मला वाटत होतं की, माझे सगळे अवयव इकडेतिकडे आपटत आहेत, मी ओरडू लागेन की काय? मी माझ्या फोनची वाट लावेन की काय? आम्ही दोघं म्हणजे एक भन्नाट जोडी झालो होतो. तो तावातावानं येरझारा घालत होता आणि मी वेड्यासारखा स्वतःभोवती हात आवळत होतो.

आमच्यापुढे एक अभेद्य पेच होता हे दिसत होतं. मला काही तरी करायलाच हवं होतं म्हणून मी समजुतीचा प्रयत्न सुरू केला. मी त्याला म्हटलं की, मला त्याची परिस्थिती समजते, त्याला त्याचं काम करायचं होतं आणि ते फार महत्त्वाचं काम होतं. ते सोपं नव्हतं, अवजड वाटणारं शुल्क लावणं, सतत तक्रारींचा निवाडा करायचा... मी सहानुभूती दाखवण्यासाठी त्याच्या ऑफिसमधील कागदपत्रांवर नजर टाकली. मी म्हणालो, ''पण नाइकेला जर एवढा प्रचंड दंड भरावा लागणार असेल, तर सरळ गोष्ट ही होती की, आम्हाला धंदाच बंद करावा लागणार होता.''

तो म्हणाला, ''मग?''

मी म्हणालो, ''मग...?''

तो म्हणाला, ''हो, मग काय झालं? मिस्टर नाइट, अमेरिकन अर्थकोशासाठी आयात शुल्क जमा करणं माझं काम आहे आणि माझ्यासाठी तेच महत्त्वाचं आहे-काय व्हायचं ते होऊ दे!''

मी स्वतःला आणखीच घट्ट आवळून घेतलं. मी चिलखत घातलं असावं, असा माझा अवतार झाला होता.

मग मी स्वतःभोवतीची पकड सैल केली, मी उठून उभा राहिलो. निराशेनं माझी बॅग उचलली. मी त्या सरकारी राक्षसाला सांगितलं की, मला त्याचा निर्णय मान्य नव्हता आणि मी हे प्रकरण असंच सोडून देणार नव्हतो. गरज भासली तर मी प्रत्येक काँग्रेस प्रतिनिधी आणि सिनेटरला भेटेन आणि माझी केस खाजगीरीत्या लढेन. मला अचानक वेर्शकुलबद्दल सहानुभूती वाटू लागली. त्याच्या डोक्याचे टाके ढिले झाले, यात नवल नव्हतं. *'तुम्हाला ठाऊक आहे का की हिटलरचा बाप कस्टम्स अधिकारी होता?'*

सरकारी राक्षस म्हणाला, ''तुम्हाला काय करायचं ते करा.. शुभेच्छा!''

तो आपल्या कागदपत्रांकडे वळाला. त्यानं आपलं घड्याळ पाहिलं, जवळ जवळ पाच वाजले होते. रोजच्या रीतीप्रमाणे कुणाचं तरी आयुष्य उद्‌ध्वस्त करण्यासाठी त्याच्याकडे फार वेळ उरला नव्हता.

मी नियमितपणे वॉशिंग्टनला फेऱ्या मारू लागलो. दर महिन्याला मी अनेक राजकीय नेते, बाजू मांडणारे मध्यस्थ, सल्लागार, अनेक नोकरशहा - जे कोणी मदत करू शकतील त्यांना भेटलो. मी त्या चमत्कारिक राजकीय चक्रात बुडून गेलो आणि कस्टम्सबद्दल जे काही उपलब्ध होतं ते वाचू लागलो.

मी *वेर्शकुलच्या ग्रंथाचा भाग १*सुद्धा चाळून पाहिला.

कशाचाच उपयोग होत नव्हता.

१९७९च्या अखेरीस वेर्शकुलनं ओरेगॉनच्या एका सिनेटरशी म्हणजे मार्क ओ. हॅटफिल्डशी एक बैठक ठरवली. सर्वमान्य नेते, हॅटफिल्ड यांच्या खूप ओळखी होत्या.

ते सिनेट अप्रोप्रिएशसन समितीचे अध्यक्ष होते. एक फोन करून त्या राक्षसाच्या बॉसकडून अडीच कोटी डॉलरची चूक दुरुस्त करून घेणं त्यांना शक्य होतं म्हणून मी वुडेल आणि हेज बरोबर चर्चा करून या बैठकीसाठी खूप तयारी केली.

हेज म्हणाला, ''हॅटफिल्डला आपला दृष्टिकोन समजलाच पाहिजे. दोन्ही पक्ष त्यांचा सारखाच आदर करतात. काही जण त्यांना सेंट मार्क म्हणतात. त्यांना सत्तेचा दुरुपयोग आवडत नाही. ते निक्सनशी वॉटरगेट प्रकरणात पदोपदी लढले होते. कोलंबिया नदीवर धरण बांधण्यासाठी ते वाघासारखे आक्रमक होते.''

वुडेल म्हणाला, ''मला वाटतं हाच आपला सर्वोत्तम प्रयत्न असेल.''

मी म्हणालो, ''आणि कदाचित अखेरचा प्रयत्न.''

वॉशिंग्टनला गेल्याबरोबर वेर्शकुल आणि मी जेवायला गेलो आणि आमच्या योजनेची तालीम केली. नाटकातली दोन पात्रे आपल्या ओळी म्हणतात, त्याप्रमाणे हॅटफिल्डच्या प्रत्येक प्रश्नाला काय उत्तर द्यायचं, याचा आम्ही सराव केला. *वेर्शकुल आपल्या भाग १*चा सतत उल्लेख करत होता. काही वेळा त्यानं *भाग २*चाही उल्लेख केला. मी म्हटलं, ''ते राहू दे, जरा साधा विचार करू या.''

दुसऱ्या दिवशी आम्ही अमेरिकन सिनेटच्या इमारतीच्या पायऱ्या चढत होतो. मी ती भव्य इमारत, तिथले सगळे चमकणारे संगमरवरी स्तंभ आणि वर फडकणारा ध्वज पाहून एक मिनिट थबकलो. मनात पार्थेनॉनचा, नाइकेच्या मंदिराचा विचार आला. मला कळत होतं की, हा माझ्या जीवनातला निर्वाणीचा क्षण होता. कसंही असो, मला या क्षणातून जायलाच हवं, तो अनुभवायलाच हवा. मी त्या स्तंभांकडे बघत राहिलो. संगमरवरावर पडणारा सूर्यप्रकाश पाहत मी अनंत काळ तिथेच उभा होतो, असं मला वाटलं.

वेर्शकुल म्हणाला, ''तू येत आहेस ना?''

त्या दिवशी अतिशय भाजणारं ऊन पडलं होतं. माझ्या हातात बॅग होती आणि हात घामानं भिजला होता. माझा सूटही घामानं ओला झाला होता. मी पाऊस आणि वादळातून भिजून आल्यासारखा दिसत होतो. अमेरिकन सिनेटरला मी अशा अवतारात कसा भेटू? त्याच्याशी हस्तांदोलन कसं करू?

मला सरळपणे विचार करता येईल का?

आम्ही हॅटफिल्डच्या ऑफिसमध्ये शिरलो. त्यांच्या एका साहाय्यक महिलेनं आम्हाला प्रतीक्षा कक्षात नेलं. इस्पितळात बुल पेन असतं ना तशी खोली. मला माझ्या दोन मुलांच्या जन्माची आठवण झाली. मनात पेनीचा विचार आला. मला आई-वडिलांची आठवण आली. बॉवरमन आणि ग्रेलचा विचार आला, प्रीचं स्मरण झालं आणि किटामीसुद्धा डोक्यात आला. नंतर जेम्स द जस्टही आठवला.

मदतनीस म्हणाली, ''सिनेटर महाशय आता तुम्हाला भेटू शकतील.''

ती आम्हाला एका मोठ्या, आरामशीर, थंडगार ऑफिसमध्ये घेऊन गेली. हॅटफिल्ड टेबलामागून पुढे आले. त्यांनी ओरेगॉनचे सह-रहिवासी या नात्यानं आमचं

मनापासून स्वागत केलं आणि खिडकीजवळच्या बैठकीकडे नेलं. आम्ही सगळे खाली बसलो. हॅटफिल्डनी स्मित केलं, वेर्शकुलही हसला. मी हॅटफिल्डना म्हटलं की, आपल्यात एक दूरचं नातं आहे. मला वाटतं की, माझी आई त्यांची दूरची चुलत बहीण होती. आम्ही थोडा वेळ रोजबर्गविषयी बोलत होतो.

मग एसीच्या आवाजाच्या पार्श्वभूमीवर मी घसा साफ करून म्हटलं, ''तर सिनेटर महाशय, आम्ही आज आपल्याकडे आलो आहोत कारण...''

त्यांनी हात वर करून म्हटलं, ''मला तुमची परिस्थिती ठाऊक आहे. माझ्या लोकांनी *वेर्शकुल अमेरिकन सेलिंग प्राइस भाग १* वाचला आहे आणि मला त्याबद्दल माहिती दिली आहे, तर मी तुम्हाला काय मदत करू शकतो?''

मी चकित झालो आणि थबकलो. मी वेर्शकुलकडे वळून बघितलं. त्याचा चेहरा त्याच्या गुलाबी बोप्रमाणे गुलाबी झाला होता. आम्ही या प्रसंगाची खूप तालीम केली होती, त्यामुळे आम्हाला अपयशाची अपेक्षा नव्हती. आम्ही एकमेकांकडे बघितलं, हॅटफिल्ड कशा प्रकारे मदत करू शकतील, याबद्दल आम्ही आपापसात कुजबुजत चर्चा केली. वेर्शकुलला वाटलं की, त्यांनी अमेरिकेच्या अध्यक्षांना किंवा कस्टम्सच्या मुख्य अधिकाऱ्यांना पत्र लिहावं. मला वाटलं की, त्यांनी फोन करावा. आमच्यात एकमत होत नव्हतं. आम्ही आपापसात वाद घालू लागलो. तिथला एसीसुद्धा आमच्याकडे बघून हसत होता. अखेर मी वेर्शकुलला आणि एसीला मनातून बाजूला सारलं. मी हॅटफिल्डकडे वळून म्हटलं, ''सिनेटर सर, आपण आज आम्हाला इतका वेळ द्याल, असं वाटलं नव्हतं, खरी गोष्ट ही आहे की, आम्हाला काय हवं आहे हेच आम्हाला नक्की ठाऊक नाही.आम्ही तुम्हाला पुन्हा येऊन भेटतो.''

मी बाहेर पडलो, वेर्शकुल मागून येत आहे की नाही हेसुद्धा पाहिलं नाही.

* * *

मी घरी परतलो. तिथे जीवनातले दोन मोठे टप्पे साकारत होते. पोर्टलँडमध्ये आम्ही पस्तीसशे चौरस फूट आकाराचं नवीन दुकान उघडलं होतं. तिथे लगेचच प्रचंड गर्दी झाली. ग्राहकांची रांगच रांग लागली होती. लोक प्रत्येक बूट घालून पाहत होते. मला स्वतःला मध्ये जाऊन मदत करावी लागत होती. मला आठवलं, मी आई-वडिलांच्या घराच्या हॉलमध्ये धावपटूंच्या पायाचं माप घेत कसा बूट शोधून देत असे. फारच जबरदस्त आठवण होती ती. आम्ही आता या स्थितीपर्यंत कशामुळे आलो आहोत हे दाखवणारी ती आठवण होती.

आम्ही ऑफिस परत बदललं. आम्हाला आणखी मोठी जागा हवी होती आणि मग आम्ही चार हजार सहाशे चौरस फूट इमारतीत गेलो. तिथे सौना, ग्रंथालय, जिम होतीच आणि अनेक बैठकीच्या खोल्या होत्या. त्या लीजवर सही करताना, मी आणि वुडेल ऑफिसच्या शोधार्थ अनेक रात्री कसे हिंडत होतो ते आठवलं. मान हलवत मी

मनात म्हटलं की, यात आपण खूप काही जिंकलो असं वाटत नाही. हे सगळं उद्या नाहीसं होऊ शकतं.

आमची कंपनी खूप मोठी झाली होती, त्यात काही वाद नव्हता. मॉमहॅटफिल्ड नेहमी म्हणत असे की, आपण आपल्या विजारीपेक्षा *मोठं* होऊ नये. ते लक्षात घेऊन आम्ही जरुरीप्रमाणेच जागा बदलली. शनिवार-रविवारपर्यंत सर्व तीनशे कर्मचारी आले आणि त्यांनी आपलं सामान स्वतःच्या गाडीत भरलं. आम्ही पिझ्झा आणि बिअरची व्यवस्था केली. गोडाऊनमधील लोकांनी जड सामान व्हॅनमध्ये टाकलं आणि आम्ही सगळे एका मिरवणुकीतून नव्या ऑफिसकडे मार्गस्थ झालो.

मात्र मी त्यांना माझी बास्केटबॉलच्या मोज्याची खुर्ची तिथेच ठेवायला सांगितली.

१९७९च्या हिवाळ्यात मी त्या सरकारी राक्षसाला पुन्हा भेटण्यासाठी गेलो. या वेळी तो इतका आक्रमक नव्हता. हॅटफिल्डनी आणि ओरेगॉनचे दुसरे सिनेटर बॉब पॅकवुड यांनी त्याला फोन केला असावा. बॉब हे सिनेट फायनान्स समितीचे अध्यक्ष होते आणि त्यांना अर्थ मंत्रालयाच्या निर्णयावर मत द्यायचा अधिकार होता. सरकारी राक्षस मिशा फेंदारून म्हणाला, 'उच्चपदावरील तुमच्या मित्रांकडून ऐकण्याचा मला अगदी *कंटाळा* आला आहे.'

मी म्हटलं, ''सॉरी सर, ते ऐकणं फारसं रुचलं नसेल कदाचित; पण ही समस्या सुटेपर्यंत तुम्हाला असं काही तरी ऐकावंच लागेल.''

तो कुरबुरला, ''तुम्हाला माहीत आहे, मला या नोकरीची गरज नाही? तुम्हाला ठाऊक आहे – माझ्या बायकोकडे पुष्कळ *पैसा* आहे – मला काम करायची गरज नाही.''

मी मनात म्हटलं की, छान छान, तुझ्यासाठी आणि तिच्यासाठीही! जितक्या लवकर हा निवृत्त होईल तितकं बरं.

पण सरकारी राक्षस निवृत्त झालाच नाही. नंतरच्या रिपब्लिकन आणि डेमोक्रॅटिक सरकारांच्या काळातही असा राक्षस असतोच – कायम असतोच! मृत्यू आणि कर यांच्याप्रमाणे सतत आपल्या मागे असतो. एक दिवस पुढे कधी तरी तो सरकारी नोकरांच्या कळपात असेल आणि सरकारी अधिकाऱ्यांनी वाकोच्या इमारतीला घेरा घालावा म्हणून हिरवा झेंडाही दाखवत असेल.

सरकारी राक्षसाला तेव्हा तरी एक धक्का दिल्यानंतर एका मोठ्या प्रश्नाकडे लक्ष द्यायला मला फुरसत मिळाली. तो प्रश्न म्हणजे उत्पादनाचा. जपानची अर्थव्यवस्था ज्यामुळे खालती आली त्याच कारणांमुळे म्हणजे सतत बदलणारं चलन, वाढती मजुरी, सरकारमधील अस्थिरता – यामुळे तैवान आणि कोरियातली स्थितीही बिघडत चालली होती. आता पुन्हा नवीन कारखाने, नवे देश शोधणं भाग होतं. आता चीनचा विचार करायला हवा होता.

पण चीनमध्ये घुसायचं कसं ही समस्या होती. एक नाही तर दुसरी बुटाची कंपनी तिथे जाणारच होती आणि बाकीचे आपोआप मागेच गेले असते; पण सर्वांत आधी कोणी जायचं हा प्रश्न होता. प्रथम प्रवेश करणाऱ्याला अनेक दशके लाभ होऊ शकला असता, फक्त चीनमधील उत्पादन क्षेत्रातच नव्हे तर तेथील बाजारपेठ आणि राजकीय वर्तुळातही शिरता येणं शक्य होतं आणि हा काय मस्त डाव ठरला असता. चीनविषयीच्या आमच्या सुरुवातीच्या बैठकीत मी म्हणत असे – एक अब्ज लोक म्हणजे दोन अब्ज पाय!

आमच्या टीममध्ये चीनसाठी एकच तज्ज्ञ होता – चक ! त्यानं हेनरी किसिंजरबरोबर काम केलंच होतं; पण चिनी बाजारपेठेवर लक्ष ठेवून असलेल्या, गाड्यांचे सुटे भाग तयार करणाऱ्या ॲलन ग्रुपच्या संचालक मंडळातही तो होता. त्या कंपनीचा मुख्य होता वॉल्टर किसिंजर म्हणजे हेन्रीचा भाऊ. चकनं आम्हाला सांगितलं की, ॲलन कंपनीला चीनचा सखोल अभ्यास करताना एक अत्यंत प्रभावशाली चिनी माणूस सापडला होता, त्याचं नाव होतं डेव्हिड चँग. चकला चीनची माहिती होती आणि चीनला सखोलपणे जाणणारे अनेक लोक त्याला ठाऊक होते; पण डेव्हिड चँग इतकी चीनची माहिती कुणालाच नव्हती.

चक म्हणाला, ''असं बघा जेव्हा वॉल्टर किसिंजरला चीनमध्ये जायचं होतं, तेव्हा त्यानं हेन्रीला नव्हे तर चँगला फोन केला.''

मी लगेच फोन उचलला.

नाइकेमध्ये चँगची सुरुवात फारशी चांगली झाली नाही. उदाहरणार्थ, तो अजून कॉलेज विद्यार्थ्यासारखा वागायचा. मला चँग भेटेपर्यंत वेर्शकुलच फक्त असा विचित्र आहे, असं वाटत होतं. निळा ब्लेझर, सोनेरी बटणं, कडक स्टार्च केलेला शर्ट, गणवेशाचा टाय... आणि तो हे घालून सहजपणे, न लाजता मिरवायचा. तो राल्फ लॉरेन आणि लॉरा ॲशलीचा नाजूक मानसपुत्र होता असं वाटायचं.

मी त्याला ऑफिसमध्ये नेलं, सगळ्यांची ओळख करून दिली आणि त्यानं अगदी चुकीचं बोलून आपली हुशारी दाखवली. तो ३३० पौंडाच्या हेजला, ३२० पौंडाच्या स्ट्रॅसरला आणि जवळ जवळ ३५० पौंड वजनाच्या आमच्या वित्त अधिकाऱ्याला म्हणजे जिम मॅन्सला भेटला आणि त्यांना भेटल्यावर चँगनं आमच्या 'अर्धा टन उच्च व्यवस्थापना'वर विनोद केला.

तो म्हणाला, ''एका *खेळ – साहित्याच्या कंपनीत* एवढे वजनदार लोक?''

कुणीच हसलं नाही. मी त्याला बाजूला नेत म्हटलं, ''कदाचित तुझे उच्चार समजले नसतील त्यांना!''

आम्ही पुढे गेलो. तिथे वुडेल बसला होता. मी त्याला नुकतंच पूर्व किनाऱ्यावरून बोलावलं होतं. चँगनं पुढे होऊन हस्तांदोलन करत म्हटलं, ''स्कीइंग करताना अपघात झाला का?''

वुडेल म्हणाला, ''काय?''

चँगनं विचारलं, ''तू या खुर्चीतून कधी बाहेर पडणार आहेस?''

''मूर्ख माणसा, मी कधीच बाहेर पडणार नाही.''

मी सुस्कारा सोडून चँगला म्हटलं, ''तू आता इथून फक्त वरच जाऊ शकतोस.''

१९८०

आम्ही सगळे जण बैठकीच्या खोलीत जमलो होतो. चँगनं आम्हाला त्याचं आत्मवृत्त दिलं. त्याचा जन्म शांघायला झाला होता आणि तो अत्यंत ऐश-आरामात वाढला होता. त्याचे आजोबा उत्तर चीनमधील तिसऱ्या क्रमांकाचे सोयाबीनचे उत्पादक होते आणि त्याचे वडील चीनच्या परराष्ट्र खात्यातील तिसऱ्या क्रमांकाचे पदधारक अधिकारी होते. जेव्हा चँग किशोर वयात होता, तेव्हा तिथे राज्यक्रांती झाली. चँग कुटुंब अमेरिकेत लॉस एंजलिसला पळून आलं. तिथे चँग हॉलिवूड हायस्कूलमध्ये शिकला. त्याला आणि त्याच्या आई-वडिलांना अनेकदा चीनमध्ये परत जावंसं वाटे. ते सतत आपली मित्रमंडळी आणि कुटुंबाच्या संपर्कात होते. त्याची आई क्रांतीची माता समजल्या जाणाऱ्या सूंग चिंगलिंगची जवळची मैत्रीण होती.

नंतर चँग प्रिन्सटनमध्ये वास्तुशिल्प शास्त्र शिकला आणि पुढे न्यू यॉर्कमध्ये आला. त्याला एका वास्तुशिल्प कंपनीत चांगली नोकरी मिळाली. तिथे त्यानं लेव्हिट टाउन प्रकल्पावर कामही केलं. नंतर त्यानं स्वतःची कंपनी काढली. तो चांगला पैसा मिळवत होता, चांगलं काम करत होता; पण त्याला प्रचंड कंटाळा यायचा. त्याला मजा येत नव्हती आणि आपण खरोखर काही करत आहोत, असं त्याला वाटत नव्हतं.

एके दिवशी प्रिंस्टनमधील एका मित्रानं चीनचा, शांघायचा व्हिसा मिळत नसल्याविषयी तक्रार केली. चँगनं त्याला व्हिसासाठी मदत केली, चीनमध्ये काही व्यावसायिक ओळखी करून दिल्या आणि त्यात त्याला मजा आली. अशा प्रकारे मध्यस्थ म्हणून आपल्या वेळेचा आणि कौशल्याचा चांगला उपयोग होत आहे, असं त्याला वाटलं.

चँग जरी मदत करत होता तरी त्याच्याच म्हणण्याप्रमाणे चीनमध्ये शिरणं अत्यंत अवघड होतं. एकूण प्रक्रिया ही फार कष्टदायक होती. तो म्हणाला, ''चीनला भेट

द्यायची तर नुसती विनंती करून चालत नाही. चिनी सरकारनं तुम्हाला आमंत्रण द्यावं, अशी विनंती करावी लागते. नोकरशाही त्याशिवाय कामच सुरू करत नाही.''

मी डोळे बंद केले आणि माझ्या नजरेसमोर जगाच्या दुसऱ्या टोकावर सरकारी राक्षसाचा चिनी अवतार उभा राहिला.

मी चोवीस वर्षांचा असताना मला जपानी व्यावसायिक पद्धती समजावून सांगणारे अमेरिकन सैनिक डोळ्यांसमोर आले. मी त्यांचा सल्ला शब्दशः पाळला आणि मला त्याचा लाभच झाला म्हणून चँगच्या सूचनेनुसार आम्ही एक लेखी अर्ज तयार केला.

तो फार लांबलचक अर्ज होता. तो अर्ज *वेर्शकुल अमेरिकन सेलिंग प्राइस भाग १* इतकाच मोठा झाला. आम्ही त्याचं बायंडिंगही केलं.

आम्ही एकमेकांना विचारत असू, हे सगळं खरोखरच कोणी वाचणार आहे का?

आम्ही म्हटलं, 'ठीक आहे, चँग सांगतो आहे ना, तसं करा!'

आम्ही तो अर्ज बेजिंगला पाठवला, फारशी आशा नव्हतीच.

१९८०च्या बटफेसमध्ये मी म्हटलं की, आपण सरकारबरोबरच्या संघर्षात सध्या जरी थोडे वरचढ झालेलो असलो तरी आपण काही तरी वेगळं, धाडसी केलं नाही तर हे प्रकरण अखंड रेंगाळतच राहील. मी म्हणालो, ''मी यावर बराच विचार केला आहे आणि मला वाटतं की *आपणच* अमेरिकन सेलिंग प्राइस ठरवायला पाहिजे.''

सगळे बटफेस हसू लागले.

नंतर ते सगळे हसायचे थांबले आणि त्यांनी एकमेकांकडे पाहिलं.

आम्ही बाकीचा शनिवार-रविवार यावर चर्चा करण्यात घालवला. हे शक्य आहे का? छे छे, हे शक्यच नाही! अजिबात नाही! पण-कदाचित...

आम्ही हा प्रयत्न करून बघायचं ठरवलं. आम्ही बुटाची एक नवीन लाइन सुरू केली - नायलॉनचा वरचा भाग असलेले धावण्याचे बूट आणि त्याला नाव दिलं - वन लाइन. हे बूट अगदी स्वस्त होते, त्यावर साधंसं बोधचिन्ह होतं आणि आम्ही हेजच्या साको इथल्या जुन्या कारखान्यात ते बूट तयार केले. बुटाच्या खर्चापेक्षा किंचित जास्त इतकीच त्याची किंमत ठरवली. आता कस्टम्स अधिकाऱ्यांना आमच्यासाठी आयात शुल्क ठरवताना स्पर्धक बुटांची हीच किंमत गृहीत धरायला पाहिजे!

हा सरकारला मोठाच धक्का होता, यामुळेच सरकारचं लक्ष वेधलं जाणार होतं. मग आम्ही एक डाव ठोसा मारला. आम्ही टीव्हीवर एक जाहिरात दिली त्यात ओरेगॉनची एक लहान कंपनी बलाढ्य सरकारशी लढते आहे, असं दाखवलं होतं. त्यात एक धावपटू ट्रॅकवर एकटाच सराव करताना दिसत होता आणि मागून एक गंभीर आवाज देशभक्ती, स्वातंत्र्य, अमेरिकेचा मार्ग वगैरेचं गुणगान करत होता, त्यामुळे लोक चांगलेच प्रभावित झाले.

आणि मग आम्ही हातोडा मारला. २९ फेब्रुवारी १९८० रोजी आम्ही अमेरिकेतील न्यू यॉर्कच्या दक्षिण जिल्हा कोर्टात अडीच कोटी डॉलरचा ॲन्टी ट्रस्ट कायद्याखाली खटला दाखल केला. आम्ही आरोप केला की, आमचे स्पर्धक आणि अनेक रबर कंपन्यांनी मिळून अनैतिक व्यापारी पद्धती वापरून, कारस्थान करून आम्हाला नामशेष करण्याचा प्रयत्न केला आहे.

मग आम्ही वाट पाहत बसलो. आम्हाला ठाऊक होतं की, आता फार वेळ लागणार नाही आणि फार वेळ लागलाही नाही. सरकारी राक्षस भडकला, ॲटम बॉम्ब टाकीन असं म्हणाला म्हणजे काय कोण जाणे? पण त्यात काही अर्थ नव्हता, त्यालाही आता काही महत्त्व उरलं नव्हतं. त्याचे वरिष्ट आणि वरिष्ठांचे वरिष्ठ, कुणालाच हा संघर्ष नको होता. आमचे स्पर्धक आणि सरकारमधील त्यांचे समर्थक यांना कळून चुकलं की, त्यांनी आमची इच्छाशक्ती पूर्णपणे जोखली नव्हती.

लगेचच त्यांनी समझोत्याची बोलणी सुरू केली.

सकाळ-संध्याकाळ आमचे वकील फोन करत होते. काही सरकारी कार्यालयातून, काही उत्तम कायदा सल्लागार कंपन्यातून, काही पूर्व किनाऱ्यावरील आमच्या बैठकीच्या खोल्यातून प्रतिपक्षाच्या लोकांना भेटून फोन करत होते. ते मला समझोत्याबद्दलची अखेरची ऑफर कळवत असत आणि मी ती तत्काळ फेटाळून लावत असे.

एके दिवशी वकिलांनी म्हटलं की, फार तमाशा न करता, कोर्टात न जाता एकूण प्रकरण दोन कोटी डॉलरवर मिटवता येईल.

मी म्हणालो, ''नावच काढू नका.''

अजून एकदा फोन आला आणि ते म्हणाले दीड कोटी डॉलर देऊ करतो.

मी म्हणालो, ''विनोद करत आहात का?''

त्यांचा आकडा खाली खाली येत गेला. हेज, स्ट्रॅसर आणि माझ्या वडिलांबरोबर माझा मोठा वाद झाला. त्यांना वाटत होतं की, मी हे प्रकारण मिटवून टाकावं, संपवावं. ते विचारत असत, 'तुझ्या मनात किती रक्कम आहे?' मी म्हणायचो, 'शून्य!'

मला एक पेनीदेखील द्यायची नव्हती. एक पेनी देणंही अन्याय होता.

जाक्का, हाउझर आणि चक हे या केसमध्ये माझे सल्लागार होते. त्यांनी मला खाली बसवून समजावलं की, सरकारला तोंड लपवायला काही तरी करायलाच हवं. सरकार या संघर्षातून काहीच न मिळवता बाहेर पडू शकत नव्हतं. बोलणी पूर्ण थांबली तेव्हा माझी आणि चकची समोरासमोर एक बैठक झाली. त्यांनी मला सांगितलं की, ही लढाई संपल्याशिवाय आपण पब्लिक लिमिटेडचा विचारही करू शकत नाही आणि कंपनी पब्लिक लिमिटेड केली नाही तर सगळं काही हातातून जाणार होतं.

मी अधिकच चिडू लागलो, अन्यायाविषयी तक्रार करू लागलो, जे आहे ते तसंच ठेवण्याबद्दल बोलू लागलो. मी म्हणालो की, कदाचित, मला कधीच पब्लिक

लिमिटेड व्हायचं *नाही*. पुन्हा मी माझी भीती बोलून दाखवली की, पब्लिक लिमिटेड झाल्यानं नाइकेचं स्वरूप बदलेल, नियंत्रण दुसऱ्याकडे गेल्यानं नाइकेचा विनाश होईल. भागधारकांच्या मतांवर अवलंबून राहिलं किंवा कॉर्पोरेट लोकांनी धाड टाकली, तर ओरेगॉनच्या ट्रॅक संस्कृतीचं काय होणार? या बाबतीत डिबेंचरधारकांच्या एका लहान गटानं केलेला गोंधळ आपण पाहिला आहे आणि हजारो भागधारकांना आत घेतलं तर हजार पटीनं गोंधळ होणार! आणि मुख्य म्हणजे कुणी तरी एक प्रचंड व्यावसायिक माणूस बहुसंख्य शेअर्स विकत घेऊन आमच्या संचालक मंडळात येऊन दादागिरी करणार ही कल्पना मला सहनच होईना. मी चकला म्हटलं, ''मला नियंत्रण सोडायचं नाही आणि तीच माझी मोठी चिंता आहे.''

तो म्हणाला, ''बरं–नियंत्रण न घालवता पब्लिक लिमिटेड करण्याचा एक मार्ग असू शकतो.''

''काय?''

''आपण दोन प्रकारचे शेअर्स विकू शकतो. क्लास ए आणि क्लास बी. सामान्य लोकांना क्लास बीचे भाग मिळतील आणि त्यांना एका भागामागे एकच मत असेल. संस्थापक, तुमचं मित्रमंडळ आणि परिवर्तनीय डिबेंचरधारक यांना क्लास बीचे भाग मिळतील, त्यामुळे ते संचालक मंडळात तीन चतुर्थांश प्रतिनिधी पाठवू शकतील म्हणजे असं की, तुम्हाला प्रचंड प्रमाणात पैसा मिळेल, तुमची प्रगती खूप वेगानं होऊ शकेल, तरीही नियंत्रण तुमच्याच हातात असेल.''

मी आश्चर्यानं त्याच्याकडे बघतच राहिलो. ''आपण असं खरोखर करू शकतो?''

''ते सोपं नाही; पण *न्यू यॉर्क टाइम्स, वॉशिंग्टन पोस्ट* आणि एक दोन अन्य कंपन्यांनी असं केलं आहे. मला वाटतं की, आपल्यालाही तसं करता येईल.''

याला साटोरी किंवा केन्शो म्हणता येणार नाही कदाचित; पण हा नक्कीच एक साक्षात्कार होता. एका क्षणात झालेला साक्षात्कार. मी अनेक वर्षं ज्याची वाट पाहत होतो ते उत्तर! मी म्हणालो, ''चक, हेच तर आपलं – उत्तर दिसतंय!''

नंतरच्या बटफेसमध्ये मी क्लास ए आणि क्लास बीची संकल्पना समजावून सांगितली. प्रत्येकाची तीच प्रतिक्रिया होती. अखेर मिळालं उत्तर! पण त्यांना सावधगिरीचा इशारा दिला. हे आपल्या समस्येचं उत्तर असो की नसो, आता लगेच रोखीचा प्रश्न कायमचा निकालात काढायला हवा होता. कारण, आता नेहमीची खिडकी बंद होणार होती. मला अचानक पुढे मंदीचं चित्र दिसू लागलं. सहा महिने-एखादं वर्ष फार तर! आपण जरा थांबून पब्लिक लिमिटेड करायचं ठरवलं तर बाजारपेठेतून आपल्या खऱ्या किमतीपेक्षा कमी प्रतिसाद येईल.

मी हात वर करायला सांगितलं. पब्लिक लिमिटेड करायची – सगळ्यांचा होकार आहे का?

आणि त्यावर एकमत झालं.

सरकार आणि स्पर्धकांबरोबरचा संघर्ष मिटला रे मिटला की, आम्ही लगेच पब्लिक लिमिटेडच्या मागे लागणार होतो.

वसंत ऋतू फुलू लागला आणि आमचे वकील आणि सरकारी अधिकारी यांनी मिळून नव्वद लाख डॉलर हा आकडा अखेर निश्चित केला. ही रक्कमदेखील खूप मोठी वाटत होती; पण सगळे म्हणाले की एवढी रक्कम भरायलाच हवी. मी काही वेळ खिडकीबाहेर बघत विचार करत होतो. बाहेरची फुलं आणि कॅलेंडर वसंत ऋतू दाखवत होतं; पण त्या दिवशी ढग खाली आले होते, पाणी मलीन दिसत होतं आणि वारा थंडगार होता.

मी थोडा गुरगुरलो. मी फोन उचलला आणि वेर्शकुलचा नंबर फिरवला. बोलणी करण्यात आता त्याची मुख्य भूमिका होती. मी म्हटलं, ''चल, करू या ठरल्याप्रमाणे.''

मी कॅरोल फिल्डसला चेक काढायला सांगितला. तिनं सहीसाठी चेक माझ्याकडे आणला. आम्ही एकमेकांकडे बघितलं आणि अर्थातच दोघांच्याही मनात विचार आला की, एके काळी दहा लाख डॉलरचा चेक लिहिला होता; पण खात्यात तेवढे पैसे नव्हते. आता मी नव्वद लाखाचा चेक लिहीत होतो आणि तो परत जाणं अशक्य होतं. मी सही करतात त्या ओळीकडे पाहिलं. मी मनात म्हणालो, 'नव्वद लाख!' मला आठवलं की, १९६०ची माझी एमजी गाडी रेसिंगचे टायर्स आणि ट्विन कॅमसह फक्त अकराशे डॉलरला विकली होती. जणू अगदी कालच. *मला कल्पनेकडून वास्तवाकडे ने!*

* * *

ते पत्र उन्हाळ्याच्या सुरुवातीला आलं. चीन सरकार आपल्याला भेटीचं निमंत्रण देत आहे...!

कोणी जावं हे ठरवण्यात माझा एक महिना गेला. मला वाटलं की, आमच्या ए टीमनं जावं. मी मांडीवर एक पिवळं पॅड घेऊन बसलो, अनेक नावं लिहिली, परत खोडली, पुन्हा नवीन नावं लिहिली.

अर्थात त्यात चँग असणारच.

आणि स्ट्रॅसर तर हवाच.

हेज तर नक्कीच!

जे जाणार होते त्यांना कागदपत्रं, पासपोर्ट आणि बाकी तयारी करायला मी सांगितली. नंतर जाईपर्यंतचे दिवस मी चीनचा इतिहास वाचण्यात घालवला. बॉक्सर क्रांती, चीनची भिंत, अफूचं युद्ध, मिंग घराणं, कन्फ्युशियस, माओ...!

आणि मी फक्त एकटाच इतिहासाचा विद्यार्थी नव्हतो; मी आमच्या प्रवास टीमसाठी एक अभ्यासक्रमच तयार केला.

जुलै १९८०मध्ये आम्ही विमानात बसलो. बेजिंग; आम्ही येत आहोत; पण प्रथम टोक्यो! मला वाटलं की, टोक्योला पहिल्यांदा गेलो तर बरं होईल. जरा उतरून बघू! जपानच्या बाजारपेठेत विक्री वाढू लागली होती आणि चीनमध्ये जायच्या आधी जपानमध्ये गेल्यामुळे काम सोपं होईल. कारण, चीन हे सर्वांसाठी मोठं आव्हान होतं. जपानला जाताना जुन्या आठवणी जाग्या झाल्या. पेनी आणि गॉरमन... मला तेव्हा एक धडा मिळाला होता.

बारा वर्षांनी टोक्योच्या रस्त्यावरून फिरताना माझं मन परत १९६२मध्ये गेलं. माझ्या विचित्र कल्पनेतून घडलेली ट्रिप! आणि आता मी ती कल्पना घेऊन एका प्रचंड बाजारपेठेत उतरत होतो. मनात मार्को पोलो, कन्फ्युशियसचे विचार आले. मी अनेक वर्षे खेळलेले खेळही आठवले-फुटबॉल, बास्केटबॉल, बेसबॉल - एक टीम शेवटच्या काही सेकंदांत किंवा डावात पुढे असताना सुस्तावली अथवा जरा जास्तच सावध झाली आणि तरीही ती हरली होती...!

मी स्वतःला मागे बघू नको म्हणून बजावलं. समोर पाहत राहा.

आम्ही काही छान ठिकाणी मस्त जपानी जेवण घेतलं, जुन्या एका दोन मित्रांना भेटलो. दोन-तीन दिवस विश्रांती घेऊन आम्ही चीनला जायला एकदम तयार झालो. बीजिंगसाठी दुसऱ्या दिवशी उड्डाण होतं.

आम्ही शेवटचं जेवण गिंझाला घेतलं, तीन-चार कॉकटेल घशाखाली घातल्या. सगळे जण लवकर आले. मी एक गरम पाण्याचा शॉवर घेतला, घरी फोन केला आणि अंथरुणावर पडलो. काही तास गेले आणि दारावर जोराची थाप पडली. मी टेबलावरच्या घड्याळाकडे बघितलं; रात्रीचे दोन वाजले होते. ''कोण आहे?''

''डेव्हिड चँग. मला आत घे आधी.''

मी दारापाशी गेलो आणि चँग मला अगदी वेगळ्याच अवस्थेत दिसला. कपडे चुरगाळलेले, चेहरा त्रासलेला, टाय अस्ताव्यस्त झालेला. तो म्हणाला, ''हेज येणार नाही.''

''काय म्हणतो आहेस?''

''हेज खाली बारमध्ये आहे आणि तो म्हणतो आहे की, त्याला जमणार नाही, तो विमानात चढणार नाही.''

''का नाही?''

''त्याला कसला तरी अॅटॅक आला आहे.''

''हो, त्याला भीती वाटत असते खरी.''

''कसली भीती?''

''त्याला सर्व प्रकारची भीती वाटते.''

मी कपडे करून खाली बारकडे जायला निघालो. मग माझ्या लक्षात आलं, आपण कोणाबद्दल बोलत आहोत. मी चँगला म्हटलं, ''जा, जाऊन झोप. हेज सकाळी बरोबर येईलच.''

''पण''

''तो नक्की येईल!''

सकाळीच मलूल डोळ्यांनी आणि फिकुटलेल्या चेहऱ्यानं हेज लॉबीमध्ये हजर होता.

अर्थात, असा अ‍ॅटॅक परत आला तर त्यानं पुरेशी औषधं बरोबर घेतली होती. काही तासांनंतर बेजिंगमध्ये कस्टम्समधून गेल्यानंतर मला मागे बराच गोंधळ ऐकू आला. ती खोली रिकामी होती, मध्ये मध्ये प्लायवूडची पार्टिशन्स होती. पलीकडे काही चिनी अधिकारी मोठ्यानं आवाज करत होते. मी पार्टिशनच्या पलीकडे गेलो आणि मला दिसलं की दोन चिडलेले चिनी अधिकारी हेज आणि त्याच्या उघडलेल्या सूटकेसकडे बोटं दाखवत होते.

मी पुढे गेलो. स्ट्रॅसर आणि चँग हेही आले. हेजच्या प्रचंड मोठ्या अंतर्वस्त्रांच्या ढिगाऱ्यावर बारा व्होडकाच्या बाटल्या होत्या.

बराच वेळ कुणीच काही बोललं नाही. मग हेजनं सुस्कारा सोडला.

तो म्हणाला, ''ते माझ्याशी बोलत आहेत, तुम्ही सुटलात.''

* * *

पुढचे बारा दिवस आम्ही सरकारी हस्तकांसह पूर्ण चीनभर भटकलो. ते आम्हाला तियानमेन चौकात घेऊन गेले. आम्हाला चार वर्षांपूर्वी निधन झालेल्या अध्यक्ष माओच्या प्रचंड फोटोपुढे बराच वेळ उभं केलं. ते आम्हाला फरबिडन सिटीमध्ये घेऊन गेले. आम्ही मिंग घराण्याची थडगी पाहिली. आम्ही खूप प्रभावित झालो आणि आमची उत्सुकता वाढतच होती – आम्ही त्या गाइड ना काही अस्वस्थ करणारे प्रश्न विचारत होतो.

एका ठिकाणी मला शेकडो लोक माओसारखा काळा सूट आणि अत्यंत झिरझिरीत काळे बूट घालून उभे राहिलेले दिसले. ते बूट कागदाचे बनवले असावेत; पण काही मुलं कॅनव्हासचे स्नीकर्स घालून उभी होती, मला थोडी आशा वाटली.

आम्हाला अर्थात कारखाने बघायचे होते. आमच्या गाइडनी नाराजीनंच ते मान्य केलं. ते आम्हाला ट्रेनमधून बीजिंगपासून दूर असलेल्या गावात घेऊन गेले. तिथे फार मोठी औद्योगिक संकुलं होती, कारखान्यांची महानगरे होती, प्रत्येक गाव दुसऱ्यापेक्षा जास्त जुनं वाटत होतं. जुने, गंजलेले, मोडकळीस आलेले हे कारखाने इतके जीर्ण अवस्थेत होते की, त्यापुढे हेजचे प्राचीन साकोमधील अवशेष आधुनिक भासले असते.

मुख्य म्हणजे ते कारखाने अत्यंत घाणेरडे होते. असेंब्ली लाइनवरून आलेल्या बुटावर डाग, घाण लागलेली असायची आणि त्यावर काहीही प्रतिक्रिया नसायची. तिथे स्वच्छतेचा, गुणवत्ता नियंत्रणाचा मागमूसही नव्हता. आम्ही एका सदोष बुटाकडे बोट दाखवलं तर कारखान्याचे अधिकारी खांदे उडवून म्हणाले, 'काम करतात ना हे बूट?'

सौंदर्याचं तर नावच नको. नायलॉन किंवा कॅनव्हासच्या बुटाच्या जोडीत डाव्या आणि उजव्या बुटाचा रंग एकच असावा हे चिनी लोकांना पटत नसावं. डावा बूट निळा आणि उजवा जांभळा असला तरी हरकत नव्हती.

आम्ही अनेक कारखान्यांच्या व्यवस्थापकांना आणि स्थानिक राजकीय नेत्यांना तसेच काही मोठ्या व्यक्तींना भेटलो. अनेक ठिकाणी आमचं स्वागत झालं, सत्कार झाले. आमच्यावर लक्ष ठेवलं गेलं, आमच्याबद्दल चर्चा झाल्या. आम्ही खूप मासे आणि तंदुरी बदकं खाल्ली आणि अनेक ठिकाणी आम्हाला हजारो वर्षं जुनी अंडी खायला मिळाली. त्या प्रत्येक वर्षातील अंड्याची चव मी चाखली.

अर्थात आम्हाला अनेक ठिकाणी ताई माई देण्यात आली. तैवानला इतक्या वेळा भेट दिल्यानंतर मी आता तयार झालो होतो, माझ्या यकृताला सवय झाली होती. मात्र हेजला हे कितपत झेपेल याची मला खात्री नव्हती. प्रत्येक घोट घेतल्यावर तो ओठावरून जीभ फिरवून आणखी मागत असे.

आमची सहल संपत आली असताना आम्ही शांघायसाठी एकोणीस तासांचा गाडीचा प्रवास केला. आम्ही विमानानं जाऊ शकलो असतो; पण मला गावकडची दृश्यं पाहायची, अनुभवायची होती. एका तासातच माझी माणसं मला नावं ठेवू लागली. त्या दिवशी प्रचंड गरम होत होतं आणि गाडीत एसी नव्हता.

आमच्या डब्यात एका कोपऱ्यात जुना पंखा होता, त्याची पाती अडखळत अडखळत सभोवतालची धूळ फेकत होती. गार वाटावं म्हणून साऱ्या चिनी उतारूंना अगदी अंतर्वस्त्रापर्यंत कपडे उतरवण्याचं काहीच वाटत नव्हतं. हेज आणि स्ट्रॅसरलाही तेच करावं याचा जणू परवानाच मिळाला. मी दोनशे वर्षं जरी जगलो तरी ते प्रचंड प्राणी गंजिफ्रॉक आणि चड्डीमध्ये डब्यात इकडून तिकडून फिरत आहेत हे दृश्य मी कधीच विसरणार नाही किंवा त्या दिवशी गाडीत असलेले चिनी स्त्री-पुरुषही कधी विसरणार नाहीत.

चीन सोडण्याआधी आम्हाला शांघायमध्ये एक-दोन कामं होती. एक म्हणजे चीनच्या ट्रॅक व फिल्ड संघटनेशी करार करायचा होता. त्यासाठी सरकारच्या क्रीडाखात्याशी करार करणे भाग होते. पाश्चिमात्य जगात प्रत्येक खेळाडू स्वतःचे करार स्वतः करू शकतो; पण चीनमध्ये सरकारच सर्व खेळाडूंसाठी पुरस्काराचे करार ठरवते म्हणून मी आणि स्ट्रॅसर या खात्याच्या प्रतिनिधीला शांघायमध्ये एका जुन्या, ७५ वर्षे जुनं फर्निचर असलेल्या आणि माओचा प्रचंड फोटो टांगलेल्या शाळेत भेटलो. त्यानं पहिली काही मिनिटे आम्हाला साम्यवादाच्या फायद्यांवर भाषण दिलं. तो सतत म्हणत होता की, चीनला समस्वभावी लोकांबरोबर व्यवसाय करायला आवडतं. मी आणि स्ट्रॅसरनी एकमेकांकडे पाहिलं. समस्वभावी? म्हणजे काय? अचानक भाषण थांबलं. तो प्रतिनिधी पुढे वाकून हलक्या आवाजात म्हणाला, ''तुम्ही लोक किती देणार?'' मला तो उबेरचा मध्यस्थ 'ले स्टाइनबर्गचा' चिनी अवतार वाटला.

दोन तासांतच आम्ही एक करार केला. चार वर्षांनंतर चीनची ट्रॅक व फिल्ड टीम दोन पिढ्या गेल्यानंतर प्रथमच लॉस एंजलिसमध्ये अमेरिकन बूट आणि इतर खेळ साहित्य वापरून ऑलिंपिक स्टेडियममध्ये उतरत होती.

नाइकेचे बूट आणि वॉर्म अप साहित्य!

आमची अखेरची बैठक विदेश व्यापार खात्याबरोबर होती. इतर सर्व आधीच्या बैठकींप्रमाणे इथेही काही अधिकाऱ्यांची लांबलचक भाषणं झाली. पहिल्या फेरीतच हेज कंटाळला. तिसऱ्या फेरीच्या वेळी तर तो अगदी अगतिक झाला. तो आपल्या पॉली ईस्टरच्या शुभ्र शर्टाचे धागे काढत बसला. अचानक त्याला त्या धाग्यांचा राग आला. त्यानं आपला लायटर काढला. व्यापार खात्याचा उपमंत्री आमची, 'उत्तम भागीदार' म्हणून फार स्तुती करत होता. तो अचानक थांबला; त्यानं पाहिलं की, हेजनं स्वतःला पेटवून घेतलं आहे. हेज तो जाळ हातानंच बाजूला सारत होता आणि त्यानं आग विझवली; पण त्यामुळे सगळा विचका झाला आणि त्या वक्त्याचा विरस झाला.

पण काही बिघडलं नाही. घरी जाण्यासाठी विमानात बसण्याआधी आम्ही दोन चिनी कारखान्यांबरोबर करार केले. पंचवीस वर्षांत चीनमध्ये स्थानिक व्यवसाय करायला परवानगी मिळालेली आमची पहिलीच अमेरिकन बूट कंपनी होती.

अर्थात त्याला 'व्यवसाय' म्हणणं कदाचित चूक ठरेल. ते अत्यंत गडबडीत गेलेले दिवस, झोपेशिवाय घालवलेल्या रात्री. अत्यंत पराकोटीचा संघर्ष आणि मिळवलेला अद्‌भुत विजय या सर्वांचं वर्णन 'व्यवसाय' या एकाच मवाळ शब्दात करणं चुकीचं ठरेल. आम्ही जे करत होतो ते यापेक्षा किती तरी जास्त होतं. रोज नवीन पन्नास प्रश्न यायचे, पन्नास अवघड निर्णय लगेचच घ्यायला लागायचे. प्रत्येक क्षणाला जाणवायचं की, एक चुकीची खेळी, एक चुकीचा निर्णय म्हणजे पूर्ण विनाश! चुकीसाठी फारच कमी संधी होती आणि ध्येय उंच उंच जात होतं आणि आमच्यापैकी कुणालाच ध्येय म्हणजे पैसा असं कधीच वाटलं नव्हतं. मला माहीत आहे की, काही जणांसाठी व्यवसाय म्हणजे फक्त नफ्यासाठी आटोकाट प्रयत्न, बस, तेवढंच! पण आमच्यासाठी व्यवसाय म्हणजे पैसा बनवणे हे माणसाच्या शरीरात रक्त बनणे यासारखंच होतं. हो, माणसाच्या शरीराला रक्ताची गरज असते. शरीरात लाल आणि पांढऱ्या पेशी, प्लेटलेट तयार व्हाव्या लागतात आणि त्यांचं शरीरात योग्य ठिकाणी, योग्य प्रमाणात, वेळेवर, सहजपणे पुनर्वितरण व्हावं लागतं; पण शरीरातील हा दैनंदिन व्यवहार म्हणजे माणसाचं जीवितकार्य नसतं. ही एक नित्य क्रिया आहे, ज्यामुळे आपलं ध्येय साध्य होतं आणि माणसाचा प्राण नेहमीच्या जीवन प्रक्रिया सतत चालूच ठेवत असतो. – १९७०च्या दशकाच्या अखेरीस मीही हेच केलं. मी जिंकण्याची व्याख्या बदलली. मुळात, मी न हरणं म्हणजे जिंकणं अशी व्याख्या केली होती. नुसतं जिवंत राहणं अशी व्याख्या केली होती, ती बदलली. आता ही व्याख्या माझ्यासाठी, माझ्या कंपनीसाठी पुरेशी नव्हती. सर्व महान व्यवसायांना वाटते, त्याप्रमाणे आम्हालाही नवनिर्मिती करायची होती, योगदान द्यायचं होतं आणि हे सर्वांना मोठ्यानं सांगायचं होतं. जेव्हा तुम्ही काही

तरी तयार करता, कशात तरी सुधारणा करता, काही तरी देता, अनोळखी लोकांना एखादी सेवा किंवा नवीन वस्तू देता, त्यांना आनंद देता, अधिक निरोगी, सुरक्षित करता आणि चांगली व्यक्ती बनवता, जेव्हा हे सगळं अत्यंत सफाईनं, हुशारीनं, कार्यक्षमपणे करता... जसं नेहमी व्हायला पाहिजे; पण होत नाही, तेव्हा तुम्ही या एकूण मानवी नाट्यात पूर्णपणे सहभागी होत असता. नुसतं जिवंत राहण्यापेक्षा तुम्ही इतरांना परिपूर्ण जीवन जगायला मदत करता आणि याला व्यवसाय म्हणत असाल तर मी एक व्यावसायिक आहे, नक्कीच आहे!

कदाचित, मला याची आता सवय होईल.

बॅगेतून सामान काढायलाही वेळ नव्हता. चीनमधून आल्यानंतर जेट लॅगची झोप काढायला वेळ नव्हता. हा जेट लॅग खरं तर खूप मोठा होता. आम्ही ओरेगॉनला पोहोचलो, तेव्हा कंपनी पब्लिक लिमिटेड करण्याची प्रक्रिया जोरात सुरू झाली होती. फार मोठे निर्णय घ्यायचे होते, विशेषतः या वितरणाची जबाबदारी कोणाकडे द्यायची.

पब्लिक लिमिटेड करताना भाग वितरण नेहमीच यशस्वी होतं असं नाही. जर ते नीट हताळलं गेलं नाही तर फार मोठा अपघात संभवतो म्हणून हा एक महत्त्वाचा निर्णय होता. कुहन, लोएबसारख्या ठिकाणी काम केल्यानं चकचे त्या लोकांशी संबंध चांगले होते आणि त्याच्या नजरेत तेच या कामासाठी उत्तम होते. आम्ही चार-पाच संस्थांच्या मुलाखती घेतल्या; पण शेवटी चकच्याच मतानुसार जायचं ठरवलं.

आता एक माहितीपत्रक तयार करायला हवं होतं. आम्हाला हवे तसे दिसणारे आणि पटणारे पत्रक तयार करण्याआधी किमान पन्नास तरी मसुदे झाले असतील.

अखेर, उन्हाळ्याच्या शेवटी शेवटी आम्ही सर्व कागदपत्रं सिक्युरिटीज अँड एक्सचेंज कमिशनाला सादर केली. सप्टेंबरच्या सुरुवातीला आम्ही जाहीर घोषणा केली. नाइके कंपनी क्लास एचे दोन कोटी तर क्लास बीचे तीस कोटी शेअर्स विकणार होती. आम्ही लोकांना सांगितलं की, या शेअरची किंमत प्रति शेअर अठरा ते बावीस डॉलर राहील.

एकूण पाच कोटी शेअर्सपैकी तीन कोटी शेअर्स राखीव राहणार होते आणि क्लास बीचे दोन कोटी शेअर्स जनतेला विकण्यासाठी होते. उरलेला जवळजवळ १.७ कोटी क्लास शेअर्सचा ५६% वाटा सध्याचे भागधारक म्हणजे मी, बॉवरमन, डिबेंचरधारक आणि अन्य बटफेस सदस्यांकडे जाणार होता.

माझ्याकडे व्यक्तिशः ४६% हिस्सा असणार होता. आम्ही सर्वांनी हे मान्य केलं. कारण, काही झालं तरी एकाच माणसानं ही कंपनी चालवणं इष्ट होतं. एकाच स्थिर आणि ठाम आवाजात कंपनीनं संवाद साधणं इष्ट होतं. काही गट फुटून जाणं, वेगळे गट तयार होणं, नियंत्रण मिळवण्यासाठी संघर्ष करणं यासाठी कुणाला संधीच नको. बाहेरच्या लोकांना शेअर्सचं असं विभाजन प्रमाणाबाहेर, असंतुलित, अन्यायकारक

वाटलं असेल कदाचित. बटफेस सदस्यांसाठी ती एक गरज होती. कुणीच विरोधाचा किंवा तक्रारीचा सूर काढला नाही. कधीच नाही!

आम्ही मार्गस्थ झालो. हे वितरण सुरू करण्याच्या आधी काही दिवस आम्ही संभाव्य गुंतवणूकदारांना आमच्या उत्पादनाचं, आमच्या कंपनीचं, ब्रँडचं मूल्य पटवण्यासाठी बाहेर पडलो. चीनमधून आल्यानंतर प्रवासाची इच्छा नव्हती; पण दुसरा मार्गच नव्हता. आम्हाला वॉल स्ट्रीटवर म्हणतात तसा 'डॉग व पोनी' शो करणं आवश्यक होतं.

पहिला मुक्काम मॅनहॅटन. सकाळी नाश्त्याच्या वेळी काही मुरलेल्या बँकर्सबरोबर बैठक होती, ते लोक हजारो संभाव्य गुंतवणूकदारांचं प्रतिनिधित्व करत होते. हेजनं उठून थोडक्यात परिचय करून दिला. त्यानं मोठ्या कौशल्यानं आकडेवारी मांडली. त्याचं भाषण विषयाला धरून अतिशय छान झालं. नंतर जॉन्सन उठला आणि बुटांविषयीच बोलला, आमचे बूट वेगळे आणि खास का होते; त्यात इतकी कल्पकता कुठून आली वगैरे. तो इतकं छान कधीच बोलला नव्हता.

मी अंतिम भाषण केलं. मी कंपनीचा उगम, कंपनीचा आत्मा आणि मूलतत्त्व यावर बोललो. मी काही टिपणे काढली होती; पण एकदाही मी ती उघडून पाहिली नाहीत. मला काय म्हणायचं होतं याबद्दल मनात अजिबात संदेह नव्हता. अनोळखी लोकांपुढे स्वतःविषयी मला बोलता आलं असतं की नाही, शंका आहे; पण नाइकेबद्दल बोलताना मला अजिबात अडचण आली नाही.

मी बॉवरमनपासून सुरुवात केली. त्याच्यासाठी मी ओरेगॉनमध्ये कसा धावत होतो, विशीत असताना त्याच्याबरोबर भागीदारी कशी केली याबद्दल बोललो. मी त्याची बुद्धी, पराक्रम, त्याची जादूची वॅफल, त्याची सापळा लावलेली पोस्टाची पेटी याविषयी बोललो. ती फार गमतीशीर कहाणी होती आणि ती ऐकताना अनेकदा हशा पिकायचा; पण त्या कहाणीत एक महत्त्वाचा मुद्दा होता. मला न्यू यॉर्कमधील या लोकांना सांगायचं होतं की, आम्ही ओरेगॉनमधून आलो असलो तरी आमच्याशी कोणी पंगा घेऊ नये.

भित्रे लोक सुरुवातच करत नाहीत आणि दुर्बळ लोक वाटेतच खलास होतात, त्यामुळे सभ्य स्त्री-पुरुषहो, फक्त आम्हीच उरतो; हो, फक्त आम्हीच!

त्या पहिल्या दिवशी आम्ही मिडटाउनमध्ये सकाळपेक्षा दुप्पट संख्येनं आलेल्या बँकर्ससमोर एका औपचारिक भोजनप्रसंगी तेच सादरीकरण केलं; पण मेजवानीच्या आधीही कॉकटेल देण्यात आलं. हेजनं जरा जास्तच घेतली होती. या वेळी तो उभा राहिला तेव्हा त्यानं मुक्तपणे बोलायचं ठरवलं. तो हसत बोलू लागला, ''मी या लोकांबरोबर बराच काळ राहिलो आहे, मी कंपनीच्या अगदी आतल्या गोटात होतो आणि मला सांगायचं आहे की, यातील कोणीही नोकरीच्या लायक नाही.''

कोरडा खोकला ऐकू आला.

मागे कोणी तरी घसा खाकरला.

एका किड्याचा आवाज आला आणि थांबला.

कुठे तरी दूर एक माणूस वेड्यासारखा हसत होता. आजही मला वाटतं की तो जॉन्सन होता.

या लोकांसाठी पैसा हा विनोदाचा विषय नव्हता आणि शेअर्सचं सार्वजनिक वितरण ही विनोद करण्याची जागा नव्हती. मी सुस्कारा सोडून माझ्या टिपणांकडे बघितलं. हेजनं त्या खोलीवरून बुलडोझर जरी फिरवला तरी इतकं नुकसान झालं नसतं. नंतर रात्री मी त्याला बाजूला घेऊन म्हणालो की, तो यापुढे बोलला नाही तर बरं होईल. मी आणि जॉन्सन औपचारिक सादरीकरण हाताळू शकतो; पण तरीही प्रश्नोत्तर कार्यक्रमासाठी आम्हाला त्याची गरज होती.

हेजनं माझ्याकडे बघून डोळे मिचकावले. त्याला कळलं होतं. तो म्हणाला, ''मला वाटलं की तुम्ही लोक मला घरी पाठवणार.'' मी म्हणालो, ''नाही, तूही या गोष्टीचा भाग आहेसच.''

मग आम्ही शिकॅगो, डलास, ह्यूस्टन आणि सॅन फ्रॉन्सिस्कोला गेलो. आम्ही लॉस एंजलिस, सिॲटलला गेलो. प्रत्येक पुढच्या ठिकाणी आम्ही थकून जायचो, जवळ जवळ रडकुंडीला यायचो, विशेषतः मी आणि जॉन्सन तरी! आमच्यात एक वेगळी भावना निर्माण होत होती. विमानात, हॉटेलच्या बारमध्ये आम्ही पूर्वीच्या दिवसांवर बोलायचो. त्याची अखंड येणारी पत्रं! *जरा उत्तेजनपर पत्रं लिहीत जा!* मी गप्प असायचो. आम्हाला त्याच्या स्वप्नात नाइके हे नाव कसं आलं ते आठवलं. आम्ही स्ट्रेच, गियाम्पेट्रो आणि मार्लबोरोच्या माणसाबद्दल बोललो आणि अनेक वेळा मी त्याला देशभर इकडून तिकडे, तिकडून इकडे फिरवलं ते आठवलं. आम्हाला स्मरण झालं की, जेव्हा एक्सेटरमधील कर्मचाऱ्यांचे चेक परत आले तेव्हा कामगारांनी त्याला कसा वेढा घातला होता. नंतरच्या एका बैठकीला जाताना गाडीत मागे बसलेला जॉन्सन म्हणाला की, 'आणि हे सगळं झाल्यावर आता आपण वॉल स्ट्रीटचे लाडके बनलो आहोत.'

मी त्याच्याकडे बघितलं. अनेक गोष्टी बदलतात; पण तो बदलला नव्हता. त्यानं आपल्या बॅगमध्ये हात घातला, एक पुस्तक बाहेर काढलं आणि तो वाचू लागला.

थँक्सगिव्हिंगच्या आदल्या दिवशी ही यात्रा संपली. मला समोर माझं कुटुंब, टर्की आणि क्रॅनबेरीचा ढीग पडलेला अंधुकपणे आठवलं. मला वाटतं की, तो कसला तरी वर्धापन दिन होता. मी १९६२मध्ये जपानला थँक्सगिव्हिंगच्या दिवशीच गेलो होतो.

रात्रीच्या जेवणाच्या वेळी वडिलांनी मला पब्लिक शेअर वितरणाविषयी हजार प्रश्न विचारले. आईला काहीच विचारायचं नव्हतं. ती म्हणाली की, तिला आधीपासूनच हे ठाऊक होतं, अगदी तिनं मला सात डॉलरचे लंबर अप बूट घेऊन दिले होते तेव्हापासून! त्यांना खूप आठवण येत होती, अभिनंदन करायचं होतं; पण मी त्यांना शांत केलं, आधीच उत्साही होऊ नका म्हणून विनवलं. खेळ अजून चालू होता, शर्यत सुरू झाली होती.

आम्ही वितरणासाठी २ डिसेंबर १९८० ही तारीख निवडली. शेवटची समस्या होती ती किंमत ठरवण्याची.

आदल्या दिवशी हेज माझ्या ऑफिसमध्ये आला. तो म्हणाला, ''कुहन, लोएबमधील लोक प्रतिशेअर वीस डॉलर किंमत ठरवावी, असं सुचवत आहेत.''

मी म्हटलं, ''फारच कमी वाटते! अगदी अपमानास्पद.''

तो म्हणाला, ''पण बरीच जास्तही असू शकते. आपले शेअर्स विकले गेले पाहिजेत!''

एकूणच ही प्रक्रिया वेड लावणारी होती. कारण, त्यात अचूकता शक्यच नव्हती. कुठलाच आकडा *बरोबर* म्हणता येत *नव्हता.* लोकांचं मत, भावना, विक्रीची पद्धत याचा हा खेळ होता. *विकणे,* सतत विकत राहणे! – गेली अठरा वर्षे मी बहुधा हेच करत आलो होतो आणि आता मला कंटाळा आला होता. मला आता विक्री करायची नव्हती. आमच्या शेअरची किंमत प्रत्येकी बावीस डॉलर होती, बस, एकच आकडा! आम्ही ही किंमत कष्टानं मिळवली होती. किमतीच्या पट्ट्यातली वरची किंमतच आमचं खरं मूल्य होतं. ॲपलचे शेअर्सही बावीस डॉलरलाच होते आणि आम्ही काही कमी नव्हतो. मी हेजला म्हटलं, ''वॉल स्ट्रीटच्या लोकांना हे पटत नसेल तर मी ही विक्री मागे घेईन.''

मी हेजकडे वळून पाहिलं. त्याच्या मनात काय चाललं आहे, मला कळत होतं. पुन्हा तेच! *निशोचे पैसे पहिल्यांदा द्या.*

दुसऱ्या दिवशी सकाळी मी आणि हेज आमच्या कायदा सल्लागाराच्या ऑफिसमध्ये गेलो. एका कर्मचाऱ्यानं आम्हाला तिथल्या ज्येष्ठ भागीदाराची खोली दाखवली. एका साहाय्यकानं कुहन व लोएबला न्यू यॉर्कमध्ये फोन केला आणि अक्रोडच्या लाकडानं बनवलेल्या एका मोठ्या टेबलावरच्या फोनचं स्पीकरचं बटण दाबलं. हेज आणि मी स्पीकरकडे बघत होतो. त्या खोलीत अनामिक आवाज ऐकू येऊ लागले. एक आवाज मोठा आणि स्पष्ट झाला. ''जंटलमेन, सुप्रभात!''

आम्ही म्हणालो, ''सुप्रभात.''

तो मोठा आवाज पुढे जाऊ लागला. त्यांनी शेअरच्या ठरवलेल्या किमतीमागे कुहन आणि लोएबनं कसा विचार केला, याचं लांबलचक आणि तपशीलवार पण निरर्थक स्पष्टीकरण दिलं आणि मग तो आवाज बोलला, ''आम्ही एकवीस डॉलरपेक्षा जास्त जाऊ शकत नाही.''

मी म्हटलं, ''नाही, आमचा आकडा बावीसच आहे!''

आम्हाला पलीकडे कुजबूज ऐकू आली. त्यांनी साडेएकवीस मान्य केलं. तो आवाज उद्गारला, ''बस, हीच आमची शेवटची मागणी आहे.''

''जंटलमेन, आमचा आकडा बावीसच आहे.''

हेज माझ्याकडे बघत होता, मी स्पीकरकडे बघत होतो.

गंभीर शांतता! आम्हाला जड श्वासोच्छ्वास, टेबलावर खरखर, कागदपत्रांची हालचाल ऐकू येत होती. मी डोळे मिटले आणि तो सगळा आवाज अंगात भिनू दिला. त्या क्षणी मी आयुष्यातलं सौदा ठरवण्याचं माझं कौशल्य पणाला लावलं होतं.

'डॅड, तुम्हाला आठवते माझी स्टॅनफर्डमधली ती वेडगळ कल्पना?'

''जंटलमेन, मी ब्लू रिबन स्पोर्टस कंपनी ओरेगॉनचा प्रतिनिधी आहे.''

''हे बघ डॅड, माझं पेनीवर प्रेम आहे आणि पेनीचं माझ्यावर प्रेम आहे आणि अशाच प्रकारे हे चालू राहिलं तर आम्ही सतत बरोबरच राहू असं वाटतं.''

तो आवाज गुरगुरला, ''सॉरी, आम्ही तुम्हाला फोन करू नंतर.''

फोन ठेवल्याचा आवाज!

आम्ही बसून राहिलो. काहीच बोलत नव्हतो. मी दीर्घ श्वास घेतला. त्या कर्मचाऱ्याचा चेहरा विरघळू लागला.

पाच मिनिटं गेली.

पंधरा मिनिटं!

हेजच्या कपाळावर आणि मानेवर घाम दिसू लागला.

फोन वाजला. तो कर्मचारी आमच्याकडे बघून आम्ही तयार आहोत का हे पाहत होता. आम्ही मान डोलावली. त्यानं स्पीकरचं बटण दाबलं.

तो आवाज म्हणाला, ''जंटलमेन. आपलं आता ठरलं. आम्ही हा प्रस्ताव शुक्रवारी बाजारात पाठवू.''

मी घरी निघालो. मला आठवतं, मुलं बाहेर खेळत होती. पेनी स्वयंपाकघरात उभी होती. ती म्हणाली, ''कसा गेला आजचा दिवस?''

''हं, ठीक होता.''

''छान.''

''आम्हाला हवी ती किंमत मिळाली.''

ती हसू लागली, ''अर्थात ती मिळणारच होती.''

मी दूरवर धावायला गेलो.

आणि मग मी गरमगरम पाण्याचा शॉवर घेतला.

लवकरच जेवून घेतलं.

मग मी मुलांच्या खोलीत शिरलो आणि त्यांना एक गोष्ट सांगितली.

१७७३चं साल होतं. मॅट आणि ट्राव्हिस हे सैनिक जॉर्ज वॉशिंग्टनच्या नेतृत्वाखाली लढत होते. ते दमले होते, थंडीनं गारठले होते, उपाशी होते, त्यांचा गणवेश फाटला होता, असाहाय्य अवस्थेत ते व्हॅली फोर्ज, पेनसिल्व्हानिया इथे हिवाळ्यात थांबले. ते माउंट जॉय आणि माउंट मिझरी या टेकड्यांच्यामध्ये, लाकडी झोपड्यात झोपत

असत. सकाळपासून संध्याकाळपर्यंत बोचणारे गार वारे पर्वतावरून येत असत आणि झोपडीच्या झरोक्यातून आत शिरत असत. अन्न-पाणीसुद्धा दुर्मीळ होतं. फक्त एक तृतीयांश लोकांच्या पायात बूट होते.

ते कधी बाहेर पडले की बर्फात त्यांच्या पायांचे रक्ताळलेले ठसे उमटायचे.

हजारो माणसे मेली; पण मॅट आणि ट्राव्हिस टिकून राहिले.

अखेर वसंत ऋतू आला. सैनिकांना कळलं की, ब्रिटिश लोक परत गेले आणि वसाहतीत राहणाऱ्यांच्या मदतीला फ्रेंच लोक धावून येत होते. मॅट आणि ट्राव्हिस यांना तेव्हापासून लक्षात आलं की, ते कुठल्याही संकटातून तरतील. माउंट जॉय असो की माउंट मिझरी असो!

गोष्ट संपली.

''बाळांनो, गुड नाइट!''

''नाइट. डॅड.''

मी दिवे विझवले आणि पेनीबरोबर टीव्हीसमोर जाऊन बसलो. दोघांपैकी कुणीच टीव्ही पाहत नव्हतं. ती पुस्तक वाचत होती आणि मी मनात हिशेब करत होतो.

पुढच्या आठवड्यात या वेळी बॉवरमन नव्वद लाख डॉलरचा धनी होईल.

केल - ६६ लाख डॉलर्स! वुडेल, जॉन्सन, हेज, स्ट्रॅसर प्रत्येकी साठ लाख डॉलर्स.

स्वप्नासारखे आकडे! या आकड्यांना काही अर्थ नव्हता. आकडे एकाच वेळी इतके अर्थपूर्ण आणि निरर्थक असू शकतात हे मला कधी ठाऊक नव्हतं.

पेनी म्हणाली, ''झोपायचं का?''

मी मान हलवली.

मी घराची दारं बंद केली, दिवे विझवले आणि तिच्या जवळ गेलो. बराच वेळ आम्ही अंधारातच अंथरुणावर पडलो होतो. अजून ही कहाणी संपली नव्हती. मी मनात म्हटलं; आता पहिला भाग संपला आहे, फक्त पहिला भाग!

मी स्वतःला विचारलं, 'तुला काय वाटतंय?'

तो आनंद नव्हता, तो दिलासा नव्हता - मला जर *काही* वाटलंच असेल तर... तो होता पश्चात्ताप?

अरे बापरे, मनात आलं; हो, पश्चात्ताप!

कारण, मला खरंच वाटलं की, मी हे पुन्हा सगळं व्यवस्थितपणे करायला हवं होतं.

मी काही तासच झोपलो. जेव्हा जाग आली तेव्हा थंडी वाजत होती आणि पाऊस पडत होता. मी खिडकीकडे गेलो. झाडावरून पाणी झिरपत होतं. सगळीकडे धुकं आणि अंधुकसं दिसत होतं. काल होतं तसं किंवा नेहमी असतं तसंच सगळं

जग दिसत होतं. काहीच बदललं नव्हतं, निदान माझ्यात तरी! आणि तरी मी आता
१७.८ कोटी डॉलर्सचा मालक होतो.

मी शॉवर घेतला, नाश्ता घेतला, गाडीनं कामावर गेलो. बाकी कुणी यायच्या
आधी मी माझ्या टेबलावर हजर होतो.

नाइट

आम्हाला सिनेमाला जायला आवडतं, नेहमीच आवडायचं; पण आज मनात एक दुविधा होती. आम्ही हिंसाचार असलेले सगळे चित्रपट पाहिले होते. कारण, पेनीला तेच खूप आवडत होतं. आज आमच्या आवडीपेक्षा वेगळ्या सिनेमाला जायचा विचार होता, काही तरी वेगळं पाहायचा प्रयत्न! एखादा विनोदी सिनेमा, कदाचित?

मी पेपर चाळला. मी म्हटलं, ''सेंचुरी थिएटरमध्ये लागलेला *बकेट लिस्ट* पाहायचा का? त्यात जॅक निकल्सन आणि मॉर्गन फ्रीमन आहेत.''

मला वाटतं तिच्या कपाळावर आठ्या पडल्या होत्या.

तो नाताळाचा हंगाम होता, २००७.

बकेट लिस्ट विनोदी सोडून कसलाही म्हणता येईल, असा सिनेमा होता. तो चित्रपट मरणाधीनता या विषयावर होता, दोन माणसं – निकल्सन आणि फ्रीमन, दोघांनाही शेवटच्या टप्प्यावरील कर्करोग झालेला असतो. ते आपले अखेरचे दिवस मजेत घालवायचं ठरवतात, काहीही वेड्यासारखं करायचं, शेवटचा श्वास घेण्याआधी त्यांना उरलेल्या वेळेचा जास्तीत जास्त उपयोग करून घ्यायचा होता, सिनेमा सुरू होऊन एक तास झाला तरी कुणी हसलं नव्हतं.

हा सिनेमा आणि माझं आयुष्य यामध्ये काही विचित्र, अस्वस्थ करणारं साधर्म्य आहे. पहिली गोष्ट म्हणजे निकल्सन मला नेहमी वन फ्ल्यू ओव्हर द ककूज नेस्ट या सिनेमाची आठवण करून देत असे आणि माझं मन ओरेगॉन विद्यापीठात घालवलेल्या दिवसांकडे जात असे. दुसरी गोष्ट म्हणजे निकल्सनचं जे पात्र होतं त्याच्या अंतिम इच्छांमध्ये हिमालयात जाण्याला अग्रस्थान होतं आणि त्यामुळे मी पार नेपाळला पोहोचत असे.

मुख्य म्हणजे निकल्सनच्या पात्राचा एक व्यक्तिगत साहाय्यक होता; जणू दुसऱ्याच्या उदरी जन्मलेला पुत्र आणि त्याचं नावही होतं मॅथ्यू! तो माझ्या मुलासारखाच दिसत होता; तीच खुरटी दाढी!

सिनेमा संपला आणि दिवे लागले. पेनी आणि मला उभं राहिल्यावर, प्रकाशमय जगात परत आल्यावर सुटका झाल्यासारखं वाटलं.

ते नवीन सोळा पडद्यांचं महा थिएटर पाम स्प्रिंगच्या बाहेरच्या बाजूला कॅथेड्रल सिटीमध्ये होतं. अलीकडे, ओरेगॉनचा गार वाऱ्यासह पडणारा जोरदार पाऊस टाळून आम्ही बहुतेक हिवाळा तिथेच घालवत असू. लॉबीमधून चालत जाताना आणि झगमगीत प्रकाशाला डोळे सरावत असताना आम्हाला दोन ओळखीचे चेहरे दिसले. सुरुवातीला नक्की कोण ते आठवत नव्हतं. कारण, डोळ्यांसमोर अजूनही निकल्सन आणि फ्रीमन होते; पण हे चेहरेसुद्धा जवळचे होते, तेवढेच प्रसिद्ध होते! आता लक्षात आलं – ते होते बिल गेट्स आणि वॉरेन बफे!

आम्ही जवळ गेलो.

त्यापैकी कुणालाच जवळचा मित्र असं म्हणता येत नव्हतं; पण आम्ही त्यांना सामाजिक समारंभात आणि परिषदांमध्ये अनेकदा भेटलो होतो. आमच्यात काही समान विषय होते, समान आवडी होत्या आणि काही समान ओळखीचे लोक होते. मी म्हटलं, ''पाहा कोण भेटलं इथे?'' आणि मग मी गडबडलो. मी खरंच असं म्हणालो होतो का? म्हणजे मी *अजूनही* मोठ्या लोकांपुढे लाजत आणि ओशाळत होतो का?

त्यातील एक जण म्हणाला, 'आताच तुमची आठवण झाली होती.'

आम्ही एकमेकांबरोबर हस्तांदोलन केलं आणि मुख्यतः पाम स्प्रिंग्जबद्दलच बोलत होतो. ही जागा छान आहे, नाही? थंडीतून बाहेर आलं म्हणजे किती बरं वाटतं ना? आम्ही कुटुंबाविषयी, व्यवसाय आणि खेळांविषयी गप्पा मारल्या. मागून कुणीतरी बोलताना मला ऐकू आलं, 'अरे हे बघ – बिल गेट्स आणि वॉरेन बफे! आणि तिसरा कोण आहे?'

मी स्मित केलं. आणखी काय करणार?

मला मनात थोडं गणित केल्याशिवाय राहवेना. आता माझं मूल्य दहा अब्ज डॉलर्स होतं आणि हे दोघे कमीत कमी पाच किंवा सहापट मोठे होते. *मला कल्पनेकडून वास्तवाकडे ने!*

पेनीनं विचारलं की, आवडला का सिनेमा? दोघेही खाली बघत म्हणाले, 'हो, पण जरा निराशाजनक होता.' मी त्यांना विचारणारच होतो, 'तुमच्या बकेट लिस्टमध्ये काय आहे?' पण मी विचारलं नाही. गेट्स आणि बफे यांना आयुष्यात जे करायचं होतं, ते करून झालं होतं. त्यांना कुठली बकेट लिस्ट नसणारच, अगदी नक्की!

आणि मग मी स्वतःला विचारलं, माझी आहे का एखादी बकेट लिस्ट?

* * *

आम्ही घरीच होतो. पेनीनं विणकामाची सुई हातात घेतली होती, माझ्या हातात वाइनचा ग्लास होता. मी माझं पिवळं पॅड पुढे ओढून काढलेली टिपणं आणि दुसऱ्या दिवशीची यादी पाहू लागलो. आणि पहिल्यांदाच – ते पान रिकामं होतं.

आम्ही अकराच्या बातम्या बघत होतो; पण माझं मन दूर गेलं होतं; भटकत, काळाच्या पलीकडे गेलं होतं! हल्ली असंच होत असे.

लहानपणी मला दिवसातला बराच वेळ चालत भटकायला आवडत असे. का कोण जाणे मला वाटतं की, मी बराचसा माझ्या आजोबांसारखा आहे, मिस्टर बंप नाइट! त्यांच्याकडे काही नव्हतं, अगदी काहीच नव्हतं आणि तरी त्यांनी कटकसर करून, बचत करून नवी कोरी मॉडेल टी गाडी घेतली होती. त्या गाडीतून त्यांनी पत्नी आणि पाच मुलांचं सगळं कुटुंब विनेबागो मिनिसोटाहून पार कोलोराडोपर्यंत आणि तिथून ओरेगॉनला हलवलं होतं. ते मला सांगत असत की, त्यांनी ड्रायव्हिंगचा परवाना वगैरेची तमा केली नाही. ते गाडीत बसले आणि निघाले! त्या पत्र्याच्या डबड्या खडखडणाऱ्या गाडीतून रॉकी पर्वतावरून उतरताना ते सतत गाडीला शिव्या घालत असत, 'छे, हलकट कुठली!' मी त्यांच्या तोंडून, आमचे काका, काकू आणि चुलत भावंडांकडून ही गोष्ट अनेकदा ऐकली होती. मलाही आपण तिथेच आहोत असं वाटायचं आणि एका प्रकारे मी तिथेच होतो!

बंप यांनी नंतर एक पिकअप गाडी घेतली. नातवंडांना पिकअपमध्ये मागच्या बाजूला भरून त्यांना गावातली कामं करायला आवडत असे. वाटेत ते नेहमी सदरलिन बेकरीमध्ये थांबायचे आणि प्रत्येकाला बारा बारा चमकणारे डोनट द्यायचे. मी कधी आकाशाकडे पाहिलं किंवा पांढऱ्या किंवा कुठल्याही कोऱ्या छताकडे पाहिलं तर मला दिसायचं की मी त्या पिक अपमध्ये लोळतो आहे आणि गरम गरम डोनटचा आस्वाद घेत ताजा सुखद वारा तोंडावर घेत आहे. लहानपणी अशा आनंदाचा आधार मिळाला नसता, ती सुरक्षितता आणि समाधान मिळालं नसतं तर मी आयुष्यात इतकी जोखीम घेतली असती का? सुरक्षित जीवन आणि संकटातून जाणारी उद्योजकतेची तारेवरची कसरत पेलली असती का? मला तसं वाटत नाही.

चाळीस वर्षांनी मी नाइकेचा मुख्य अधिकारी म्हणून सूत्रं खाली ठेवली आणि मला असं वाटतं की, मी कंपनी उत्तम स्थितीत आणि चांगल्या हातात सोपवली होती. मागील वर्षी म्हणजे २००६मध्ये विक्री १६ अब्ज डॉलर इतकी होती (आदिदासची विक्री दहा अब्ज डॉलर्स होती; पण कोण कशाला मोजतंय?). जगभर पाच हजार दुकानातून आमचे बूट आणि कपडे विकले जात आहेत आणि आमच्याकडे दहा हजार कर्मचारी आहेत. आमच्या फक्त चीनच्याच युनिटमध्ये सातशे लोक आहेत (चीन आमची दुसऱ्या क्रमांकाची बाजारपेठ आहे आणि आमचं बुटांचं सर्वांत जास्त उत्पादन चीनमध्येच होतं, मला वाटतं आमच्या १९८०च्या ट्रिपचा परिणाम असावा).

बीव्हरटनमधील जागतिक मुख्यालयातील पाच हजार कर्मचारी स्वर्गीय वाटणाऱ्या जागेत राहतात. तिथे दोनशे एकरांचं छान जंगल आहे, बाजूनं स्वच्छ झरे वाहत

असतात आणि मधून मधून सुंदर शेतं आहेत. ज्या लोकांनी आमच्या बुटांना आपली नावं आणि पुरस्कार दिले आहेत, त्यांची नावं इमारतींना ठेवली आहेत. जोन बेनुआ सॅम्युएल्सन, केन ग्रिफी ज्युनिअर, मिया हॅम्स, टायगर वुड्स, डॅन फाउट्स, जेरी राइस, स्टीव्ह प्रीफॉन्टेन... त्यांनी आम्हाला आमची ओळख दिली आहे.

अध्यक्ष या नात्यानं मी अजूनही ऑफिसमध्ये जातो. मी सगळ्या इमारतींकडे पाहतो; पण मला इमारती दिसत नाहीत. मला मंदिरं दिसतात. कुठलीही इमारत तुम्ही बनवली तर ती मंदिरच असते. मी चोवीस वर्षांचा असताना केलेल्या त्या अफाट सहलीची मला अनेकदा आठवण येते. मला दिसतं की, मी अथेन्समध्ये फार उंचावर उभा आहे, पँथेनॉनकडे बघतो आहे आणि मला नेहमी वाटतं की काळ स्वतःभोवती फिरत आहे.

आमच्या प्रांगणात, रस्त्यांवर, इमारतींच्या बाजूला महान खेळाडू, खेळातील अग्रगण्य नामवंताचे मैदानातील मोठ मोठे फोटो असलेले फलक आहेत; याच खेळाडूंनी नाइकेला केवळ एक ब्रँड न ठेवता फार मोठ्या उंचीवर नेलं होतं.

जॉर्डन.

कोबे.

टायगर.

आणि पुन्हा मला माझ्या जगभ्रमणाची आठवण झाली.

जॉर्डन नदी.

गूढ *कोबे*, जपान.

टायगर बूट विकण्यासाठी ओनित्सुकाच्या अधिकाऱ्यांना गळ घालतानाची पहिली बैठक!

हा सगळा योगायोग असेल का?

मला जगभरातली नाइकेची असंख्य कार्यालये आठवली. प्रत्येक ठिकाणी, मग तो कुठलाही देश असो, आमच्या फोन नंबरच्या शेवटी ६४५३ हेच आकडे असतात. कारण, की पॅडवर ते दाबले की नाइके शब्द तयार होतो; पण उजवीकडून डावीकडे वाचलं तर एक मैल धावेसाठी प्रीचा सर्वोत्तम विक्रमी वेळ दिसतो – ३.५४.६

मी योगायोग म्हटलं खरं; पण खरंच तसं होतं का? मला असं म्हणता येईल का की, काही योगायोग हे योगायोगाच्या पलीकडचे असतात? मी असं म्हटलं की, हे जग किंवा कुठली तरी मार्गदर्शक शक्ती मला खुणावत होती, माझ्याशी बोलत होती तर चालेल का? की ती माझ्याशी खेळत होती? हा केवळ एक भौगोलिक चमत्कार असेल का की जगातील सर्वांत प्राचीन बूट म्हणजे नऊ हजार वर्षं जुनं सँडल्स ओरेगॉनमधील एका गुहेत सापडले होते?

आणि माझा जन्म झाला त्या वर्षी म्हणजे १९३८मध्ये हे सँडल्स सापडले यात काहीच विशेष नाही का?

आमच्या भागातील दोन प्रमुख रस्ते जिथे भेटतात, ज्या रस्त्यांना नाइकेच्या संस्थापकांचं नाव दिलं आहे. त्या चौकातून मी जातो तेव्हा मला उत्साहाचं भरतं येतं. दिवसभर पुढच्या दरवाजासमोरील सुरक्षा पहारेकरी येणाऱ्यांना दिशा सांगत असतो, *असं करा; बॉवरमन ड्राइव्हवरून सरळ डेल हेज मार्गापर्यंत जा...* आमच्या प्रांगणाच्या मध्यभागी तलाव असलेल्या बगिचावरून म्हणजे निशो इवाई जपानी बगिचावरून जातानाही मला खूप मजा वाटते. आमचं प्रांगण म्हणजे एक प्रकारे नाइकेचा इतिहास आणि वृद्धीचा भौगोलिक नकाशा आहे आणि एक प्रकारे माझ्या जीवनाचा आलेख आहे. अजून एका प्रकारे पाहिलं तर हे प्रांगण म्हणजे प्रेमभावनेच्या खालोखाल अत्यंत महत्त्वाच्या मानवी भावनेचं म्हणजे कृतज्ञतेचं ते जिवंत आणि सळसळतं असं व्यक्त रूप आहे.

नाइकेमधील सर्वांत तरुण कर्मचाऱ्यांमध्येही ही भावना आहे, मोठ्या प्रमाणात आहे. त्यांना इथले रस्ते आणि इमारतींबद्दल आणि आमच्या इतिहासाबद्दल आदर आहे. मॅथ्यू जसा झोपताना गोष्टीसाठी हट्ट करत होता तसे ते जुन्या गोष्टी सांगाव्या म्हणून हट्ट करतात. जेव्हा वुडेल किंवा जॉन्सन भेट देतात, तेव्हा ते बैठकीच्या खोलीत गर्दी करतात. त्यांनी मूळ कल्पना आणि नवनिर्मितीतील गाभा टिकवण्यासाठी एक चर्चा गट, एक अनौपचारिक विचारमंथन गट तयार केला आहे. त्या गटाला त्यांनी द *स्पिरिट ऑफ* ७२ असं नाव दिलं आहे आणि ते पाहून मला भरून येतं.

परंतु कंपनीतील फक्त तरुण लोकांनाच इतिहासाचा आदर आहे असं नाही. मला जुलै २००५मधला एक प्रसंग आठवतो. नक्की कोणत्या प्रसंगी ते आठवत नाही; पण ला ब्रॉन जेम्स मला म्हणाला होता,

'फिल, एक मिनिट तुला एकट्याला भेटू शकतो का?'

'हो, अर्थातच!'

तो म्हणाला, 'जेव्हा मी तुझ्याकडे नोकरी स्वीकारली तेव्हा मला नाइकेच्या इतिहासाची काहीच माहिती नव्हती. आता मी माहिती करून घेतो आहे.'

'ओह!'

'तू मूळ संस्थापक आहेस.'

'हं, सहा संस्थापक! हो, बऱ्याच लोकांना याचं आश्चर्य वाटतं.'

'आणि नाइकेचा जन्म १९७२मध्ये झाला.'

'हं, जन्म...? हो कदाचित बरोबर आहे.'

'बरोबर! मी माझ्या जवाहिऱ्याकडे गेलो आणि त्याला १९७२चं एक रोलेक्स घड्याळ द्यायला सांगितलं.'

ब्रॉननं मला ते घड्याळ दिलं. त्यावर कोरलं होतं - *मला संधी दिली म्हणून आभार!*

नेहमीप्रमाणे मी काहीच बोललो नाही, मला काय बोलावं हे कळत नाही.

अर्थात हा काही योगायोग नव्हता. तो सत्याच्या अगदी जवळ होता; पण लोकांच्या बाबतीत अशी संधी घेणं...? त्याचं बरोबरच होतं. ही सगळी कहाणी कशाची होती, याबद्दल वेगवेगळी मतं असू शकतात.

मी स्वयंपाक घरात गेलो, ग्लासमध्ये अजून थोडी वाइन ओतली. माझ्या आरामखुर्चीवर येऊन मी थोडा वेळ विणकाम करत असलेल्या पेनीकडे पाहत बसलो. मनात अनेक प्रतिमा वेगानं पुढे सरकत होत्या. जणू मी एक स्मृतिकोष विणत होतो.

अनेक स्पर्धातील एका विम्बल्डनमध्ये पीट सांप्रास प्रत्येक प्रतिस्पर्ध्याला नेस्तनाबूत करत असताना मी बघायचो. शेवटचा पॉइंट जिंकल्यावर तो नेहमी त्याची रॅकेट प्रेक्षकात–माझ्याकडे फेकत असे! (तो नेहमी रॅकेट लांबच फेकायचा आणि माझ्या मागच्या माणसाला ती लागायची आणि तो तक्रार करायचा).

नामांकन नसलेल्या आणि पीटचा कट्टर स्पर्धक असलेल्या आंद्रे आगासीनं अमेरिकन ओपनमध्ये पीटला हरवताना मी पाहिलं. तो अंतिम फटक्यानंतर अश्रू पुसत माझ्या बॉक्समध्ये येऊन म्हणाला, 'फिल, आपण जिंकलो!'

'आपण?'

मला नक्की आठवत नाही; ऑगस्टा की सेंट अँड्र्यूज कुठे तरी टायगरनं गोल्फ स्पर्धेत अखेरचा चेंडू होलमध्ये घातला आणि माझ्या चेहऱ्यावर हास्य पसरलं. त्यानं मला मिठी मारली आणि माझ्या अपेक्षेपेक्षा किती तरी वेळ मला सोडलंच नाही.

तसंच मला बो जॅक्सनबरोबर आणि मायकेल जॉर्डनबरोबर खाजगीत घालवलेले अनेक क्षण आठवले.

शिकॅगोमध्ये मायकेलच्या घरी राहत असताना मी पाहुण्यांच्या खोलीतला फोन सहज उचलला आणि मला फोनवर एक आवाज ऐकू आला. *मी आपली काही मदत करू शकतो का?* तिथे हॉटेलप्रमाणे रूम सर्व्हिस होती, अगदी खरीखुरी, चोवीस तास, तुम्हाला हवं ते लगेच देणारी रूम सर्व्हिस!

मी फोन खाली ठेवला. माझ्य तोंडाचा आ वासला होता.

ते सगळे मला मुलांसारखे, भावांसारखे आहेत – कुटुंबीयच आहेत, आपलेपणात अजिबात कमी नाही. जेव्हा टायगरचे वडील अर्ल, वारले तेव्हा कान्सासमधील शंभरपेक्षाही कमी लोक मावणाऱ्या चर्चमध्ये अंतिम प्रार्थनेसाठी बोलावलेल्या लोकांमध्ये माझं नाव होतं. जॉर्डनच्या वडिलांचा खून झाला, तेव्हा मी अंत्ययात्रेसाठी विमानानं नॉर्थ कॅरोलिनाला गेलो होतो आणि मला आश्चर्य वाटलं की, माझ्यासाठी पुढच्या रांगेतली खुर्ची राखीव ठेवली होती.

आणि या सगळ्यामुळे मला मॅथ्यूची आठवण होते.

मॅथ्यूनं स्वतःची ओळख निर्माण करण्यासाठी खूप कष्टमय आणि दीर्घकाळ प्रवास केला होता. बऱ्याचदा मला त्याचा हा प्रवास ओळखीचा वाटायचा अर्थात

त्याच्याकडे माझ्यासारखं नशीब नव्हतं आणि लक्षकेंद्रितता नव्हती किंवा माझ्याइतकी असुरक्षितता नव्हती. कदाचित, त्याला थोड्याफार असुरक्षिततेला सामोरं जावं लागलं असतं तर...!

स्वतःचा शोध घ्यायच्या प्रयत्नात त्यानं कॉलेज सोडलं. त्यानं बरेच प्रयोग केले, बंड केलं, वाद घातले, तो पळून गेला. कशाचाच उपयोग होत नव्हता. नंतर २०००मध्ये तो बाप झाला आणि एक नवरा म्हणून, बाप म्हणून आणि एक मानवतावादी म्हणून तो जीवनात आनंद घेत आहे असं त्याला वाटू लागलं होतं. त्यानं एल साल्व्हाडोरमध्ये मी कासा सू कासा या संस्थेकडून उभारल्या जाणाऱ्या अनाथाश्रमात स्वतःला गुंतवलं. काही दिवस तिथे बरंच आणि समाधानकारक काम केल्यावर त्यानं थोडी विश्रांती घ्यायचं ठरवलं. तो आपल्या दोन मित्रांबरोबर स्कूबा डायव्हिंगसाठी इलोपांगो या खोल पाण्याच्या सरोवराकडे गेला.

का कोण जाणे त्याला आपण किती खोल जाऊ शकतो हे पाहायचं होतं. सतत धोका पत्करणाऱ्या त्याच्या वडिलांनीही कधी घेतली नसती अशी जोखीम घ्यायचं त्यानं ठरवलं.

काही तरी चुकलं. १५० फूट खोल गेल्यावर माझ्या मुलाची शुद्ध हरपली.

मॅथ्यूच्या अखेरच्या क्षणांचा, श्वास घेण्यासाठी तडफडणाऱ्या क्षणांचा विचार केला तर त्याला काय वाटत असेल याची मी कल्पना करू शकतो. एक धावपटू म्हणून हजारो मैल पळल्यानंतर श्वास घेण्यासाठी किती धडपड करावी लागते ही भावना मला चांगलीच परिचित आहे; पण मला ती भावना परत अनुभवायची नव्हती.

तरी त्याच्या बरोबरच्या दोन मित्रांशी मी बोललो. डायव्हिंगच्या खेळातील अपघातांविषयी मी शक्य तितकं वाचून काढलं आहे. मी वाचलं होतं की, जेव्हा काही तरी बिघडतं तेव्हा बुडी मारणाऱ्याला 'मर्टिनी इफेक्ट' जाणवतो. त्याला वाटतं, सर्व काही ठीक आहे, अगदी छान आहे. तो खूप मजेत असतो. मॅथ्यूलाही तसंच काही तरी वाटत असावं. अगदी शेवटच्या क्षणी त्यानं आपला मुखवटा दूर केला. माझ्या मुलाला अंतिम क्षणी त्रास झाला नाही, तो आनंदात होता, अशी स्वतःची समजूत करून घेण्यासाठी मी असंच झालं असेल, अशी कल्पना केली असावी. मी असं समजलो कारण तरच मी पुढे तग धरू शकलो असतो.

आम्हाला हे समजलं तेव्हा आम्ही सिनेमा पाहायला गेलो होतो. आम्ही *श्रेक २* सिनेमाचा पाच वाजताचा खेळ बघायला गेलो होतो.सिनेमा चालू असताना आम्ही वळून बघितलं तर ट्राव्हिस आम्हाला शोधत मध्येच उभा होता. ट्राव्हिस. *ट्राव्हिस...?*

तो अंधारात आम्हाला हलक्या आवाजात सांगत होता, 'तुम्ही माझ्याबरोबर या.'

आम्ही मधल्या पॅसेजमधून थिएटरच्या बाहेर आलो, अंधारातून उजेडात आलो. बाहेर आल्यावर तो म्हणाला, 'मला एल साल्व्हाडोरवरून आता एक फोन आला होता.'

पेनी खाली कोसळली. ट्राव्हिसनं तिला उभं केलं. त्यानं आईला कवेत घेतलं, मी अडखळत हॉलच्या टोकापर्यंत साश्रू डोळ्यांनी जाऊ लागलो. माझ्या डोक्यात एखाद्या कवितेतील विखरलेल्या तुकड्यांप्रमाणे असंख्य विचित्र शब्दांनी गर्दी केली, ...आणि *अशा प्रकारे गोष्ट संपते...*'

दुसऱ्या दिवशी सकाळी ही बातमी सगळीकडे पसरली. इंटरनेट, रेडिओ, वर्तमानपत्रे, टीव्ही सगळीकडे ठळक बातमी होती. मी आणि पेनीनं खिडक्या बंद करून, दारं बंद करून स्वतःला जगापासून विलग केलं; पण नंतर आमची पुतणी ब्रिटनी आमच्याकडे राहायला आली. आजही मला वाटतं की, तिनं आमचा जीव वाचवला.

नाइकेचे बूट घालणाऱ्या प्रत्येक खेळाडूनं ई-मेल, पत्र पाठवलं, फोन केला, अगदी प्रत्येकाने! पण प्रथम टायगरनं फोन केला. त्याचा सकाळी ७.३०लाच फोन आला. मी ते कधीच विसरणार नाही आणि माझ्यासमोर टायगरविषयी कोणी वाकडं बोललं तर मला खपणार नाही.

सकाळीच फोन केला त्यात एक होता आल्बर्टो सालाझार. तो लांब अंतराचा एक प्रसिद्ध धावपटू आहे, ज्यानं नाइकेचे बूट घालून सतत तीन वेळा न्यू यॉर्क मॅरेथॉन शर्यत जिंकली होती. मला तो नेहमीच जवळचा वाटत असे विशेषतः त्यानं दाखवलेल्या प्रेमामुळे आणि काळजीमुळे!

तो आता एक कोच आहे. नुकतंच त्यानं आपल्या काही धावपटूंना बीव्हरटनला बोलावलं होतं. रोनाल्डो फिल्डमध्ये ते आधीचा व्यायाम करत होते तेवढ्यात कुणाला तरी आल्बर्टो श्वास घ्यायला धडपडत खाली पडल्याचं दिसलं. त्याला हृदय विकाराचा झटका आला होता. कायद्याच्या भाषेत तो चौदा मिनिटं मृत झाला होता; पण काही वैद्यकीय मदतनीसांनी त्याला कृत्रिम श्वास देऊन जगवलं आणि सेंट व्हिन्सेंट इस्पितळात पोहोचवलं.

मला ते इस्पितळ चांगलं आठवतं. माझा मुलगा ट्राव्हिस याचा जन्म तिथे झाला होता. माझी आई वडिलांनंतर सत्तावीस वर्षांनी तिथे वारली होती. वडिलांच्या जीवनातील अखेरच्या सहा महिन्यांत मी त्यांना दूरवर सहलीसाठी नेलं होतं, माझ्या मनात कायम प्रश्न होता की, त्यांना माझा अभिमान होता की नाही; पण मी त्यांना दाखवून दिलं की मला *त्यांचा* अभिमान होता. आम्ही जगभर फिरलो, प्रत्येक देशात आम्हाला नाइकेचे बूट दिसले आणि प्रत्येक वेळा बुटावरील स्वूश पाहिलं की, त्यांच्या डोळ्यात चमक येत असे. त्यांचा माझ्या वेडगळ कल्पनेला असलेला विरोध, त्यांना माझ्याबद्दल वाटणारी चिंता-आता मावळली होती, बरेच दिवसांपासून मावळली होती; पण त्यांची स्मृती मात्र जागृत होती.

वडील आणि मुलगा - यांच्यातलं नातं अनंत काळापासून जसं होतं तसंच आहे. एकदा मास्टर्स स्पर्धेच्या वेळी अरनॉल्ड पामर मला म्हणाला होता की, माझ्या

वडिलांनी मी व्यावसायिक गोल्फर होऊ नये म्हणून हर प्रकारे प्रयत्न केले होते. मी हसून म्हणालो की, मला हे सांगू नकोस!

आल्बर्टोला गेल्यावर सेंट व्हिन्सेंट इस्पितळाच्या लॉबीमधून फिरताना आई–वडिलांची आठवण येऊन मला भरून आलं. ते माझ्या जवळ, माझ्या कानाशी कुजबुजत आहेत, असा मला भास झाला. मला वाटतं की, त्यांच्यात आपापसात तणाव होता; पण एखाद्या हिमनगाप्रमाणे सगळं काही पृष्ठभागाच्या खाली होतं. क्लेबोर्न स्ट्रीटवरील त्यांच्या घरी हा तणाव पडद्याआड असायचा, त्यांचं आमच्यावर प्रेम होतं म्हणून सगळं काही शांत आणि समजुतीचं असायचं. ते प्रेम कधी बोलून दाखवलं नव्हतं; पण आम्हाला ते जाणवायचं. आई–वडील एकमेकांपेक्षा आणि आमच्यापेक्षा वेगळे होते हे मला आणि माझ्या बहिणींना ठाऊक होतं; पण ते आमची काळजी करायचे. हाच त्यांचा वारसा होता, तोच त्यांचा चिरंतन विजय होता.

मी हृदय विकार कक्षाकडे गेलो. तिथे नेहमीची पाटी होती – *प्रवेश बंद!* तो फलक ओलांडून मी पुढे गेलो, दारातून हॉलमधून पुढे अल्बर्टोच्या खोलीत गेलो. त्यानं उशीवरून डोकं वर केलं आणि तो कसाबसा हसला. मी त्याचा हात दाबला आणि छान गप्पा मारल्या. तो थकलेला दिसत होता. मी म्हटलं, ''पुन्हा भेटू.'' त्यानं माझा हात धरला. तो म्हणाला, ''मला जर काही झालं तर गॅलेनची काळजी घेशील ना, आश्वासन दे मला.''

गॅलेन त्याचा शिष्य होता, त्याला तो प्रशिक्षण देत होता अगदी मुलासारखा होता.

मला समजलं, अगदी मनातून समजलं!

मी म्हणालो, ''अर्थात अर्थात, गॅलेन ना! नक्की घेणारच काळजी.''

मी तिथून बाहेर पडलो, मला बीप बीप करणाऱ्या यंत्रांचा, खिदळणाऱ्या नर्सेसचा, इतर रुग्णांच्या कण्हण्याचा आवाज येत नव्हता. मला एक वाक्य आठवलं ,'फक्त व्यवसायच!' पण आयुष्य म्हणजे फक्त व्यवसायच नसतो, कधीच असणार नाही आणि आयुष्यात फक्त धंदाच असेल तर तो कधीच चांगला असणार नाही.

विणकाम आवरत पेनी म्हणाली, ''झोपायची वेळ झाली.''

मी तिला म्हणालो, ''हो, एका मिनिटात आलोच.''

मला *बकेट लिस्टमधलं* एक वाक्य आठवलं, 'तुम्ही ज्यांचं मूल्य ठरवता तेच तुमचं मूल्य ठरवतात.' हे निकल्सनचं की फ्रीमनचं वाक्य होतं ते मला आठवत नाही; पण हे वाक्य खरं आहे, अगदी खरं! आणि ते वाक्य मला टोक्योला निशोच्या ऑफिसमध्ये घेऊन जात असे. काही दिवसांपूर्वीच मी तिथे गेलो होतो. एक जपानी स्वागतिका फोन पुढे करून मला म्हणाली, 'तुमचा फोन.' तो मायकेल जॉन्सनचा फोन होता. मायकेल म्हणजे तीन वेळा सुवर्ण पदक विजेता, २०० आणि ४०० मीटर

धावण्याचा विक्रमधारक. आमचे बूट घालून त्यानं सगळे विक्रम नोंदवले होते. तो तेव्हा टोक्योमध्ये होता. त्याला कळलं की मीही तिथेच होतो. त्यानं विचारलं, 'तुला डिनर घ्यायचं आहे का?'

मला बरं वाटलं; पण मी त्याला 'नाही' म्हणालो. निशोनं माझ्यासाठी डिनर ठरवलं होतं. मी त्यालाच बोलावलं. काही तासानंतर आम्ही 'शाबू शाबू'चा टेबल क्लॉथ घातलेल्या बसक्या टेबलासमोर खाली जमिनीवर बसलो होतो आणि साकीचे ग्लास घेऊन एकमेकांना टोस्ट करत होतो. आम्ही हसत, खिदळत ग्लासेस वाजवत मजेत होतो. आमच्यात काही तरी जुळलं होतं, मी ज्या ज्या खेळाडूंबरोबर काम करतो, त्या सर्वांबरोबर असंच जुळत असतं. एक परस्पर नातं होतं, दोस्ती होती, एक *दुवा* होता. अगदी छोटंसं नातं; पण ते नेहमीच अशा प्रकारे तयार होतं. मी १९६२मध्ये जगभर फिरायला गेलो, तेव्हा मला असंच काही तरी शोधायचं होतं.

स्वतःचा अभ्यास करायचा असेल, तर स्वतःला विसरायला हवं. *'मी कासा, सू कासा.'*

मी ज्याला ज्याला जीवनात भेटलो तो आकारात म्हणा की रचनेत म्हणा एकात्मता शोधत असतो.

इथपर्यंत जे पोहोचले नाहीत, त्यांचा विचार माझ्या मनात आला. बॉवरमन नाताळच्या आदल्या दिवशी १९९९मध्ये फॉसिल इथे वारला. आम्हाला नेहमी वाटायचं त्याप्रमाणे तो त्याच्या मूळ गावी गेला होता. कँपसच्या वरच्या बाजूला डोंगरावर अजूनही त्याचं घर होतं; पण त्यानं ते सोडून पत्नीबरोबर फॉसिलमधल्या निवृत्त लोकांच्या आश्रमामध्ये जायचं ठरवलं. जिथून सुरुवात केली तिथंच त्याला जायचं होतं – तो असं कधी कुणाला म्हणाला होता का? की मलाच वाटतंय तो असं पुटपुटतोय?

मला आठवतं की, मी जेव्हा कॉलेजमध्ये नवा होतो, तेव्हा आमची पुलमन वॉशिंग्टन स्टेट इथे दुहेरी स्पर्धा होत असे. त्या वेळी ते गाव आम्हाला दाखवण्यासाठी बॉवरमन ड्रायव्हरला बस मुद्दाम फॉसिलवरून न्यायला लावत असे. मी जेव्हा ऐकलं की, तो अंथरुणावर पडला आणि परत कधीच उठला नाही, तेव्हा मला तो भावनेनं भारलेला प्रवास आठवला.

जाक्काचा फोन आला होता. मी पेपर वाचत बसलो होतो. ख्रिसमस ट्रीचे दिवे सतत उघडझाप करत होते. अशा वेळचे काही वेगळेच चमत्कारिक तपशील आठवत असतात. फोनवर बोलताना मी गदगदलो. मी म्हटलं, 'मी तुला नंतर फोन करतो.' आणि माझ्या खोलीकडे गेलो. मी सारे दिवे विझवले. डोळे मिटून मी लाखो वेगवेगळे क्षण पुन्हा अनुभवले. त्यात कॉस्मॉपॉलिटन हॉटेलमधील फार पूर्वी घेतलेलं जेवणही होतं.

'ठरलं?'

'ठरलं!'

खाली जाण्याच्या आधी एक तास गेला. कधी तरी रात्री मी क्लीनेक्स बाजूला ठेवून अंगावर फक्त एक टॉवेल गुंडाळला. माझ्या एका आवडत्या कोचची, जॉन थॉम्पसनची ही सवय मी उचलली होती.

स्ट्रॅसरही अचानकच हृदयविकाराच्या झटक्यानं गेला, १९९३ साली. तो इतका तरुण होता की... खरोखरच एक शोकांतिका. कारण, आमच्यात मतभेद होत असताना हे घडलं. स्ट्रॅसरनं जॉर्डनबरोबर करार करण्यात महत्त्वाची भूमिका बजावली होती. रूडीचा एअर सोल वापरून केलेल्या बुटासंबंधी तो करार होता. एअर जॉर्डन बुटांनी नाइकेमध्ये एक बदल घडवला आणि नाइकेला आधिकाधिक वरच्या उंचीवर नेलं; पण त्यामुळे स्ट्रॅसरही बदलला. त्याला वाटू लागलं की, आता त्याला कुणी म्हणजे मीसुद्धा आदेश देऊ नयेत. विशेषतः मी देऊच नयेत! आमच्यात अनेकदा भांडणं झाली आणि त्यानं कंपनी सोडली.

त्यानं नुसतीच कंपनी सोडली असती तर ते ठीक होतं; पण त्यानं आदिदासकडे कामाला सुरुवात केली. ही फसवणूक असह्य होती. मी त्याला कधीच माफ केलं नाही (पण अलीकडेच मी मोठ्या आनंदानं आणि अभिमानानं त्याची मुलगी एव्हरी हिला आमच्याकडे नेमलं. बावीस वर्षांची एव्हरी विशेष समारंभांच्या आयोजन विभागात काम करते आणि तिची प्रगतीही होत आहे असं कळलं. कंपनीच्या माहिती पत्रिकेत तिचं नाव पाहून आनंद आणि समाधान वाटतं). स्ट्रॅसर जाण्याआधी आमच्यात समझोता झाला असता तर बरं झालं असतं; पण ते शक्य होतं की नाही मला माहीत नाही. आम्हा दोघांचाही जन्म स्पर्धेसाठी झाला होता आणि आम्ही दोघेही फारसे क्षमाशील नव्हतो. दोघांसाठी फसवणूक ही जहाल विषासमान होती.

विदेशातील आमच्या काही कारखान्यांतील परिस्थितीबद्दल, मजुरांच्या तथाकथित पिळवणुकीबद्दल नाइकेवर जी टीका झाली, तेव्हाही मला असंच फसवणूक झाल्यासारखं वाटलं होतं. कारखान्यात समाधानकारक स्थिती नाही असं पत्रकारांनी म्हटलं, तेव्हा आम्ही तिथे सुरुवातीला गेलो तेव्हाची परिस्थिती कशी होती त्याचा उल्लेखही केला नाही. तिथली परिस्थिती सुधारण्याकरता, तिथे स्वच्छता आणि सुरक्षितता निर्माण करण्याकरता आम्ही किती कष्ट घेतले, याविषयी ते बोलले नाहीत. हे कारखाने आमचे नव्हते, इतर अनेक भाडेकरूंप्रमाणे आम्ही फक्त भाडेकरू होतो. कुणा एका कामगारानं परिस्थितीबद्दल तक्रार केली म्हणून त्यांना कळलं आणि त्या कामगाराचा वापर करून त्यांनी फक्त आमचीच बदनामी केली. कारण, आमचं नाव छापून आल्यानं त्यांना खूप प्रसिद्धी मिळणार होती.

मी ज्या पद्धतीनं हे प्रकरण हाताळलं, त्यामुळे ते आणखीच चिघळलं. मी चिडलो, दुखावलो. मी अनेकदा रागातून, सात्त्विक संताप येऊन प्रतिक्रिया देत असे. मला कुठे तरी कळत होतं की, माझी प्रतिक्रिया फार जहाल आहे, ती उलटा परिणाम करू शकते पण मी स्वतःला थांबवू शकलो नाही. जेव्हा आपल्याला वाटतं की आपण

नवीन रोजगार निर्माण करत आहोत, गरीब देशांना आधुनिक बनवत आहोत, खेळाडूंना यशाची शिखरं गाठायला मदत करत आहोत, तेव्हा तुमच्याच गावातील किरकोळ विक्रीच्या दुकानात कोणी तुमची प्रतिमा जाळत आहे हे पाहिलं की डोकं ठिकाणावर ठेवणं कठीण असतं.

कंपनीची प्रतिक्रियाही माझ्यासारखीच होती. तीच भावना होती. सगळे जण पेटले होते. बीव्हरटनमध्ये लोक अनेक रात्री जागत होते, सगळे दिवे चालू होते, अनेक ऑफिसेसमध्ये, बैठकीच्या खोल्यांमध्ये आमचे लोक जोरजोरात चर्चा करत होते. आम्हाला कळत होतं की, ही टीका बहुतेक चुकीची होती, खरे दोषी सोडून नाइकेला बळीचा बकरा बनवलं जात होतं; पण हे सगळं महत्त्वाचं नव्हतं. एक गोष्ट मान्य करायला हवी होती. आपण अधिक चांगलं काम करायला हवं होतं.

आम्ही स्वतःला बजावलं – आपण अधिक चांगली प्रगती करू शकतो, नक्की!

आम्ही जगाला ओरडून सांगितलं – आता बघा! आम्ही आमचे कारखाने नक्कीच उल्लेखनीय दाखले बनवून दाखवू.

आणि आम्ही ते करून दाखवलं. त्या अनिष्ट बातम्या आणि भडक वर्णनं आल्यानंतर आम्ही कंपनीचा पूर्ण कायापालट करण्यासाठी या घटनेचा वापर केला.

उदाहरणार्थ, बुटांच्या कारखान्यात सर्वांत खराब गोष्ट असेल तर ती म्हणजे रबर रूम. तिथे वरचा भाग आणि तळ एकमेकांना जोडले जातात. ते करताना येणारा धूर विषारी असतो, कर्करोगाला कारणीभूत होऊ शकतो आणि गुदमरून टाकतो म्हणून आम्ही पाण्याचा वापर करून जोडणीसाठी एक मिश्रण तयार केलं, त्यामुळे धूर होत नाही आणि ९७% विषारी वायू हवेत शिरत नाहीत. आम्ही या शोधाचा लाभ आमच्या स्पर्धकांना, ज्यांना हवा त्यांना दिला.

आणि सर्वांनी तो लाभ घेतला. आता बहुतेक कारखाने त्याचा वापर करत आहेत.

हे एक उदाहरण, अशी अनेक उदाहरणं आहेत.

पूर्वी, 'सुधारणा करा' म्हणून आम्हाला लक्ष्य केलं जाई. आता कारखाना सुधार मोहिमेत आम्हीच अग्रेसर आहोत. आमचे उत्पादन निर्मिती कारखाने हे आज जगातील सर्वोत्तम कारखान्यांत मोडतात. संयुक्त राष्ट्र संघातील एका अधिकाऱ्यानं नुकतंच कुठे तरी म्हटलं आहे, 'जगातील सर्व कपड्यांच्या कारखान्यांसाठी आम्ही नाइकेचे कारखाने हेच सुवर्ण परिमाण समजतो.'

पिळवणुकीच्या आरोपातून आलेल्या संकटातून एक नवीन परिणाम झाला आहे, त्याला *गर्ल इफेक्ट* असं म्हणतात. जगातील अत्यंत मागासलेल्या भागातील पिढ्यान्‌पिढ्या चालणारं दारिद्र्याचं चक्र मोडण्यासाठी नाइकेनं केलेले अफाट प्रयत्न! संयुक्त राष्ट्र संघ, इतर खाजगी कंपन्या व सरकार यांनी मिळून सुरू केलेल्या *गर्ल इफेक्ट* उपक्रमातून तरुण मुलींना शिकवण्यासाठी, त्यांना समाजाच्या मुख्य प्रवाहाला

जोडण्यासाठी आणि त्यांच्या प्रगतीसाठी एका अत्यंत तत्पर, कार्यनिष्ठ मोहिमेसाठी लाखो डॉलर खर्च केले जातात. आम्हाला मनातून वाटतंच; पण अनेक अर्थतज्ज्ञ, समाजशास्त्रज्ञ सांगतात की, तरुण मुली आर्थिकदृष्ट्या जगातील सर्वाधिक दुर्बळ; पण महत्त्वाचा घटक आहेत. त्यांना मदत करणं म्हणजे सर्व जगाला मदत करणं होय. इथिओपियामधील बाल विवाह पद्धत थांबवणं असो, नायजेरियामध्ये मुलींसाठी सुरक्षित जागांची निर्मिती करणं असो किंवा रुआंडामधील तरुण मुलींसाठी अत्यंत सशक्त, स्फूर्तिदायक संदेश देणारं मासिक आणि रेडिओ कार्यक्रम तयार करणं असो, गर्ल इफेक्ट उपक्रम लाखो मुलींचं जीवन बदलून टाकत आहे. या सर्व उपक्रमातून यशाचे, गौरवाचे अहवाल येतात, तेच माझ्या आयुष्यातील कुठल्याही वर्षातील, आठवड्यातील किंवा महिन्यातील कृतार्थ दिवस होत.

आयुष्यात यापूर्वी घेतलेल्या काही निर्णयांमुळे किंवा केलेल्या कृतींमुळे पिळवणुकीचे तथाकथित आरोप कदाचित टळले असते किंवा नसते तरी एक गोष्ट नाकारता येत नाही की, त्याच घटनेमुळे नाइकेच्या आतील आणि बाहेरीलही जगात विलक्षण बदल घडले आहेत आणि त्यासाठी मी नेहमीच कृतज्ञ राहीन.

अर्थात, वेतनातील फरकाचा प्रश्न राहणारच. तिसऱ्या जगातील कामगाराचे वेतन अमेरिकन कामगारापेक्षा फारच कमी वाटते आणि मी ते समजू शकतो; परंतु आम्हाला प्रत्येक देशाच्या मर्यादेनुसार आणि रचनेनुसार काम करावं लागतं. आपल्याला वाटेल तसा पगार देता येत नाही. एका देशात, मी त्याचं नाव घेत नाही; पण तिथे, आम्ही वेतन वाढवण्याचा प्रयत्न केला तर आम्हालाच एका उच्च सरकारी अधिकाऱ्यासमोर उभं केलं गेलं आणि हा प्रकार थांबवा असं सांगण्यात आलं. तो म्हणाला, 'आम्ही देशाची संपूर्ण अर्थव्यवस्था बिघडवून टाकत आहोत.' तो पुढे म्हणाला, 'बुटाच्या कारखान्यातील मजूर डॉक्टरपेक्षा जास्त मिळवतो हे योग्य नाही किंवा व्यवहार्य वाटत नाही.'

आपल्याला अपेक्षित असलेल्या वेगानं बदल घडत नसतो.

माझ्या मनात सतत १९६०च्या दशकात मी जगप्रवास करत असताना पाहिलेल्या गरिबीचा विचार येतो. मला तेव्हाच समजलं होतं की, अशा दारिद्र्याचं निर्मूलन करण्यासाठी एकच उपाय म्हणजे प्राथमिक स्वरूपाच्या नोकऱ्या, खूप मोठ्या प्रमाणावर नोकऱ्या. हा फक्त माझाच सिद्धांत नाही. मी हे ओरेगॉन आणि स्टॅनफर्डमध्ये अर्थशास्त्राच्या प्रत्येक प्राध्यापकाकडून ऐकलं आहे. मी नंतर जे काही पाहिलं आणि वाचलं त्यातून या मताला पुष्टीच मिळते. आंतरराष्ट्रीय व्यापार *नेहमीच*, व्यापारातील दोन्ही राष्ट्रांसाठी लाभदायक असतो.

याच प्राध्यापकांकडून मी अनेकदा ऐकलेलं तत्त्व असं होतं – 'जर माल सीमा ओलांडून एका देशातून दुसऱ्या देशात गेला नाही तर सैनिक मात्र सीमा ओलांडतील.' मी नेहमी म्हणत असतो की, धंदा म्हणजे गोळ्यांशिवाय खेळलेले युद्ध! खरं म्हणजे धंदा हा युद्धासाठी बांधलेला बुरूज असतो. व्यापार हाच सहजीवनाचा, सहकार्याचा

मार्ग आहे. संपन्नेतूनच शांतता निर्माण होते म्हणूनच मी व्हिएतनामच्या युद्धानं भेदरलो होतो, तरी मी निश्चय केला होता की, एक दिवस नाइके कंपनी सायगावमध्ये किंवा जवळपास आपला कारखाना उभारेलच.

१९९७पर्यंत आमचे तिथे चार कारखाने झाले आहेत.

मला खूप अभिमान वाटला आणि मला जेव्हा कळलं की, देशात विदेशी चलन आणणाऱ्या पहिल्या पाच संस्थांमध्ये आमचा समावेश होता. त्यासाठी व्हिएतनामचे सरकार आमचा गौरव आणि सत्कार करणार आहे, तेव्हा मला वाटलं की तिथे जायलाच पाहिजे.

किती हृदय पिळवटून टाकणारी भेट होती ती! शांतता प्रस्थापित झाल्यानंतर चोवीस वर्षांनी परत जाईपर्यंत, आमच्या माजी शत्रूंबरोबर हातमिळवणी करेपर्यंत व्हिएतनाम युद्धाबद्दलची माझ्या मनातली घृणा किती खोल होती ते मला कळलं नव्हतं. एकदा माझ्या यजमानांनी मला अत्यंत आदरानं, ते माझ्यासाठी काय करू शकतात, ही सहल स्मरणीय व्हावी म्हणून काय करता येईल, असं विचारलं तेव्हा माझा कंठ दाटून आला. मी म्हटलं की, मी आणखी त्रास देऊ इच्छित नाही.

पण त्यांनी ऐकलंच नाही.

मी म्हटलं, ''ठीक आहे, मला व्हिएतनामचा मॅक आर्थर म्हणजे शहाऐंशी वर्षांच्या जनरल वो गुयेन जियाप यांना भेटायचं आहे.'' या एकट्या माणसानं जपानी, फ्रेंच, अमेरिकन आणि चिनी सेनेला पराभूत केलं होतं.

माझे यजमान अचानक स्तब्ध झाले. हळूहळू ते उठले, माफी मागून दूर कोपऱ्यात गेले आणि विचित्रशा व्हिएतनामी भाषेतून एकमेकांशी बोलू लागले.

पाच मिनिटांनी ते परत आले. ते म्हणाले, ''उद्या एक तास भेट घेता येईल.''

मी वाकून नमस्कार केला आणि त्या महत्त्वाच्या भेटीची आतुरतेनं वाट पाहत बसलो.

जनरल जियाप खोलीत आले, तेव्हा मला प्रथम जाणवली ती त्यांची शरीरयष्टी. हा अत्यंत बुद्धिमान योद्धा, टेटमधील आक्रमणाची योजना तयार करणारा धोरणी मुत्सद्दी, कित्येक मैलाचे भूमिगत खंदक बांधणारा इतिहासातील महानायक माझ्या खांद्याला लागत होता. तो *जेमतेम* पाच फूट चार इंच उंच होता.

आणि विनम्र होता. जियापमध्ये उगीच डामडौल नव्हता.

मला आठवतं त्यांनी माझ्यासारखा गडद रंगाचा सूट घातला होता. माझ्याप्रमाणेच त्यांनी बुजरेपणानं अनिश्चित स्मित केलं; पण त्यांच्यात एक प्रखरता होती. मी अनेक महान कोचेसमध्ये, महान व्यावसायिक नेत्यांमध्ये, अत्युच्च यशस्वी लोकांमध्ये असा तळपता आत्मविश्वास पाहिला होता. मला तो आत्मविश्वास आरशात कधीच दिसला नाही.

मला अनेक प्रश्न पडलेले त्यांच्या लक्षात आलं. ते माझ्या प्रश्नांची वाट पाहत होते.

मी फक्त विचारलं, ''आपण हे कसं काय केलं?''

मला वाटलं की, त्यांच्या ओठांच्या कडा जरा हलल्या. हसत होते का ते? कदाचित?

बराच विचार करून ते म्हणाले, ''मी जंगलाचा प्राध्यापक होतो.''

आशियाविषयी विचार आले की, निशो कंपनी डोळ्यांसमोर येते. निशोशिवाय आणि निशोचे माजी मुख्याधिकारी मासुरो हयामी यांच्याशिवाय आम्ही आज कुठे असतो? नाइके पब्लिक लिमिटेड झाल्यानंतर त्यांच्याशी माझी चांगली ओळख झाली. आमचं जुळणारच होतं. मी त्यांचा सर्वांत लाभदायक ग्राहक होतो आणि एक आवडता विद्यार्थी होतो. मला भेटलेल्या व्यक्तींमध्ये तेच सर्वांत जाणते होते.

पण इतर हुशार माणसांपेक्षा ते वेगळे होते. त्यांना ज्ञानातून शांती मिळत असे. मी त्याच शांतीतून मोठा होत गेलो.

१९८०च्या दशकात, मी कधीही टोक्योला गेलो की, हयामी मला शनिवार-रविवारी जपानच्या नदीकिनारी अटामीजवळ त्यांच्या बीचवरील घरी बोलवायचे. आम्ही शुक्रवारी संध्याकाळी रेल्वेनं टोक्योवरून निघायचो आणि वाटेत कॉन्याकचा थोडा आस्वाद घ्यायचो. तासाभरात आम्ही इझू या द्वीपकल्पापाशी पोहोचायचो. तिथे एका सुंदर रेस्टॉरंटमध्ये जेवण घ्यायचो. दुसऱ्या दिवशी सकाळी आम्ही गोल्फ खेळायचो आणि शनिवारी रात्री आम्ही त्यांच्या घराच्या मागच्या अंगणात जपानी पद्धतीचं बार्बेक्यू जेवण घ्यायचो. आम्ही जगातील सर्व प्रश्न सोडवायचो किंवा असं म्हणता येईल की, मी माझे प्रश्न सांगायचो आणि ते उत्तरं द्यायचे.

अशाच एका सहलीत आम्ही संध्याकाळी हयामीच्या गरम पाण्याच्या टबमध्ये उतरलो. मला अजून आठवतं त्या फेसाळ पाण्याच्या आवाजाबरोबर दूरस्थ महासागराच्या लाटा किनाऱ्यावर आदळण्याचा आवाज येत असे. मला झाडातून वाहणाऱ्या थंड वाऱ्याचा वास येत असे-तिथे किनाऱ्यावर आढळणारी हजारो झाडं होती, अशी झाडं ओरेगॉनमधल्या कुठल्याही जंगलात नव्हती. आम्ही अनंताचा विचार करायचो तेव्हा दूरवर जंगली कावळे ओरडत असल्याचा आवाज येई. मग आम्ही या व्यक्त जगावर चर्चा करायचो. मी धंद्यातील बऱ्याच अडचणी सांगायचो, पब्लिक लिमिटेड झाल्यावरही अनेक समस्या होत्या. 'आमच्याकडे इतक्या संधी आहेत; पण मला या संधींचा लाभ घेणारे हुशार व्यवस्थापक मिळवताना खूप त्रास होतो. आम्ही बाहेरचे लोक घेतो; पण ते यशस्वी होत नाहीत. कारण, आमची संस्कृती खूप भिन्न आहे.'

हयामी मान हलवत म्हणायचे, 'तुला ती बांबूची झाडं दिसतात?'

'हो.'

'पुढच्या वर्षी तू परत येशील तेव्हा ती झाडं आणखी एक फूट वाढलेली असतील.'

मी बघत राहिलो; मला समजलं.

मी ओरेगॉनला परत गेलो आणि आमची व्यवस्थापन टीम हळूहळू प्रगत करायचा, सुधारण्याचा प्रयत्न केला. संयम धरून, प्रशिक्षणावर लक्ष देऊन आणि दीर्घकालीन नियोजन करून सुधारणा करण्याचा प्रयत्न केला. मी दूरचा दृष्टिकोन स्वीकारला आणि त्याचा उपयोग झाला. नंतर मी हयामी यांना भेटलो, तेव्हा मी त्यांना हे सांगितलं. त्यांनी फक्त मान हलवून *हाई* म्हटलं आणि ते दुसरीकडे पाहू लागले.

जवळ जवळ तीस वर्षांपूर्वी हार्वर्ड आणि स्टॅनफर्ड विद्यापीठांनी नाइके कंपनीचा अभ्यास करायला सुरुवात केली आणि या संशोधनाचे निष्कर्ष अन्य विद्यापीठांनाही माहीत करून दिले, त्यामुळे मला वेगवेगळ्या कॉलेजेस्‌मध्ये विचाराला चालना देणाऱ्या अभ्यास शिबिरात जायची, नवीन शिकण्याची संधी मिळाली. कॉलेजच्या प्रांगणात फिरणं हा आनंददायक अनुभव आहेच; पण तरतरी आणणारा अनुभवदेखील आहे. कारण, माझ्या काळापेक्षा आजचे विद्यार्थी मला अधिक सक्षम आणि हुशार दिसतात; पण काही वेळा ते अधिक निराशावादीही वाटतात. कधी कधी मला ते विचारतात, 'अमेरिका कुठे चालली आहे? हे जग कुठल्या दिशेनं चाललं आहे? कुठे आहेत नवीन उद्योजक?' किंवा 'आजचा समाज पुढील पिढीसाठी अत्यंत वाईट काळ आणतो आहे का?'

मी १९६२मध्ये पाहिलेल्या उद्‌ध्वस्त जपानची गोष्ट त्यांना सांगायचो. हयामी, इटो आणि सुमेरागीसारखी शहाणी माणसं जिथे जन्माला आली, त्या मोडतोड आणि बेचिराख झालेल्या देशाची गोष्ट! मी त्यांना मुबलक प्रमाणावर उपलब्ध असलेल्या आणि अजून विनियोग न केलेल्या नैसर्गिक तसंच मानवी साधन संपत्तीबद्दल, अनेक संकटांवर मात करण्यासाठी शक्य ते मार्ग आणि साधनं याबद्दल सांगायचो. मी विद्यार्थ्यांना सांगत असे, 'शक्य तितके शिका आणि कठोर परिश्रम घ्या, काम करत राहा, शिकत राहा.'

दुसऱ्या शब्दांत सांगायचं तर, 'आपण सगळे जंगलाचे प्राध्यापक होऊ या.'

मी दिवे बंद केले, वर झोपायला गेलो. पुस्तक बाजूला ठेवून पेनीचा डोळा लागला होता. पहिल्या दिवसापासून अकाउंटिंग १०१ची रुजलेली भावना मनात तशीच होती. आमच्यातील बहुतेक मतभेद हे काम विरुद्ध कुटुंबासाठी वेळ या विषयावरच असायचे.त्यात संतुलन कसं साधायचं? संतुलनाची व्याख्या काय? अनेक कठीण प्रसंगी अत्यंत कौतुक वाटणाऱ्या खेळाडूंचं अनुकरण करायचा आम्ही प्रयत्न करत असू. आम्ही तगून राहिलो, पुढे जात राहिलो आणि आता आम्ही टिकलो आहोत.

मी तिला न उठवता हळूच पांघरुणात शिरलो. मनात अजून जे टिकून राहिले होते, त्यांचे विचार आले. हेज हा माणूस तुआलाटिन व्हॅलीमध्ये १०८ एकरांच्या शेतावर असंख्य बुलडोझर आणि जड साहित्य घेऊन राहत होता (त्याला आपल्या आवडत्या जॉन डिअर जे डी ४५० सी या ट्रॅक्टरचा अत्यंत अभिमान होता. एखाद्या वन बीएचके घराइतकाच तो मोठा होता आणि शाळेची बस असते तशा पिवळ्या रंगाचा होता). हेजला अनेक शारीरिक व्याधी आहेत; पण तो मुसंडी मारून पुढे जातच असतो.

वुडेल मध्य ओरेगॉनमध्ये पत्नीबरोबर राहतो. अनेक वर्षं तो आपलं खाजगी विमान उडवायचा आणि त्याला असाहाय्य म्हणणाऱ्या लोकांना वाकुल्या दाखवायचा (आणि तो खाजगी विमानातून फिरत असल्यामुळे कोणत्याही विमान कंपनीकडून त्याची व्हीलचेअर हरवण्याचा प्रश्नच नव्हता).

नाइकेचा इतिहास सांगणारा तो एक उत्तम कथाकार होता. आमची कंपनी पब्लिक लिमिटेड झाली, त्या दिवसाची तो जी गोष्ट सांगायचा ती मला फार आवडायची. त्यानं आपल्या आई-वडिलांना सोफ्यावर बसवून ही बातमी सांगितली. ते म्हणाले, 'म्हणजे काय झालं?'

'म्हणजे तुम्ही फिलला जे आठ हजार डॉलरचं कर्ज दिलं होतं त्याचं आज सोळा लाख डॉलर इतकं मूल्य झालं आहे.' त्यांनी एकमेकांकडे, वुडेलकडे बघितलं आणि त्याची आई म्हणाली, 'मला कळलं नाही!'

तुमचा मुलगा जिथे काम करतो, त्या कंपनीवर तुम्ही विश्वास ठेवू शकत नसाल तर कशावर विश्वास ठेवायचा?

नाइकेमधून निवृत्त झाल्यावर वुडेल पोर्टलँडच्या बंदराचा प्रमुख बनला, तो सर्व नद्या आणि विमानतळांचं व्यवस्थापन बघू लागला. स्वतः अपंग असलेला एक माणूस सर्व जग हलवत होता. किती छान! आता तो एका लहानशा यशस्वी ब्रूअरीचा भागधारक आणि संचालकही आहे. त्याला बिअर नेहमीच आवडत असे.

पण जेव्हा जेव्हा आम्ही जेवणासाठी भेटतो, तेव्हा तो मला आवर्जून सांगतो की, त्यानं अभिमानानं जे काही मिळवलं ते म्हणजे त्याचा कॉलेजला जाऊ पाहणारा मुलगा डॅम, तोच खरा सगळ्यात मोठा आनंद.

वुडेलचा जुना प्रतिस्पर्धी जॉन्सन हा न्यू हॅंपशायरमधल्या जंगलात रॉबर्ट फ्रॉस्टच्या कवितेत वर्णन केलेल्या भूमीत राहत आहे. त्यानं एक जुनं शेत घेऊन तिथे पाच मजली इमारत बांधली आहे, त्याला त्यानं 'फोर्ट्रेस ऑफ सॉलिट्यूड' असं नाव दिलं आहे. त्याचा दोनदा घटस्फोट झाला होता. त्यानं छपरापर्यंत हजारो पुस्तकं लावून ठेवली होती आणि शेजारी वाचन करायच्या अनेक डझन खुर्च्या ठेवल्या होत्या. त्यानं त्या पुस्तकांची व्यवस्थित यादी तयार केली होती. प्रत्येक पुस्तकाला स्वतंत्र नंबर होता, इंडेक्स कार्ड होतं; त्यावर लेखकाचं नाव, प्रकाशनाची तारीख, सारांश - आणि त्या जागेत ते पुस्तक कुठे ठेवलं आहे त्याचं अचूक वर्णन एवढी माहिती होती.

अर्थातच!

जॉन्सनच्या प्रांगणात असंख्य टर्की पक्षी आणि चिपमंक्स उड्या मारत हिंडत असतात. त्या सर्वांना त्यानं वेगवेगळी नावं दिली आहेत. जॉन्सन त्यांना इतकं जवळून ओळखतो की, एखादा पक्षी झोपायला जरी उशिरा आला असेल तर तो कुणाला उशीर झाला हे बरोबर सांगत असे. थोडं दूर, उंच गवत आणि मेपल झाडांच्या दाटीत जॉन्सननं दुसरं एक पवित्र कोठार बांधलं आहे. त्याला त्यानं छान रंग दिला आहे, पॉलिश केलं आहे आणि त्याच्या व्यक्तिगत ग्रंथालयात न मावणारी अनेक पुस्तकं त्यानं तिथे ठेवली आहेत. शिवाय इतरही ग्रंथालयातून विक्रीसाठी असलेल्या पुस्तकांतून खरेदी केलेली पुस्तकंही तिथे आहेत. त्याच्या पुस्तकांच्या संग्रहाला तो 'होर्डर्स' असं म्हणतो. तिथे नेहमी खूप उजेड असतो, ते नेहमी चोवीस तास उघडं असतं आणि वाचनाची, वैचारिक मंथनाची इच्छा असणारा कुणीही तिथे केव्हाही जाऊ शकतो.

आणि तो माझा पूर्ण वेळ कर्मचारी नंबर एक होता.

मी ऐकलं आहे, युरोपात काही टी शर्ट विकले जातात, त्यावर लिहिलं आहे, *जेफ जॉन्सन कुठे आहे?* आयन रँड यांचं एक प्रसिद्ध वाक्य आहे, *कोण आहे जॉन गॅल्ट?* आणि उत्तर आहे, तो असायला पाहिजे तिथेच आहे.

पैसा येऊ लागला तसा आमच्या जीवनावरही परिणाम होऊ लागला. फार नाही आणि फार काळही परिणाम झाला नाही. कारण, आमच्यापैकी कुणीच पैशासाठी काम करत नव्हतं; पण पैसा ही गोष्टच अशी आहे. तुमच्याकडे पैसा असो की नसो, तुम्हाला पैसा आवडो की न आवडो, पैसा तुमचं आयुष्य घडवू पाहतो. मनुष्य म्हणून आपण तसं होऊ नये यासाठी प्रयत्न करणं हे आपलं काम आहे.

मी पॉर्श गाडी घेतली. मी लॉस एंजलिस क्लिपर्स टीम खरेदी करायचा प्रयत्न केला; पण डोनाल्ड स्टर्लिंगबरोबर एका खटल्यात अडकलो. मी घरात आणि बाहेर सगळीकडे गॉगल्स घालून वावरतो. दहा गॅलन आकाराची करड्या रंगाची काउ बॉय हॅट घातलेला माझा एक फोटो आहे. मला माहीत नाही की मी का, कधी आणि कुठे ही हॅट घातली होती. मला हे सगळं माझ्या स्वत्वातून काढून टाकायचं होतं आणि याला पेनीही अपवाद नव्हती. लहानपणची आर्थिक असुरक्षितता अनेक पटींनी टाळण्यासाठी ती पर्समध्ये हजारो डॉलर्स घेऊन फिरायची. ती नेहमी लागणाऱ्या वस्तू मुबलक प्रमाणात घरी आणायची उदाहरणार्थ – टॉयलेट पेपरचे असंख्य रोल!

लवकरच आम्ही परत भानावर आलो. आता ती आणि मी पैशाबद्दल विचार करतो, तेव्हा मनात काही तरी विशिष्ट हेतू असतो. आम्ही दर वर्षी दहा कोटी डॉलर्सचं दान करतो. आम्ही या जगातून जाऊ तेव्हा जे काही उरलं असेल त्यातलं बहुतेक धन आम्ही देऊन टाकलेलं असेल.

सध्या आम्ही ओरेगॉन विद्यापीठात बास्केटबॉलसाठी नवीन संकुल उभारण्यात मग्न आहोत. त्याला आम्ही मॅथ्यू नाइट अरेना हे नाव दिलं आहे. कोर्टाच्या मध्यभागी बाजूला टोरी लाकडाच्या दरवाजाच्या आकारात मॅथ्यूच्या नावाचं बोधचिन्ह असेल. – *पापापासून पुण्याकडे...!* आम्ही एका नवीन क्रीडा संकुलाचं काम संपवत आणलं आहे, आम्ही आमच्या आयांना ते समर्पित केलं आहे – डॉट आणि लोटा. प्रवेशद्वारापाशी असलेल्या शिलालेखावर तसं कोरलेलं असेल. कारण, *आईच आपला पहिला गुरू असते.*

माझ्या आईनं माझ्या पायावरच्या फोडावर शस्त्रक्रिया करण्याआधी त्या पोडियाट्रिस्टला थांबवलं नसतं आणि धावण्याच्या शर्यतीच्या पूर्ण हंगामात मला लंगडत धावायला लावलं नसतं तर परिस्थिती कशी बदलली असती हे कोण सांगू शकतं? किंवा मी जोरात धावू शकतो हे तिनं सांगितलं नसतं तर? किंवा माझ्या वडिलांना बाजूला ठेवून लिम्बर अप बूट माझ्यासाठी आणले नसते तर?

मी जेव्हा यूजीनला जातो आणि कॉलेजच्या प्रांगणात फिरतो तेव्हा मला तिची आठवण येते. मी हेवर्ड फिल्डच्या बाहेर उभा असतो, तेव्हा तिची ती मूक शर्यत मला आठवते. आम्ही दोघांनी धावलेली प्रत्येक शर्यत मला आठवते. मी ट्रॅकच्या कठड्याला टेकून उभा राहतो, ट्रॅककडे नजर टाकतो, मला वारा ऐकू येतो आणि मला बॉवरमन पळताना दिसतो, त्याचा दोरीसारखा टाय फडफडताना दिसतो. मला प्रीची आठवण येते. देवही त्याच्यावर प्रेम करत असेल. मी मागे वळून पाहतो, माझं हृदय उचंबळतं. रस्त्याच्या पलीकडे घनगंभीर, अवाढव्य इमारत दिसते विल्यम नाइट लॉ स्कूल! तिथे कुणी गडबड केलेली मला अजिबात चालणार नाही.

मला झोप येत नाही. त्या चित्रपटाचा, *बकेट लिस्टचा* विचार मनातून जात नाही. अंधारात मी स्वतःला पुन्हा पुन्हा विचारतो, 'तुझ्या मनात काय आहे?'

पिरॅमिडस? नीट बघ.

हिमालय? नीट बघ.

गंगा नदी? नीट बघ.

मग काय... काहीच नाही?

आणखी काही करायच्या गोष्टी मला आठवतात. जगाला बदलू शकणाऱ्या काही विद्यापीठांना मदत करणं – कर्करोगावर उपाय शोधायला मदत करणं. याशिवाय सांगण्यासारखं किंवा न सांगण्यासारखं काही करायचं आहे, असं मला वाटत नाही.

नाइकेची गोष्ट सांगायला मला आवडेल. इतर प्रत्येकानं ती गोष्ट सांगितली आहे किंवा तसा प्रयत्न केला आहे; पण त्यांनी नेहमीच अर्धवट हकिकत सांगितली आहे. त्यात गोष्टीतला आत्मा दिसला नाही किंवा उलटंही असू शकेल. मी थोडीशी खंत दाखवून गोष्टीची सुरुवात किंवा शेवट करेन. माझे शेकडो कदाचित हजारो चुकीचे

निर्णय सांगेन. मीच म्हणालो होतो, 'मॅजिक जॉन्सनची खेळात निश्चित एक जागा नसते; तो कधीच एनबीएमध्ये प्रवेश करू शकणार नाही.' मीच, ऱ्यान लीफ हा पेटन मॅनिंगपेक्षा चांगला क्वार्टर बॅक आहे असं म्हटलं होतं.

या गोष्टींवर हसणं सोपं आहे; पण अजून काही विषयातली माझी खंत गंभीर आहे. हिराकू इवानोनं काम सोडल्यावर मी फोन केला नाही. १९९६मध्ये बो जॅक्सनचा करार वाढवला नाही, तसेच जो पॅटर्नोच्या बाबतीतही!

टाळेबंदी टाळू शकेन, असा चांगला व्यवस्थापक बनलो नाही. दहा वर्षांत तीन वेळा टाळेबंदी – पंधराशे कामगार कामाशिवाय–अजून मनाला त्रास होतो.

आणि अर्थातच माझ्या मुलांना मी वेळ देऊ शकलो नाही, याची फार मोठी खंत आहे. देऊ शकलो असतो तर कदाचित मी मॅथ्यू नाइटचं कोडं सोडवू शकलो असतो.

आणखी एक सुप्त इच्छा शिल्लक आहे, ज्याची मला खंत जाणवते... मला आता हे सगळं पुन्हा करता येणं शक्य नाही.

हं! मला ते जीवन पुन्हा जगता आलं तर...? तसं नाही झालं तरी मला हे अनुभव, चढ–उतार लोकांना सांगायला आवडेल म्हणजे अशाच दिव्यातून आणि संकटातून जाणाऱ्या जगातील कुठल्याही भागातील तरुण–तरुणींना प्रोत्साहन मिळेल, दिलासा मिळेल, त्यांना कोणी आपलं म्हणेल. एखादा तरुण उद्योजक, खेळाडू, चित्रकार किंवा कादंबरीकार पुढे जाऊ शकेल.

कारण, सगळ्यांमध्ये तोच उत्साह, तेच स्वप्न असतं.

अशा वेळी येणारी निराशा टाळण्यासाठी त्यांना आधार दिला तर किती छान होईल. मी त्यांना सांगेन, पुढची चाळीस वर्षं त्यांना कुणाबरोबर आणि कशा प्रकारे वेळेचा उपयोग करायचा आहे, यावर जरा थांबून विचार करा. मी विशीतल्या स्त्री–पुरुषांना सांगेन कुठल्याही साध्या नोकरीत, व्यावसायिक कामात अडकून बसू नका. एखादा धंदा शोधा. आता कळत नसलं तरी त्याचा शोध घ्या. तुमचं मन सांगतं ते ऐकलं तर कष्टातील थकवा सुसह्य होईल, निराशा इंधनासारखं काम करेल आणि मग तुम्हाला कधी नाही तो हुरूप येईल.

आपल्यातील सर्वोत्तम लोकांना, कल्पक संशोधकांना, बंडखोरांना, रूढी मोडून काढणाऱ्यांना एक इशारा द्यायचा आहे – त्यांच्या पाठीवर सतत नेम धरला जाईल. जेवढी अधिक प्रगती कराल तितकं ते लक्ष्य मोठं होत जाईल. हे फक्त माझं मत नाही, हा निसर्गाचा नियम आहे.

मला सांगायचं आहे की, लोकांना वाटतं तसा अमेरिका उद्योजकांचा स्वर्ग नाही. मुक्त अर्थव्यवस्थेत नेहमी असे लोक असतात जे अडवणूक करतात, नाही म्हणतात, सॉरी म्हणतात, नकार देतात आणि नेहमी हेच होत आलं आहे. उद्योजक नेहमी कमीच असतात, त्यांच्यावर आक्रमण होतच राहतं; पण त्यांना सतत पर्वतमाथ्यावरही लढाई करावी लागली आहे आणि हे पर्वत नेहमीच असाध्य वाटतात. अमेरिकेत उद्योजकता

कमी होऊ लागली आहे, ती वाढत नाही. अलीकडे हार्वर्ड बिझिनेस स्कूलनं 'जगातील सर्व देशांमधील उद्योजकतेचा उत्साह' याबाबत क्रमवारी केली, तेव्हा अमेरिकेचा नंबर पेरूपेक्षाही खाली होता.

आणि उद्योजकांना प्रयत्न सोडू नका, असा सल्ला कोण देतं? ढोंगी लोक! काही वेळा काही गोष्टी सोडून द्याव्या लागतात. काही वेळा कधी सोडून द्यायचं, कधी दुसरा प्रयत्न करून बघायचा यातच बुद्धिमत्ता असते. सोडून देणं म्हणजे हरणं नव्हे; पण प्रयत्न कधीच थांबवू नका.

नशिबाची महत्त्वाची भूमिका असते. हो! मी नशिबाची ताकद जाहीरपणे मान्य करतो. खेळाडूंना नशीब लागतं, व्यावसायिकांना नशीब लागतं, कवींना नशीब लागतं. कठोर परिश्रम आवश्यक असतात, चांगली टीम आवश्यक असते, बुद्धी आणि दृढनिश्चय अत्यंत मोलाचा असतो; पण कदाचित नशीबच अंतिम यश निश्चित करू शकते. काही लोक त्याला नशीब म्हणत नाहीत, ते त्याला ताओ, लोगोस, ज्ञान, धर्म, आत्मा किंवा देव असंही नाव देतात.

आता असं बघा; तुम्ही जितके जास्त कष्ट कराल, तितके तुमचे ताओ बलवान ठरते. ताओची अगदी अचूक व्याख्या कुणालाच करता आलेली नाही. मी सध्या नियमितपणे प्रार्थनेसाठी चर्चमध्ये जाण्याचा प्रयत्न करतो. मी लोकांना सांगतो, स्वतःवर विश्वास ठेवा; पण विश्वासावरही श्रद्धा ठेवा. इतर लोक म्हणतात तशी श्रद्धा नाही, तुमच्या अंतःकरणातून उमटते ती श्रद्धा!

हे सर्व मला कुठल्या स्वरूपात मांडायला आवडेल? स्मरणगाथा? नाही, स्मरणगाथा नाही. एकाच स्मृतिकोषात हे सगळं कसं मावू शकेल, मला शंका आहे.

कदाचित, एक कादंबरी लिहू? किंवा भाषण? अथवा भाषणांची मालिका? कदाचित, नातवंडांना एक पत्र लिहावं!

मी अंधारात डोकावून पाहिलं. माझ्या बकेट लिस्टमध्ये काही तरी असेल कदाचित?

अजून एक वेडगळ कल्पना!

अचानक माझं मन धावू लागतं. मला अनेक लोकांना फोन करायचा आहे, अनेक पुस्तकं वाचायची आहेत. मला वुडेलशी संपर्क करायचा आहे. जॉन्सनच्या पत्राच्या काही प्रती आहेत का हे बघायचं आहे. किती तरी पत्रं आहेत ही! माझ्या आई-वडिलांच्या घरात, माझी बहीण जोना राहते तिथे, मी जगभर फिरलो त्या स्थळांच्या स्लाइडस अजूनही एका पेटीत असतील.

किती तरी करायचं आहे, किती तरी शिकायचं आहे, माझ्याच जीवनाबद्दल माहीत नाही ते जाणून घ्यायचं आहे.

आणि आता सांगू? मला खरंच झोप येत नाही. मी उठतो, माझ्या टेबलवरून ते पिवळं पॅड उचलतो. मी हॉलमध्ये जाऊन माझ्या आरामखुर्चीवर रेलतो.

मनात अपार शांतता, स्तब्धता घर करू लागते.

खिडकीतून बाहेर दिसणाऱ्या चंद्राकडे बघून मी डोळे मिचकावतो. याच चंद्रानं प्राचीन काळातील झेन गुरूंना शून्य स्थितीवर चिंतन करण्याकरता स्फूर्ती दिली होती. सर्व काही स्पष्ट करणाऱ्या त्या अनंत चंद्र प्रकाशात मी माझी अंतिम यादी करत असतो.

आभार

माझ्या आयुष्याचा बराचसा भाग कर्जावस्थेत गेला. मी तरुण उद्योजकात मोडत होतो, तेव्हा मनात सतत एक नैराश्यपूर्ण भावना असायची. रोज झोपताना आणि उठताना मनात हेच असायचं की, परतफेड करू शकेन यापेक्षा किती तरी जास्त कर्ज आज माझ्या डोक्यावर आहे.

परंतु हे पुस्तक लिहिताना माझ्या मनावर इतर कशापेक्षाही जास्त अनेक लोकांचं कर्ज आहे.

माझ्या कृतज्ञतेला खरोखरच अंत नाही आणि ती व्यक्त करण्यासाठी सुरुवात कुठून करावी ते मला कळत नाही म्हणून मी, नाइके कंपनीतील माझी साहाय्यक लिसा मॅक किलिप्सचे... प्रत्येक गोष्ट, अक्षरशः प्रत्येक गोष्ट आनंदानं, परिपूर्णतेनं आणि उजळून टाकणाऱ्या हास्यासह पूर्ण करणाऱ्या लिसाचे आभार मानतो. मला अनेक गोष्टींची आठवण करून देणारे आणि मला वेगळंच काही तरी आठवत असताना संयमपूर्वक मार्गावर आणणारे जेफ जॉन्सन आणि बॉब वुडेलचे आभार मानतो, तसेच अनेक कल्पित कथांतून अचूकपणे सत्य तेच निवडणाऱ्या इतिहासकार स्कॉट सिमन्सचा तसेच अत्यंत अवघड प्रसंग लिहिताना आपला अनुभव खर्ची घालणाऱ्या मारिया आइटेल यांचा मी ऋणी आहे.

अर्थात, नाइके कंपनीच्या जगभरातील ६८,००० कर्मचाऱ्यांच्या दैनंदिन प्रयत्नाशिवाय आणि निष्ठेशिवाय हे पुस्तक, हा लेखक आणि काहीही समोर दिसलं नसतं म्हणून मी त्यांचे स्पष्ट शब्दात आणि प्रकर्षानं आभार व्यक्त करतो.

माझे स्टॅनफर्डमधील अतिशय बुद्धिमान आणि हुशार गुरू ॲडम जॉन्सन यांनी कार्यकारी लेखक आणि एक सच्चा मित्र या नात्याचं एक सोनेरी उदाहरण घालून दिलं म्हणून त्यांचे आभार. तसेच पुस्तक लिहीत असताना अत्यंत शांतपणे आणि सहजपणे सूचना करणारे ॲब्राहम व्हर्गीझ यांचेही मी आभार मानतो. आमच्या साहित्य

लेखनाच्या वर्गात मी शेवटच्या बाकावर बसलो असताना भाषेची कलाकुसर आणि भाषेतील कळकळ दर्शवून मला स्फूर्ती देणाऱ्या पदवी वर्गातील असंख्य विद्यार्थ्यांचा मी आभारी आहे.

स्क्रिबनरमधील महान व्यक्तिमत्त्व नॅन ग्रॅहॅम यांच्या सातत्यपूर्ण आधाराबद्दल; रोझ लिपेल, सुझान मोल्डो आणि कॅरोलिन रेडी यांचे; हे पुस्तक लिहिताना खूप आनंद आणि उत्साह दाखवल्याबद्दल, कॅथलीन रिझो यांनी अत्यंत शांतपणे पुस्तकाची प्रक्रिया सहजपणे पुढे नेली त्याबद्दल मी त्यांचे आभार मानतो आणि मुख्य म्हणजे माझी अत्यंत हुशार आणि तडफदार संपादिका शॅनन वेल्श हिनं मला हवा तेव्हा अत्यंत गरज असलेला मानसिक आधार दिला, याबद्दल तिचे आभार, मला किंवा तिला कुणालाच या आधाराचं महत्त्व शब्दात सांगता येणार नाही. तिनं सुरुवातीला मला दिलेलं प्रोत्साहन, माझ्या लिखाणाचं वेळीच केलेलं विश्लेषण आणि जाणता सल्ला माझ्यासाठी सर्व काही होता.

मला अनेक मित्रांचे आणि सहकाऱ्यांचे आभार मानायचे आहेत. त्यांनी आपला वेळ, कौशल्य खर्च करून मला योग्य सल्ला दिला. त्यात मध्यस्थ बॉब बार्नेट, असामान्य कवी आणि प्रशासक ईव्हन बोलंड, ग्रँड स्लॅम विजेता आंद्रे आगासी आणि कलाकार डेल हेज यांचा समावेश होतो. माझे मित्र - महान कादंबरीकार, पत्रकार, क्रीडा साहित्यिक, विद्वान असे जे. आर. मॉरिंगर यांच्या औदार्यामुळे, सहज-विनोदी वृत्तीमुळे आणि हेवा वाटेल, अशा कथाकथन कौशल्यामुळेच मी या पुस्तकाचे अनेक मसुदे व्यवस्थित तयार करू शकलो. मी त्यांचे खास, मनापासून आभार मानतो.

शेवटी मला माझ्या कुटुंबाचे आभार मानायचे आहेत, विशेषतः माझा मुलगा ट्राव्हिसचे! त्याच्याबरोबरची माझी दोस्ती आणि त्याचा मानसिक आधार हेच माझं सर्वस्व! अर्थातच दाटलेल्या कंठानं, अंतःकरणपूर्वक, मी माझ्या पेनीचे आभार मानतो. मी प्रवास करत असताना ती माझी वाट पाहत राहिली, माझा मार्ग हरवला असताना माझ्यासाठी थांबली. मी अत्यंत सावकाशपणे घरी उशिरा पोहोचलो आणि जेवण थंड होत गेलं तरी ती माझी वाट पाहत राहिली. माझ्या डोक्यात, प्रत्येक पानात मी गतजीवन पुन्हा पुन्हा अनुभवलं, तेव्हा ती माझ्याबरोबर राहिली. तिला जरी गतायुष्यातील काही भाग विसरून जायचा होता तरी ती माझ्यासाठी थांबली. सुरुवातीपासून पन्नास वर्षं ती माझ्यासाठीच थांबली. ही कष्टपूर्वक लिहिलेली गाथा आता मी तिला देऊ शकतो आणि त्याविषयी, नाइकेविषयी, सर्व गोष्टींविषयी तिला म्हणू शकतो, 'पेनी, तुझ्याशिवाय मला काहीच शक्य नव्हतं.'

अनुवादकाचा परिचय

अजित ठाकूर हे अनेक वर्षांपासून अनुवाद क्षेत्रात कार्यरत आहेत. हिंदी, मराठी, इंग्रजी या तीनही भाषांवर त्यांचे प्रभुत्व आहे. ओघवती, रसाळ, विषयानुरूप आणि वाचकांना खिळवून ठेवणारी भाषा ही त्यांच्या अनुवादाची काही ठळक वैशिष्ट्यं सांगता येतील.

त्यांनी कित्येक प्रसिद्ध इंग्रजी पुस्तकांचे अनुवाद केले आहेत. त्याचबरोबर आध्यात्मिक पुस्तकांचे अनुवादही त्यांच्या नावावर नोंदवलेले आहेत. आतापर्यंत त्यांची एकूण २६ अनुवादित पुस्तकं प्रकाशित झाली आहेत.

या व्यतिरिक्त त्यांनी कला, वाणिज्य, व्यवस्थापन तसेच शास्त्र विषयासंबंधी पदवी आणि पदव्युत्तर विद्यार्थ्यांसाठी मराठी व इंग्रजीतून काही पुस्तके लिहिली आहेत, तसेच त्यांनी भेटी दिलेल्या ३६ देशांतील प्रवासावर आधारित पुस्तकाचे त्यांचे लेखनही सुरू आहे.